AF758660

ചരരാശി

Chararasi
Novel

Shyna

CHINTHA PUBLISHERS
Thiruvananthapuram

First Chintha Edition
December 2021

Published
Chintha Publishers, Thiruvananthapuram

Typesetting
Star communications, Thiruvananthapuram

Printed at
Print Express, Kochi

Cover
Vinod Mangoes

ISBN : 978-93-93468-07-9

CO - 3051 / 5720

₹ 280

Email: chinthapublishers@gmail.com
Website: www.chinthapublishers.com

A vertion is available at National Libraries
Kolkata, Mumbai, Chennai and Delhi

Distribution
DESHABHIMANI BOOKHOUSE
H O Thiruvananthapuram 695035

Branch
Head Office Kunnukuzhi • Statue Thiruvananthapuram
KSRTC Bus Station Thiruvananthapuram
KSRTC Bus Station Alappuzha • KSRTC Bus Station Ernakulam
Machingal Lane Thrissur • IG Road Kozhikode
Mavoor Road Kozhikode • NGO Union Building Kannur
Central Bus Terminal Complex Thavakkara Kannur

ചരരാശി

നോവൽ

ഷൈന

ചിന്ത പബ്ലിഷേഴ്സ്
തിരുവനന്തപുരം-695 035
വില : ₹ 280

ഷൈന

കണ്ണൂർ ജില്ലയിൽ കൊറ്റാളിയിൽ ജനനം. അച്ഛൻ: പുഞ്ചേൻ ലക്ഷ്മേണൻ. അമ്മ: പി ചന്ദ്രമതി. ഗവ: ഹൈസ്കൂൾ പുഴാതിയിൽ സ്കൂൾ വിദ്യാഭ്യാസം. കൃഷ്ണമേനോൻ സ്മാരക ഗവ: വനിതാ കോളേജിൽ ബിരുദപഠനം. തലശ്ശേരി ഗവ: ബ്രണ്ണൻ കോളേജിൽനിന്നും പോസ്റ്റ് ഗ്രാജ്വേഷൻ. നാലുപുസ്തകങ്ങൾ പ്രസിദ്ധീകരിച്ചിട്ടുണ്ട്. *ഓർമ്മയിലെ വെള്ളാരം കല്ലുകൾ* (ഓർമ്മക്കുറിപ്പ്), *അഗ്നിശയനം*, *ആവിലാക്കരയിലെ പെൺവൃത്താന്തങ്ങൾ*, *ഒരു ചുവട് മണ്ണ്*, *ജലനയനി* (നോവലുകൾ), *ആൻമേരിയുടെ ചായക്കൂട്ടുകൾ* (നോവലൈറ്റ്) എന്നിവ. കഥകളും നോവലെറ്റുകളും ആനുകാലികങ്ങളിൽ പ്രസിദ്ധീകരിച്ചിട്ടുണ്ട്. സാഹിത്യത്തിന് 2018 ൽ കൃഷ്ണ ജ്വൽസ് സ്ത്രീശക്തി പുരസ്കാരം ലഭിച്ചു.

ഭർത്താവ് : എം ടി സുരേന്ദ്രൻ
മക്കൾ : ഷാരോൺ, സരിഗ

പ്രസാധകക്കുറിപ്പ്

ആധുനിക ജീവിത പരിസരങ്ങളിൽനിന്നും ഉരുവം കൊള്ളുന്ന സംഘർഷങ്ങളുടെയും സമന്വയങ്ങളുടെയും ഭൂമികയാണ് ഷൈനയുടെ *ചരരാശി* എന്ന നോവലിലെ പൈപ്പിൻകുന്ന് കോളനി. വികസന പ്രതീകങ്ങളായി കടന്നുവരുന്ന പാതയും പൈപ്പിൻചോടും ഈ നോവലിലെ സവിശേഷ ഇടങ്ങളാണ്. മനുഷ്യർ സ്നേഹത്തിനൊപ്പം ഉല്പാദിപ്പിക്കുന്ന വിദ്വേഷത്തിനും ഇടമുണ്ടിവിടെ. അടിത്തട്ടിലെ മനുഷ്യരുടെ ജീവിതത്തിന്റെ സത്യസന്ധമായ ആവിഷ്കാരമാണീ കൃതി. കുടഞ്ഞുകളഞ്ഞാലും അടർന്നുമാറാത്ത ജാതിമതങ്ങളും അതിന്റെ മൂല്യങ്ങളും മനുഷ്യരുടെ അകങ്ങളിൽ കക്കകൾ മാതിരി പറ്റിപ്പിടിച്ചിരിപ്പുണ്ട്. പ്രാദേശിക മൊഴിവഴക്കങ്ങളുടെ ചാരുത ഈ കൃതിയെ സവിശേഷമാക്കുന്നു. കേരളത്തിന്റെ രാഷ്ട്രീയ സഞ്ചാരങ്ങളുടെ സൂക്ഷ്മ വായന കൂടി ഈ നോവൽ സാദ്ധ്യമാക്കുന്നു.

ചിന്ത പബ്ലിഷേഴ്സ്

ആമുഖം

കുട്ടിക്കാലത്ത് പാടവരമ്പിലൂടെ ഓടിപ്പോകുന്നതിനിടയിൽ കാണുന്നൊരു കാഴ്ചയായിരുന്നു പാളത്തൊപ്പിയും വച്ച് കോറത്തുണിയുമുടുത്ത് കാരിമൂപ്പൻ, 'മുമുമു തി തിതി കാളേ' എന്ന് ഒച്ചയിട്ട് വയലിൽ നിലമുഴുന്നത്. പണിയെല്ലാം കഴിഞ്ഞാൽ കുളിച്ച് വൃത്തിയായി ഞങ്ങളുടെ വീടിനടുത്തുള്ള ഇടവഴിയിലൂടെ റോഡിന് പോകുന്ന കാരിമൂപ്പന്റെ മുഖത്ത് കുട്ടികളെ ആകർഷിക്കുന്നൊരു സാരള്യം നിറഞ്ഞു നിന്നിരുന്നു. കാരിമൂപ്പന്റെ മകൾ ജാനു മെടയുന്ന പായകളാണ് അമ്മ വാങ്ങുക. പുതിയ പായയുടെ ആ മണത്തിന് അവരുടെ സ്നേഹം പോലെ കുളിർമ്മ ഏറെയായിരുന്നു. തേങ്ങാകൊയ്ത്തുക്കാരൻ കാഞ്ഞനും തെയ്യംകെട്ടുന്ന വട്ടിയൻ ഗുരിക്കളുമെല്ലാം എന്നോ മൺമറഞ്ഞു പോയെങ്കിലും ഗ്രാമ്യ സ്മൃതികളിൽ ഇപ്പോഴുമുണ്ടാകാം.

മണ്ണിൽ വിയർപ്പൊഴുക്കുന്ന ആ പച്ചമനുഷ്യരുടെ സന്താപങ്ങളും സന്തോഷങ്ങളും അടുത്തുനിന്നു കാണുമ്പോഴും അറിയുമ്പോഴും പുറംലോകത്തിന്റെ കഠിനതകളോ പാരുഷ്യങ്ങളോ ഒന്നും അവരുടെ ഉള്ളിലില്ലെന്നും ജൈവതാളബദ്ധമായി പ്രകൃതിയോടിണങ്ങുന്ന ജീവിതക്രമത്തിൽ അവർ പുലരുകയാണെന്നും നാമറിയുന്നു. ഉച്ചനീചത്വങ്ങളെ ഇല്ലായ്മ ചെയ്യുവാനും ജാതീയതയെ തുടച്ചെറിയാനും പ്രേരകമായി നവോത്ഥാനം സാമൂഹ്യജീവിതത്തിൽ പല മാറ്റങ്ങളും വരുത്തിയെങ്കിലും ആത്യന്തികമായി നവോത്ഥാന നേട്ടങ്ങളെ സാംസ്കാരിക മൂലധനമാക്കി മാറ്റുന്നതിൽ കേരള സമൂഹം പരാജയപ്പെട്ടു എന്നത് യാഥാർത്ഥ്യമായിരിക്കയാണെന്ന് സമീപകാല സംഭവങ്ങൾ നമ്മെ ബോദ്ധ്യപ്പെടുത്തുന്നു. ആസുരതാളത്തിൽ വലവീശി പരിഷ്കൃത നാഗരികത ആ ആദിമജനതയുടെ ഗോത്രസ്മൃതികളെയും പൈതൃക

ത്തനിമയെയും പ്രാദേശിക ശൈലിയേയും സംസ്കാരത്തേയും തന്നെ ഇല്ലായ്മ ചെയ്തുകൊണ്ടിരിക്കെ, വേഗതയുടെ അടയാളമായൊരു ദേശീയപാതയുടെ ആഗമനത്തിന് മുന്നോടിയായി പലയിടത്തായി ചിതറിപ്പോകേണ്ടി വരുന്ന ആ പാവപ്പെട്ടവരുടെ ജീവിതമാണ് *ചരരാശി* എന്ന എന്റെ നോവലിന് കാരണമായിത്തീർന്നത്.

ഈ നോവൽ രചനയിൽ പല പുസ്തകങ്ങളുടേയും വായനയിലൂടെ കൈവന്ന വിവരങ്ങൾ എനിക്ക് പ്രചോദകമായിട്ടുണ്ട്. ഡോ. ജെ ജെ പള്ളത്ത് എഡിറ്റ് ചെയ്ത *ദളിത് വിമോചനം സമസ്യയും സമീക്ഷയും* എന്ന പുസ്തകം, *മാതൃഭൂമി* എഡിറ്റോറിയൽ കോളം എന്നിവ എടുത്തു പറയേണ്ടതാണ്. നാഷണൽ ഹൈവേ സംബന്ധിച്ച വിവരങ്ങൾ നല്കിയ അസിസ്റ്റന്റ് എക്സിക്യൂട്ടീവ് എഞ്ചിനീയർ സുനിൽ കൊയിലേരിയനും എന്റെ നന്ദി രേഖപ്പെടുത്തുന്നു.

ഷൈന

ഒന്ന്

പൈപ്പിൻകുന്ന് തെരുവ് ഉണരുന്നതേയുള്ളു. നഗരത്തിന്റെ കോലാഹലങ്ങളിൽ നിന്നെല്ലാമകന്ന് അല്പം ഉള്ളിലേക്കായിട്ടാണ് ഈ തെരുവ്. പഴകിയും തുരുമ്പെടുത്തും കാലപ്പഴക്കം ചെന്നതുമായ തകര പ്പാത്രങ്ങളെ പോലെയിരിക്കുന്ന മുഖങ്ങൾ ഒടിഞ്ഞുകുത്തിക്കിടക്കുന്ന കുടിലുകളിൽ ഉറക്കത്തിലാണ്.

കുമ്പയമ്മയുടെ മുറ്റത്തെ വരിക്കപ്ലാവിൽനിന്നും പഴുത്തിലകൾ ഇടയ്ക്കിടെ പൈപ്പിൻപാതയിലേക്ക് പൊഴിഞ്ഞുവീണുകൊണ്ടിരുന്നു. ഇടതടവില്ലാതെ പൈപ്പിൻകുന്ന് പാത തൂത്ത് കൈ തഴമ്പിച്ചുപോയ പാറോതിപ്പെണ്ണ്, ഉറക്കത്തിലും മുറ്റത്തിന്റെ അരികിലുള്ള വരിക്ക പ്ലാവിനെ ശപിക്കുകയാണെന്ന് തോന്നും ഉറക്കപ്പിച്ച് കേട്ടാൽ.

"കൊത്തണം പ്ലാവ്. ടാ ഇട്ടീരീ...വാടാ തേച്ചും കൊമ്പ് കയ്ച്ചെ ളക്ക്...അങ്ങന്നെ."

അസ്പഷ്ടമായി പിന്നെയും എന്തൊക്കെയോ പുലമ്പിക്കൊണ്ട് പെണ്ണ് തിരിഞ്ഞുകിടന്നു.

തെല്ലുമാറി റോഡരികിൽ ഇലക്ട്രിക് പോസ്റ്റിന്റെ മുനിഞ്ഞുകത്തുന്ന വെളിച്ചത്തിനു താഴെ ഒരു പെൺപട്ടിയും അതിന്റെ വയറോടൊട്ടിച്ചേർന്ന് മുലകുടിച്ചുകൊണ്ടിരിക്കുന്ന കുറേ കുഞ്ഞുങ്ങളെയും കാണാം. പുര നിറച്ചും വളർത്തുന്നതും പെറ്റുകൂട്ടുന്നതും വന്നുകയറുന്നതുമെല്ലാമായ അനേകം പട്ടികളുടെയും പൂച്ചകളുടെയും ആവാസസ്ഥലവുമാണ് പൈപ്പിൻ കുന്ന്. പുലർകാലത്തെ സുഖകരമായ തണുപ്പിൽ ആഴ്ന്നുറ ങ്ങുമ്പോൾ മാത്രം പൈപ്പിൻകുന്ന് നിശ്ചലവും ഏകാന്തഭരിതവും ഒച്ച യനക്കങ്ങളില്ലാത്തതുമായ ഒരു മുഹൂർത്തത്തെ അനുഭവവേദ്യമാക്കുന്നു.

രാത്രി വൈകുവോളമുള്ള മദ്യപാനം, ചീട്ടുകളി, അനുബന്ധമായുള്ള വഴക്ക്, ചീത്തവിളി, അടിപിടിതർക്കങ്ങൾ എന്നിവയ്ക്കെല്ലാമിടയിൽ

തനിക്കിതൊന്നും അറിയേണ്ടെന്ന മട്ടിലും വീട്ടിലുള്ള ബഹളങ്ങളൊന്നും കാണാത്ത ഭാവത്തിലും മകൾ സൗദാമിനിയെ ഭർത്താവ് പാക്കരൻ കള്ളും കുടിച്ചുവന്ന് ചീത്തവിളിക്കുന്നതും ഓടിവന്ന് മുതുകിനിട്ടടിക്കുന്നതും ശ്രദ്ധിക്കാതെ, നേരത്തെ വാങ്ങി അരയിൽ തിരുകിവെച്ച അരക്കുപ്പി കള്ളുമായി കുമ്പയമ്മ തന്റെ കുമ്മായമടർന്ന ചുവരുകളുള്ള മുറിക്കുള്ളിൽ കയറും.

കൊതുകുരക്തംകൊണ്ട് അടയാളമിട്ട ആ ചുമരുകൾ കാണുമ്പോഴൊക്കെയും ഇതത്രയും തന്റെതന്നെ ചോരയാണല്ലോ എന്നോർത്ത് ഓരോ വട്ടവും വേവലാതിപ്പെടുന്ന കുമ്പയമ്മ, കഴിഞ്ഞ അനേകം രാത്രികളിലെന്നപോലെ അപ്പോഴും അടക്കിപ്പിടിച്ച് എന്തൊക്കെയോ പിറുപിറുത്തുകൊണ്ടിരുന്നു. പിന്നെ ധൃതിയിൽ എഴുന്നേറ്റുചെന്ന് തട്ടിമറ അടച്ചുപൂട്ടി, കള്ളുകുപ്പി എടുത്ത് വായിൽ കമഴ്ത്തി, കീറപ്പായയിൽ ആശ്വാസത്തോടെ നീണ്ടുനിവർന്നു കിടന്നു.

പകൽ മുഴുവനുള്ള തന്റെ അലച്ചിലും മുഷിച്ചിലും കഴിഞ്ഞ്, മക്കൾ പത്തെണ്ണത്തെ പെറ്റിട്ടിട്ടും, മക്കളുടെ മക്കളുമെല്ലാമായി, മുടിയിൽ ഈരു പിടിച്ചപോലെ, കോളനിയാകെ തിങ്ങിനിറയുന്ന വലിയ ജനബാഹുല്യത്തിന്റെ അധിപതിയായിട്ടും ഇങ്ങേത്തലതൊട്ട് അങ്ങേത്തലവരെയുള്ള വീടുകളിൽ ഓരോന്നിലും തന്റെ ചാർച്ചയിൽപ്പെട്ട ആരെങ്കിലും ഒരാളെങ്കിലും ഉണ്ടെന്നിരിക്കിലും, താൻ കുത്തിക്കുത്തി ചോദിക്കാതെ ഒരാൾപോലും പത്തുരൂപാ തനിക്ക് അറിഞ്ഞ് തരാത്തതിലുമുള്ള ഈർഷ്യയോടെ കുമ്പയമ്മ, പാതി തന്റെ പുരയിടത്തിലും പാതി പൈപ്പിൻകുന്ന് പാതയിലും വേരുപടർത്തി പരന്നുകിടക്കുന്ന വരിക്കപ്ലാവിന്റെ പൊന്തിനിന്ന വേരിൻമേലിരുന്ന് മക്കളെയും മക്കളുടെ മക്കളെയും മരുമക്കളെയുമെല്ലാം ചീത്തവിളിച്ചു കൊണ്ടിരുന്ന കാലമായിരുന്നു അത്.

രാവിലെകളിൽ എല്ലാ ആറുമണിനേരങ്ങളിലും തന്റെ പതിവു 'കുളുത്തകുടി' കഴിഞ്ഞ് കുമ്പയമ്മ നേരെപോയി ചെന്നിരിക്കുക ആ വേരിൻമേലാണ്. അത്തരം വേളകളിലാണ് കുമ്പയമ്മ തന്റെ മനസ്സ് തുറക്കുക. ഉള്ളിൽ അടക്കിവെച്ച ഈർഷ്യയും വേവലാതികളും പരാതികളും മക്കളുടെ നെറികേടുകളുമെല്ലാം തന്റെ ചുറ്റിലുള്ളവരോടും പൈപ്പിൻകുന്ന് പാതയിലൂടെ പോകുന്ന വഴിപോക്കരോടുമെല്ലാം പറയും. അതിനിടയ്ക്ക് തായത്തെരു അങ്ങാടിയിൽ വന്നിറങ്ങിയ ദുബായിക്കാർ അത്തറുംപൂശി തിളങ്ങുന്ന കുപ്പായങ്ങളുമിട്ട് പോകുമ്പോൾ കൈ നീട്ടി ഇരക്കും.

"മോനേ കബീറേ...നീയെപ്പാ ബന്നേ... മോനേ നിന്റെ എത്ര മൂത്രത്തുണി തിരുമ്മിയ കൈയാ ഇത്ന്നറിയാ. നിന്റുമ്മ റുഖിയാക്ക് എത്ര പാത്രം ബെള്ളം കോരിക്കൊടുത്ത് ഞാൻ. ഒരു പത്തുറുപ്യ നോട്ട് മോനേ അമ്മമ്മയ്ക്ക് ബെത്തിലടക്ക മാങ്ങാൻ കൊണ്ടാ.."

ദൈന്യം തുളുമ്പുന്ന മുഖഭാവത്തോടെ കുമ്പയമ്മ തന്റെ കനത്ത സ്വരത്തിൽ യാചിക്കുമ്പോൾ ഓരോരുത്തരും കൊടുത്തുപോകും. കിട്ടിയ

പണം തിടുക്കത്തിൽ കോന്തലയിൽ കെട്ടി അവർ അടുത്ത ഇരയെ കാത്തിരിക്കും.

അപ്പോഴേക്കും പൈപ്പിൻച്ചോട്ടിൽ വെള്ളം വന്നിരിക്കും. പൊടുന്നനെ ശബ്ദമുഖരിതമായിത്തീരും പൈപ്പിൻകുന്ന് തെരുവ്. നേരത്തെ വരിയിൽ പാത്രം വച്ചിട്ടും താനെടുക്കും മുൻപേ വേറൊരുത്തി വെള്ളമെടുത്തതിനോ, അല്ലെങ്കിൽ തങ്ങളറിയാതെ ഒരുതവണ അഞ്ചുപാത്രം എന്ന അളവു തെറ്റിച്ച് വേറൊരുവൾ ഒരുപാത്രം വെള്ളം അധികമെടുത്തു എന്നു കുറ്റാരോപണം ചെയ്തോ നിരവധി നിരവധി പെണ്ണുങ്ങൾ, തങ്ങളുടെ എണ്ണമയമില്ലാത്ത മുടി ഉച്ചിയിൽ കെട്ടിവെച്ച്, ആഭരണരഹിതമായ തങ്ങളുടെ കാതും കഴുത്തും വെളിപ്പെടുത്തി, ഉടുത്ത വസ്ത്രം മുട്ടോളം തെറുത്തുകുത്തി പോരുകോഴികളെപ്പോലെ പോരടിക്കുകയാവും അപ്പോൾ. അല്പം കഴിഞ്ഞ് പാത്രങ്ങളുമായി പോകുന്ന കുമ്പയമ്മ ഏറ്റവും മുമ്പിൽ പാത്രം കൊണ്ടു പോയി വെച്ച്, പ്രായാധിക്യമേറിയതും തലമൂത്തതുമായ തനിക്ക് വരിനില്ക്കേണ്ട ആവശ്യമില്ലെന്നും പ്രത്യേക പരിഗണനയുള്ളതിനാൽ വേഗം വെള്ളമെടുക്കണമെന്നും ഉദ്ദേശിച്ച് എല്ലാവരേയും ശകാരിക്കും.

കുമ്പയമ്മ മകൾ സൗദാമിനിയോടൊപ്പമാണ് താമസമെങ്കിലും വെപ്പും കുടിയുമെല്ലാം വേറെയാണ്. തന്റെ വീതം വെള്ളം തനിക്കു വേണമെന്ന് അവർ വഴക്കുതുടങ്ങുമ്പോഴേക്കും പൈപ്പിൻകുന്നുകാർക്ക് പാതാളക്കിണറ്റിൽനിന്നും പതിവായി ടാങ്കിൽ വെള്ളം നിറയ്ക്കാൻ നിയുക്തനായ വെള്ളക്കുപ്പായവും വെള്ളമുണ്ടും ഇട്ട് നെറ്റിയിൽ ചന്ദനക്കുറി നീളത്തിൽ വരയ്ക്കുന്ന രാവുണ്ണിയേട്ടൻ തന്റെ ജോലി കഴിഞ്ഞ് തിരിച്ചു പോകുന്നുണ്ടാകും. അല്പം കഴിഞ്ഞാൽ കാണാനാവുക, തന്റെ നരച്ചു ചിതറിയ മുടി ഉച്ചിയിൽ കെട്ടിവെച്ച് ചുളുങ്ങിയ ഓരോ അലൂമിനിയ പാത്രത്തിലും വെള്ളംനിറച്ച് തലയിലേന്തി ഇടം വലം ആടി തന്റെയാ പ്രത്യേകതാളത്തിൽ വീട്ടിലേക്ക് പോകുന്ന കുമ്പയമ്മയെയാണ്.

എൺപത് കഴിഞ്ഞിട്ടും ക്ഷീണവും ഉടവും തട്ടാത്ത ആ താൻപോരിമ ആ വംശത്തിന്റെ രക്തത്തിലുള്ളതാണെന്ന് കുമ്പയമ്മ ഇടയ്ക്കുകയറി വെള്ളമെടുക്കുന്നതിൽ അരിശംപൂണ്ട അയൽപക്കക്കാരി പാഞ്ചാലിയമ്മ കുശുകുശുക്കും.

"അതാന്ന്...ഉന്നക്കായ പൊട്ടിച്ചീറിയപോലത്തെ ആ പര പരപ്പും പാറിപ്പറ്റലും. ഏട ബേണെങ്കിലും ഓളെത്തും... എത്ര ബയസ്സ്ണ്ടോക്ക് എന്നാലും തടിക്കൊരു കടച്ചലും ഇല്ല."

പാഞ്ചാലിയമ്മ മകൾ ഉഷാറാണിയോടാണ് പറയുന്നത്.

കുമ്പയമ്മ, പൈപ്പിൻകുന്ന് കോളനി പ്രജാപതി വട്ടിയൻ ഗുരിക്കളുടെ കെട്ടിയവൾ. കുലാധിപതിയായ ഗുരിക്കളെ നിലയ്ക്കുനിർത്താൻ കഴിഞ്ഞിരുന്നവൾ. എടുപ്പിലും നടപ്പിലും നിറത്തിലും തുടുപ്പിലും അവർ തന്റെ കൂട്ടർക്കിടയിൽ ആർക്കുമില്ലാത്ത സൗന്ദര്യത്തോടെ വിളങ്ങിനിന്നവൾ. വട്ടിയൻ ഗുരിക്കൾ വംശാധിപനായി എല്ലാം

കൊണ്ടുംകൊടുത്തും കുമ്പയ മ്മയെ പരിപോഷിപ്പിച്ചുകൊണ്ടിരുന്ന ഒരു കാലമുണ്ടായിരുന്നു... അതാണ് കാലം, കുമ്പയമ്മയുടെ സുവർണ്ണകാലം.

വട്ടിയൻ ഗുരിക്കൾ ദൈവികശക്തിയും മാന്ത്രികപരിവേഷവും നേടി പേരെടുത്തുകൊണ്ടിരിക്കുന്ന കാലം. തൊണ്ണൂറു ദിവസത്തെ ചിട്ടയിലും മട്ടിലുമുള്ള വ്രതമെടുപ്പിന്റെ പരിശുദ്ധിയിൽ വട്ടിയൻ ഗുരിക്കൾ കെട്ടിയാടുന്ന തെയ്യത്തിന്റെ ശക്തിയറിഞ്ഞ് ദേശത്തുനിന്നും പരദേശത്തുനിന്നും ആളുകൾ കോലം കെട്ടാനായി ഗുരിക്കളെ ക്ഷണിക്കാൻ ആദരവോടെ വന്നുകൊണ്ടിരുന്ന കാലം. മന്ത്രത്തിലും തന്ത്രത്തിലും മാത്രമല്ല അടി തടയിലും പ്രശസ്തനായ വട്ടിയൻ ഗുരിക്കൾ മന്ത്രിച്ചൂതുന്ന നൂല് കെട്ടിയാൽ ഭൂതപ്രേതപിശാചുക്കളും മഹാമാരികളുംവരെ ഓടിയൊളിക്കുമെന്ന് നാട്ടുകാർ വിശ്വസിച്ചുകൊണ്ടിരുന്നു. ധാരമുറിയാതെ പെയ്ത പെരുമഴ നാലുനാൾ നീണ്ടുനിന്ന ഒരു കള്ളക്കർക്കിടകത്തിൽ, തെക്കുനിന്നെങ്ങോ ഉള്ള ഒരു ചാളക്കുടിയിൽനിന്നും നൂല് ജപിച്ചുവാങ്ങാൻ അച്ഛന്റെ കൈയും പിടിച്ചെത്തിയതായിരുന്നു പൊന്നിൻ പൂനിറമുള്ള കുമ്പ. കുമ്പയെ കണ്ട ഗുരിക്കൾ എല്ലാം മറന്നു. പരിസരം മറന്നു. ഗുണവും മണവും വർക്കത്തും ഇല്ലാത്ത ഈർക്കിലുപോലുള്ള ആദ്യ ഭാര്യയെ മറന്ന് കുമ്പയെ തേടിച്ചെന്ന ഗുരിക്കൾ മുറപ്രകാരം ചെയ്യേണ്ടതെല്ലാം ചെയ്ത് കുമ്പയെ സ്വന്തമാക്കി.

പുലിപോലത്തെ ഗുരിക്കൾ കുമ്പയ്ക്കുമുമ്പിൽ പൂച്ചയെപ്പോലെ നിന്നു. പത്തുകൊല്ലത്തിനുള്ളിൽ കുമ്പ പത്തു മക്കളെ പെറ്റു. സ്നേഹാധിക്യംമൂത്ത് മന്ത്രവും തന്ത്രവും തന്റെ രഹസ്യ വിദ്യകളുമെല്ലാം ഗുരിക്കൾ കുമ്പയമ്മയ്ക്കു പകർന്നുകൊടുത്തു. ചിലപ്പോൾ എല്ലാം മുൻകൂട്ടി കണ്ടതിനാലാകാം. ഗുരിക്കൾ പറഞ്ഞു:

"ഞാനില്ലാണ്ടായാലും നീ മക്കളെ പോറ്റണം കുമ്പേ. നീയിതെല്ലാം പഠിക്ക്. നിനിക്ക് ഒരുപിടി വറ്റിന് മൊടക്കം വെരൂലാ."

എല്ലാം വശമാക്കിയ കുമ്പയമ്മയ്ക്ക് ഗുരിക്കൾ പറഞ്ഞതിന്റെ അർത്ഥം വൈകാതെ പിടികിട്ടി.

ഓരോ പേറിലും പിന്നെയും പിന്നെയും പൂത്തുവരുന്ന പെണ്ണിന്റെ മേനി കണ്ട് മോഹിച്ച് വശംകെട്ട തമ്പുരാൻ തന്റെ പണിക്കാരെക്കൊണ്ട് കള്ളിൽ വിഷംചേർത്ത് അറിയാതെ ഗുരിക്കളെ കുടിപ്പിച്ചു. ചോര ഛർദ്ദിച്ച് ഛർദ്ദിച്ച് പിടഞ്ഞുചത്ത ഗുരിക്കളെ പായിൽ കെട്ടിക്കൊണ്ടുവന്നപ്പോൾ കുമ്പയമ്മ കരഞ്ഞു പോയി... ഇനി കരയില്ലെന്ന് പ്രതിജ്ഞചെയ്ത്, ജീവിതത്തെ ജീവിച്ചുതീർത്തു. ഗുരിക്കൾക്ക് വാക്കുകൊടുത്തതാണ് എന്തു വന്നാലും മക്കളെ നന്നായി നോക്കുമെന്ന്. അതു തന്നെ ചെയ്തു. പൊന്നുതിരുന്ന മേനികണ്ട് ചക്കരയ്ക്കുമേലെ ഈച്ചയെന്നപോലെ പുലയരും പറയരും ആരെല്ലാമോ നിരവധി ആളുകളും കുമ്പയ്ക്കുചുറ്റും ആർത്തുനടന്നു.

തനിക്കുചുറ്റും ഇരുന്നു കരയുന്ന പത്തു മക്കളുടെ വിശപ്പാണ് മരിക്കാതെ ജീവിക്കാൻ കുമ്പയമ്മയെ പ്രേരിപ്പിച്ചത്. തനിച്ചിരിക്കുമ്പോൾ,

തന്റെ മക്കൾ അനാഥരായി കാട്ടിലും കുന്നിലും തോട്ടിലും പുഴയിലും ചേറിലും ചെളിയിലും വീണു കിടക്കുന്നത് കുമ്പയ്ക്ക് ഓർക്കാൻ വയ്യ. മക്കളുടെ വയറ്റിലെ തീകെടുത്താൻ സഹായിച്ചവരുടെയെല്ലാം കൂടെ നിന്നു. ആരുടേയും കൂടെ സ്ഥിരമായി പൊറുത്തില്ല.

വിശപ്പാണ് മുഖ്യം. എങ്കിലും മനസ്സ് തളരുമ്പോൾ തടി വിറയ്ക്കുമ്പോൾ കുമ്പ ഗുരിക്കളെയോർത്ത് കരയും. വീർപ്പു മുട്ടുമ്പോൾ നീറിപ്പിടയും. മേലേരി പൊട്ടിയുതിരും തീയിൽ വീണുരുളും.

കരഞ്ഞ് കരഞ്ഞ് തളരുന്ന കുമ്പയെ കണ്ട് രാത്രിയുടെ ഇരുണ്ട യാമങ്ങളിൽ ഗുരിക്കൾ ആശ്വസിപ്പിക്കാനെത്തും.

"കരേല്ലേ, കരേല്ലേ കുമ്പേ..."

അതും പറഞ്ഞ് ഗുരിക്കൾ കുമ്പയുടെ കണ്ണീരു തുടയ്ക്കും.

അതും കഴിഞ്ഞ് കൊഞ്ചിക്കുഴഞ്ഞ് കളിയും ചിരിയും തുടങ്ങും.

ഉറങ്ങിപ്പോകുന്ന കുമ്പയെ തൊട്ടുവിളിക്കും...

അരിച്ചാന്ത് മുഖത്തും മാറത്തും കൈകളിലും പടർത്തിത്തേച്ച്, കുരുത്തോല മുടിവെച്ച തലയിളക്കി, മുഖപ്പൂപ്പാളവെച്ച്, കുമ്പയെ നോക്കി മുഖമിളക്കി അഗ്നിക്കൂമ്പാരത്തിൽ വീണുരുളും..

തീക്കനലുകൾ പൊട്ടിയുതിരും ചുറ്റിലും. ആരെല്ലാം എത്രയെല്ലാം ശ്രമപ്പെട്ട് എഴുന്നേല്പിക്കാൻ നോക്കിയാലും പിടിച്ചാലും വലിച്ചാലും ഗുരിക്കൾ അഗ്നിശയനം നിർത്തില്ല. അഗ്നിനൃത്തം തുടരും. തീയിൽ വീണുരുണ്ട്. കനലിളക്കി അഗ്നിപ്പൂവുകൾ നാലുവശവും ചിതറുമ്പോൾ പച്ചോല കത്തിപ്പൊട്ടുന്ന ശബ്ദത്തെ മറച്ച് തോറ്റംപാട്ടിന്റെ ശബ്ദം ഉച്ചത്തിലുയരും.

"പൊലിക...പൊലിക..പൊലിക.."

ഒരേ കിടത്തംകിടന്ന് തന്നെ കണ്ണിൽത്തന്നെ നോക്കുന്ന ഗുരിക്കളെയോർത്ത് കുമ്പ പിടയും. കണ്ണുനീരൊഴുക്കും.

മാംസം വെന്തു കരിയുന്ന ആ വേദന കുമ്പയമ്മ അറിയും. പിടഞ്ഞുപിടഞ്ഞവർ ജീവിതത്തെ കണ്ണീരുകൊണ്ട് കഴുകും. അഗ്നിതർപ്പണംചെയ്ത് ശുദ്ധിയാകും. അപ്പോൾ ഒരു അത്ഭുതം പോലെ കുമ്പയമ്മയെ നോക്കി പരിക്കൊന്നുമില്ലാതെ പുഷ്പശയ്യയിൽനിന്നെന്നപോലെ തീപ്പൊട്ടൻ തെയ്യം ഉയിർത്തെഴുന്നേറ്റ് വരും... വീണ്ടും കുമ്പയമ്മയ്ക്കു ചുറ്റും ചുവടുകൾ വയ്ക്കും താളത്തിൽ... ചെക്കിപ്പൂമാലയിളകും. ലാസ്യമായും രൗദ്രമായും മുഖത്തെഴുത്ത് മാറ്റും, ചെകിട്ടിൽ വന്ന് ഉച്ചത്തിൽ കൂക്കും.

"കൂയ്... കൂയ്..."

ആളുകൾ ചുറ്റും കൂടും.

അതെല്ലാം എത്രയോ കാലങ്ങൾക്കപ്പുറത്താണ്...

ഏതോ യുഗത്തിനുമപ്പുറംപോലെയാണ്...

അഗ്നിപരീക്ഷണങ്ങൾ മാത്രമാണെന്നും...

ഉരുക്കുകൊണ്ടുള്ള അമ്പുകൾ പടച്ചട്ടയൊന്നുമില്ലാതെ ജീവിതത്തി

നുമേൽ എത്രയോ വട്ടം ആഞ്ഞുതറച്ചു. ഇടറിവീണിടത്തുനിന്നും എത്രയോ വട്ടം എഴുന്നേറ്റുനിന്നു. എത്രയോ സഹനങ്ങൾ. ഇപ്പോൾ കാണക്കാണെ എല്ലാം വിലകെട്ടുപോവുകയാണ്...

ഉച്ചച്ചൂടിൽ, കത്തിയടരുന്ന ആ വേനലിൽ കോലായിൽ വെറും നിലത്ത് കണ്ണടച്ചുകിടന്ന കുമ്പയമ്മ എപ്പോഴോ ഉറങ്ങിപ്പോയി.

രണ്ട്

ഉച്ചവെയിൽ തിളച്ചുതൂവി മയക്കം ബാധിച്ച പൈപ്പിൻച്ചോട് മദ്ധ്യാഹ്നമാകുമ്പോഴേക്കും എന്നും സജീവമാകും. കുമ്പയമ്മയുടെ എട്ടാമത്തെ മകളും, ഇടവേളകളിൽ കെട്ടിയവൻ പാക്കരനൊത്ത് സൈക്കിൾ യജ്ഞത്തിൽ പങ്കെടുക്കുന്നവളുമായ സൗദാമിനിയുടെ ഇളയമകൾ പാറോതി, പത്തുവയസ്സ് തികഞ്ഞവൾ, രണ്ടിൽവെച്ച് പഠിത്തം നിർത്തിയവൾ, അയ്യങ്കാളി സേവാസമാജം വെൽഫേർ സ്കൂളിലെ അദ്ധ്യാപകർ ദിനംപ്രതി കൈപിടിച്ചു കൂട്ടിക്കൊണ്ടു ക്ലാസിലിരുത്തി രണ്ടു മിനിട്ട് തികച്ചെത്തും മുമ്പേ എല്ലാവരുടേയും കണ്ണുവെട്ടിച്ചു വീണ്ടും വീട്ടിൽ തിരിച്ചെത്തുന്നവൾ, തലയിൽ പുറ്റുപോലെ അട്ടിയടുക്കായി വളർന്നു പൊന്തിയ പൊറ്റകൾ വളർത്തിയ ചൊറിക്കുള്ളിൽ ഇഴയുന്ന പേൻകടി സഹിക്കാനാവാതെ, ഇരുകൈകൊണ്ടും തല മാന്തിക്കൊണ്ട് പൈപ്പിൻചോട് പാത തൂത്തു വൃത്തിയാക്കാൻ ചൂലുമെടുത്ത് പുറപ്പെടും.

നീണ്ടു വളഞ്ഞുകിടക്കുന്ന പൈപ്പിൻകുന്ന് പാത തൂത്തു വാരി വൃത്തിയാക്കിയാൽ പൈപ്പിൻകുന്ന് വാസികൾ പ്രതിഫലമായി നല്കുന്ന നാണയത്തുട്ടുകൾ പാവാടക്കീശയിലിട്ടു കിലുക്കി പെണ്ണ് കുമ്പയമ്മ തയ്യാറാക്കി നല്കുന്ന കുറ്റിച്ചൂൽ കൊണ്ട് പൈപ്പിൻചോടിനെ സേവിച്ചു കൊണ്ടിരിക്കുന്ന കാലമായിരുന്നു അത്. നാനാജാതിമതസ്ഥരായ ആളുകൾ, എളുപ്പത്തിൽ വഴിമുറിച്ചു നടന്നുപോകുമ്പോൾ പാതയുടെ വൃത്തികണ്ട് അത്ഭുതം കൂറുമ്പോൾ പെണ്ണിന്റെ മുഖംതെളിയും. പാതയുടെ ഇങ്ങേത്തലയിൽ തൂത്തു തുടങ്ങി അങ്ങേത്തലവരെ എത്തിയാൽ പെണ്ണ് ആശ്വാസത്തോടെ നടുനിവർത്തൊന്നു നില്ക്കും. പിന്നെ തിരിഞ്ഞൊന്നു നോക്കും. വൃത്തിയുണ്ടോ എന്ന്. കുടിലുകൾ നിരന്ന പാതയുടെ അരികിൽ വളർന്നുതിങ്ങിയ മരങ്ങൾ പിന്നെയും പിന്നെയും ഇലകൾ പൊഴിക്കുമ്പോൾ പെണ്ണ് ഓരോ വട്ടവും മരങ്ങളെ നോക്കി ശപിച്ചു.

"മുടിഞ്ഞുപോട്ട്, കത്തിപ്പോട്ട്, പണ്ടാരടങ്ങിപ്പോട്ട്"

ടൗണിലെ വാർക്കപ്പണി നിത്യത്തൊഴിലാക്കിയ പൈപ്പിൻചോട്ടിലെ പുതിയതലമുറയിലെ ചെറുപ്പക്കാർ, ജോലിക്കു പോകാത്ത ദിവസങ്ങളിൽ വട്ടംകൂടി, കൂട്ടംകൂടിയിരുന്ന് കള്ളിലും റാക്കിലും കഞ്ചാവിലും വിയർത്തൊട്ടി, പാൻപരാഗ് ചിറിക്കുള്ളിൽ താഴ്ത്തിയൊളിപ്പിച്ച് ചീട്ടുകളിച്ചുകൊണ്ടിരിക്കുമ്പോൾ പാറോതിപ്പെണ്ണ് റോഡിന്റെ വൃത്തി നിരീക്ഷിക്കാൻ ചൂലും പിടിച്ച് ഒരു പക്ഷിയെപ്പോലെ അതിവേഗം പറന്നോടിപ്പോകുക യാവും. പെണ്ണിന്റെ നിഴൽ ദൂരെനിന്ന് കാണുമ്പോൾ ചിലർ കുറച്ചു കടലാസു നുറുക്കി വഴിനീളെ വിതറി ഒന്നുമറിയാത്ത ഭാവത്തിൽ തിരിഞ്ഞുനടക്കും. ഇടയ്ക്കിടെ 'മുനിസിപ്പാലിറ്റീ, മുനിസിപ്പാലിറ്റീ' എന്ന് നീട്ടിവിളിച്ചുകൊണ്ടിരിക്കും. പെണ്ണ് ഒന്നും കേൾക്കാത്ത ഭാവത്തിൽ തന്റെ കടമയെന്നപോൽ കടലാസുകഷണങ്ങളും ഇലകളും പെറുക്കി കൈയിൽ കരുതിയ സഞ്ചിയിൽ നിക്ഷേപിക്കും. പാവാടക്കീശ നിറയുന്ന ചില്ലറ കിലുക്കി വീട്ടിലേക്കോടുന്ന പെണ്ണ്, അമ്മയുടെ നിർദ്ദേശപ്രകാരം ഇടയ് ക്കിടെ പൈപ്പിൻചോട്ടിൽ തിരിച്ചെത്തി നോക്കും നിരനിരയായി വെച്ച പാത്രങ്ങൾക്കിടയിൽ തന്റെ മഞ്ഞ പ്ലാസ്റ്റിക് കുടം യഥാസ്ഥാനത്തു തന്നെയുണ്ടോ എന്നും പൈപ്പിൽ വെള്ളം വന്നുവോ എന്നും.

അക്ഷമയോടെ അങ്ങോട്ടുമിങ്ങോട്ടും ഓടുന്ന പെണ്ണിനെ കണ്ട്, പൈപ്പിരുന്ന വീട്ടുമുറ്റത്തിന്റെ കൈയാളും, പൈപ്പിൻചോട് കോളനിയിലെ ഒരേയൊരു വാർക്കവീടിന്റെ ഉടമയും, പലിശയ്ക്ക് പണം കൊടുപ്പുകാരൻ രാമന്റെ അമ്മേയും കോളനിക്കാർക്കിടയിൽ ഏറ്റവും പ്രമുഖയായി മാറിക്കഴിഞ്ഞവളുമായ പാഞ്ചാലിയമ്മ, താൻ പുതുതായി പണിത ആലയിൽ വയറിളക്കം ബാധിച്ച പോലെ ഇളകിപ്പരന്ന് ചാണകമിട്ട അമ്മിണിപ്പശുവിനെ ശകാരിച്ച് ചേരിപ്പാട്ടകൊണ്ട് ചാണകം ചട്ടിയിൽ തുടച്ചു കയറ്റുന്നതിനിടയിൽ, പാറോതിപ്പെണ്ണിനെക്കണ്ട് മുഖമുയർത്തി വിളിച്ചു ചോദിച്ചു:

"എണേ പാറോതീ നിന്റമ്മയില്ലേ?"

"ഇല്ല. അമ്മ സൈക്കിളോട്ടത്തിന് പോയിന്."

അതും പറഞ്ഞ് പെണ്ണ് പാഞ്ചാലിയമ്മയുടെ തൈക്കെ അതിരിൽ പടർന്നുനിന്ന പഞ്ചാരമാവിന്റെ ഇലകൾ കാറ്റിൽ പാറി വീഴുന്നത് കണ്ട് ഓടിപ്പോയി ഒന്നൊഴിയാതെ പെറുക്കുവാൻ തുടങ്ങി.

പാഞ്ചാലിയമ്മ നടുനിവർത്തി. എളിയിൽ കൈകൊടുത്ത്, വഴിപോക്കരൊന്നുമില്ലാതെ ശൂന്യമായ വഴിയിലേക്ക് നോക്കി ആരോടെന്നില്ലാതെ പറഞ്ഞു.

"ഈന്റെയെല്ലം ആവിശ്ണ്ടാ ഓക്ക്. മൊല കുലുക്കിത്തുള്ളാൻ ഓക്കൊരുപൊടി നാണൂം മാനൂം ഇല്ലല്ലപ്പാ. തൊടയും കാണിച്ച് ഓളെയൊരു തുള്ളല്. നയിച്ചാ ഇത്തറ പൈശ കിട്ടൂല്ലല്ലോ. ഓളെയൊരു പാട്ടും ഡാൻസും ത്ഫൂം..."

പാഞ്ചാലിയമ്മ നീട്ടിത്തുപ്പി.

പാഞ്ചാലിയമ്മയുടെ മുറുക്കാൻതുപ്പൽ ചേർന്ന ചുവന്ന ചണ്ടി, മകൾ ഉഷാറാണിയുടെ കെട്ടിയവൻ കൃഷ്ണന്റെ പാലക്കാട് തറവാട്ടു വീട്ടിൽനിന്നും തീവണ്ടിമാർഗ്ഗം കൊണ്ടുവന്ന് അടവെച്ച് വിരിയിച്ച തവിട്ടുനിറത്തിലുള്ള നാടൻ കോഴിക്കുഞ്ഞുങ്ങൾ കൊത്തിത്തിന്നു.

സൗദാമിനി, പൈപ്പിൻചോട്ടിലെ ചെറുപ്പക്കാരുടെയെല്ലാം ആരാധനാമൂർത്തി. വെളുത്ത് തടിച്ച് ആയകാലത്തെ അമ്മ കുമ്പയെപ്പോലെ നിറകുംഭംപോൽ നിറഞ്ഞുനില്ക്കുന്നവൾ. പൈപ്പിൻചോട്ടിലെ പൂഴിമണ്ണിനെ അടിച്ചുപറത്തുന്ന കാറ്റും വെയിലും തട്ടി നിറം ഒരല്പം മങ്ങിയെങ്കിലും നാലു പെറ്റിട്ടും, മൂത്ത മകൾക്ക് പതിനേഴ് തികഞ്ഞിട്ടും ശരീരത്തിനൊട്ടും ഉടവില്ല. അവർ തന്റെ ഭർത്താവ് പാക്കരനുമൊത്ത് ഉത്സവസീസണുകളിൽ സൈക്കിൾയജ്ഞത്തിൽ പ്രധാന നർത്തകിയുടെ വേഷം കെട്ടുന്നു. തുടുത്തു പരന്ന മുഖം നിറയെ പൗഡറും റോസ് പൗഡറും തേച്ച്, ചുണ്ടിൽ ചോരച്ചുവപ്പിൽ ലിപ്സ്റ്റിക് ഇട്ട്, കൺപോളകൾക്കു ഭംഗികൂട്ടാൻ മസ്കാരയും തേച്ച്, അംഗവടിവ് മുഴുക്കെ കാട്ടുന്ന കുട്ടിക്കുപ്പായവുമിട്ട് 'ചോളീ കേ പീഛേ ക്യാഹേ'പാടി തുള്ളുന്ന സൗദാമിനിയെ കണ്ട് ഹരം കൊണ്ട് ചെറുപ്പക്കാർ കോരിത്തരിച്ച നാട്ടുക്കൂട്ടകവലകൾക്കും മൈതാനപ്പറമ്പുകൾക്കും കൈയുംകണക്കുമില്ല.

സ്റ്റേജിൽ മിന്നിത്തിളങ്ങുന്ന സൗദാമിനിക്കുവേണ്ടി വൺസ്മോർ വിളികൾ ഉയരുമ്പോഴും, നോട്ടുമാലകൾ പാറി വീഴുമ്പോഴും അഭിമാനപുളകിതനാകുന്ന പാക്കരൻ തന്റെ പൊട്ടിയ പല്ലുകൾ വെളിപ്പെടുത്തി ഉച്ചത്തിൽ ചിരിച്ചുകൊണ്ട് വൺസ്മോർ ആവശ്യപ്പെടുന്ന യുവാക്കളുടെ പേര് എടുത്തു പറഞ്ഞ് സൗദാമിനി എന്ന സൗദു തന്റെ ഭാര്യയായതിൽ താൻ അങ്ങേയറ്റം അഭിമാനിക്കുന്നു എന്ന് മൈക്കിലൂടെ അനൗൺസ്മെന്റ് നടത്തി. ഇത് കേൾക്കുമ്പോൾ മേക്കപ്പ് റൂമിൽ, നെറ്റിയിൽ പൊടിഞ്ഞ വിയർപ്പ് ഒപ്പി കവിളുകളിൽ റൂഷ് തേയ്ക്കുന്ന സൗദാമിനി ഒരമർത്തിച്ചിരി അടക്കിവെക്കുകയും തന്നെ ഒളിഞ്ഞുനോക്കുന്ന ചെറുപ്പക്കാർക്കുനേരെ കൈവീശി കാണിക്കുകയും ചെയ്തു.

സൗദാമിനിക്ക് മക്കൾ നാലുപേരാണ്. മൂത്തവൾ കനകലത, ഇടവേളകളിൽ അച്ഛനോടൊപ്പവും, അല്ലാത്തപ്പോൾ മറ്റ് പൈപ്പിൻചോട് വാസികൾക്കൊപ്പവും ടൗണിൽ വാർക്കപ്പണിക്ക് പോകുന്നു. അതിന് ഇളയവൻ ദാസൻ. പതിനഞ്ച് തികഞ്ഞില്ല. അയ്യങ്കാളി സേവാസമാജം സ്കൂളിലെ കുഞ്ഞിരാമൻമാഷിന്റെ നിർബ്ബന്ധപ്രകാരം, അഞ്ചുവരെയുള്ള പഠനത്തിൽ തോറ്റ്, ഓരോ ക്ലാസിലും രണ്ടും മൂന്നും കൊല്ലം ഇരുന്ന് ഇടയ്ക്ക്വെച്ച് പഠനം നിർത്തിയും അഞ്ചിലെത്തുമ്പോഴേക്കും മീശകുരുത്ത തടിമാട നായി ടീച്ചർമാർക്ക് ലൗലെറ്റർ കൊടുത്ത കുറ്റത്തിന് സ്കൂളിൽനിന്നും അടിച്ചു പുറത്താക്കപ്പെട്ടും പേരുദോഷം കേൾപ്പിച്ചവൻ. ബീഡിവലിയും കള്ളുകുടിയും ഒന്നൊഴിയാത്ത സെക്കന്റ്ഷോകളും കണ്ട് കണ്ണുകൾ ചുവപ്പിച്ച് ചെക്കൻ പൈപ്പിൻചോ

ട്ടിലെ കുടിലുകളിലെ വെളിച്ചം അണയുമ്പോൾ മാത്രമാണ് വീടെത്തുക. പൈപ്പിൻചോട്ടിലെ മദ്യപൻമാരെല്ലാം കെട്ടിയവളുമാരുമായുള്ള വഴക്കുകളവസാനിപ്പിച്ച് കോലായിലോ മുറ്റത്തോ അകമുറിയിലോ അടുപ്പിൻതിണ്ണയിലോ എവിടെയെങ്കിലും വീണു കിടക്കുമ്പോഴാണ് കുരുത്തംകെട്ട ചെക്കൻ കള്ളനെപ്പോലെ പതുങ്ങിയെത്തുക. ചെക്കന്റെ ഗുരുത്വമില്ലായ്മയാൽ പൊറുതിമുട്ടിയ പാക്കരൻ, ഉപദേശിച്ച് നന്നാക്കാൻ നോക്കിയിട്ടും നന്നാവാതെ വന്നപ്പോൾ തല്ലിനന്നാക്കാൻ ശ്രമിച്ചു. അക്കളി ഒടുവിൽ അച്ഛനും മകനും തമ്മിലുള്ള കൈയാങ്കളി ആകുന്നുവെന്ന് കണ്ടപ്പോൾ പാക്കരൻ അതും അവസാനിപ്പിച്ചു. ചെക്കനുമായി മിണ്ടാട്ടം തീരെയില്ലാതായി.

പക്ഷേ, സൈക്കിളോട്ടക്കാലത്ത് ചെക്കനെ അനുനയിപ്പിക്കേണ്ടത് തന്റെ ആവശ്യമാണെന്ന് തിരിച്ചറിയുന്ന പാക്കരൻ, ചെക്കന് കള്ള് താൻ തന്നെ വാങ്ങിക്കൊടുക്കാം എന്ന ഒരു ഉടമ്പടിയിലേർപ്പെട്ടു. കാരണം, 'പാമ്പുകൾക്ക് മാളമുണ്ട് പറവകൾക്കാകാശമുണ്ട്' എന്ന പാട്ടുപാടി തകർത്തഭിനയിച്ച് താൻ വിരലുകൾ അറ്റ കുഷ്ഠരോഗിയായി കാണികളുടെ കണ്ണുകളെ ഈറനണിയിക്കുമ്പോൾ, ബക്കറ്റു കുലുക്കി പിരിവി നിറങ്ങേണ്ടത് ചെക്കനാണ്. ബക്കറ്റ് നിറയ്ക്കാൻ ചെക്കനുള്ള സാമർത്ഥ്യം ഒന്നു വേറെത്തന്നെയാണ്. എല്ലാറ്റിലുമുപരിയായി, ഏറ്റവും ഇളയതും, അപസ്മാരബാധിതനും വെറുതെ തൊള്ളകീറി കരഞ്ഞു കൊണ്ടിരിക്കുന്നവനുമായ അഞ്ചുവയസ്സുകാരൻ ഇട്ടീരിയെന്ന സുമേഷിനെ, അല്ലലും അലമ്പും ഇല്ലാതെ, ആളുകൾക്ക് ബുദ്ധിമുട്ടൊന്നും ഉണ്ടാവാത്തവിധത്തിൽ, സൈക്കിളോട്ടക്കാലം മുഴുവൻ ഒക്കത്തേന്തി നടക്കുന്നത് ദാസനാണ്. അതുകൊണ്ട് തന്നെ ദാസനെ പിണക്കാൻ പാക്കരൻ ആളല്ല.

ഇക്കാലമത്രയും മൂന്നാമത്തവൾ പാറോതി, പൈപ്പിൻചോട്ടിൽ അമ്മയുടെ കുട്ടിക്കുപ്പായങ്ങളും, അച്ഛന്റെ കുഷ്ഠരോഗ പഞ്ഞികളും സോപ്പുപൊടിയിൽ കുതിർത്തുവെച്ച് തിരുമ്പി അഴുക്കുവെള്ളം റോഡിലേക്ക് നീട്ടി ഒഴിച്ചു. ഓരോ തവണയും തന്റെ വീടിന് മുമ്പിലുള്ള പാതയിലൂടെ അഴുക്കുവെള്ളമൊഴുക്കുന്നതിന് തന്നെ പറയുന്ന പാഞ്ചാലിയമ്മയുടെ ചീത്തവിളികൾ കേട്ട് ആത്മസംയമനം പാലിച്ചുനില്ക്കുന്ന പെണ്ണ്, വീട്ടിലെത്തിയ ഉടനെ, കോലായിലിരുന്ന് ഈരോലിചീർപ്പിൽ നീണ്ടിടതൂർന്ന് വെളുത്ത കമ്പിച്ചുരുൾപോലുള്ള തന്റെ മുടിയുലച്ച് ഈര് പറിച്ചുകൊണ്ടിരുന്ന കുമ്പയമ്മയോട് തന്നെ ചീത്തപറയുന്ന പാഞ്ചാലിയമ്മയെക്കുറിച്ച് പരാതിപറയുകയും ചെയ്തു. കേട്ടപാതി കേൾക്കാത്തപാതി മുടി വാരിക്കെട്ടി ഒരങ്കത്തിന് തയ്യാറായപോൾ കുമ്പയമ്മ ഒരു കെട്ട് മുഷിഞ്ഞ തുണിയുമായി പൈപ്പിൻചോട്ടിൽ ചെന്ന് തിരുമ്പാൻ തുടങ്ങി. പകപോക്കലെന്നവണ്ണം പാഞ്ചാലിയമ്മയുടെ മുമ്പാകെ അവർ നിരവധി തവണ റോഡിൽ തുരുതുരെ വെള്ളമൊഴിച്ചു. അലക്കിനുശേഷം കുനിഞ്ഞുനിന്ന് തലകുളിച്ചു കഴിഞ്ഞ് മുടിയുടെ ചിക്കറുക്കലും കഴിഞ്ഞ്

പോകുമ്പോൾ ആയമ്മ പൈപ്പിൻചോട്ടിൽ കാർക്കിച്ചു തുപ്പി. ഉച്ചത്തിൽ പറഞ്ഞു:

"റോഡ് ആരതപ്പാ...നിന്റച്ഛന്റതാ.."

"പൈപ്പ് ആരതപ്പാ നിന്റമ്മേന്റതാ"

"ഒരു പാഞ്ചാലി പൊട്ടിമൊളച്ച് ബന്നിന്... അഞ്ചു പുരുവനെ പിടിച്ച് അഞ്ചു മക്കളെ ഇണ്ടാക്കിയോള്"

"ത്ഫൂ.."

തുപ്പു കൊണ്ടത് പാഞ്ചാലിയമ്മയുടെ മുഖത്ത്. എന്നാൽ ഇതൊന്നും കേൾക്കാത്ത ഭാവത്തിൽ ആത്മസംയമനം പാലിച്ചു പൂമുഖക്കോലായിലിട്ട പുതിയ പ്ലാസ്റ്റിക് കസേരയിൽ ചാഞ്ഞിരുന്ന് പാഞ്ചാലിയമ്മ ഗൗരവത്തിൽ രാമനെ വിളിച്ചു.

"ടാ രാമാ.."

"ബയ്യ സംഘത്തിന് ബെരുമ്പം ഇന്ന് കുമ്പയമ്മയ്ക്ക് പത്തു റുപ്യ കൊടുത്ത് പോറ്.. കേട്ടല്ലോ.. ഓക്ക് ഇപ്പം കൊറച്ച് പൊളപ്പ് കൂടീന്. കേട്ടാ.."

"ആമ്മേ!"

അകത്തുനിന്നുള്ള രാമന്റെ പ്രതികരണത്തിൽ സന്തുഷ്ടയായി പാഞ്ചാലിയമ്മ.

തന്റെ പലിശപ്പുസ്തകത്തിലെ നാൾവഴികളിൽ കണക്കുകൂട്ടലുകളിൽ പലിശയും കൂട്ടുപലിശയും കൂട്ടിച്ചേർത്ത് ആളോഹരിവിഹിതം കൂടി വർദ്ധിച്ചുവന്ന കൈയിലെ സമ്പാദ്യം വലിയ ഗോപുരംപോലെ ഉയർന്നു പൊങ്ങുന്നത് കണക്കുകൂട്ടി, സങ്കല്പങ്ങളിൽ കുഴഞ്ഞുമറിഞ്ഞ് ചിന്താമഗ്നനായി ഇരിക്കുകയായിരുന്നു രാമൻ അപ്പോൾ.

മൂന്ന്

കൂടിക്കൂടിവരുന്ന കൂട്ടുപലിശക്രമത്തിൽ കുതിച്ചുയരുന്ന പണത്തിന്റെ വലുപ്പം നല്കുന്ന ആനന്ദലഹരിയിലാറാടി നില്ക്കുകയായിരുന്നു രാമൻ. തന്നെ കവിഞ്ഞ് വളരുന്ന ഒരു മൺപുറ്റുപോലെ അട്ടികളായും അടരുകളായും തനിക്കുമീതെ പണം പെറ്റുപെരുകി കവിയുന്നത് അയാൾ ഭാവനയിൽ കണ്ടു. ഗൂഢമായൊരു സന്തോഷത്തിൽ ഉള്ളം തുടിച്ചു. അത് അലകളിളക്കി കുതിർന്നുപൊന്തി. പൈപ്പിൻകുന്നിലെ ഭഗവതീ ക്ഷേത്രത്തിൽ ഉത്സവത്തിന് അരങ്ങേറിയ *ശ്രീകൃഷ്ണചരിതം* ഭക്തിനാടകത്തിൽ ഭഗവാൻ വിഷ്ണു അവതാരപുരുഷനായി ഉദിച്ചുവന്നതുപോലെ, പൈപ്പിൻകുന്നിന്റെ അവതാരപുരുഷനാകാൻ നിയുക്തനാക്കപ്പെട്ട അഭിനവ ഭഗവാൻ ആണ് താനെന്ന് അയാൾ സങ്കല്പിച്ചു. അതിയായ ഊറ്റത്തോടെ എഴുന്നേറ്റ് വിരിമാറ് വിരിച്ച്, കൈകൾ വീശി, ഉല്ലാസത്തോടെ അകമുറിയിലൂടെ അങ്ങോട്ടും ഇങ്ങോട്ടും നടന്നു.

പാഞ്ചാലിയമ്മയാകട്ടെ തനിക്കഭിമാനമായി തന്റെ വീട്ടുകാർക്കഭിമാനമായി നാടിന്നഭിമാനമായി വളർന്നു പന്തലിക്കുന്നൊരു വൻമരം കണക്കെ തന്റെ പൊന്നുമകൻ പടർന്നു നിറഞ്ഞുനില്ക്കുന്നത് മനം നിറഞ്ഞ സംതൃപ്തിയോടെ കണ്ടുനിന്നു. അവർ തന്നോട് തന്നെപറഞ്ഞു. രാമൻ വളരുകയാണ്. ഇനിയും വളരും. പൈപ്പിൻകുന്നിന്റെയൊന്നാകെ നടുനായകത്വം ഏറ്റെടുത്ത് അവൻ ഉള്ളറകൾ തുറക്കും... ഇനി അവൻ കാലത്തെയും ഭേദിക്കും.

മൂക്കു ചുളിച്ച് തീണ്ടാപ്പാടകലെ നിർത്തിയവർകൂടി ഇന്നവന്റെ കടക്കാരാണ്. അവരൊക്കെ കൈപിടിച്ചും തോളിൽ കൈയിട്ടും നടക്കുന്നു. നാട്ടിൽ നടക്കുന്ന എന്തു വികസനപ്രവർത്തനങ്ങൾക്കും രാമൻ മുൻപന്തിയിൽ തന്നെ വേണം. എങ്കിലേ എല്ലാം അതിന്റെ മാനമ്മര്യാദയ്ക്ക്

നടക്കൂ. അമ്പൊടുങ്ങാത്ത ആവനാഴിപോലെ പിന്നെയും പിന്നെയും തന്റെ പണപ്പെട്ടി നിറയ്ക്കാനുള്ള കരുത്ത് അവന് വേണ്ടുവോളമുണ്ട്. അവനെ ഗർഭത്തിൽ കുരുത്തപ്പോൾ തന്നെ താനറിഞ്ഞതാണ്, ആ കൊടി കെട്ടിപ്പറക്കുന്ന അധീശത്വത്തിന്റെ പെരുമപേറുന്ന ബീജത്തിന്റെ കൗശലം അവന്റെ അച്ഛനിൽനിന്ന് കിട്ടിയെന്ന്.

ഒരുനാഴി നെല്ലിനും ഒരുതുടം എണ്ണയ്ക്കുംവേണ്ടി രാപ്പകൽ ചളിയിൽ പുതഞ്ഞ് പണിയെടുത്ത കറുത്ത പാഞ്ചുവിന്റെ കറുത്ത കണ്ണിന്റെ പിടയ്ക്കുന്ന വശ്യതയിലും, തോർത്തുകൊണ്ട് മറച്ച കൂമ്പിനിന്ന മുലകളുടെ ഭംഗിയിലും ഉറക്കം നഷ്ടപ്പെട്ട കോവിലകത്തെ തമ്പുരാനാണ് അടിവയറ്റിൽ വിത്ത് വിതച്ചത്. ഒരൊറ്റത്തവണ കുടിച്ചിറക്കി തമ്പുരാൻ ചണ്ടിപോലെ ദൂരേക്ക് നീട്ടിത്തുപ്പി. രാത്രി ഇടമുറിയാതെ പെയ്യുന്ന മഴയിൽ വയൽവരമ്പിനപ്പുറം തവളകൾ കൂട്ടങ്ങളായി കരഞ്ഞുകൊണ്ടിരിക്കെ, ചീവീടുകൾ ഇരുട്ടിൽ ആർത്തു കൊണ്ടിരിക്കെ, ചാളയുടെ വാതില്ക്കൽ ഒരു തവണകൂടി ഉയരും തമ്പുരാന്റെ വിളി എന്ന ഉൾവിളി വെറും തോന്നൽ മാത്രമായിരുന്നു. അടിയാത്തിപ്പെണ്ണിന്റെ ചാരിത്ര്യത്തിന് ഉഴവുപൂട്ടുന്ന കാളയുടെ ഒരു നേരത്തെ അദ്ധ്വാനത്തിന്റെ വിലപോലും ആരും കല്പിച്ചിരുന്നില്ല.

നിറവയറും മുഴുപ്പട്ടിണിയുമായി കഴിയവെ പാഞ്ചാലി എപ്പോഴോ പെറ്റു വെളുത്തുതുടുത്തൊരുണ്ണിയെ. പൂർണ്ണചന്ദ്രൻ ഉദിച്ചുവന്നതു പോലെ വട്ടമുഖം. തുളുമ്പുന്ന രാജസഭാവം. ചന്ദനമരച്ചു ചാലിച്ച നിറം. അമ്മയുടെ കണ്ണീരുകണ്ട് കുഞ്ഞ് വളർന്നു.

ആരൊക്കെയോ പിന്നെയും വരികയും പോവുകയും ചെയ്തു. സ്നേഹം അറിഞ്ഞും കൊടുത്തും കിട്ടിയും എല്ലാം ജീവിച്ചു. എല്ലായ്പ്പോഴും എല്ലാ ആണുങ്ങളും ഒരുപോലെയാണെന്നാണ് തോന്നിയത്. നായരെന്നോ നമ്പൂരിയെന്നോ ക്രിസ്ത്യനെന്നോ സ്വജാതിയെന്നോ, ഒന്നും ഭേദമില്ല. എല്ലാവർക്കും വേണ്ടത് മാംസളമായ ശരീരംമാത്രം. തന്റെയുള്ളിന്റെയുള്ളിലെ കരയുന്ന പാഞ്ചാലിയെന്ന പെണ്ണിനെ ആരും ഇതുവരെ കണ്ടതില്ല. മക്കൾ ഒരുകരയെത്തുവോളം സഹിക്കുക തന്നെ. ജീവിതം അതാണ് ഉപദേശിച്ചുകൊടുത്തത്. അതുപോലെതന്നെ ചെയ്തു. അഞ്ച് ആണുങ്ങളുടെ കൂടെ പൊറുത്തിട്ടും അഞ്ചുപേരും അഞ്ചുമക്കളെ തന്നതൊഴിച്ച് ബാക്കിയൊന്നും മിച്ചമില്ല. എങ്കിലും അഞ്ചു പുരുഷന്മാരുടേയും കൗശലം നിറഞ്ഞ രക്തത്തെ ഗർഭത്തിൽ വഹിക്കാൻ യോഗമുണ്ടായതിനാലാവാം, തന്റെ കെട്ടുപോയ ബുദ്ധി കാണെ ക്കാണെ തെളിഞ്ഞുവന്ന് കത്തിത്തുടങ്ങി. തന്റെ ഉള്ളിൽ സ്വയം വെളിച്ചംപരത്തി മാർഗ്ഗനിർദ്ദേശങ്ങൾ നല്കുന്നൊരു വിളക്ക് ആരോ കൊളുത്തിവെച്ചിട്ടുണ്ടെന്ന് പലപ്പോഴും തോന്നി. ഒന്നുകിൽ ദൈവനിശ്ചയമാകാം. അല്ലെങ്കിൽ ദൈവത്തിന്റെ അനുഗ്രഹമാകാം.

ആദ്യം മനയ്ക്കൽ തമ്പുരാനും പിന്നീട് കോയിക്കൽ ഹാജിയും തങ്ങളുടെ പുരയിടത്തിന്റെ മൂലയിൽ കുഴികുത്തി മുളയും കമ്പും

ഓലയും ഞാത്തി ചായ്ച്ചുകെട്ടിയ കൂരയിലെ പൊറുതി മതിയാക്കി ഒഴിഞ്ഞുപോകാൻ ആവശ്യപ്പെട്ടപ്പോൾ മക്കളെയും കൊണ്ട് അങ്ങുമില്ല എങ്ങുമില്ല എന്നനിലയിൽ തെണ്ടിനടക്കുമ്പോഴാണ്, പാവങ്ങൾക്കായി ഭൂമി നല്കുന്നതിനു വേണ്ടിയുള്ള സമരത്തിന്റെ അവസാനം, ഗവൺമെന്റ് കോളനിയാക്കി നല്കുന്ന തുണ്ടുസ്ഥലം കിട്ടിയത്.

നിരനിരയായി നിരന്നുവന്ന കുടിലുകളിൽ പട്ടിയെപ്പോലെ, പൂച്ച യെപ്പോലെ അച്ഛനാരെന്നോ എന്തെന്നോ അറിയാത്ത കുറേ കറുത്ത കുട്ടികൾ.

ചാവാലിപ്പട്ടികൾ എങ്ങുനിന്നോ വന്ന് എങ്ങോ അപ്രത്യക്ഷരാകും പോലെ കുറേയെണ്ണം ചത്തുംകെട്ടും തീർന്നുപോയി. അക്കൂട്ടത്തിൽ അച്ഛനാരെന്നും എന്തെന്നും പറയാതെ തന്നെയാണ് മക്കളെ താനും വളർത്തിയത്. ഉടുക്കാൻ തുണിയില്ലാതെ, തിന്നാൻ ചോറില്ലാതെ, ഉറങ്ങാൻ ചോരാത്ത കൂരയില്ലാതെ, കാറ്റും വെയിലും മഞ്ഞും മഴയുംകൊണ്ട് ആരാന്റെ വളപ്പുകളിൽ അലഞ്ഞുനടന്നും കട്ടും തെണ്ടിയും തേങ്ങ മോഷ്ടിച്ചും എങ്ങനെയെല്ലാമോ പിള്ളേർ വളർന്നുതുടങ്ങി.

പൈപ്പിൻകുന്നിന് താഴെ പരന്നുകിടക്കുന്ന ഏക്കർ കണക്കിന് വരുന്ന വിശാലമായ കരഭൂമികളും കൃഷിയിടങ്ങളും വയലും പുഴയും നെടുനീളത്തിൽ പരന്നുകിടക്കെ, പിള്ളേർ കർക്കിടകപെയ്ത്തിൽ കുളം കവിഞ്ഞൊഴുകുന്ന വെള്ളത്തിൽ നീന്തിത്തുടിക്കുന്ന കൂത്താടികളെ പ്പോലെ ആർത്തുമദിച്ചു നടന്നു. സദാ അഴുക്കിലും തെറ്റിലും ചെളിയിലും വീണ് തുപ്പൽ പോലെ കുഴഞ്ഞുകിടന്ന് വഴിതെറ്റിവളരുന്ന പൈപ്പിൻ ചോട്ടിലെ കുട്ടികൾക്കിടയിൽ മദിച്ചുവളരുന്ന പാഞ്ചാലിയമ്മയുടെ അഞ്ചു മക്കളുടെ ഐക്യംകണ്ട് അമ്പരന്ന് കുമ്പയമ്മ പകപ്പോടെ പറഞ്ഞു:

"ഓളെ പേര് പോലെന്നെ. നമ്മളെ ഇന്തു പുരാണത്തിലെ പാഞ്ചാ ലീല്ലേ, അയിനെപ്പോലെ അഞ്ച് പുരുവന്മാരെ പിടിച്ച് ഓള് അഞ്ച് മക്കളെ ഇണ്ടാക്കി. അയിറ്റോളെ യോജിപ്പ് കണ്ടാ. പണ്ട് നമ്മളെ കുഞ്ഞിരാം മാഷ് പറഞ്ഞ കഥയില്ലേ, അയില് പറയ്ന്നയെന്നാ. ഒരുമ ഇണ്ടെങ്കില് ഒലക്കമ്മെലും കെടക്കാന്ന്. ഈടയെല്ലുള്ളേന കാണ്ന്നില്ലേ. ചുയ്പ്പുള്ള മൂരിക്കുട്ടമ്മാറ മാതിരി. നാലും നാലു മൂലക്ക്. ത്ഫും.."

എന്നാൽ ഇത്തരം കാറിത്തുപ്പലുകളോ പ്രാക്കുകളോ ഒന്നും പാഞ്ചാലിയമ്മയേയും മക്കളേയും ബാധിച്ചില്ല. സമൃദ്ധമായ പ്രാതൽ കഴിഞ്ഞ് ദേഹം നിറയെ എണ്ണതേച്ച് പിടിപ്പിച്ച് കൈയിളക്കി മെയ്യിളക്കി മെല്ലെ മെല്ലെ ഉലാത്തുകയായിരുന്നു രാമൻ.

പാഞ്ചാലിയമ്മ മകനെ കണ്ടുനിന്നു.

ക്ഷത്രിയവീര്യത്തിന്റെ ഗോത്രപ്പൊലിമ പേറുന്ന ദേഹം, രാജരക്ത ത്തിന്റെ കരുത്ത്, കൗശലം, ബുദ്ധികൂർമ്മത എല്ലാം വേണ്ടുവോളം ഒത്തു ചേർന്നത്. തലനിറഞ്ഞ ചുരുൾമുടിക്കു കീഴെ വട്ടമുഖത്ത് കട്ടിപ്പുരിക ങ്ങൾ, തെളിഞ്ഞ കണ്ണുകൾ, നീണ്ട നാസിക, തുടുത്തു മഞ്ഞച്ച ഉറ

പ്പുള്ള ദേഹം, ആകാരഭംഗിയോടൊപ്പം മനോദാർഢ്യവും മനഃസ്ഥിരതയും വെളിപ്പെടുത്തുന്ന ചലനങ്ങൾ. തന്റെ മകൻ രാമൻ ഒരു രാജാവുതന്നെ. ഇവനെ വെല്ലാൻ ഇവിടെങ്ങും ആരുമില്ല. മകന്റെ പൊലിമയിൽ മനം നിറഞ്ഞ അമ്മ മകനെ രാജാവിനെപ്പോലെ പരിപാലിച്ചു.

രാമന്റെ നേരെ ഇളയവൾ ഉഷാറാണി വളർത്തുന്ന നാടൻ കോഴികളുടെ മുട്ടകൾ രാമന്റെ ദേഹം പുഷ്ടിപ്പെടുത്തുന്നതിന് വേണ്ടിമാത്രം നീക്കിവെച്ചതാണ് പാഞ്ചാലിയമ്മ. അമ്മയറിയാതെയാണ് ഉഷാറാണി വല്ലപ്പോഴുമൊരിക്കൽ അയൽക്കാർക്ക് മുട്ട വിറ്റ് കാശ് വാങ്ങുന്നത്. പലവിധ വരുമാനങ്ങളുള്ള രാമൻ സൊസൈറ്റിയിലെ പാലെടുപ്പും ഒരു ഭാഗത്തുകൂടെ കൊണ്ടു പോകുന്നു. വിതരണംകഴിഞ്ഞ് ബാക്കി കൊണ്ടു വരുന്ന പല ജാതി പശുക്കളുടെ പാൽ ഒരിക്കലും പാഞ്ചാലിയമ്മ മകന് കുടിക്കുവാൻ നല്കാറില്ല. മറിച്ച് കറവയ്ക്കു മുമ്പ് അകിട് കഴുകി വെടിപ്പാക്കി ശേഷം ആവണക്കെണ്ണ പുരട്ടി ശുദ്ധിവരുത്തി ആദ്യം കറന്നെടുക്കുന്ന പാൽ ഒരു പാത്രത്തിലെടുത്ത് ദൂരെ മാറ്റിവെക്കും. അത് രാമനുള്ളത്. അതിനുശേഷമാണ് ബാക്കിയുള്ളത് കറന്നെടുത്ത് വെള്ളവും ചേർത്ത് സമാസമം ഇളക്കി ചായപ്പീടികകളിലും മറ്റ് ആവശ്യക്കാരുടെ വീടുകളിലും എത്തിച്ചുകൊടുക്കുന്നത്.

ആ വീട്ടിൽ എല്ലാം രാമനുള്ളതാണ്. പാലും രാമനുള്ളത്, നെയ്യും രാമനുള്ളത്, തൈരും രാമനുള്ളത്. സർവ്വം രാമമയം.

"രാമ..രാമ"

അറിയാതെ പാഞ്ചാലിയമ്മ രാമ രാമ ജപിച്ച് നിലത്തിരുന്ന് പോയി.

"എന്താ അമ്മേ.."

തന്നെ വിളിച്ചതാണെന്ന് കരുതി രാമൻ അമ്മയെ നോക്കി ചോദിച്ചു.

"ഒന്നൂല്ലാ മോനേ.."

പൈപ്പിൻകുന്നിൽ വരുന്നവരോടും പോകുന്നവരോടുമെല്ലാം പാഞ്ചാലിയമ്മ വളരെ അഭിമാനപൂർവ്വം പറയുന്നൊരു കാര്യമുണ്ട്.

"ഇങ്ങക്കറിയോ ഇലേക്കൂടെ റോഡ് വെർന്നത് വെരെ ഇല്ലാണ്ടാക്കീത് അന്റെ മോൻ രാമനാ. ഓൻ തിരോന്തുരത്ത് പോയി. എമ്മല്ലേന കണ്ട്. മന്ത്രീന കണ്ട്. മുഖ്യമന്ത്രി രാമന് കൈ കൊട്ത്തിറ്റ്ണ്ട്. വേണങ്കില് ഓനങ്ങ് പ്രധാനമന്ത്രീന്റാട വെരെ പോകും.. അറിഞ്ഞിറ്റില്ലേ ഇങ്ങള് ആ വിശിയം എല്ലം."

പൈപ്പിൻകുന്നിലെ പണക്കാരനെന്നോ പാവപ്പെട്ടവനെന്നോ ഭേദമില്ലാതെ ഒട്ടനവധി വീടുകളെയും അയ്യങ്കാളി സേവാസമാജം സ്കൂളിനേയും തുടച്ചുനീക്കി പത്തുകൊല്ലം മുമ്പേ കടന്നുപോകേണ്ടിയിരുന്ന അഞ്ച് മീറ്റർ വീതിയുള്ള നാഷണൽ ഹൈവേയെ വരാതെ തടുത്തു നിർത്തിയത് രാമനാണെന്ന കാര്യം പാഞ്ചാലിയമ്മയെപ്പോലെ നാട്ടുകാരും അംഗീകരിക്കുന്ന കാര്യമാണ്.

"മോനേ നീയാ ടീ വി വെക്ക്." പാഞ്ചാലിയമ്മ പറഞ്ഞു.

"അമ്മേ...ആ വാതിലട." രാമൻ പറഞ്ഞു.

“ശെരിയന്നെ, എല്ലെങ്കിലാ കുമ്പയമ്മയും മക്കളും ആത്ത് വന്നിര്ന്ന് ചൊറിഞ്ഞിടും.”

അതുപറഞ്ഞ് പാഞ്ചാലിയമ്മ അടുക്കളവാതിലടച്ച് ഉള്ളിലിരുന്ന് മീൻ മുറിച്ച് സന്തോഷത്തോടെ ടി വി കണ്ടു. ഇതിനിടയിൽ ഒരൊറ്റ ദുഃഖം മാത്രമേ പാഞ്ചാലിയമ്മയുടെ ഹൃദയത്തെ മഥിച്ചുള്ളു. അത് രാമന്റെ വിവാഹക്കാര്യം. അത് ഒരിക്കലും നടക്കാത്ത ഒന്നായി നീണ്ടുപോകുന്നത് കുറച്ചൊന്നുമല്ല പാഞ്ചാലിയമ്മയെ വിഷമിപ്പിച്ചത്. പൈപ്പിൻകുന്ന് കോളനിക്ക് ചേരാത്ത സൗന്ദര്യവും എടുപ്പും തികഞ്ഞ രാമന് തനിക്കൊത്തൊരു പെണ്ണിനെ കണ്ടെത്താൻ തന്റെ സമുദായത്തിലൊരിടത്തും തിരഞ്ഞിട്ടും എവിടുന്നും കിട്ടിയില്ല.

കാണുന്ന പെണ്ണിനെല്ലാം നൂറുനൂറു കുറവുകൾ. ഒന്നുകിൽ പെണ്ണിന് നിറമില്ല. അല്ലെങ്കിൽ തടിയില്ല. പിന്നെയാണെങ്കിൽ മുടിയില്ല. അല്ലെങ്കിൽ ഇങ്ങു നോക്കുമ്പോൾ അങ്ങു കാണുന്ന കണ്ണ്, ചെമ്പിച്ച മുടി, മോറ് തെളിവില്ല, മാറ് നിറഞ്ഞില്ല...

മകന് യോജിക്കുന്നൊരു പെണ്ണിനെ ഇനിയും കണ്ടെത്താനാവുമെന്നൊരു പ്രതീക്ഷയോടെ പാഞ്ചാലിയമ്മ തന്റെ കൂട്ടരുടെ പരിഹാസങ്ങളെയൊന്നും വകവെക്കാതെ, വൈകുന്നേരങ്ങളിൽ കുളിച്ച് പതിവുപോലെ നെറ്റിയിൽ വലിയ സ്റ്റിക്കർ പൊട്ടും പതിപ്പിച്ച്, കണ്ണിൽ നിറയെ മഷിതേച്ച്, ബ്ലൗസിനുമീതെ അലക്കി വെളുപ്പിച്ച വെള്ള തോർത്തുമിട്ട്, കള്ളിലുങ്കിയുമുടുത്ത് ചന്തിയും കുലുക്കി, പശുവിന്ന് പുല്ലുചെത്താൻ വയലിലേക്ക് പോയി.

നാല്

ഇടയ്ക്ക് വന്നുപോകുന്ന പരദേശികളുടെ കഥകളും ഉപകഥകളും ചേർന്നതായിരുന്നു പൈപ്പിൻകുന്നിന്റെ ഗതകാല ചരിത്രം. ഇത്തരത്തിൽ പൈപ്പിൻകുന്നിനെ പില്ക്കാലങ്ങളിൽ നടുക്കിയ ഒരു മാലമോഷണത്തിന്റെ ആസൂത്രകനായി രഹസ്യ പദ്ധതികൾ ചമച്ച പൊന്നുച്ചാമി തന്റെ ആദ്യകാലങ്ങളിൽ കാടാറു മാസം സ്വന്തംനാട്ടിലും നാടാറുമാസം പൈപ്പിൻകുന്നിലുമായി കഴിഞ്ഞുവന്നൊരു കാലത്തെക്കുറിച്ച് ഓർമ്മയുള്ളവർ പൈപ്പിൻകുന്നിൽ ഇപ്പോഴും നിരവധി.

"പൊട്ടിയ ചെരുപ്പ്, പഴയ തൊട്ടി, പ്ലാസ്റ്റിക് ബക്കറ്റ്, പഴേ പുത്തകം ണ്ടാ.."

"പഴേ കൊട, കുപ്പി, എല്ലാമെടുക്കും..."

"ബക്കറ്റൊട്ടിക്കണൊ...ബക്കറ്റൊട്ടിക്കണൊ കൂയ്.."

പതിവായി പൈപ്പിൻകുന്നിന്റെ തെരുവുകളിലൂടെ ഉൾനാടുകളിലേക്കൊഴുകിനീങ്ങുന്ന അണ്ണാച്ചിയുടെ സ്വരം പൈപ്പിൻകുന്നിന് സുപരിചിതമാണ്. സേലത്തുകാരനായ പൊന്നുച്ചാമി, മുഷിഞ്ഞുനാറിയ ലുങ്കിയും കുപ്പായവുമിട്ട് തോളത്ത് ഒരു ചാക്കും തൂക്കി മുമ്പിൽ നടക്കുമ്പോൾ ഒരു വലിയ ചാക്കുകെട്ടും ചുമന്ന് ചാമിയുടെ പൊണ്ടാട്ടിമാരിൽ ഒരാൾ പിന്നിലുണ്ടാവും. ചിലപ്പോളത് ഒന്നാം ഭാര്യയാകാം. ചില പ്പോളത് രണ്ടാം ഭാര്യയാകാം. ചിലപ്പോളത് മൂന്നാം ഭാര്യയുമാകാം.

പൈപ്പിൻചോട്ടിലെ മദ്യപന്മാർ വലിച്ചെറിയുന്ന കാലിക്കുപ്പികളും മറ്റ് പ്ലാസ്റ്റിക് അവശിഷ്ടങ്ങളും പെറുക്കിയെടുത്ത് ഉപജീവനം നടത്തുന്ന ചാമിയേയും വീട്ടുകാരിയേയും ആദ്യകാല പൈപ്പിൻകുന്നുകാർക്കെല്ലാം സുപരിചിതമായിരുന്നു. മൂക്കിന്റെ രണ്ടു വശങ്ങളിലും വളയംപോലുള്ള മൂക്കുത്തിയിടുന്ന, അതിൽ ചുവന്ന മിന്നുന്ന മൂക്കുത്തിക്കല്ലുള്ള ചാമി

യുടെ ഒന്നാം ഭാര്യയെയാണ് മിക്കവർക്കും പരിചയം. സേലത്തുനിന്നും വിളവെടുപ്പുകഴിഞ്ഞ് എവിടെയെല്ലാമോ കറങ്ങിത്തിരിഞ്ഞ് ഒരു മഴക്കാല രാത്രിയിലാണ് ചാമി തന്റെ ആദ്യഭാര്യയേയും കൂട്ടി പൈപ്പിൻചോട്ടിലെത്തുന്നത്.

ഇക്കാലം രാമൻ തന്റെ കടക്കാരുടെയെല്ലാം ഭൂമി കണ്ടുകെട്ടി ചുളുവിലയ്ക്ക് ആധാരം സ്വന്തമാക്കി അല്പം പണം കൊടുത്ത്, പൊല്ലാപ്പുകളും ഏടാകൂടങ്ങളും ഒഴിവാക്കി തന്റെ ഭൂസമ്പത്ത് വർദ്ധിപ്പിച്ചുകൊണ്ടിരിക്കുന്ന കാലമായിരുന്നു.

കണ്ണുകണ്ടുകൂടാത്ത മക്കളാരുമില്ലാത്ത നാരാണിത്തള്ള പതിവായി രാമന്റെ സംഘത്തിൽനിന്നും പണം വാങ്ങി മരുന്നും റേഷനരിയും വാങ്ങിക്കൊണ്ടിരിക്കുന്ന കാലം. കടംകേറി കടം കേറി ഒരുപാടായെന്നും ഇനി സംഘത്തിൽനിന്ന് പലിശയ്ക്ക് പണം തരില്ലെന്നും താൻ ഉറപ്പിച്ചു പറഞ്ഞപ്പോൾ രാമൻതന്നെ തനിക്ക് കഞ്ഞിക്കുള്ള വക എന്തെങ്കിലും തരണമെന്നും, ചത്താൽ തന്റെയീ രണ്ടുസെന്റ് ഭൂമിയും ചെറ്റപ്പുരയും രാമ നെടുക്കാമെന്ന് നാരാണിത്തള്ള തന്നോട് പറഞ്ഞിട്ടുണ്ടെന്ന് തള്ള ചത്ത് ശവമടക്ക് കഴിഞ്ഞവേളയിൽ രാമൻ പറഞ്ഞപ്പോഴാണ് നാട്ടുകാരെല്ലാം അറിയുന്നത്. അങ്ങനെ പൈപ്പിൻകുന്നിന്റെ തെക്കെ അറ്റത്തുള്ള രണ്ടുസെന്റ് ഭൂമിയുടെ ആധാരം സ്വന്തം പേരിലാക്കി രാമൻ അത് തന്റെ ഇരുമ്പുപെട്ടിയിൽ ഭദ്രമായി സൂക്ഷിച്ചുകൊണ്ടിരുന്ന കാലത്താണ് തന്റെ ഒന്നാമത്തെ ഭാര്യയേയും കൂട്ടി പൊന്നുച്ചാമി പൈപ്പിൻകുന്നിലെത്തുന്നത്. ആദ്യകാലത്ത് തെരുവോരത്ത് എവിടെയോ ആണ് ചാമി രാത്രി കഴിച്ചുകൂട്ടിയിരുന്നത്. പിന്നീടെപ്പോഴോ പൈപ്പിൻചോട് കടന്നു പോകവെ, അടച്ചുപൂട്ടിയിട്ട നാണിത്തള്ളയുടെ ഒറ്റമുറി വീടു കണ്ട് തനിക്കത് വാടകയ്ക്ക് തരുമോന്ന് ചാമി അന്വേഷിച്ചു. അങ്ങനെയാണ് ചാമിയും രാമനും തമ്മിലുള്ള ബന്ധം തുടങ്ങുന്നത്.

“തരാം, പക്ഷേ, പുറംനാട്ടുകാരനായതിനാൽ നല്ല വാടക തരണം.” രാമൻ പറഞ്ഞു.

പാവപ്പെട്ടവർ തിങ്ങിപ്പാർക്കുന്ന ഇടംതന്നെ തങ്ങൾക്കു വേണം എന്ന് തീരുമാനിച്ച് രാമൻ പറഞ്ഞ വാടക കൊടുത്ത് ചാമിയും കുടുംബവും പാർപ്പു തുടങ്ങി.

ചില നേരങ്ങളിൽ ടൗണായ ടൗണത്രയും നിരങ്ങി, നാട്ടു കവലകളായ കവലകളത്രയും തെണ്ടി, തട്ടാൻമാരുടെ പീടിക തേടി കണ്ടുപിടിച്ച് നിലത്തിനടിയിലെ മണ്ണും അകമുറിയിൽനിന്നും അടിച്ചുപുറത്തിടുന്ന കാട്ടവും പൊടിയും കോരി നിറച്ച്, ചാക്കിൽ കെട്ടി ചാമിയും ഭാര്യയും കാട്ടാമ്പള്ളി പുഴയോരത്തു പോയിരുന്ന് പൊന്നരിച്ചു. കഴുത്തിൽ മഞ്ഞച്ചരട് കെട്ടിയ, കുപ്പായമിടാത്ത, ഉണക്കച്ചുള്ളിപോലുള്ള ചാമിയുടെ ഭാര്യ പുഴയോരത്ത് പോയിരുന്ന് മണ്ണരിക്കുന്നത് കണ്ട്

അമ്പരന്ന പൈപ്പിൻകുന്നുകാർ ആദ്യം പരിഹസിച്ചും പിന്നെ തലയറഞ്ഞും ചിരിച്ചുവീണു.

"ആ ചാമിക്കും ഭാര്യക്കും വട്ടാ തോന്നൂ" പലരും പറഞ്ഞു.

വിരുതന്മാരായ ചില ചെറുപ്പക്കാർ ഇവർക്കു പിറകെകൂടി. ചാമിയും ഭാര്യയും എന്തു ചെയ്യുന്നുവെന്നറിയാൻ നിരീക്ഷണം തുടങ്ങി. അപ്പോഴാണവർ പൊടിത്തരികളിൽനിന്നും സ്വർണ്ണത്തരികൾ ഊറ്റിയെടുക്കുന്ന ജാലവിദ്യ കണ്ടത്. പണിക്കിടയിൽ എപ്പോഴോ തെറിച്ചുവീഴുന്ന പൊന്നിൻ പൊട്ടും പൊടിയും കണ്ണിൽ കാണാതെ കിടക്കും ചിലപ്പോൾ തട്ടാന്റെ കടയിൽ. തട്ടാൻ പൊന്നുരച്ച് തൂവിക്കളയുന്ന പൊന്നിൻതരികളും പൊടി മണ്ണിൽ പുരണ്ടുകിടക്കും. കാലത്ത് പണിതുടങ്ങും മുൻപേ തൂത്തുവാരി പൊടിയും ചടിയും മുറ്റത്തു തട്ടും തട്ടാന്മാർ. അതുകൊണ്ടുവന്ന് പുഴക്കരയിലിരുന്ന് ചട്ടിയിലിട്ട് വെള്ളം തേവി അരിക്കുകയാണ് പൊന്നുച്ചാമിയും പൊണ്ടാട്ടിയും. മണ്ണ് വെള്ളമായി അലിഞ്ഞുതീർന്നു. കടലാസുകളും പെറുക്കിക്കളഞ്ഞു. പിന്നെയും വെള്ളം തേവി. അപ്പോളതാ അടിയിൽ കിടക്കുന്നു മിന്നുന്ന സ്വർണ്ണ രേണുക്കൾ. അപ്പോഴേക്കും സ്വർണ്ണം ഉരുക്കിയൊഴിച്ചതുപോലെ ആകാശവും സ്വർണ്ണവർണ്ണമാർന്ന കുപ്പായ മിട്ട് കവിൾ തുടുപ്പിച്ചിരിക്കും. ചാമിക്കും പൊണ്ടാട്ടിക്കും പെരുത്ത സന്തോഷം. അന്ന് നല്ല കോളാണ് കിട്ടിയത്. ഇഷ്ടംപോലെ മീനും ഇറച്ചിയും വാങ്ങിവന്ന്, വെച്ചുതിന്ന്, സുഖിച്ചു രമിച്ചു കഴിഞ്ഞു.

നാട്ടിൽ കൃഷിപ്പണി തുടങ്ങുമ്പോൾ തിരികെപോകുന്ന ചാമിയും കുടുംബവും വിത്തുവിതയും കളപറിയും പറിച്ചു നടലും കഴിഞ്ഞാണ് തിരികെ വരിക. ബാക്കിയെല്ലാ പണിയും അവിടെയങ്ങനെ നടക്കും. ആദ്യമെല്ലാം അകറ്റി നിർത്തിയെങ്കിലും ചാമി തങ്ങളെപ്പോലെയല്ല അങ്ങ് സേലത്ത്, ഏക്കർ കണക്കിന് ഭൂസ്വത്തിന് ഉടമയെന്നറിഞ്ഞ് പൈപ്പിൻ ചോടുകാർ പിന്നെ ചാമിയെ കണ്ടത് തെല്ലൊരു ആരാധനയോടെയാണ്. എങ്കിലും ഈ അടുപ്പം അധികകാലം നീണ്ടുനിന്നില്ല. കാരണം പൊന്നുച്ചാമി, പൊന്നരിക്കാത്ത നേരങ്ങളിൽ പൈപ്പിൻചോടിനപ്പുറം പരന്നു കിടക്കുന്ന തോട്ടുവക്കത്തും വയൽവരമ്പുകൾക്കുള്ളിലും തെണ്ടിനടന്ന് പാമ്പിനേയും തവളയേയും എലിയേയും പിടിച്ചുകൊന്ന് പൊരിച്ചു തിന്നുന്നു എന്നൊരു കിംവദന്തി നാട്ടിലെങ്ങും പാട്ടായി.

ഇത് സത്യമാണോ മിഥ്യയാണോ എന്നറിയാതെ പൈപ്പിൻചോടുകാർ അനേകദിവസങ്ങൾ കുഴങ്ങിനിന്നു. വ്യക്തമാക്കാനാവാത്ത ആശങ്കയിൽപ്പെട്ട് നട്ടംതിരിഞ്ഞു. ഈ സന്ദിഗ്ദ്ധഘട്ടത്തിൽ എന്നത്തേയും പോലെ പൈപ്പിൻചോട്ടിലെ സാഹസികരായ ചെറുപ്പക്കാർ സത്യം തിരിച്ചറിയുന്നതിനായി പൊന്നുച്ചാമിയെ പിന്തുടർന്നു തുടങ്ങി.

പതുങ്ങിപ്പതുങ്ങി വയൽവരമ്പിൽ നിലംനോക്കി നടന്നിരുന്ന

ചാമിയും ഭാര്യയും നിലത്തൂടെ ഇഴയുന്ന എന്തിനെയോ പിടിക്കാൻ വട്ടംകൂട്ടുകയാണെന്ന് അവർ കണ്ടു. പെട്ടെന്ന് ഇടംവലം തിരിഞ്ഞ ചാമി ഒരു തടിച്ച മഞ്ഞച്ചേരയെ കഴുത്തിന് പിടിച്ച് തൂക്കിയെടുത്തു. എന്നിട്ട് നിവർന്ന് നിന്ന് ഭാര്യയെ നോക്കി തന്റെ വെറ്റിലക്കറപിടിച്ച പല്ലുകൾ കാട്ടി അട്ടഹസിച്ചു ചിരിതുടങ്ങി. പാമ്പിനെ വെറുതെയിളക്കി പെണ്ണിന്റെ ദേഹത്തു തട്ടിക്കാനോങ്ങി പേടിപ്പിച്ചു കളിച്ചു. പെട്ടെന്ന് മഞ്ഞയിൽ കറുപ്പുവരയുള്ള തടിയൻ ചേരയുടെ കഴുത്തിന് കീഴെ പിടിച്ച് ഒരു ഞെക്കൽ. 'ക്ടിക്ക്' കഴുത്തുപൊട്ടിയ ചേരചത്തു. ചുരുട്ടിയെടുത്തു ചാക്കിലിട്ടു.

പതുങ്ങിനിന്ന ചെറുപ്പക്കാരുടെ കണ്ണിന് മുമ്പിൽ തല മുറിച്ച് ദൂരെ യെറിഞ്ഞ് നെടുനീളത്തിൽ തോലുരിഞ്ഞ്, ചേര ഇറച്ചിത്തുണ്ടങ്ങളായി പൊരിചട്ടിയിൽ തിളച്ച എണ്ണയിൽ വെന്തുമലർന്നു. ചാമിയും ഭാര്യയും ആക്രാന്തത്തോടെ പൊരിച്ച ചേരയെ ചോറിനൊപ്പം തിന്നുന്നത് നേരിൽ കണ്ടതിനുശേഷം മാത്രമാണ് ചെറുപ്പക്കാർ ഈ വിവരം പൈപ്പിൻ ചോട്ടിൽ പുറത്തുവിട്ടത്. കേട്ടവർ കേട്ടവർ തരിച്ചുനിന്നുപോയി. ചേരയേയും പെരുച്ചാഴിയേയും തിന്നുന്ന ചാമിയേയും കുടുംബത്തേയും എല്ലാവരും അകറ്റിനിർത്തി. രാമൻ ഇടയ്ക്കിടെ വാടക കൂട്ടി. എങ്കിലും ചാമി ഒഴിഞ്ഞ് പോയില്ല.

ചാമി പിന്നെയും പൊട്ടിയ പാട്ട പെറുക്കാത്ത, പൊന്നരിക്കാത്ത ദിവസങ്ങളിൽ പച്ചത്തവളയെത്തേടി വയലുകളിലും പൊന്തകളിലും പതുങ്ങിനിന്നു. സഞ്ചി നിറയുമ്പോൾ വീട്ടിലെത്തി തവളക്കാലുകൾ മുറി ച്ചെടുത്തു വേവിച്ചുകഴിച്ചു. വിവരമറിഞ്ഞ പാറോതിപ്പെണ്ണ് അതോർത്തു ഛർദ്ദിച്ചു.

പൊന്നുച്ചാമിയുടെ കറിച്ചട്ടിക്കുള്ളിൽ വേവുന്ന വ്യത്യസ്തങ്ങളായ ജീവികളെക്കുറിച്ചുള്ള പലപല കഥകളും പൈപ്പിൻചോട്ടിലെങ്ങും പ്രചരിച്ചു. ഇട്ടീരിച്ചെക്കൻ മാത്രം അവിടെ തിളച്ചു മറിയുന്ന മാംസക്ക റികളുടെ ഗന്ധത്തിൽ ആവാഹിക്കപ്പെട്ട് സ്വയമറിയാതെ പൊന്നുച്ചാ മിയുടെ കുടിലിനുള്ളിലെത്തപ്പെട്ടു. അതിഥിയെ നിറഞ്ഞു സല്ക്കരിക്കുന്ന ആതിഥേയൻ യഥേഷ്ടം ഇറച്ചി വിളമ്പി ചെക്കനെ തീറ്റിച്ചു. ചെക്കൻ പിന്നീട് ആരെല്ലാം പിടിച്ചാലും കെട്ടിയാലും വിലക്കിയാലും പേടിപ്പി ച്ചാലും പൊന്നുച്ചാമിയുടെ കറിവേവുന്ന നേരത്ത് ചാപ്പക്കുള്ളിലേക്കോ ടിയെത്തും. പൊരിച്ച തവളക്കാൽ ചവച്ചു രസിച്ച് കരിമ്പിൻ തുണ്ടു പോലെ നീരൂറ്റിക്കുടിക്കും.

"അക്കൂട്ട്ര് നമ്മള കയ്യമ്മരത്ത്മ്മക്കാണുന്ന കരിമ്പടപ്പുശൂന വെരെ വറത്ത് തിന്നും. ഞാ കണ്ടിന്" പൈപ്പിൻചോട്ടിൽവെച്ച് വെള്ളമെടുക്കു മ്പോഴുള്ള പാറോതിപ്പെണ്ണിന്റെ ഈ പ്രസ്താവന എല്ലാവരും വിശ്വസിച്ചു.

ഒരു ദിവസം റോഡടിക്കുമ്പോൾ ചാഞ്ഞുപടർന്ന കശുമാവിൻ

കൊമ്പിന്റെ തായ്ത്തടിയിൽ വട്ടത്തിൽ പറ്റിക്കൂടിനിന്ന കറുപ്പും പച്ചയും വരകളുള്ള കമ്പിളിപ്പുഴുക്കളെ പൊന്നുച്ചാമി ഒരു പാത്രത്തിൽ ഉതിർത്തിട്ട് കൊണ്ടുപോകുന്നത് താൻ തന്റെയീ രണ്ടു കണ്ണുകൾകൊണ്ട് കണ്ടെന്ന് തന്റെ ഉണ്ടക്കണ്ണിളക്കി പാറോതിപ്പെണ്ണ് സത്യമിട്ട് പറഞ്ഞു.

"അക്കൂട്ടര് ചെതലിനേം പുശൂനേം ജീവനുള്ള എല്ലേനേം പിടിച്ചു ത്‌ന്നും. തക്കം കിട്ടിയാ നമ്മളേം ത്‌ന്നും" കുമ്പയമ്മയും അത് അനുകൂലിച്ചു.

അഞ്ച്

കോളനിയിലെ പരസ്പരം കണ്ടുകൂടാത്ത ഓരോരുത്തരുടെ കണ്ണുകൾക്കും ഏറ്റവും പുണ്യമായി എപ്പോഴും കാണാനാഗ്രഹിക്കുന്ന ഒരേയൊരു രൂപമേ പൈപ്പിൻകുന്ന് കോളനിയിലൂടെ കടന്നുപോകാറുള്ളൂ. അതാകട്ടെ, പാറോതിപ്പെണ്ണിന്റെ ചൂലിന്റെ അറ്റം നൂറായിരം തവണതട്ടി പതംവന്ന മണ്ണിലൂടെ, പതിവായി വെള്ളയും വെള്ളയുമിട്ട്, എണ്ണമിനുപ്പുള്ള കഷണ്ടിത്തലയുമായി എല്ലാവരോടും പുഞ്ചിരിച്ചുകൊണ്ട് രാവിലെകളിലും വൈകുന്നേരങ്ങളിലും മന്ദംമന്ദം നടന്നുപോകുന്ന രാവുണ്ണിയേട്ടനാണ്. അടിച്ചും തളിച്ചും പാത്രം കഴുകിയും തുണിയലക്കിയും വെള്ളം തീർന്നുപോയി കാലിപ്പാത്രംപോലെ ശൂന്യമായ മനസ്സുമായി ഇറ്റു വെള്ളത്തിനായി കാത്തിരിക്കുന്ന പെണ്ണുങ്ങൾക്ക് രാവുണ്ണിയേട്ടനെ കാണുമ്പോൾ തന്നെ മനസ്സ് ഒന്ന് തണുക്കും, പുതിയൊരൂർജ്ജം പ്രവഹിക്കും.

രാമന്റെ നേരെ ഇളയവൾ ഉഷാറാണി പൈപ്പിൻചോട്ടിൽ വെള്ളം വന്നപ്പോൾ ആരെയുമറിയിക്കാതെ പൈപ്പിൻചോട്ടിൽ നിരനിരയായി വെച്ചിരിക്കുന്ന മറ്റു പാത്രങ്ങളെയെല്ലാം അവഗണിച്ച് കുമ്പയമ്മയും മക്കളും ഒന്നും കാണുന്നില്ലെന്ന് ഉറപ്പുവരുത്തി കിളക്കിപ്പുറം നിലംപറ്റി, ഒച്ചയനക്കങ്ങളൊന്നുമുണ്ടാക്കാതെ നിശ്ശബ്ദം വെള്ളമെടുത്ത് അയൽക്കാരെയെല്ലാം പറ്റിച്ചുകൊണ്ടിരുന്നു. തന്റെ വീടിന് പിറകിൽ നിരത്തിവെച്ച സിമന്റ് വീപ്പകളിൽ, അവൾ മറ്റുവീട്ടുകാർക്ക് വേണ്ട വെള്ളം കൂടിയെടുത്ത് രഹസ്യമായി ശേഖരിച്ചുവെച്ചു. പിന്നെ അസൂയാലുക്കളായ അയൽക്കാരുടെ കരിങ്കണ്ണ് തട്ടി സിമന്റ്‌വീപ്പകൾ പൊട്ടിപ്പോകാതിരിക്കാൻ അതിന്റെ മേലെ, കരികൊണ്ടോ ചോക്കുകൊണ്ടോ 'ഠോ' എന്ന് എഴുതിവെച്ച് കരിങ്കണ്ണന്റെ ചിത്രവും വരച്ചുവെച്ച് ഓലക്കീറ്റുകൾ കൊണ്ട് മറച്ചുവെക്കുകയും ചെയ്തു.

നിറഞ്ഞുപെയ്യുന്ന മഴയിൽ കുണ്ടും കുളങ്ങളും തോടും പുഴയും വഴിയും നിറഞ്ഞൊഴുകുന്ന മഴക്കാലങ്ങളിലും, വരണ്ടുണങ്ങി ഭൂമിയുടെ ചുണ്ട് വിണ്ടുകീറി ഇത്തിരി ജലത്തിനായി ആളുകൾ നെട്ടോട്ടമോടുന്ന വേനൽക്കാലങ്ങളിലും പാതാളക്കിണറ്റിൽ ബ്ലീച്ച്പൊടി വിതറുന്ന രാവുണ്ണിയേട്ടനെ ഉഷാറാണി വഴിയിൽ പിടിച്ചുനിർത്തി ശകാരിച്ചു. ഇതുകണ്ട് പൈപ്പിൻചോട്ടിൽ കൂട്ടംകൂടി നിന്ന പെണ്ണുങ്ങൾ ഒന്നടങ്കം ഉഷാറാണിക്കെതിരായി തിരിയുകയും പരസ്യമായി രാവുണ്ണിയേട്ടന്റെ തുണയ്ക്കെത്തുകയും തങ്ങളും രാവുണ്ണിയേട്ടനോട് ബ്ലീച്ചിടരുതെന്ന് പറഞ്ഞിരുന്നല്ലോ എന്ന് രഹസ്യമായി ഓർമ്മിക്കുകയും ചെയ്തു.

ഉച്ചകഴിഞ്ഞ നേരം, ആരാന്റെ കുറ്റങ്ങളും കുറവുകളും പറഞ്ഞും പോരടിച്ചും കാറിത്തുപ്പിയും ഉടുത്തതുണി മുട്ടിനു മീതെ കയറ്റിക്കുത്തിയും പൈപ്പിൻചോട്ടിൽ വെള്ളമെടുത്തുകൊണ്ടിരുന്ന പെണ്ണുങ്ങൾ ദൂരെ പാതയിൽ നിന്നും നടന്നു വരുന്ന ദീർഘകായരൂപം കണ്ട് പതുക്കെ നിശ്ശബ്ദരായി.

“അതാര് മ്മളെ കുഞ്ഞിരാംമാഷല്ലേ..”

സൗദാമിനി തെറുത്തുകയറ്റി മുട്ടോളമാക്കിയ നൈറ്റി താഴ്ത്തിയിട്ട് അച്ചടക്കത്തോടെ ഒന്നൊതുങ്ങിനിന്നു.

കുഞ്ഞിരാമൻ മാസ്റ്റർ, അയ്യങ്കാളി സേവാസമാജം സ്കൂളിലെ റിട്ടയേർഡ് ഹെഡ്മാസ്റ്റർ. തങ്ങളുടെ കൂട്ടർക്കിടയിലും, ദേശത്തും ഏറ്റവും ഉന്നതമായ പദവിയിലെത്തിയ പ്രധാനാദ്ധ്യാപകൻ. ആവുംവിധമെല്ലാം പൈപ്പിൻകുന്നിന്റെ ഉന്നമനത്തിനും വിദ്യാഭ്യാസപുരോഗതിക്കുമായി സ്വജീവിതം ഉഴിഞ്ഞുവെച്ച പരോപകാരി. മനുഷ്യസ്നേഹി, സ്വാതന്ത്ര്യസമരസേനാനി. ഖദർ വസ്ത്രം മാത്രം ധരിക്കുന്നയാൾ. അതേ സ്കൂളിലെത്തന്നെ ഹിന്ദി അദ്ധ്യാപികയും അന്യമതസ്ഥയും നായർ കുടുംബാംഗവുമായ ദാക്ഷായണിടീച്ചറെ സ്നേഹിച്ച് പരിണയിച്ചയാളാണ് മാസ്റ്റർ.

വീട്ടിൽ തിരക്കിവന്ന് സ്കൂളിലേക്ക് പിടിച്ചുകൊണ്ടുപോയി ക്ലാസിലിരുത്തി മാഷ് പഠിപ്പിച്ചതിൽ ഒരേയൊരു വാചകം സൗദാമിനിക്കെന്നപോലെ അയ്യങ്കാളി സ്കൂളിൽ പഠിച്ച കോളനിയിലെ എല്ലാ പൂർവ്വവിദ്യാർത്ഥികൾക്കും മനഃപാഠമാണ്. മാഷെ കണ്ടപ്പോൾ സൗദാമിനി അതോർത്തു. ഉഷാറാണിയും അതോർത്തു. തങ്ങൾ ഗുണനപ്പട്ടികപോലെ മനഃപാഠമാക്കിയ ആ വരികൾ.

“ഞങ്ങളുടെ കുഞ്ഞുങ്ങളെ പഠിക്കാനനുവദിച്ചില്ലെങ്കിൽ നിങ്ങളുടെ വയലുകളിൽ ഞങ്ങൾ പണിക്കിറങ്ങില്ല. നെല്ലിനു പകരം അവിടെ പുല്ലും കളയും വളരും.”

മാഷ് ഒന്നു നിർത്തി വീണ്ടും തുടരും.

ജാതിയുടെ പേരിൽ അക്ഷരാഭ്യാസം നിഷേധിച്ചവർക്കെതിരെ കേരളത്തിൽ അലയടിച്ച വാക്കുകൾ. ആരുടേതായിരുന്നു ഈ വാക്കുകൾ?

കുഞ്ഞിരാമൻമാഷ് ഉത്സുകതയോടെ ഓരോരുത്തരുടെ മുഖത്തേക്കും മാറിമാറി ചോദ്യമെറിയും.

ആദ്യത്തെ ഒരു വാക്യം ഒഴികെ മറ്റുള്ള കാര്യങ്ങളും ഉദ്ബോധനങ്ങളും വിദ്യാഭ്യാസത്തിന്റെ പ്രാധാന്യത്തെക്കുറിച്ചുള്ള മാഷിന്റെ പ്രസംഗങ്ങളുമെല്ലാം മനസ്സിൽ നിന്ന് മാഞ്ഞു പോയാലും "ഞങ്ങളുടെ കുഞ്ഞുങ്ങളെ പഠിക്കാനനുവദിച്ചില്ലെങ്കിൽ..." എന്നുതുടങ്ങുന്ന ആ ഒരു വാക്യം ഒരിക്കലും തങ്ങൾക്ക് മറക്കാൻ കഴിയില്ലെന്ന് സൗദാമിനി ഇടയ്ക്കിടെ പറയും. അതാകട്ടെ സ്കൂളിൽ പോകാതെ ഉഴപ്പിനടക്കുന്ന ദാസൻ ചെക്കനെ കാണുമ്പോഴും, സ്വയം സമ്പാദിക്കുന്നതിൽ മാത്രം ശ്രദ്ധാലുവായിത്തീർന്ന് പൈപ്പിൻകുന്നിന്റെ തൂപ്പുകാരിയായി മാറിയ പാറോതിപ്പെണ്ണിനെ ഓർമ്മിപ്പിക്കാനുമാണ്.

"അയ്യങ്കാളി മഹാൻ. അയ്യങ്കാളി മഹാൻ. മക്കളെ, കുഞ്ഞിരാംമാഷ് നമ്മളെ പറഞ്ഞ് പറഞ്ഞ് പഠിപ്പിച്ചത്."

മാഷെ കണ്ട എല്ലാവരും ഒന്നൊതുങ്ങി മാഷെ ബഹുമാനിച്ച് നിന്നു.

"മാഷേ മാഷേടപ്പോയിന്"

സൗദാമിനി ലോഹ്യമെറിഞ്ഞു.

"മാഷേ, റോഡിന്റെ കാര്യം എന്തായി. റോഡ് വെരുഓ"

ഉഷാറാണിക്ക് അതാണറിയേണ്ടത്.

"വരും..വരാതിരിക്കാം. എന്നാലും നമ്മൾ ചെയ്യാനുള്ളതെല്ലാം ചെയ്യണം"

മാഷ് പറഞ്ഞു.

"നമ്മള് സമരത്തിന് പോണംന്നാ മാഷ് പറയുന്നേ"

പുറംനാട്ടുകാരിയും, ഈയിടെയായി പൈപ്പിൻകുന്നിൽ വന്ന് ചേക്കേറിയതും പൈപ്പിൻചോട്ടിന്റെ യഥാർത്ഥ ചരിത്രങ്ങളൊന്നുമറിയാത്തവരെന്ന് മാഷ് കരുതുന്നതുമായ കതീസുമ്മ ഇടയിൽ കയറി ചോദിച്ചു.

"പിന്നെന്താ. വേണ്ടിവന്നാ പോകണം. അതല്ലേ ചെയ്യേണ്ടത്."

മാഷ് ഒരല്പം മുഖം താഴ്ത്തി തന്റെ കട്ടിക്കണ്ണടയ്ക്കുള്ളിലൂടെ ഓരോരുത്തരുടേയും മുഖത്തേക്കു സൂക്ഷിച്ചുനോക്കി.

"രാമാട്ടൻ എത്ര അർജി ഒപ്പിട്ട് കൊടുത്തിന്ന് മാഷ്ക്ക് അറീലേ. പത്തായിരം ആള് ഒപ്പിട്ട ബല്യ ഭീമൻ അർജിവെരെ കൊട്ത്തിന്.. രാമാട്ടന്റെ ഒറ്റ വാക്ക്മ്മലാ ഈ റോഡ് വെരല് മൊടങ്ങീന്ന് എല്ലാർക്കും അറീലേ.."

ഉഷാറാണി അഭിമാനത്തോടെ പറഞ്ഞു.

ഒരല്പനേരം എന്തോ ആലോചിച്ചുനിന്ന മാസ്റ്റർ പിന്നെ പ്രധാനപ്പെട്ട കാര്യങ്ങൾ പറഞ്ഞു:

"എല്ലാവരും മനസ്സിലാക്കേണ്ട ഒന്നുരണ്ട് കാര്യങ്ങൾ ഉണ്ട്. അങ്ങ് കേന്ദ്രത്തില് ഭരണം മാറി. ജനങ്ങളങ്ങ് പെരുകി. വാഹനങ്ങളും അനവധി. റോഡാണെങ്കില് ചെറുത്. അപ്പോൾ ദേശീയ പാതാ വികസനം വേണ്ടുന്നത് തന്നെ. ഓരോ കൊല്ലവും എട്ടു ലക്ഷം വാഹനങ്ങളാണ് പുതുതായി റോഡിലിറങ്ങുന്നത്. 1781 കിലോമീറ്ററാണ് കേരളത്തിന്റെ ദേശീയപാത. ഇത് കടന്നു പോകുന്ന നഗരങ്ങളെല്ലാം വാഹനക്കുരുക്കിൽ വീർപ്പുമുട്ടുക

യാണ്. കുരുക്ക് മാറ്റാനുള്ള ബൈപ്പാസുകളോ ഭൂമി ഏറ്റെടുക്കലിൽ കുരുങ്ങിക്കിടക്കുകയാണ്. എല്ലാം ഭൂമിയിൽ തട്ടിനില്ക്കുന്ന പ്രശ്നങ്ങൾ തന്നെ. സ്വന്തമായ ഭൂമിയും വാസസ്ഥലവും നഷ്ടമാകുന്നതിന്റെ വേദന എല്ലാവർക്കും ഊഹിക്കാവുന്നതേയുള്ളൂ. അത് മനസ്സിലാക്കുന്ന നടപടികൾ സർക്കാരിന്റെ ഭാഗത്ത്ന്ന് ഉണ്ടാകണം. വിലനിർണ്ണയത്തിൽ കൃത്യത വേണം. പിന്നൊന്ന് ഭൂമിയും വീടും നഷ്ടമാകുന്നവർക്ക് പ്രത്യേക സഹായം നല്കണമെന്നതുമാണ് എന്റെയൊരഭിപ്രായം. പക്കേങ്കില് ഒര് കാര്യംണ്ട്. നമ്മള് നേടിയെടുത്ത ഈ സ്ഥലോം വീടും സൗകര്യങ്ങളും ഒന്നും വെറുതെ കൊടുക്കാങ്കയ്യൂല. നമ്മക്കീട എന്നാ ഇല്ലാത്തേ. എല്ലാം ഉണ്ട്. സ്കൂളില്ലേ ഉണ്ട്. മ്മടെ കുട്ട്യോൾക്ക് എല്ലാ കുട്ട്യോളെ പോലെ സ്കൂളിക്ക് പോകാൻ പറ്റ്ന്നില്ലേ. ഇണ്ട്. ഇപ്പം മ്മടെ സ്കൂളിലും എല്ലാരും പഠിക്ക്ന്നില്ലേ"

"ഇണ്ട് ഇണ്ട്"കതീസുമ്മ ശരിവെച്ചു.

"നസീമന്റെ അഞ്ചു മക്കളും ആടത്തന്നെ പഠിക്ക്ന്ന്."

"ഉം" മാഷ് ശരിവെച്ചു.

"ഇന്ന് നമ്മളെ കൂട്ടത്തില് എത്രയോ ആൾക്കാർക്ക് ഗവൺമെന്റ് ജോലീണ്ട്. അത് വെല്യ കാര്യല്ലേ" മാഷ് ചോദിച്ചു.

"അതെ." എല്ലാവരും തലയാട്ടി.

"അപ്പോ പറഞ്ഞുവരുന്നത് റോഡ് വന്നാൽ നമ്മള് കഷ്ടപ്പെട്ട് ഇണ്ടാക്കിയ ഈ സ്കൂള് പോകും. അത് കൂടാണ്ട് നമ്മക്കീട ഇപ്പം എന്താ ഇല്ലാത്തേ, പൊതുവഴിയുണ്ട്, പൊതു പൈപ്പ്ണ്ട്, പൊതുശ്മശാനം ഇണ്ട്. ഇതെല്ലാം നമ്മള് കഷ്ടപ്പെട്ട് നേടിയെടുത്തതാ. ഇതൊന്നും പോകരുത്. നിങ്ങൾക്കറിയാമല്ലോ, പണ്ട് നമ്മടെ കൂട്ടക്കാര് ചത്ത് പോയാല് ശവം കുയ്ച്ചിടാൻ ആരും സ്ഥലം തെരൂല. ശവം എടുത്ത് നമ്മള് തെക്കും വടക്കും നടന്ന കാലം ഇണ്ടേന്നു. ഇപ്പം അതല്ലം പോയില്ലേ." മാഷ് നിർത്തി പിന്നെയും തുടർന്നു.

"അപ്പം പറഞ്ഞുവെര്ന്നത്, റോഡ് വേണ്ട നമ്മക്കീ മണ്ണ് മതീന്നും പറഞ്ഞ് എല്ലാരും പ്രതിഷേധിക്കണം, കേട്ടല്ലോ എല്ലാരും?"

മാഷ് എല്ലാവരേയും ഒന്നു നോക്കി.

എല്ലാവരും ഒന്ന് തലകുലുക്കി.

"അപ്പം എന്നാ ഞാൻ പോട്ടേ കുമ്പയമ്മേ, സുഖല്ലേ എല്ലാരിക്കും?"

പിന്നിൽനിന്നും പാത്രവുമായി നടന്നുവന്ന കുമ്പയമ്മയെകണ്ട് മാഷ് ലോഹ്യം ചോദിച്ചു.

"സുഖംന്ന് പറയുന്നത് അനക്ക് ഈ ജെമ്മം ബിധിച്ചിട്ടില്ലാന്ന് മാഷിന് അറിയാത്ത കാര്യൊന്നല്ലല്ലോ. അങ്ങനെ ജീവിച്ച് പോന്ന്."

കുമ്പയമ്മ മാഷിന്റെ മുഖത്ത് നോക്കി പരിദേവനം തുടങ്ങി.

"പോട്ടപ്പാ അതെല്ലാം ശരിയാകും. ഇന്നാ ഇത് വെച്ചോ."

മാഷ് ഒരു പത്തുറുപ്പികയെടുത്ത് കുമ്പയമ്മയ്ക്ക് നീട്ടി.

സന്തോഷത്തോടെ, എല്ലാവരുടേയും മുൻപാകെ സ്വല്പം

ഗമയോടെ പൈസ വാങ്ങി കോന്തലയിൽ കെട്ടി കുമ്പയമ്മ പറഞ്ഞു:

"മാഷ് എടക്കെല്ലാം ഈവലേക്കൂടി പോകുമ്പം ബീട്ടിക്കേരണം. അനക്ക് കൊറേ കാര്യങ്ങള് പറയാന്ണ്ട്."

"ശരി, വരാം."

മാഷ് സമ്മതിച്ചു.

"മാഷേ ചായ കുടിച്ചിറ്റ് പോകാം"

ഉഷാറാണിയുടെ ക്ഷണം നിരസിച്ച് എല്ലാവരോടും യാത്ര ചോദിച്ച്, പൊള്ളുന്ന മേടച്ചൂടിൽ ശിരസ്സ് പൊള്ളിക്കുന്ന ചൂടിനെ തടുക്കാൻ കൈയിലിരുന്ന വളയൻ കാലുള്ള നരച്ച കുട തുറന്നു പിടിച്ച് ഇടംവലമുള്ള ഓരോ വീടുകളിലും ശ്രദ്ധപതിപ്പിച്ച്, വീട്ടുകാരോട് കുശലം പറഞ്ഞ് മാഷ് പതുക്കെ കടന്നു പോയി.

"പാവം മാഷ്, മാഷോള് കെടപ്പിലായിറ്റ് എത്രയായി എല്ലേ."

സൗമിനി സൗദാമിനിയോട് പറഞ്ഞു.

കുഞ്ഞിരാമൻമാഷ് പൈപ്പിൻകുന്നിന്റെ സാർവ്വത്രികമായ പുരോഗതിയുടെ ചരിത്രത്തിലെ ഒഴിവാക്കാനാവാത്ത ഒരേട് ആണെന്ന് എല്ലാവർക്കുമറിയാം. അധഃസ്ഥിതവർഗ്ഗങ്ങൾക്കു വേണ്ടി പൈപ്പിൻകുന്ന് ദേശത്ത് ഉയർന്നുവന്ന സ്കൂളിന് അടിത്തറപാകിയ ആൾ, അമരക്കാരൻ, ശില്പി തുടങ്ങിയ വിശേഷണങ്ങൾക്കെല്ലാം അപ്പുറമാണ് മാസ്റ്റർ. അയ്യങ്കാളിയുടെ സാധുജനസമാജത്തിന്റെ പ്രവർത്തനങ്ങളെ നെഞ്ചേറ്റിയ മാസ്റ്റർ, വിദ്യാഭ്യാസമുള്ള കീഴ്ജാതിയിൽപെട്ടവരെയെല്ലാം സംഘടിപ്പിച്ച് സ്കൂളിന്റെ ഉന്നമനത്തിനും വിദ്യാഭ്യാസപ്രവർത്തനങ്ങൾക്കുമായി അഹോരാത്രം പ്രയത്നിച്ചു.

സൗദാമിനിയും ഉഷാറാണിയും രാമനും സാവിത്രിയും ശാന്തയും അടങ്ങുന്ന തലമുറ കുട്ടികളായിരിക്കെ സ്കൂളിന്റെ പടി ചവിട്ടിയത് മാഷിന്റെ അശ്രാന്തപരിശ്രമ ഫലമായിട്ടാണ്. പണ്ടുകാലത്ത് വലിയ മീശ പിരിച്ച്, ഉണ്ടക്കണ്ണുകൾ തുറുപ്പിച്ച്, ചെവിക്കുള്ളിലൂടെ വളർന്നു പുറത്തു ചാടിയ രോമങ്ങൾ വിറപ്പിച്ച് കുടവയറും കുലുക്കി ചൂരലും വീശി വരുന്ന മാഷിന്റെ രൂപം പൈപ്പിൻചോട്ടിലെ കുട്ടികൾക്കെല്ലാം പേടിസ്വപ്നമായിരുന്നു. കുമ്പയമ്മയുൾപ്പെടെയുള്ള തലമൂത്തവർക്കെല്ലാം അങ്ങേയറ്റം ആദരവും ബഹുമാനവുമാണ് മാഷെ കാണുമ്പോൾ. ഇന്നും ഏതു നേരത്തും ഏതു വീട്ടിലും മാഷിന് കയറിച്ചെല്ലാം. പൈപ്പിൻകുന്നിലെ നാനാജാതിമതസ്ഥരായ ആളുകൾ ബഹുമാനിക്കുന്ന ഒരേയൊരു വ്യക്തിയായ മാസ്റ്ററെ പക്ഷേ, ഭാര്യവീട്ടുകാർമാത്രം ഇന്നും അംഗീകരിച്ചിട്ടില്ല. കിടപ്പിലായ ഭാര്യ ദാക്ഷായണി ടീച്ചറെ മാഷ് കണ്ണിലെണ്ണയൊഴിച്ചു നോക്കുന്ന കാര്യം നാട്ടുകാർക്കെല്ലാം അറിയാം.

മാഷും ഭാര്യ ദാക്ഷായണിടീച്ചറും തമ്മിലുണ്ടായ പ്രണയത്തിന്റെ സംഭവബഹുലമായ ഏടുകൾ പൈപ്പിൻകുന്നുകാർ തങ്ങളുടെ നാടിന്റെ ചരിത്രത്തിന്റെതന്നെ ഭാഗമായാണ് കരുതിപ്പോരുന്നത്. അവർണ്ണനായ മാഷിന്റെ വ്യക്തിത്വത്തിലും പ്രവർത്തനങ്ങളിലും ആകൃഷ്ടയായി

പുരോഗമനേച്ഛുവും സ്വതന്ത്രചിന്തകയുമായ ടീച്ചർ, തന്റെ ബിരുദപഠനത്തിനുശേഷം മാഷിന്റെ സ്കൂളിൽത്തന്നെ ജോലിക്കുചേർന്ന് മാഷിന്റെ ധർമ്മപത്നിയായിമാറി, പുലയക്കുട്ടികളെ പഠിപ്പിക്കുന്നതിന് രാപകലില്ലാതെയുള്ള മാഷിന്റെ ശ്രമങ്ങൾക്ക് പിന്തുണയായി നിന്നു.

പല വർണ്ണങ്ങളിലുള്ള സാരികൾ ധരിച്ച്, പൈപ്പിൻകുന്ന് പാതയിലൂടെ എല്ലാ രാവിലെകളിലും വൈകുന്നേരങ്ങളിലും ദാക്ഷായണി ടീച്ചർ സ്കൂളിലേക്ക് വരികയും പോവുകയും ചെയ്തുകൊണ്ടിരുന്നത് പൈപ്പിൻകുന്നുകാർ മതിയാകാതെ കണ്ണുനിറയെ കണ്ടുനില്ക്കുന്ന കാഴ്ചയാണ്. ടീച്ചർ ദിവസവും ദേഹത്ത് ചുറ്റിപ്പോകുന്ന സാരികളുടെ വർണ്ണത്തെക്കുറിച്ച് ചർച്ച ചെയ്യലും സാരികളുടെ എണ്ണമെടുക്കലുമായിരുന്നു അക്കാലത്തെ കോളനിപ്പെണ്ണുങ്ങളുടെ പ്രധാനവിനോദം. എണ്ണിയാലും എണ്ണിയാലും തീരാത്ത സാരി ടീച്ചർക്കുണ്ടെന്ന് പെണ്ണുങ്ങൾ ഒന്നടങ്കം അഭിപ്രായപ്പെട്ടു. പത്ത് അലമാരനിറയെ ടീച്ചർക്ക് സാരിയുണ്ടെന്നുവരെ ചിലർ പറഞ്ഞുപരത്തി. കുഞ്ഞിരാമൻ മാഷുടെ ലളിതമായ സ്വഭാവത്തിന് ചേരാത്തതാണ് ടീച്ചറുടെ ഈ ആഡംബരഭ്രമം എന്ന് ചിലർ അഭിപ്രായപ്പെട്ടെങ്കിലും, സവർണ്ണജാതിയിൽപ്പെട്ട ടീച്ചർ തങ്ങളുടെ കോളനിയിൽ മരുമകളായി കടന്നുവന്നത് തങ്ങൾക്ക് അഭിമാനമാണെന്ന് കരുതി ടീച്ചറുടെ ആഭിജാത്യത്തെ എല്ലാവരും അംഗീകരിച്ച് കൊടുക്കുകയാണുണ്ടായത്.

മാഷ് കണ്ണിൽനിന്നും മറഞ്ഞപ്പോൾ താഴ്ത്തിയിട്ട തുണി പെണ്ണുങ്ങൾ പിന്നെയും ഉയർത്തിക്കുത്തി. അല്പം കഴിഞ്ഞ് സീരിയൽ തുടങ്ങേണ്ട സമയമായെന്നുംപറഞ്ഞ് എല്ലാം ഇട്ടെറിഞ്ഞ് ഓടിപ്പോവുകയും ചെയ്തു.

ആറ്

ഓരോ കൊല്ലവും വിളവെടുപ്പിന് സമയമാകുമ്പോൾ പതിവായി നാട്ടിൽ പോകുന്ന ചാമി അക്കുറി തിരികെ വരുമ്പോൾ കൂടെകൂട്ടിയത് തന്റെ രണ്ടാം ഭാര്യയായ 'കല്ലുരുട്ടി' എന്നു വിളിപ്പേരുള്ള മാരിയമ്മയെ യായിരുന്നു.

കല്ലുരുട്ടിക്ക് പേരുപോലെതന്നെ കല്ലുപോലുള്ള ഒരു മുഖമാണ്. മുഖസൗന്ദര്യം തീരെ കുറവെന്ന് കാണുന്നവർക്കു തോന്നും. കറുകറുത്ത നിറം. സാരികൊണ്ട് പൊതിഞ്ഞുകെട്ടുന്ന ദേഹം. ആദ്യത്തെ ഭാര്യയെ പ്പോലെ തന്നെ കുപ്പായമിടാത്ത കല്ലുരുട്ടിയുടെ ദേഹത്തെ വറ്റിപ്പോയ കൊഴുപ്പ് കാണാൻ പൈപ്പിൻചോട്ടിലെ ചില താന്തോന്നികൾ മിനെ ക്കെട്ടുവെങ്കിലും കല്ലുരുട്ടിയുടെ വായിലെ നാക്കിൻെറ നീളമറിഞ്ഞ്, കത്തിമുന പോലെ മൂർച്ചയുള്ള അവളുടെ ചീത്തവിളിയുടെ അരമറിഞ്ഞ്, നിരാശരായി പിൻവാങ്ങി. പതിവ്രതയായ കല്ലുരുട്ടി കുപ്പായമിട്ടില്ലെങ്കിലും അരയിൽ കത്തിയും തിരുകിയാണ് നടക്കുന്നതെന്ന വാർത്തയും അപ്പോൾ പൈപ്പിൻകുന്നിലാകെ പരന്നിരുന്നു.

നാട്ടിൽ സമ്പന്നയായ കല്ലുരുട്ടിക്ക് അഞ്ചു മക്കൾ. അഞ്ചും ആൺ മക്കൾ. പതിനെട്ട് തികയുന്ന രണ്ട് ആൺകുട്ടികൾ ഇരട്ടകൾ. അവരാണ് മൂത്തവർ. ബാക്കി മൂന്നും ഓരോ വയസ്സിന് ഇളയവർ. ചോളവും കടുകും കടലയും, എന്തിനേറെ പറയുന്നു, ഉപ്പൊഴികെ മറ്റെന്തും വിളയും കല്ലു രുട്ടിക്ക് അച്ഛൻ സ്ത്രീധനം നല്കിയ ഏക്കറുകണക്കിന് പരന്നുകിടക്കുന്ന വയലുകളിൽ.

ഇത്രയും സ്വത്തുകാരിയായിട്ടും ഇവിടെ ഈ പൈപ്പിൻകുന്നിൽ വന്ന് എന്തിന് പൊട്ടിയ ചെരിപ്പും പഴയ തൊട്ടിയും പെറുക്കി വില്ക്കുന്നു എന്ന് സൗദാമിനിയെപ്പോലുള്ള ചിലർ കല്ലുരുട്ടിയോട് ചോദിച്ചു. വെറു തെയിരുന്നാൽ പിത്തം പിടിക്കുമെന്നും വിളനട്ട് വിളകൊയ്യും വരെയുള്ള

നേരംകൊണ്ട് കേരളത്തിൽ വന്ന് വെറുതെയിരുന്നാൽ തന്നെ ലക്ഷങ്ങൾ ഉണ്ടാക്കാമെന്നുമായിരുന്നു കല്ലുരുട്ടിയുടെ മറുപടി.

കുപ്പായമിടാതെ നടക്കുന്ന കല്ലുരുട്ടിയെ കണ്ട് സൗദാമിനി പൊന്നുച്ചാമിയോട് ചോദിച്ചു:

"ഇവറെന്തേ ഇങ്ങനെ കുപ്പായമിടാണ്ട് നടക്ക്ന്ന്"

"കുപ്പായമിട്ടാൽ ചൊറിയും."

കല്ലുരുട്ടിയുടെ മറുപടി.

"ഇതെന്തേ ഇങ്ങനത്തെ പേര്"

പാറോതിപ്പെണ്ണിനാണ് അടുത്ത സംശയം.

ഇവള് വെല്യാവെല്യ കല്ലുരുട്ടി മലയിൽ കയറ്റും. വെല്യ ആനശക്തിയാണ്. പത്താൾക്ക് പിടിച്ചാൽ പൊങ്ങാത്ത കരിങ്കല്ലും വെച്ചുകൊടുത്താൽ തലച്ചുമടുമായി കല്ലുരുട്ടി നിഷ്പ്രയാസം കൊണ്ടുപോകും. അതുകൊണ്ടാണ് അങ്ങനത്തെ പേര് വീണതെന്ന് പൊന്നുച്ചാമി പറഞ്ഞു. എന്തു കൊണ്ടോ അതെല്ലാം ശരിയാണെന്ന് പൈപ്പിൻകുന്നുകാർക്കെല്ലാം തോന്നി. എങ്കിലും ഇത്രയും സമ്പന്നനായ പൊന്നുച്ചാമിയേയോ ഇത്രയും ശക്തിയുള്ള കല്ലുരുട്ടിയേയോ പൈപ്പിൻചോട്ടിൽ നിന്നും ഒരു തുള്ളി വെള്ളമെടുക്കാൻ രാമൻ അനുവദിച്ചില്ല. കുടിക്കേണ്ട വെള്ളംമാത്രം മഴക്കാലങ്ങളിൽ എല്ലാവരും എടുത്തതിനുശേഷം, രണ്ടുപാത്രം അതും ബാക്കിയുണ്ടെങ്കിൽ മാത്രം എടുക്കാം. പൊന്നുച്ചാമിയുടെയും കുടുംബത്തിന്റെയും അലക്കും കുളിയും തിരുമ്പലുമെല്ലാം കാട്ടാമ്പള്ളി പുഴയിലായിരുന്നു.

സൂര്യൻ പൊന്നുരുക്കി കടലിൽ മുങ്ങിത്താഴുമ്പോൾ, അന്തിച്ചുവപ്പ് മാനത്തു വന്നുനിറയുമ്പോൾ പണിയെല്ലാം ഒതുക്കിയ ചാമിയുടെയും ഭാര്യയുടെയും ഒരുമിച്ചുള്ള കുളി തുടങ്ങും. അതിനുംമുമ്പേ തിരുമ്പാനുള്ള തുണിയെല്ലാം കുതിർത്തലക്കി തീരത്തെ മണലിൽ വിരിച്ചുവയ്ക്കും. വടക്കൻ കാറ്റേറ്റ് തുണികൾ വേഗത്തിൽ ഉണങ്ങും. പിന്നെയാണ് രണ്ടുപേരുടെയും പരസ്പരം ഉരച്ചുംതേച്ചുമുള്ള ആഹ്ലാദക്കുളി. ഈ കുളികാണാൻ ഒളിച്ചുനില്ക്കുന്ന പൈപ്പിൻചോട്ടിലെ താന്തോന്നികളായ ചെറുപ്പക്കാരെയെല്ലാം നിരാശരാക്കിക്കൊണ്ട് കല്ലുരുട്ടി കുളിക്കുമ്പോൾ ഒരു തുണിയെടുത്ത് മാറിന് കുറുകെ കെട്ടും. കളിയും ചിരിയും വർത്തമാനങ്ങളും മേൽതുടപ്പും കഴിഞ്ഞ് കാറ്റിനോടും പുല്ലിനോടും കിന്നാരം പറഞ്ഞ് ചാമിയും ഭാര്യയും കുടിലിലെത്തും. ഇനി എന്തെങ്കിലും വായ്ക്കുരുചിയായി വെച്ചുണ്ടാക്കണം. മൂക്കുമുട്ടെ തിന്നണം. അതാണ് രണ്ടുപേർക്കും വേണ്ടത്.

ചാമിയുടെ പൊണ്ടാട്ടി തേച്ചുണക്കാൻ വെയിലത്തുവെച്ച ചട്ടികൾ പുറത്തുകിടപ്പുണ്ട്. കറിവെക്കാനാണെങ്കിൽ മീനുമില്ല. ചേരയും പെരുച്ചാഴിയും ഒന്നുമില്ല. വരവും കുറവ്. പൊന്നരിച്ചിട്ട് വെറും മണ്ണും കല്ലും മാത്രം മിച്ചം. ചിലനേരങ്ങളിൽ അങ്ങനെയാണ്. ദൗർഭാഗ്യങ്ങൾ മാത്രമാണ് ഉണ്ടാവുക. പൊന്നുപോലത്തെ ഭാഗ്യമുണ്ടെങ്കിൽ ചിലപ്പോൾ

വിചാരിക്കാത്ത നേരത്ത് നല്ലോരു പണത്തിനുള്ള പൊൻതരികൾ വീണ് കിട്ടും.

ഓരോന്നും ചിന്തിച്ച് അടുക്കളപ്പുറത്തിരുന്ന് ചാമി ഒരു കഷണം പുകയില നുള്ളി പല്ലിനടിയിൽ തിരുകി കടിച്ചുപിടിച്ചിരിക്കെയാണ് പാഞ്ചാലിയമ്മയുടെ കറുപ്പിൽ വെള്ളവരകളുള്ള പുള്ളിക്കോഴി ചിക്കി ച്ചികഞ്ഞ്, ചാമിയുടെ അടുക്കളപ്പുറത്തെ തൈത്തെങ്ങിനരികിലുള്ള നില ത്തുനിന്നും മണ്ണിരകളെ കൊത്തിത്തിന്ന് തത്തിത്തത്തി നടന്ന് കൊക്ക രിച്ചത്.

കല്ലുരുട്ടി കഞ്ഞിക്കലം കഴുകിമറിച്ച പൊടിവറ്റ് കണ്ട് ഓടി വന്ന പുള്ളിക്കോഴി വറ്റുകൾ ഓരോന്നായി കൊത്തിയകത്താക്കിയപ്പോൾ ചാമിയുടെ ഉള്ളിൽ ഒരു തിരികത്തി.

'തന്നിൽനിന്നും അധികം പിരിക്കുന്ന വാടക എത്ര രാമന്റെ കീശയിലെത്തി.'

അയാൾ എഴുന്നേറ്റ് ചുറ്റും ആരെങ്കിലും ഉണ്ടോ എന്ന് നോക്കി. ആരുമില്ലെന്ന് കണ്ടപ്പോൾ ഭാര്യയോട് പറഞ്ഞു കുറച്ച് അരിമണി വിതറി കോഴിയെ അടുക്കളയിലെത്തിക്കാൻ. ഇതെന്തു കൂത്തെന്നു കരുതി ഒന്നും മിണ്ടാതെനിന്ന കല്ലുരുട്ടിയെ നോക്കി കണ്ണുരുട്ടി ചീത്തവിളിച്ച് ചാമി അരിയിട്ട് ആകർഷിച്ച് കോഴിയെ ഉള്ളിലെത്തിച്ചു. ശങ്കയൊന്നുമി ല്ലാതെ തിന്നുമയങ്ങി വയറു വീർപ്പിച്ചുനിന്ന കോഴിക്കുമേൽ ഒരു ചാക്കുതുണി പടർത്തിയിട്ട് ഒറ്റ പിടുത്തം. ആഞ്ഞൊരു വലി കഴുത്തിൻമേൽ. തീർന്നു. വാതിലടച്ച് ഒച്ചയനക്കങ്ങളൊന്നുമില്ലാതെ അതിന്റെ പപ്പും പൂടയും കളഞ്ഞ് പാചകം ചെയ്യാൻ ഭാര്യയെ ഏല്പിച്ചു. തുണ്ടും തൂവലുകളും കളയാൻ ചാമി പുഴയുടെ തീരത്തെത്തി ആളൊഴിഞ്ഞിടം നോക്കി അവ നീട്ടിയെറിഞ്ഞ് സമാധാനത്തോടെ വീട്ടിലേക്ക് തിരിച്ചു. വീട്ടിലെത്തുമ്പോൾ കോഴിക്കറി റെഡി. ആർത്തിയോടെ അവരത് തിന്നുതീർത്ത് ചട്ടി കഴുകി കമിഴ്ത്തിവെച്ചു. പൊട്ടാറായ വയറും താങ്ങി സംതൃപ്തിയോടെ പല്ലിനിടയിൽ കുത്തി രസിച്ച് നാട്ടുവർത്തമാനങ്ങൾ പറഞ്ഞു ചിരിച്ചു.

സമയമേറെ കഴിഞ്ഞിട്ടും കൂട്ടുകോഴികളെല്ലാം തിരിച്ചെത്തിയിട്ടും പുള്ളിക്കോഴിമാത്രം തിരിച്ചുവരാത്തതിൽ വേവലാതി പൂണ്ടു പാഞ്ചാലി യമ്മ കോഴിയെ തെരഞ്ഞുവന്ന് റോഡും തൊടിയും പരിസരവും നോക്കി. ചാമിയോട് കോഴിയെ കണ്ടോ എന്ന് ചോദിച്ചു. ഇല്ലെന്ന് മറുപടി പറഞ്ഞ ചാമി പൊണ്ടാട്ടിയെ നോക്കി കണ്ണിറുക്കിച്ചിരിച്ചു. എന്നിട്ട് മനസ്സിൽ പറഞ്ഞു.

'ഉങ്കളെ കോഴി എന്റെ വയറ്റില് കെടപ്പുണ്ട്.'

പാഞ്ചാലിയമ്മ പോയപ്പോൾ രണ്ടുപേരും കൂടെ കുറെ ചിരിച്ചു.

ചാമിക്ക് വലിയ ആത്മസംതൃപ്തി അനുഭവപ്പെട്ടു. എല്ലാവരേയും അടക്കിഭരിക്കുന്ന, എല്ലാവരേയും പറ്റിക്കുന്ന രാമൻ മുതലാളിയുടെ കുടും ബത്തിനെ തനിക്കും പറ്റിക്കാൻ കഴിഞ്ഞല്ലോ എന്നോർത്ത്. ആറാറുമാസം

കൂടുമ്പോൾ രാമൻ വാടക കൂട്ടുന്നു. ഇനിയും പറ്റിക്കും. ഇങ്ങനെയെല്ലാം ചിന്തിച്ച് ഇരിക്കവെയാണ് പതിവായി, കൃത്യമായി വളരെ വൃത്തിയായും ചിട്ടയായും മുറ്റമടിക്കുന്ന പാറോതിപ്പെണ്ണ് ചാമിയുടെ കണ്ണിൽ പെടുന്നത്. തങ്ങളുടെ വീടിരിക്കുന്ന റോഡിന്റെ മുൻവശവും തൂത്തുവാരിപ്പോകുന്ന പെണ്ണിനെ നോക്കി ചാമിയുടെ പൊണ്ടാട്ടി മൃദുവായൊന്ന് ചിരിച്ചു.

രണ്ടുദിവസം കഴിഞ്ഞ് വൈകുന്നേരം, കുമ്പയമ്മ തന്റെ പതിവു സവാരികളെല്ലാം കഴിഞ്ഞ് വേരിൻമേൽ കാറ്റുംകൊണ്ടിരിക്കെ, സൗദാമിനി പണി കഴിഞ്ഞുവന്ന് അടുക്കളയിൽ ചോറും മീനും കാലമാക്കിക്കൊണ്ടിരിക്കെ, പാറോതിപ്പെണ്ണ് ചന്ദ്രമതിയുടെ വീട്ടിലിരുന്ന് സീരിയൽ കണ്ട് കരഞ്ഞ് തളർന്ന് കണ്ണുകൾ ചുമപ്പിച്ച് തിരിച്ച് വരവെ, ചാമിയും ഭാര്യയും കുമ്പയമ്മയുടെ വീട്ടിലേക്ക് കയറിവന്നു. സാധാരണപോലുള്ള വേഷത്തിലല്ല വന്നത്. വൃത്തിയും വെടുപ്പിലുമാണ് വന്നത്. വന്നപാടെ ചാമി തന്റെ കൈയിലിരുന്ന പൊതി കുമ്പയമ്മയെ ഏല്പിച്ച് പറഞ്ഞു.

"കൊറച്ച് വെത്തിലടക്കേം പൊകീലേമാ, ഇതാ പിടിക്ക്"

പതിവില്ലാതെ ചാമി സമ്മാനം തന്നതുകണ്ട് അമ്പരന്ന കുമ്പയമ്മയോട് ചാമിയുടെ പൊണ്ടാട്ടി പറഞ്ഞു.

"പെണ്ണു ചോദിക്കാൻ വന്നതാണ്. കോലായിൽ കയറിയിരിക്കട്ടെ."

തല പുറത്തേക്ക് നീട്ടിയ സൗദാമിനി രണ്ടുപേർക്കും ഇരിക്കാൻ പ്ലാസ്റ്റിക് കസേല വലിച്ചിട്ടുകൊടുത്തു.

ആർക്കു പെണ്ണ്, എന്തു പെണ്ണ്... കുമ്പയമ്മയ്ക്കൊന്നും മനസ്സിലായില്ല. സൗദാമിനിക്കും പിന്നെയാണ് മനസ്സിലായത്.

പന്ത്രണ്ടുതികഞ്ഞ പാറോതിപ്പെണ്ണിന്റെ അടിക്കലും വാരലും കണ്ട് ഇഷ്ടപ്പെട്ട കല്ലുരുട്ടിക്ക് തന്റെ പതിനെട്ടു തികഞ്ഞ മകന് അവളെ കല്യാണം കഴിച്ചുകൊടുക്കാൻ മോഹം.

"തെണ്ടാനൊന്നും വിടൂല. നാട്ടന്ന് ക്ർഷിപ്പണിമാത്രം ചെയ്താമയ്."

ചാമിയും കല്ലുരുട്ടിയും ആവേശത്തോടെ പറഞ്ഞു. ഇത് കേട്ടുനിന്ന പാറോതിപ്പെണ്ണ് തനിക്കാണ് കല്യാണമെന്നറിഞ്ഞപ്പോൾ ഉച്ചത്തിൽ കരഞ്ഞു ചാമിയെ ചീത്തവിളിച്ചു.

മഞ്ഞച്ചേരയെ പൊരിച്ചുതിന്നുന്ന, കരിംചേരയെ കറി വെച്ചുതിന്നുന്ന ചാമിയെ കാണുമ്പോൾ തന്നെ പെണ്ണിന് ഓക്കാനം. കുമ്പയമ്മയുടെയും സൗദാമിനിയുടെയും വഴക്ക് കേട്ട് ചാമിയും ഭാര്യയും തിരിച്ചു പോയെങ്കിലും, എപ്പോഴെങ്കിലും മനസ്സ് മാറി പെണ്ണിനെ തങ്ങൾക്കുതന്നെ കെട്ടിച്ചുതരുമെന്ന ശുഭപ്രതീക്ഷ ചാമിയും ഭാര്യയും പൈപ്പിൻകുന്ന് വിടുന്ന കാലം വരെ മനസ്സിൽ സൂക്ഷിച്ചുവെച്ചു.

ഒടുക്കം അക്കൊല്ലത്തെ വിളവെടുപ്പു കഴിഞ്ഞു തന്റെ മൂന്നാമത്തെ ഭാര്യയുമായി ചാമി തെണ്ടാൻ വന്നപ്പോഴാണ് നാട്ടുകാരെല്ലാം അത്ഭുതപരതന്ത്രരായി നിന്നുപോയത്. അവർ കൗതുകത്തോടെ ചാമിയുടെ മൂന്നാമത്തെ ഭാര്യ മുത്തുലക്ഷ്മിയെ നോക്കിനിന്നു. പേരുപോലെ ഒരു മുത്തുതന്നെ അവൾ. ആദ്യത്തെ രണ്ടു ഭാര്യമാരെപ്പോലെയല്ല നിറഞ്ഞ

ദേഹമാണ് മുത്തുലക്ഷ്മിക്ക്. കുപ്പായമിടാതെ വയ്യ. ചെറുപ്പവും കൂടാതെ സുന്ദരിയും. പൈപ്പിൻചോട്ടിലെ ചെറുപ്പക്കാർ പൊന്നുച്ചാമിയെ ആരാധനയോടെ നോക്കി. ഓടക്കുഴൽപോലുള്ള ദേഹമായിരുന്നാലും തങ്ങളുടെ നാട്ടിൽ വന്ന് പാട്ടയും കുപ്പിയും പെറുക്കിവിറ്റാലും, ടൗണായ ടൗണും നാടായ നാടുമത്രയും തെണ്ടിനടന്നാലും, ആരാന്റെ ചെരുപ്പിനടിയിലെ മണ്ണും, ഉണങ്ങിയ തുപ്പലും കഫവും കൂടി അടിച്ചുകൂട്ടി മണ്ണരിച്ച് പൊന്നു തിരഞ്ഞാലും, എലിയേയും പാമ്പിനേയും തിന്നാലും എന്തെല്ലാം പോരായ്മകൾ ഉണ്ടെന്നാലും ചാമിക്ക് ഇത്രയും ഭാര്യമാരെ വരുതിയിൽ നിർത്താനുള്ള കഴിവ് ഉണ്ടല്ലോ. അതു തന്നെയല്ലേ വലിയകാര്യം. ചാമി ഒരു വീരപുരുഷൻ തന്നെ.

പക്ഷേ, മൂന്നാമത്തെ ഭാര്യയുമായി തെണ്ടാൻ വന്ന ചാമിക്ക് അധികകാലമൊന്നും പൈപ്പിൻകുന്നിൻ നില്ക്കാനായില്ല. നാട്ടിൽ ഭാര്യമാർക്കിടയിൽ എന്തൊക്കെയോ ആഭ്യന്തര കലഹങ്ങൾ, സ്വത്തുപ്രശ്നങ്ങൾ, മക്കൾ തമ്മിലുള്ള കലഹം അങ്ങനെ നിരവധി പ്രശ്നങ്ങൾ. കുപ്പായമിടുന്ന പുതുക്കപ്പെണ്ണുമായി മധുവിധു ആഘോഷിക്കുന്ന ചാമിക്ക് പൊന്നരിക്കാൻ അധികം സമയം കിട്ടിയില്ല. ഉടൻതന്നെ നാട്ടിലേക്ക് പോകേണ്ടി വന്നു. വാടകതീർത്തും കൊടുത്ത് താക്കോലും തിരികെ നല്കിപ്പോകെ ചാമി, വേഗം വരുമെന്നും വീട് വേറെയാർക്കും കൊടുക്കരുതെന്നും പറഞ്ഞേല്പിച്ചിരുന്നു. കുറച്ചുകാലം രാമൻ ചാമിയെ കാത്തിരുന്നു. വരുമെന്ന് കരുതി. എന്നാൽ കാലം കുറേ കഴിഞ്ഞിട്ടും ചാമി വന്നില്ല.

ചാമിയുടെ 'പൊട്ടിയ ചെരിപ്പുണ്ടാ... പഴേ തൊട്ടീണ്ടാ... പാട്ടേണ്ടാ... നോട്ട്പുത്തകം ണ്ടാ..' എന്ന വിളി നാട്ടുവഴികൾക്ക് അന്യമാവുകയും എല്ലാവരും ചാമിയെ മറന്നുതുടങ്ങുകയും ചെയ്തു. പിന്നെയും കുറേക്കഴിഞ്ഞ് രാമൻ, ടൗണിൽ വാർക്കപ്പണിയെടുക്കുന്ന തെക്കുനിന്നെങ്ങോവന്ന കുറേ ചെറുപ്പക്കാർക്ക് ആ വീട് വാടകയ്ക്ക് നല്കി.

ഏഴ്

അക്കാലത്ത് പൈപ്പിൻകുന്ന് കോളനിയിൽ മൂന്നേമൂന്ന് വീടുകളിൽ മാത്രമാണ് ടെലിവിഷൻ ഉണ്ടായിരുന്നത്. ഒന്ന് പാഞ്ചാലിയമ്മയുടെ വീട്ടിൽ. മറ്റൊന്ന് വലക്കാരൻ കുമാരന്റെ വീട്ടിൽ. മറ്റൊന്ന് നാട്ടുകാർ തീണ്ടാപ്പാടകലെ നിർത്തിയ രാത്രിഗന്ധി ചന്ദ്രമതിയുടെ വീട്ടിൽ.

സീരിയലിന്റെ സമയമാകുമ്പോൾ ഒരു മുൻകരുതലെന്നവണ്ണം പാഞ്ചാലിയമ്മ മുൻവശത്തെയും പിറകുവശത്തെയും വാതിലുകൾ അടച്ചു ഓടാമ്പലിട്ടു. ഓടിവന്ന കുമ്പയമ്മയുടെ മക്കളും മക്കളുടെ മക്കളും ഇതുകണ്ട് പിറുപിറുത്തു നേരെ ചന്ദ്രമതിയുടെ വീട്ടിലേക്ക് ഓടിപ്പോയി, പാഞ്ചാലിയമ്മയെക്കുറിച്ച് ചന്ദ്രമതിയോട് കുറ്റങ്ങൾ പറഞ്ഞു.

ചന്ദ്രമതിയെ പൈപ്പിൻകുന്നുകാർ അകറ്റിനിർത്തിയത് രണ്ടേ രണ്ടു കാരണങ്ങളാലാണ്. ഒന്ന്, തിരുവനന്തപുരത്തു നിന്നോ മറ്റോ കുടിയേറി വന്ന ചന്ദ്രമതി തങ്ങളുടെ മതത്തിൽപ്പെട്ടവൾ തന്നെയെങ്കിലും, വേദംകൂടി കഴുത്തിൽ കുരിശുമാലയുമിട്ട് യേശുവിന് സ്തോത്രംപാടി ക്കൊണ്ട് നടക്കുന്നവളാണ്. എന്നാൽ പൂർണ്ണമായും അതിൽത്തന്നെ നില്ക്കുന്നുമില്ല. ഇടയ്ക്ക് ഹിന്ദു പതിവ്രതകളെപ്പോലെ ചുവന്ന പൊട്ടുതൊട്ട് സീമന്ത ത്തിൽ കുങ്കുമം ചാർത്തി, അണിഞ്ഞൊരുങ്ങി ഹിന്ദുആചാരങ്ങളും പാലിക്കുന്നു. രണ്ടുതോണിയിൽ കാലുവെച്ചുള്ള ചന്ദ്രമതിയുടെ ഈ നില്പ് അത്ര ശരിയല്ലെന്ന് വിജയദശമി നാളിൽ അയ്യങ്കാളി സ്കൂളിലും പിന്നീട് ഭഗവതിക്ഷേത്രത്തിലും കുട്ടികളെ എഴുത്തിനിരുത്തുന്ന രാമൻകുട്ടിമാസ്റ്ററാണ് പൈപ്പിൻകുന്നുകാരെ പലകുറി ഓർമ്മപ്പെടുത്തിയത്.

രണ്ടാമതായി, ടൗണിൽ ശരീരം വില്ക്കുന്നവളാണ് ചന്ദ്രമതി. സന്ധ്യാനേരത്ത് ഒരു നിറവസന്തംപോലെ, നിറഞ്ഞ ദേഹത്തെ കുലുക്കി,

ഒതുങ്ങിയ അരക്കെട്ടിന് താഴെ നിതംബം തുള്ളിച്ചുകൊണ്ട്, കണ്ണുകളിൽ വശ്യതചാലിച്ച്, കരിമഷി ആഴത്തിൽ തേച്ചുപിടിപ്പിച്ച്, കഴുത്തിലും കാതിലും മുത്തുകൊണ്ടുള്ള ആഭരണങ്ങളും ധരിച്ച്, കടുംനിറങ്ങളിലുള്ള ചേലയും ചുറ്റി തന്നെ കാത്തിരിക്കുന്നവരുടെ അടുത്തെത്താൻ ധൃതി പ്പെട്ടോടിപ്പോകുന്നവളാണ് ചന്ദ്രമതി.

“ഓളെ പോക്ക് കണ്ടാ, എറച്ചി ഒണക്കാൻ പോന്നതാ, കണ്ട റെയിൽവേ കുണ്ട്ല്”

അടുത്ത വീട്ടിലെ കതീസുമ്മ, മൂന്നുസെന്റ് നിലത്തിൽ നില്ക്കുന്ന, ഗ്രിൽസ് പാകിയ വാടകവീടിന്റെ കോലായിലിരുന്ന് തന്റെ വീട്ടിൽ മകളുടെ മകൾക്ക് കിട്ടിയ പുയ്യാപ്ലയുടെ കുഴിമടി ഓർത്ത് മനസ്താപ പ്പെട്ടിരിക്കുമ്പോഴാണ് ചന്ദ്രമതിയുടെ ഓട്ടം കണ്ട് ഇതുപറഞ്ഞത്.

പൈപ്പിൻമുക്കിലെ കാട്ടുവഴിയിലിരുന്ന് ചീട്ടുകളിക്കുന്ന ചെറുപ്പക്കാർ ചന്ദ്രമതിയെക്കണ്ട് ഉച്ചത്തിൽ പാട്ടുപാടി. അവരെ നോക്കി ഒരു മധുര മൂറുന്ന ചിരി സമ്മാനിച്ച് ചന്ദ്രമതി തന്റെ വിലകുറഞ്ഞ അത്തറിന്റെ ഗന്ധം കാറ്റിൽ പരത്തി പൊടുന്നനെ അപ്രത്യക്ഷയായി. അല്പം കഴിഞ്ഞ് ചന്ദ്രമതിയുടെ പരദേശി ഭർത്താവ്, നീലംമുക്കി ഇസ്തിരിയിട്ട പോളിസ്റ്റർ ഡബിൾമുണ്ടും തെറുത്തുകയറ്റിയ കുപ്പായക്കൈയുമായി, മണ്ണിനെ നോവിക്കാതെ, കാലടികൾ പതുക്കെ പതുക്കെ പെറുക്കിവെച്ച് റോഡിനു പോയി.

ചന്ദ്രമതിയുടെ തിരുവനന്തപുരത്തുകാരൻ ഭർത്താവ് ചന്ദ്രനെക്കണ്ട് കതീസുമ്മ മൂക്കത്ത് വിരൽവെച്ച് ആരോടെന്നില്ലാതെ പറഞ്ഞു.

“കണ്ടാ ഓന്റെ പോക്ക് നോക്കിയാട്ടെ... ഒരമ്മ പെറ്റ മോനല്ലേ ഓനും. ഓന് ഈ പറവേസിക്ക് കൂട്ടിരിക്കണ്ട ആവിസ്ണ്ടാ...”

ഇതൊന്നുമറിയാതെ ചന്ദ്രൻ പതിവായി വൈകുന്നേരങ്ങളിൽ കുളി കഴിഞ്ഞ് തന്റെ വിശാലമായ നെറ്റിത്തടത്തിൽ വീണുകിടക്കുന്ന മുടി മുകളിലേക്ക് പറ്റിച്ചു ചീകി, കണ്ണും മൂക്കും നാക്കും ചെവിയും ഒന്നും ഇല്ലാത്ത ഒരു പരബ്രഹ്മമായി പൈപ്പിൻപാതയിലൂടെ മന്ദംമന്ദം നടന്നു. ആളുകൾ ചിരിക്കുന്നതൊന്നും അയാൾ ശ്രദ്ധിച്ചില്ല. ലാസ്റ്റ് ബസിന് തിരി ച്ചെത്തുന്ന ചന്ദ്രമതിയുടെ സാരികൾ രാവിലെകളിൽ പതിവായി അടുക്കള പ്പുറത്തെ ബിലുമ്പിമരത്തിൽ ഉയരത്തിൽ കെട്ടിയ അയലിൽ അയാൾ കഴുകിവിരിച്ചുണക്കി.

കെട്ടിയവനെ വിട്ട് വീട്ടിൽ നില്ക്കുന്ന ചന്ദ്രമതിയുടെ ചട്ടിക്കറുപ്പുള്ള മകൾ മല്ലിക, ‘കുണ്ടിയാട്ടിപ്പക്ഷി’ എന്ന അപരനാമത്തിലറിയപ്പെടുന്ന ഈർക്കിലിപ്പെണ്ണ്, വാർക്കപ്പണിക്ക് പോയിട്ട് വൈകുന്നേരം തിരിച്ചുവരു മ്പോൾ പുതിയൊരു കാമുകനെ കൊണ്ടുവന്നതായിരുന്നു അന്നത്തെ പൈപ്പിൻചോട്ടിലെ പ്രധാനവാർത്ത.

പിറ്റേന്ന് വൈകുന്നേരം ഉടുത്തൊരുങ്ങി മല്ലികയും കാമുകനുംകൂടി സിനിമയ്ക്കുപോകുന്നത് കണ്ട്, പൈപ്പിൻചോട് വാസികൾ അന്തംവിട്ടു.

“ഓർക്ക് അണിമൂണാ”

പൈപ്പിൻചോട്ടിൽ കുനിഞ്ഞിരുന്ന് വെള്ളമെടുത്തുകൊണ്ടിരുന്ന സൗദാമിനിയുടെ മകൾ കനകലത അല്പം പ്രയാസപ്പെടുന്ന സ്വരത്തിൽ എന്തോ ഓർത്ത് പറഞ്ഞു.

"ഓനങ്ങ് ബേറ ഓളും മക്കളും ഇണ്ട്പോലും."

സൗദാമിനിയുടെ മൂത്ത ചേടത്തി സാവിത്രി അതിനിളയവൾ പങ്കജാക്ഷിയോട് രഹസ്യം പോലെ പറഞ്ഞു.

"അയിനെന്നാ ഓനോളെ നല്ലോണം നോക്ക്ന്ന്ണ്ട്. എത്ര നല്ല ത്ന്നണ്ട സാനങ്ങളാ ടൗണിന്ന് ബാങ്ങിക്കെട്ടിക്കൊണ്ടര്ന്ന്. ബേറെന്തെല്ലാം വേണം. ഇവളെട്ത്ത് നാലീസം ന്ക്കും. മറ്റോളെട്ത്ത് മൂന്നീസം ന്ക്കും. ഇവക്കെന്നെ മുങ്കൂറ്."

പങ്കജാക്ഷി മല്ലികയെ അനുകൂലിച്ച് പറഞ്ഞു.

"ആയ് ആയ് അത് പുതുക്കത്തിന്റെയല്ലേ. പക്കേങ്കില് എത്രയായാലും ത്ന്ന്നത് അവനോന്റെ മക്കളൊന്നു എല്ലല്ലോ."

"നമ്മക്ക് കാണാ കളി. ഓനോള ബേംബിടിയും."

കതീസുമ്മ തറപ്പിച്ചു പറഞ്ഞു.

പക്ഷേ, കളി കാണാൻ കാത്തിരുന്ന കതീസുമ്മ നിരാശയായി. മുൻപരിചയങ്ങളേറെയുള്ള ചന്ദ്രമതിയുടെ മകൾ കളി പഠിച്ചവളായിരുന്നു. എങ്ങനെ ഒരു പുരുഷനെ കൈയിലെടുക്കണമെന്ന് അവൾക്കറിയാമായിരുന്നു. ഒരു കൈയബദ്ധം തുടക്കത്തിൽ പറ്റി അതിന്റെ ഫലമായി ചട്ടിക്കറുപ്പുള്ള രണ്ടു മക്കൾ. ഇനിയൊരബദ്ധം പറ്റരുതല്ലോ.

മല്ലിക, പണ്ട് നീണ്ടു മെലിഞ്ഞ് കറുത്ത്, ഒരു കാറ്റടിച്ചാൽ പാറി വീഴുന്ന പെണ്ണായിരുന്നു. പതിനഞ്ച് കഴിഞ്ഞപ്പോൾതന്നെ അവൾ കടക്കണ്ണിൽ വലയൊരുക്കി കാമുകനെ കാത്തിരിക്കുന്നൊരു പെൺചിലന്തിയായി. പൈപ്പിൻചോട്ടിൽ സദാ ബീഡി വലിച്ചുനടന്നിരുന്ന ശങ്കരന്റെ തുഴ, പ്രണയനാടകങ്ങൾക്കൊടുവിൽ അവളുടെ വഞ്ചിയിലായി. പഞ്ചാരവഞ്ചിയിലെ പഞ്ചാരക്കുഞ്ചുവായി അയാൾ മതിമറന്നു. ഇണക്കങ്ങളും പിണക്കങ്ങളും പതിവായ ദാമ്പത്യത്തിൽ കരുമാടിക്കുട്ടന്മാർ രണ്ടുപേർ പിറന്നു. എന്തോ നിസ്സാരകാര്യത്തിന് ഭർത്തൃമാതാവുമായി പിണങ്ങി സ്വന്തം വീട്ടിൽ വന്നുനിന്ന മല്ലിക ഭർത്താവിനെ പിന്നെ തിരിഞ്ഞു നോക്കിയില്ല. ആളുകൾ ആവുംവിധം അനുനയിപ്പിച്ചിട്ടും അവൾ ഭർത്താവിന്റെ നുകത്തിന് കീഴിൽ കഴിയാൻ കൂട്ടാക്കിയില്ല. സ്വന്തം വീട്ടിലെ സ്വാതന്ത്ര്യവും സുഖസൗകര്യവും കൂലിപ്പണിക്കാരനായ ഭർത്താവിന്റെ വീട്ടിൽ കിട്ടില്ല. വീട്ടിലാണെങ്കിൽ അമ്മയുടെ കണ്ണ് വെട്ടിച്ച് പലരുമായും കളിക്കാം, ചിരിക്കാം, സൊള്ളാം. മല്ലികയുടെ മനസ്സിലിരിപ്പ് അതായിരുന്നു.

"നീ അന്റെ കൂട ബാ. നിനിക്ക് അമ്മേന്റൊപ്പരം ന്ക്കാങ്കയ്യൂലെങ്കില് ന്ക്കണ്ട. നമ്മക്ക് വേറ വാടക വീടെട്ക്കാ, ബാ..."

ശങ്കരന്റെ അനുനയങ്ങൾക്കൊന്നും മല്ലിക വഴങ്ങിയില്ല. അവൾ തന്റെ വലിയ കണ്ണുകളിൽ ശൃംഗാരം കുഴച്ച് മഷിചാലിച്ച് തേച്ച് പൈപ്പിൻ

ചോട്ടിലെ വായ്നോക്കികൾക്കുനേരെ മോഹക്കെണി എറിഞ്ഞ് ഒരുങ്ങിച്ചമഞ്ഞ് നടന്നു.

"അനക്കും അന്റെ മക്കൾക്കും നിങ്ങള് മുങ്കൂറ് ചെലവിന് തെരണം."

അവൾ തീരുമാനം പറഞ്ഞു.

പാവം ശങ്കരൻ, ഭാര്യയുടെ മനസ്സലിയുന്നതും കാത്ത് വഴിവക്കിൽ ഒളിച്ചുനിന്ന് അവളെ നോക്കി. കൊതിച്ചു. തന്റെ ചോര നീരാക്കി കിട്ടുന്ന പണം മുഴുവൻ അരിയും സാധനങ്ങളും പുതിയ സാരികളുമായി മല്ലികയുടെ വീട്ടിലെത്തിച്ചു. മുട്ടില്ലാത്ത ഭക്ഷണം മല്ലികയുടെ ദേഹത്ത് കൊഴുപ്പ് കനപ്പിക്കുന്നതും, കൊടുത്തയക്കുന്ന പുതിയ സാരികൾ തുരുതുരെ ചുറ്റി ചന്ദ്രമതി രാത്രികളിൽ നിലാവ്പരത്തുന്നതും ശങ്കരൻ കണ്ടു.

ഒടുക്കം ഏതോ സിനിമാതിയറ്ററിൽവെച്ച് വേറൊരുത്തന്റെ കൂടെ കണ്ണുകൾകൊണ്ടും കൈകൾ കൊണ്ടും കഥപറഞ്ഞും സിനിമ കണ്ടും രസിച്ചിരിക്കുന്ന മല്ലികയെ നേരിട്ട് കണ്ട ശങ്കരന് സഹിച്ചില്ല. പലരും പലതും പറഞ്ഞിട്ടും അയാൾ ഒന്നും വിശ്വസിച്ചിരുന്നില്ല. അയാൾ ഒരു ടിൻ മണ്ണെണ്ണയും വാങ്ങി അവളുടെ വീട്ടിലേക്ക് പോയി. മണ്ണെണ്ണ സ്വന്തം ദേഹത്തൊഴിച്ച് അവളുടെ മുമ്പിൽ ചെന്നുനിന്ന് തീകൊളുത്തി. ശങ്കരന്റെ അമ്മ മാറത്തടിച്ച് നിലവിളിച്ച് നാട്നീളെ ഓടി. അത്യാസന്നനിലയിൽ കിടക്കുന്ന മകനുവേണ്ടി അവർ അറിയാവുന്ന അമ്പലങ്ങളിലും ക്ഷേത്രങ്ങളിലും നേർച്ചകൾ നേർന്നു.

ശങ്കരൻ ജീവിതം അവസാനിപ്പിച്ചപ്പോഴെങ്കിലും മല്ലിക നല്ലനടപ്പ് നടക്കുമെന്ന് നാട്ടുകാർ പ്രത്യാശിച്ചു. പക്ഷേ, നാട്ടുകാരെ മുഴുവൻ ഞെട്ടിച്ചുകൊണ്ട് മരണത്തിന്റെ പത്താം ദിവസം മല്ലിക വീട്ടിലെ ടേപ്പ്റിക്കോർഡറിൽ ഉച്ചത്തിൽ ഡിസ്ക്കോ പാട്ടുകൾ വെച്ചു. അവൾ തന്റെ പുതിയ കാമുകനോടൊപ്പം പരസ്യമായി ഊരുചുറ്റാനിറങ്ങിയ ദിവസവും അന്നാണ്.

കറുത്തുമെലിഞ്ഞ് ചുരുൾമുടിയുള്ള, വൃത്തിയുള്ള പാന്റ്സും ഷർട്ടും ധരിക്കുന്ന, പോളിഷ് ചെയ്ത ഷൂസുകൾ ഇടുന്ന, മണൽത്തരികളെ വേദനിപ്പിക്കാതെ നടക്കുന്ന അയാളെ നോക്കി കതീസുമ്മിറ്റ്യാർ അതിശയിച്ചു.

വിവരമറിഞ്ഞെത്തിയ പുതുമണവാളന്റെ അച്ഛനും ബന്ധുക്കളും ഭാര്യാസഹോദരന്മാരും ആദ്യം ഭീഷണിയുടെ സ്വരത്തിലും പിന്നീട് ദയനീയമായും മല്ലികയെ കാര്യങ്ങൾ പറഞ്ഞ് ബോദ്ധ്യപ്പെടുത്താൻ ശ്രമിച്ചു.

"ഓനാട ഓളും നാല് മക്കളും ഉണ്ട്. നിങ്ങളീട പിടിച്ചാക്കല്ലേ ഓന. വിവരമറിഞ്ഞ് ഓന്റോള് ഞരമ്പ് മുറിച്ച് ആസ്പത്രീല് കെടക്കേണ്. ഓള് ചത്ത് കളയുന്നാ പറേന്ന്."

"നിങ്ങള മോന നിങ്ങളാട കെട്ടിയിട്ടോ... ഞാനീട ആരേം കയരും കൂട്ടി കെട്ടിയിട്ട്ന്നില്ല. ബിളിക്കുന്നും ഇല്ല. ഇങ്ങളെറങ്ങി പ്പോന്ന്ണ്ടാ, എല്ല അന്റെ നാവിന്റെ കൊണം നിങ്ങക്കറിയണാ.."

ഒരു വെല്ലുവിളിയുടെ സ്വരത്തിൽ ഇനിയൊന്നും പറയാനില്ലെന്ന

ഭാവത്തിൽ പറയേണ്ടതെല്ലാം പറഞ്ഞുതീർത്തെന്ന മട്ടിൽ തന്റെ കോലൻമുടിയുമാട്ടിക്കൊണ്ട് മല്ലിക അകത്തേക്ക് പോയി.

എല്ലാം ഒന്നടങ്ങിയെന്ന് കരുതിയെങ്കിലും രണ്ട് ദിവസം കഴിഞ്ഞ്, കളിചിരിയോടെ കൊഞ്ചിക്കുഴഞ്ഞ് മുട്ടിയുരുമ്മിപ്പോകുന്ന പുതുമണവാളനെയും മണവാട്ടിയെയും കണ്ട് പൈപ്പിൻചോടുകാർ പിന്നെയും അമ്പരന്നു.

മല്ലികയുടെ കഴുത്തിൽ മിന്നുന്ന പുതിയ നെക്ലേസ് കണ്ട് ഉഷാറാണി തരിച്ചുപോയി.

അത് പൊന്നോ, മുക്കോ അതിൽ തന്നെ ഉറ്റുനോക്കിക്കൊണ്ട് വേവലാതിയോടെ അവൾ ഉള്ളിൽ ചോദിച്ചു. പുറമെ ചോദിച്ചതിങ്ങനെ.

"ഏടപ്പോന്ന് രണ്ടാളും കൂടി."

"ഷോപ്പിങ്ങിന്."

അതും പറഞ്ഞ് മല്ലിക തന്റെ മുടി ഒന്നുകൂടി ആട്ടി ചുണ്ടുകൾ കടിച്ചുചുവപ്പിച്ച് വാനിറ്റിബാഗ് നേരെയിട്ടു.

"നേരത്തെയെന്നെ നിർത്തിയോണ്ട് തരക്കേടില്ല. എല്ലെങ്കി ഇപ്പം എത്രയെണ്ണത്തിനു പെറ്റ് കൂട്ടീറ്റുണ്ടാകും."

ഉഷാറാണി അരിശംമൂത്ത് പിറുപിറുത്തു.

എട്ട്

പുലർച്ചകളിൽ മാത്രം പൈപ്പിൻകുന്ന് കോളനി മൂകതയാർന്നു കിടന്നു. ലോകം ഉറങ്ങിക്കൊണ്ടിരിക്കുന്ന വേളകളിൽ ഉണർന്നിരുന്ന് വിളക്കുകാലുകൾക്കുകീഴെ ചീട്ടുകളിച്ചും കള്ളുകുടിച്ചുമിരുന്ന പൈപ്പിൻ കുന്നിലെ ആണുങ്ങൾ ബാക്കിവെച്ച കാലിക്കുപ്പികളും ഭക്ഷണപദാർ ത്ഥങ്ങളുടെ അവശിഷ്ടങ്ങളും സിഗരറ്റുതുണ്ടുകളും പാൻപരാഗിന്റെ കവ റുകളും വഴിവക്കിൽ ചിതറിക്കിടന്നു. തലേന്നത്തെ തല്ലും വക്കാണവും പാത്രമെറിഞ്ഞുടയ്ക്കലും കഴിഞ്ഞ് പാക്കരൻ വൈകിയവേളയിൽ എപ്പോഴോ പായത്തലയ്ക്കൽ ചുരുണ്ടുകൂടിയിരുന്നു. ഉറക്കത്തിൽ താഴേ ക്കൂർന്നുപോയ ഇട്ടീരിച്ചെക്കൻ എന്തോ ഉറക്കപ്പിച്ച് പറഞ്ഞ് ചരിഞ്ഞു കിടന്ന് പായയിൽ മൂത്രമൊഴിച്ചു. ചൂടുള്ള മൂത്രം ദേഹത്ത് തട്ടിയപ്പോൾ തന്റെ സന്തതസഹചാരിയായ ചൊക്ലിപ്പട്ടി തന്നെ പറ്റിനിന്ന് ദേഹത്ത് മൂത്രമൊഴിച്ചതാണെന്ന് കരുതി പാക്കരൻ ഒരാട്ട്.

"പോ പട്ടി" അതും പറഞ്ഞ് ഒരൊറ്റ ചവിട്ട്.

"അമ്മേ..." ചവിട്ടുകൊണ്ട ചെക്കൻ വലിയവായിലേ കരഞ്ഞു തുടങ്ങി.

"പാട്ട് വെച്ച്, എനി ചെക്കൻ നിർത്തൂല." ചേർത്തിട്ട മറ്റൊരു പായിൽ സുഖകരമായൊരു സ്വപ്നത്തിൽ ആണ്ടിറങ്ങി നിന്നിരുന്ന പാറോതി പ്പെണ്ണ് സ്വപ്നം മുറിഞ്ഞ അതൃപ്തിയോടെ മുരണ്ടു.

"എണേ എണേ പാറോതീ എണീച്ചാട്ടേ...റോഡടിക്കണ്ടേ... ബേംചെല്ല്. ആടയുള്ള ആ കാലിക്കുപ്പിയെല്ലാം പെറ്ക്കി ബെക്കണം നീയ് കേട്ടാ..."

സൗദാമിനി പാറോതിപ്പെണ്ണിനെ കുലുക്കിവിളിച്ചു.

"ഞാങ്കൊറച്ചുംകൂടി ഒറങ്ങട്ട് അമ്മേ." അതും പറഞ്ഞ് ഉണരാൻ വിമുഖയായ പെണ്ണ് ബാക്കി സ്വപ്നത്തിന്റെ ചിറകുപറ്റി കിടന്നു.

മദിച്ചുനടന്ന പാറോതിപ്പെണ്ണിന്റെ സ്വപ്നത്തിൽ മരങ്ങളില്ലാത്ത വീഥികളായിരുന്നു. എല്ലാ തെരുവുകളും ആരോ തൂത്തുവാരി വൃത്തിയാക്കിയിട്ടിരിക്കുന്നതുപോലെ. ഒരൊറ്റ കൊഴിഞ്ഞ ഇലകളോ കടലാസുതുണ്ടുകളോ ഇല്ലാത്ത ഓരോ വഴികളിലൂടെയും പെണ്ണ് ഒരധികാരിയെപ്പോലെ നടന്നു. ആ കാണുന്ന നാട്ടുവഴികളുടെയെല്ലാം ഉടമയായിരുന്നു പെണ്ണ് സ്വപ്നത്തിൽ.

"എണേ പാറോതീ എണീച്ചാ, നീ പോയി പാഞ്ചുഅമ്മേ ന്റടുത്ത്ന്ന് കൊറച്ച് ബെറക് ബാങ്ങീറ്റുംബാ..."

അടുപ്പിലെ വെണ്ണീരു വാരിക്കളഞ്ഞ് കട്ടൻചായ ഉണ്ടാക്കാൻ ഓലച്ചൂള്ളിക്ക് തിരഞ്ഞ സൗദാമിനി നിരാശയായി. ഒരുകഷണം ഓലയുമില്ല വിറകുമില്ല, അടുപ്പിൽ തീപ്പൂട്ടാൻ. അതുംകൂടി വിലകൊടുത്തു വാങ്ങണം. ഈ പൈപ്പിൻകുന്ന് കോളനിയിലേക്ക് വരുംമുമ്പേ, പണ്ട് മമ്മതാജിയുടെ അറ്റമില്ലാത്ത പുരയിടത്തിന്റെ ഓരത്ത് കുടിൽകെട്ടിനിന്ന കാലം. തീ പൂട്ടാനുള്ള വിറകിന് ക്ഷാമമില്ലായിരുന്നു. എത്രവേണമെങ്കിലും ഓലയും മടലും ചുള്ളിക്കമ്പും കിട്ടും. പൊട്ടക്കിണറ്റിൽനിന്നും വെള്ളംതേവി തങ്ങൾ നട്ടുനനച്ച് വളർത്തുന്ന തെങ്ങും മരങ്ങളും, തങ്ങൾ അടുത്തെത്തുമ്പോൾ, സ്നേഹത്തോടെ ഉണക്കോലകളും നിറസമൃദ്ധിയിൽ പൂത്തുനിന്ന കാഫലങ്ങളും പൊഴിച്ചുതരും. മുതലാളി കാണാതെ എടുക്കണമെന്നേയുള്ളു.

സൗദാമിനിയുടെ സ്മൃതികളിൽ ഭൂതകാലത്തിന്റെ ചില അടരുകൾ മിന്നി. അന്ന് കഞ്ഞിക്ക് പഞ്ഞം. ഉടുക്കാൻ തുണിയുമില്ല. മഴയിലും കാറ്റിലും ചാള പൊളിഞ്ഞുവീഴും. യജമാനന് ഇഷ്ടക്കേടായാൽ ആട്ടിയോടിക്കും. ആരും ചോദിക്കാനും പറയാനും ഇല്ല. വയലിൽ കന്നുപൂട്ടുന്ന കാലിക്കുട്ടന്റെ വിലപോലുമില്ലാത്ത ജീവിതമായിരുന്നു. ഇന്ന് ഒന്നുമില്ലേലും ഇവിടെനിന്ന് ഇറങ്ങിപ്പോകാൻ ആരും പറയില്ലല്ലോ. സൗദാമിനി ആശ്വസിച്ചു.

വിറകുവാങ്ങാൻ പോയ പെണ്ണ് ഒരല്പം വിറകുമായി തിരിച്ചെത്തി.

"ഇതാരാണേ തന്നത്, പാഞ്ചുഅമ്മയാ... ഓളവസാന തൂക്കലാ ഇത്. മരക്കേങ്ങും കൊള്ളി തൂക്കും പോലെയല്ലേ ബെറ് തൂക്കുന്നേ... ഒര് ഗ്രാമ് അങ്ങോട്ടെല്ലാണ്ട് ഇങ്ങോട്ടില്ല... എല്ലാരെയും പറ്റിച്ച് ഇണ്ടാക്കലെന്നെ."

ഇതും പറഞ്ഞ് സൗദാമിനി അടുപ്പൂതി തീപ്പിടിപ്പിച്ച് വിറകു കൊള്ളി നീട്ടി വെച്ചു.

മകൻ മരച്ചാപ്പയിൽനിന്നും ഗുഡ്സ് വണ്ടിയിലാക്കി എത്തിച്ചുകൊടുക്കുന്ന വിറക് വില്പന പാഞ്ചാലിയമ്മയുടെ ബിസിനസുകളിൽ ഒന്നാണ്. കാലത്ത് ജോലിക്കുപോയി അന്തിമൂക്കുമ്പോൾ തിരിച്ചെത്തുന്ന പൈപ്പിൻ കോളനിയിലെ പെണ്ണുങ്ങൾക്ക് വിറകു വേണമെങ്കിൽ പാഞ്ചാലിയമ്മ നല്കണം. വൈകുന്നേരത്തോടെ അന്നന്നത്തെ അരിയും മീനും അല്ലറ ചില്ലറ സാധനങ്ങളുമായി വരുന്ന പെണ്ണുങ്ങൾ, പാഞ്ചാലിയമ്മയുടെ വീട്ടിൽനിന്നും വിറകും വാങ്ങിയാണ് പോവുക. അരച്ചുകൂട്ടാൻ തേങ്ങ

വേണമെങ്കിൽ അതും അവിടെ കിട്ടും. പാഞ്ചാലിയമ്മയുടെ വീട്ടിൽ കടം ഇല്ല. രൊക്കം പൈസ കണക്കിലാണ് എല്ലാം.

തായത്തങ്ങാടിയിൽ പരന്നുകിടക്കുന്ന വലിയ നിലങ്ങൾ സ്വന്തമായുള്ള ജന്മിമാരുമായി നല്ല ബന്ധം പുലർത്തിയിരുന്ന രാമൻ മൊത്തമായി തേങ്ങയെടുത്ത് അടുക്കളമുറ്റത്ത് കൂട്ടിയിടും. ഇടനേരങ്ങളിൽ പാരയിട്ട് തേങ്ങ പൊതിച്ച് സ്റ്റോർറൂമിൽ നിറയ്ക്കുന്ന പാഞ്ചാലിയമ്മ, പൈപ്പിൻ ചോടുകാർക്ക് കരിഞ്ചന്ത നിരക്കിലാണ് അത് വില്ക്കുന്നത്. കൂടെ ഉണക്ക്ചേരി കച്ചോടവുമുണ്ട്. ചോദിക്കുന്നവർക്കു മാത്രം, പാഞ്ചാലിയമ്മ പറയുന്ന പൈസയ്ക്ക്.

പാഞ്ചാലിയമ്മയുടെ വലിയ മുതലാളിച്ചി ചമയൽ ഒരൊറ്റ ആൾക്കു മാത്രമേ കണ്ണിൽ പിടിക്കാതെയുള്ളു. അത് തൊട്ടടുത്തുതന്നെയുള്ള, വരിക്കപ്ലാവിന്റെ ചോട്ടിലിരുന്ന് തിമിരം ബാധിച്ചുതുടങ്ങിയ കണ്ണിന് സ്വയം ചികിത്സ ചെയ്തുകൊണ്ടിരിക്കുന്ന കുമ്പയമ്മയ്ക്കാണ്. കാരണം കുമ്പയമ്മയ്ക്കറിയുന്നതു പോലെ പൈപ്പിൻകുന്നിന്റെ ചരിത്രം അറിയുന്നവരാരും ഇന്ന് ജീവിച്ചിരിപ്പില്ല. കാടുപിടിച്ചതും ഇരുണ്ടതും വന്യവുമായ അതിന്റെ ചരിത്രത്തിലൂടെ നടന്ന ഒരേയൊരാൾ കുമ്പയമ്മ മാത്രമാണ്.

ഈ പാഞ്ചാലി, ഇന്നലത്തെ മഴയിൽ പൊടിച്ച ഒരു തകര. താനും തന്റെ ഗുരിക്കളും സമൃദ്ധമായി കോളനിയിൽ രാജാവും രാജ്ഞിയുമായി ജീവിച്ചുവന്നിരുന്ന കാലം. പാഞ്ചാലി, നിത്യ ദാരിദ്ര്യത്തിൽ വറുതിപൂണ്ട് എത്രയോ വട്ടം കരിഞ്ഞ കുടലുമായി അരിവെന്ത വെള്ളത്തിനായി യാചിച്ചുവന്നിട്ടുണ്ട്... അന്നൊന്നും താൻ മുടക്കംപറഞ്ഞിട്ടില്ല. ആരേയും ആട്ടിയോടിച്ചിട്ടും ഇല്ല. തന്റെ പെലേൻ വിശക്കുന്ന ആൾക്ക് ഭക്ഷണവും ഉടുക്കാൻ തുണിയില്ലാത്തവർക്ക് തുണിയും കൊടുക്കണമെന്നേ പഠിപ്പിച്ചിട്ടുള്ളു... ഇന്ന് പൈപ്പിൻകുന്നിലെ രാജാവായി വിലസുന്ന രാമൻ എത്രയോ വട്ടം വിശന്ന് കരഞ്ഞ് ബോധംകെട്ടു വീണപ്പം വെള്ളവും കഞ്ഞിയും നല്കാൻ താനേ ഉണ്ടായിട്ടുള്ളു... ഉഷാറാണി, ഓളെത്ര പ്രാവശ്യം ഈട് ബന്ന് പയിപ്പ് അടക്കിപ്പോയിന്...

“കിട്ടിയത് മറന്നാലും കൊടുത്തത് ഒരാളും ഒരിക്കലും മറക്കൂല” കുമ്പയമ്മ തന്നോട് തന്നെയെന്നപോലെ പറഞ്ഞു.

“എന്നാ കുമ്പയമ്മേ എന്നാ പറയ്ന്നേ” പാല് വാങ്ങാൻ പോകുന്ന കതീസുമ്മിറ്റ്യാർ കുമ്പയമ്മയോട് ലോഹ്യം ചോദിച്ചു.

“എല്ലാ, ഞാൻ കൊറേ കയിഞ്ഞകാര്യങ്ങളെല്ലാം ഓർമ്മിക്കലേനു... ഇന്ന് ബെറ് വിക്ക്ന്ന്, ഓല വിക്ക്ന്ന്, ചേരി വിക്ക്ന്ന് പാഞ്ചാലി... ഓള് പാല് വിക്ക്ന്ന്, തൈര് വിക്ക്ന്ന് ഓളെട്ത്തന്നെ ആളെല്ലാം പോയിക്കൂട്ന്ന്... ഓളാരാ... ഇപ്പം... ഈടത്തെ രാജാത്തിയാ...”

പാഞ്ചാലിയമ്മയുടേയും മക്കളുടെയും കൊടികുത്തിവാഴ്ച സഹിക്കാൻ കഴിയാതെ കുമ്പയമ്മ കുറേ കുറ്റങ്ങളും കുറവുകളും എടുത്തെഴിച്ചിട്ടു. എല്ലാം കേട്ടുനിന്ന കതീസുമ്മിറ്റ്യാർ കുമ്പയമ്മ പറഞ്ഞ കാര്യ

ങ്ങൾ അതേപടി പാഞ്ചാലിയമ്മയ്ക്ക് ഓതിക്കൊടുത്ത് പാഞ്ചാലിയമ്മ തനിക്കിത്തിരി പാൽ അധികം തരുമെന്ന ആശയോടെ നിന്നു.

ഇങ്ങനെ, ദിനംപ്രതി മൂത്തുവന്ന വൈരം പാഞ്ചാലിയമ്മയുടെയും കുമ്പയമ്മയുടെയും കുടുംബങ്ങൾ തമ്മിൽ മൂർച്ഛിച്ചുകൊണ്ടിരുന്ന കാലം... കുമ്പയമ്മ തന്റെ കണ്ണുകൾക്കുള്ളിൽ ഇട്ട തുളസിക്കതിരിന്റെ കറുത്ത ചെറിയ കുരുക്കൾ ഇളകിച്ചലിക്കുമാറ് കണ്ണുകളടച്ചും തുറന്നും പറഞ്ഞു.

"റോഡ് ബെരുഎന്നെയാ വേണ്ടേ... എല്ലാ കാലിയോളും ഈടന്ന് അടിച്ച് ബാരിപ്പോട്ട്... ഏടയെങ്കിലും പോയി പണ്ടാരടങ്ങിപ്പോട്ട്."

"കുമ്പയമ്മ എന്താക്കന്ന്" വഴിപോക്കർ ആരോ ചോദിച്ചു.

"ഞാനാ, തിമിരത്തിനുള്ള ഒരു സികിത്സ ചെയ്യെന്ന്."

"അതെന്ത്" ദുബായ്ക്കടപ്പുറത്തുനിന്നും പണംവാരി തിരിച്ചെത്തിയ തായപ്പുറത്തങ്ങാടിയിലെ ഇളയ തലമുറയിൽപ്പെട്ട കാതറ്കുട്ടിക്കത്ഭുതം.

"ഇത് നിനിക്കറീലേ..." കുമ്പയമ്മയ്ക്ക് അത്ഭുതം.

"നമ്മടെ വട്ടിയൻ കുരിക്കള് ആളാരേനു. ഓർക്ക് മന്ത്രും തന്ത്രും മാത്രമല്ല സകല നാട്ടുവൈദ്യും സികിത്സേം അറിയാം. അതെല്ലാം ഓറ് കൊറച്ച് അനക്കും പഠിപ്പിച്ച് തന്നിട്ട്ണ്ട്. നിന്റുമ്മ എത്ര പ്രായിശ്യം ബന്നിന് പണ്ട് അന്റടുത്ത്. വയറ്റന്ന്പോക്കിനും ചെവി വേദനയ്ക്കും പുള്ള് കൂടീറ്റും.."

"തെന്നെ തെന്നെ, പറയ്ന്നകേട്ടിന്.
ആ ഇപ്പെന്നാ ചെയ്യ്ന്നേ"

"ഇത് തിമിരം മാറാനുള്ള സികിത്സ. വയനാട്ടിലെ ആദിവാസി മൂപ്പൻ വട്ടിയൻ ഗുരിക്കള പഠിപ്പിച്ചത്. നമ്മടെ മിറ്റത്തുള്ള കറുത്ത തൊളസീല്ലേ. അതെന്നെ കൃഷ്ണതൊളസി. അതിന്റെ മേലെ ഒരു പുവെരും... അതൊണങ്ങുമ്പം അയിന്റുള്ളില് ചെറിയ തരിതരിപോലെ ഒരു കുരു ബെരും, അതെടുത്ത് കണ്ണിലിട്ട്, രാവിലേ ബയീറ്റും കൊറച്ച് നേരം തൂര്യനെ നോക്കി കണ്ണടയ്ക്കും തൊറക്കൂം ചെയ്യണം. തിമിരം എപ്പപ്പോയി ചോയിച്ചാ മയി മോനേ!"

"തെന്നെ?" കാതറുകുട്ടിക്ക് വിശ്വസിക്കാനായില്ല.

"ഒറപ്പ്. നീ ബന്നുനോക്ക് കൊറച്ചീസം കയിഞ്ഞിട്ട്..." കുമ്പയമ്മ ഉറപ്പുപറഞ്ഞു.

"എന്നാപ്പിന്ന ഡോക്ടറും ആസ്പത്രീം ഒന്നും ബേണ്ടല്ലോ" കാതറ്കുട്ടിക്ക് എന്നിട്ടും ഒരു തൃപ്തിയില്ലായ്മ.

"നിനക്കറിയാഞ്ഞിട്ടാ മോനേ..." കുമ്പയമ്മ ഒന്നു നിർത്തി. വീണ്ടും പോയകാലത്തിലേക്ക് ഊളിയിട്ടു.

"പണ്ടത്തെ കാലം ഓറ് ഉണ്ടായിര്ന്നപ്പം... അയിലും മിന്നില്... പാവപ്പെട്ടോര ആരും സികിത്സിക്കൂല... കരപ്പനും ചൊറീം... എന്തെല്ലാം എന്തെല്ലാം സൂക്കേട്... ഡാക്കിട്ടറ് തൊടൂല നമ്മള കൂട്ടക്കാര... ഗുളിക എറിഞ്ഞ് കൊടുക്കാ ചെയ്യാ... കുഞ്ഞിരാംമാഷ് എത്തിരോട്ടം പറഞ്ഞിന്

ഇതെല്ലാം. അങ്ങനെയുള്ളപ്പാന്ന് നമ്മളെ കുരിക്കൾക്ക് മന്ത്രോം തന്ത്രോം എല്ലാം ഇണ്ടായത്... ഒരുദിവസം സ്വപ്നത്തിൽ അയ്യങ്കാളി മൂപ്പർ വന്ന് പറഞ്ഞ്, 'കുരിക്കളേ ഇങ്ങള് എന്തായാലും തെയ്യം കെട്ട്ന്ന്, നാടിനും നാട്ടാർക്കും വേണ്ടുന്നതെല്ലാം ചെയ്ന്ന്, എന്നാ അക്കൂട്ടത്തില് കൊറച്ച് വൈദ്യം പഠിക്ക്... പാവങ്ങള സികിത്സിക്ക്...' അത് കേട്ട കുരിക്കൾ... രാക്കുരാമാനം കെട്ടും ഭാണ്ഡവുമായി വയനാട്ടിലേക്ക് പുറപ്പെട്ട്. ആടവെച്ച് ഓറ് കൊറേ കാര്യങ്ങള് പഠിച്ചെട്ത്ത്. അതിലൊന്നാ ഇത്... ഒരു പത്തുറുപ്യ നോട്ട് നീ... ബെത്തിലടക്ക വാങ്ങട്ട്..."

പൈസയും വാങ്ങിച്ചുരുട്ടിപ്പിടിച്ച് കുമ്പയമ്മ പീടികയിലേക്കും പാറോതിപ്പെണ്ണ് ചൂലുമെടുത്ത് റോഡിലേക്കും ഇറങ്ങി.

മഞ്ഞുകണങ്ങളേറ്റ് നനഞ്ഞുനിന്ന മണ്ണും ചരലും പെണ്ണിന്റെ ചൂലിന്റെ സ്പർശം ഏറ്റപ്പോൾ, എന്തോ തിരിച്ചറിഞ്ഞതു പോലെ കോരിത്തരിച്ച് ആത്മനിർവൃതിയിലാണ്ടുനിന്നു. പൈപ്പിൻച്ചോട് വാസികൾ ചവിട്ടിയും മെതിച്ചും കാർക്കിച്ചു തുപ്പിയും, ചൊക്ലിപ്പട്ടി പതിവായി അപ്പിയിട്ടും അപമാനിക്കുന്ന പൈപ്പിൻപാത പാറോതിപ്പെണ്ണിന്റെ ചൂലിന്റെ സ്നേഹസ്പർശം ഏല്ക്കുമ്പോൾ മാത്രമാണ് ഓരോ വട്ടവും പുനർജ്ജനി നേടുന്നത്.

അപ്പോഴേക്കും കുപ്പായമൊന്നുമിടാതെ, അരയിൽ ഒരു കറുത്ത നൂലും, കുമ്പയമ്മ മന്ത്രിച്ചൂതിക്കെട്ടിയ ചുകന്ന കുടുക്കുകളിട്ട നൂൽ കഴുത്തിലുമണിഞ്ഞ്, മൂക്കളയുമൊലിപ്പിച്ച് തന്റെ എല്ലിച്ച ദേഹത്തോടെ ഇട്ടീരിച്ചെക്കൻ ദൂരെനിന്നും ഓടിവന്നു.

"എണേ പാറോതീ..."

ചെക്കൻ ഉച്ചത്തിൽ വിളിച്ചു.

പിറകെ ചെക്കനെ അനുഗമിച്ച് പാക്കരന്റെ പ്രിയമിത്രം കറുപ്പിൽ വെള്ള പടർന്ന വയസ്സൻ നായയും അണച്ചുകൊണ്ട് ഓടിവന്നു.

"എന്നാടാ.."

പാറോതി മുഖമുയർത്തി.

"തൂറാൻ മുട്ട്ന്ന്"

ചെക്കൻ അതും പറഞ്ഞ് വഴിയിൽ കുന്തിച്ചിരുന്നു.

"എടാ ബളപ്പിപ്പോടാ..."

പാറോതി പറഞ്ഞുതീരുന്നതിനു മുൻപേ ചെക്കൻ തൂറിത്തുടങ്ങി. അതു കണ്ട ചൊക്ലിപ്പട്ടിയും അതുപോലെ ഒരിടത്തിരുന്ന് തന്റെ ക്രിയ ചെയ്തുതുടങ്ങി. വഴിപോക്കർ ആരോ ചെക്കനെ കണ്ട് കാറിത്തുപ്പി ചീത്ത പറഞ്ഞു.

"പട്ടി പെറ്റിട്ടപോലെ ഓള്"

അതുകേട്ട പാറോതിപ്പെണ്ണ് തന്റെ കുഞ്ഞിക്കണ്ണുരുട്ടി ഉശിരോടെ പറഞ്ഞു.

"ഇങ്ങളെ മിറ്റത്തൊന്നും എല്ലല്ലോ തൂറ്ന്നേ, റോട്ട്മ്മലല്ലേ, ഞാങ്കോരിക്കോളാം."

പാറോതി ചെക്കനേയും കൂട്ടി വീട്ടിലെത്തുമ്പോഴേക്കും സൗദാമിനി തലേന്നത്തെ ചോറും മീൻകറിയും പാത്രത്തിലെടുത്ത് വെച്ച് ഇട്ടീരി ച്ചെക്കനെ നീട്ടിവിളിച്ചു.

"ഇട്ടീരീ..പൊന്നേ മോനേ...വാ ഇതാ ചോറ് ത്ന്ന്.."

ഇട്ടീരിച്ചെക്കൻ ചോറ്റുപാത്രത്തിലേക്ക് തുറിച്ചുനോക്കി മുഖം വീർപ്പിച്ചു.

"പോണേ നായിന്റെ മോളേ...അനക്ക് ചോറ് മാണ്ടാ, അപ്പം മതി."

ചെക്കൻ വലിയ വായിലേ നിലവിളി തുടങ്ങി.

"അമ്മയ്ക്കിപ്പം ബസ് വരും മോനേ...ബയീറ്റ് അപ്പം കൊണ്ടരാം. എണേ പാറോതീ, ചെക്കനെ നല്ലോണം നോക്കണേ... ചെക്കനെയീടയാക്കീറ്റ് നീ തെണ്ടാമ്പോറ് കേട്ടിനാ..."

ഇതുംപറഞ്ഞ് സൗദാമിനി തന്റെ തടിച്ച ദേഹത്തെ പൊതിഞ്ഞു വാരിച്ചുറ്റിയ നീലസാരിയോടെ, പ്ലാസ്റ്റിക് കൊട്ട തോളിലുമിട്ട് പൈപ്പിൻ കുന്ന് റോഡിലേക്കോടിപ്പോയി. വെള്ളമിറ്റുവീഴുന്ന സൗദാമിനിയുടെ കുഞ്ഞു മുടിത്തുമ്പിന് താഴെ നീല ബ്ലൗസ് നനഞ്ഞൊട്ടിനിന്നു. അതിനുപിറകെ സൗദാമിനിയുടെ മൂത്ത മകൾ കനകലതയും ഓടിയിറങ്ങി. ബസ് കിട്ടാൻ വേണ്ടിയുള്ള കനകലതയുടെ ഓട്ടംകണ്ട് പാൽപ്പാത്രവുമായി തിരികെ വരുന്ന രാമൻ, സൈക്കിളിന്റെ വേഗത കുറച്ച് ആ നിറഞ്ഞ സൗന്ദര്യത്തിന്റെ തുള്ളിച്ചകൾ ആസ്വദിച്ചു.

പണിക്കുപോകാതെ വീട്ടിലിരുന്നുറങ്ങിയ പാക്കരൻ ഉച്ചയടുത്തപ്പോൾ എഴുന്നേറ്റ് തിടുക്കത്തിലൊരു കാക്കക്കുളി നടത്തി വീണ്ടും കള്ളുഷാപ്പിലേക്ക് പോയി.

തിരിച്ചുവന്ന കുമ്പയമ്മ വീണ്ടും വരിക്കപ്ലാവിന്റെ വേരിന്മേൽ ഇരുന്ന് വഴിപോക്കർ ആരെങ്കിലും വരുന്നുണ്ടോ എന്ന് നിരീക്ഷിച്ചു. പാറോതിപ്പെണ്ണ് മുറ്റത്തെ അലക്കുകല്ലിൽ സോപ്പു പതപ്പിച്ച് തുണി അലക്കാൻ തുടങ്ങുമ്പോൾ ഇട്ടീരിച്ചെക്കൻ പാത്രത്തിലെ കുഴച്ചുവെച്ച ചോറ് കാണാത്ത ഭാവത്തിലിരുന്ന് നിലത്ത്പറ്റിയ ഈച്ചകളെ അടിച്ചുകൊന്നു. ബഹളങ്ങളൊന്നു മില്ലാത്ത വീടിന്റെ മുറ്റത്ത് വെയിൽ ഇടയ്ക്കിടെ തലനീട്ടി. പെട്ടെന്ന് കരഞ്ഞുതുടങ്ങിയ ചെക്കൻ, ചൊക്ലിപ്പട്ടി പാത്രത്തിൽനിന്നു ചോറ് നക്കിത്തിന്നുന്നത് കണ്ടപ്പോൾ ഈച്ചയെ കൊല്ലുന്നത് മതിയാക്കി ഒത്തൊരുമയോടെ പാത്രത്തിൽനിന്നും തിന്നുതുടങ്ങി.

"അതാ ശങ്കുണ്ണിയേട്ടൻ വെള്ളടിക്കാൻ പോന്നേയ്..." ദൂരെനിന്നും ആരോ വിളിച്ചുപറഞ്ഞു.

ഒച്ചകേട്ട പൈപ്പിൻകുന്നിലെ പെണ്ണുങ്ങൾ തൊട്ടിവട്ടകുട്ടകങ്ങളുമായി പൈപ്പിൻചോട്ടിലേക്കോടി വെള്ളമെടുക്കാൻ ധൃതികൂട്ടി.

ഒമ്പത്

സൊസൈറ്റിയിലെ പാലെടുപ്പും പാൽകൊടുപ്പും കഴിഞ്ഞ് വീട്ടിൽ തിരിച്ചെത്തിയ രാമൻ പൂമുഖത്തിട്ട ചാരുകസേരയിലിരുന്ന് പത്രം മറിച്ചുനോക്കെ, ഒന്നാമത്തെ പേജിൽ കറുത്ത വലിയ അക്ഷരങ്ങളിൽ കൊടുത്ത വാർത്ത കണ്ട് ഞെട്ടി.

"ദേശീയപാത ഉടൻ. തീരുമാനമായി. സ്ഥലമെടുപ്പ് തുടങ്ങി. സ്ഥലത്തെ ഭൂമിവിലയ്ക്കനുസരിച്ചുതന്നെ നഷ്ടപരിഹാരം..." നാല്പത്തഞ്ച് മീറ്റർ വീതിയിൽ പാത കടന്നുപോകുന്ന പ്രദേശങ്ങളും അവയുടെ വിവരങ്ങളും... പിന്നീട് ഇത്തരമൊരു പാതവഴി പരിഹരിക്കപ്പെടുന്ന ഗതാഗതക്കുരുക്കിന്റെ പൂർണ്ണ രേഖാചിത്രവും പത്രത്തിലുണ്ടായിരുന്നു.

പൈപ്പിൻകുന്നും അനുബന്ധമായ അങ്ങാടിത്തെരുവും അയ്യങ്കാളി സേവാസമാജം സ്കൂൾ ഉൾപ്പെടെയുള്ള പ്രദേശങ്ങളും അതിൽ കാലഹരണപ്പെടും...

വാർത്ത കാട്ടുതീപോലെ പൈപ്പിൻചോട്ടിലെങ്ങും ആളിപ്പടർന്നു. കാലാകാലങ്ങളായി വരും വരും എന്നുപറഞ്ഞ് തങ്ങളെ പേടിപ്പിച്ചുകൊണ്ടിരുന്ന റോഡെന്ന ദുരിതം വന്നുകഴിഞ്ഞു. ഇനി രക്ഷയില്ലെന്നു മനസ്സിലായ രാമൻ, പ്രതിഷേധസമരങ്ങൾ ഇനിയും തുടങ്ങേണ്ട ആവശ്യമുണ്ടോ എന്ന് ചിന്തിച്ചു. എങ്കിലും നാട്ടുകാര്യസ്ഥൻ എന്ന നിലയിൽ കോളനിക്കുമേലുള്ള തന്റെ കുത്തക കൈവിട്ടുപോകാതിരിക്കാനും തന്റെ ആവാസത്തിന് ഭംഗമുണ്ടാകാതിരിക്കാനും ആവുംവിധമെല്ലാം പ്രവർത്തിക്കുമെന്ന് തീരുമാനമെടുക്കുകയും ചെയ്തു. പട്ടിണിപ്പരിഷകളായ ഈ കോളനിക്കാർക്ക് ഇനി പലിശയ്ക്ക് പണം കൊടുക്കൽ കുറച്ചുകാലത്തേക്ക് നിർത്തിവെക്കാം എന്ന് തീരുമാനിച്ചു. റോഡ് വരുമ്പോൾ ഇവറ്റകളെല്ലാം പലിശയും മുതലും തിരിച്ചടയ്ക്കാനാകാതെ

എവിടെയെങ്കിലും പോയി രക്ഷപ്പെടുമ്പോൾ തന്റെ പണം നഷ്ടമാകരുതല്ലോ... എന്നാൽ അപ്പോൾത്തന്നെ മാറ്റിച്ചിന്തിച്ചു. മാർക്കറ്റ് വിലകിട്ടുന്ന ഭൂമിയുടെ പണമുണ്ടാവുമല്ലോ ഇവറ്റകളുടെ കൈയിൽ. തനിക്ക് കിട്ടാനുള്ളതെല്ലാം പിടിച്ചെടുത്തിട്ട് മാത്രമേ, ഇവറ്റകളെ ഇവിടെനിന്നും പുറത്തുപോകാൻ അനുവദിക്കൂ... രാമനോടാണോ കളി. കളിയിതെത്ര കണ്ടതാ രാമൻ.

അല്പം അങ്കലാപ്പോടെ ഇങ്ങനെയെല്ലാം ചിന്തിച്ചുകൊണ്ട് പാഞ്ചാലിയമ്മ നല്കിയ കട്ടിപ്പാൽ ചേർത്ത ചായ രാമൻ മൊത്തിക്കുടിച്ചുകൊണ്ടിരിക്കെ ആരോ രണ്ടുപേർ ഓടിക്കിതച്ചെത്തി. രഹസ്യമെന്നപോലെ എന്തോ രാമന്റെ ചെവിയിൽ മന്ത്രിച്ചു.

"ആ ഞാ വേം വെരാം. നിങ്ങള് പോയ്ക്കോ.."

അടുക്കളയിൽ കയറി പാഞ്ചാലിയമ്മയോട് പ്രാതലെടുത്ത് വയ്ക്കാൻ ആവശ്യപ്പെട്ട രാമൻ കൈകഴുകുന്നതിനിടെ പറഞ്ഞു.

"കുഞ്ഞിരാംമാഷെ ഭാര്യ ദാക്ഷായണി ടീച്ചറ് മരണപ്പെട്ട് പോലും. ഒന്നാടംവെരെ പോണം."

കേട്ടവർ കേട്ടവർ തങ്ങളുടെ നാടിനും നാട്ടാർക്കും പ്രിയങ്കരനായ കുഞ്ഞിരാമൻ മാസ്റ്ററുടെ വീട്ടിലേക്കോടി. ദാക്ഷായണി ടീച്ചർ മരിച്ചു കിടക്കുകയാണ്... അഞ്ചുകൊല്ലം കിടപ്പിലായിട്ടും ഒരു മടിയുമില്ലാതെ, ടീച്ചർക്ക് ഒരു വിഷമവും വരാതെ, കോളനിക്കാർക്കിടയിൽ വന്നുകയറിയ ടീച്ചറെ മാഷ് പൊന്നുപോലെ നോക്കി പരിപാലിച്ചു.

"കെടന്ന കെടപ്പില് ടീച്ചറെ എത്ര തീട്ടും മൂത്രും ഓറ് കോരി..."

കുമ്പയമ്മ വേരിൻമേലിരുന്ന് ആരോടെന്നില്ലാതെ പറഞ്ഞു.

"അതാണ് മാഷ്... അതാണ് കുരുത്തം. പാഗ്യം ചെയ്തോളാ ടീച്ചറ്. കണ്ടില്ലേയിപ്പം... ഓറെ സ്വന്തം വളപ്പില് അവസാനം കെടക്കണ്ട വിധിയും ഓർക്കില്ല. നമ്മളെ മശാനത്തിലെല്ലേ..."

കേട്ടവർ കേട്ടവർ അത് ശരിവെച്ചു.

കുഞ്ഞിരാമൻ മാഷെ സ്വമേധയാ വരിച്ച് അധഃകൃതയായി മാറിയ ദാക്ഷായണിടീച്ചറിന്റെ മൃതദേഹം എവിടെയടക്കുമെന്ന തീരുമാനത്തെ ചൊല്ലി, മരണമറിഞ്ഞ് ഒന്നെത്തിനോക്കിയ ദാക്ഷായണിയമ്മയുടെ വീട്ടുകാരും കുഞ്ഞിരാമൻ മാഷും തമ്മിൽ തർക്കത്തിലായി. കണ്ണൂര് പയ്യാമ്പലത്ത് കൊണ്ടുപോയി ചിത ദഹിപ്പിക്കണമെന്ന് വീട്ടുകാർ ആവശ്യപ്പെട്ടെങ്കിലും കുഞ്ഞി രാമൻമാഷ് ഒറ്റ പിടുത്തം, തന്റെ ഭാര്യയായി തന്റെ കൂടെ ജീവിച്ച ദാക്ഷായണിയെ, താനുംകൂടി അന്തിയുറങ്ങാൻപോകുന്ന തങ്ങ ളുടെ സമുദായംവക ശ്മശാനത്തിൽ അടക്കംചെയ്താൽ മതിയെന്ന്. തങ്ങളുടെ പ്രിയങ്കരനായ മാഷിന്റെ ആഗ്രഹമറിഞ്ഞ് നാട്ടുകാരെല്ലാം ഒറ്റക്കെട്ടായിനിന്നു. ദാക്ഷായണിയുടെ ശവമടക്കൽ പൈപ്പിൻചോട് ശ്മശാനത്തിൽ മതിയെന്ന് രാമനടക്കമുള്ളവർ തീരുമാനിക്കുകയും അത് പ്രാവർത്തികമാക്കുകയും ചെയ്തു.

അവിടെ കൂടിനിന്ന പെണ്ണുങ്ങൾ അതിനിടയിൽ പല അഭിപ്രായ

ങ്ങളും പറഞ്ഞുകൊണ്ടിരുന്നു.

"എനിയിപ്പം മാഷ് ചാകുമ്പെ ടീച്ചറൊപ്പരം തന്നെ കെടത്താൻ കയ്യോ അമ്മോപ്പാ...അപ്പളത്തേക്കും റോഡ് വെരൂലേ ആരിക്കറിയാ.. ശ്മശാനം ല്ലം അപ്പളത്തേക്കും പൊളിക്കൂലേ... അമ്മോപ്പാ..."

"നീയൊന്നനങ്ങണ്ട്ക്കമ്മാ, അപ്പളത്തേക്കെല്ലാം മാഷ് ചാകുവാ... മാഷ്ക്ക് നല്ല ആരോഗ്യല്ലേ, നല്ല ഉശാറില്ലേ, പണ്ടത്തെ തടിയല്ലേ" വേറൊരുത്തി അഭിപ്രായപ്പെട്ടു.

ഇതുകേട്ട് മൂന്നാമതൊരുത്തി ശകാരിച്ചു.

"നിങ്ങളൊന്നനങ്ങാണ്ടിരിക്കിൻ പുള്ളേരെ. റോഡ് വെരുഓ വെരാണ്ടിരിക്കോ ചെയ്യട്ട്. എന്നാലും ഇട്ടിക്കണ്ടം പോലത്തെ മാഷ് ചാകുന്ന കാര്യം ജീവിച്ചിരിക്കുമ്പം പറയല്ല കേട്ടാ.."

"അതെയതെ" എല്ലാവരും അത് ശരിവെച്ചു. ഇനി മാഷിന് മിണ്ടാനും പറയാനും ഒരാളില്ലല്ലോ എന്ന ദുഃഖത്തോടെ പെണ്ണുങ്ങൾ വീടുകളിലേക്ക് തിരികെ പോയി.

അന്ന് പൈപ്പിൻചോട്ടിൽ വെള്ളംവന്നത് ആരുമറിഞ്ഞില്ല. വെള്ളമെടുക്കാൻ ആദ്യമെത്തിയത് കുമ്പയമ്മയുടെ മൂത്തമകളും അവരുടെ വീടിന് തൊട്ടടുത്തു താമസിക്കുന്നവളുമായ സാവിത്രിയുടെ ഏറ്റവും ഇളയ മകൾ അമ്മിക്കുട്ടി എന്ന അപരനാമത്തിലറിയപ്പെട്ടവളുമായ സൂസന്നയായിരുന്നു.

സാവിത്രി കുമ്പയമ്മയെപ്പോലെ ഏറ്റവും സുന്ദരി. തേച്ച് മിനുക്കിയ വെള്ളോട്ടുകിണ്ടിക്ക് വെയിൽ തട്ടിയപോൽ. സാവിത്രി ചിരിക്കുമ്പോൾ സൂര്യൻ ഉദിച്ചുയരുന്നൊരു കാലമുണ്ടായിരുന്നു. പക്ഷേ, കാലം ഇപ്പോൾ ആ സൗന്ദര്യത്തിന്റെ മാറ്റ് കുറച്ചുതുടങ്ങി. ക്ലാവ് പിടിച്ച മുഖത്ത് മങ്ങൽ വീണുതുടങ്ങി. സാവിത്രിക്ക് ഇപ്പോൾ പത്തമ്പത്തഞ്ച് വയസ്സുണ്ട്. അവർക്ക് പെൺമക്കൾ ആറാണ് ഉള്ളത്. അഞ്ചും വെളുത്ത് തുടുത്ത് ചുവന്ന നിറമുള്ളവർ. അവസാനത്തെയൊന്ന് മറ്റ് മക്കൾക്ക് കണ്ണ് തട്ടാതിരിക്കാനെന്നവണ്ണം കറുത്തു മെലിഞ്ഞൊരു ഈർക്കിലി, സൂസന്ന. പേരുപോലെ തന്നെ അവൾ ഒരു കറുത്ത ചരടിൽ സ്റ്റീലിന്റെ ഒരു കുരിശ് ലോക്കറ്റ് കഴുത്തിൽ തൂക്കിയിട്ട് മതംമാറിയ പെന്തക്കോസ്തു ദളിതരെ അനുകരിച്ചു.

സാവിത്രിയമ്മയുടെ അഞ്ച് പെൺമക്കളും സുരസുന്ദരിമാർ. അഞ്ചുപേരും തങ്ങൾക്കിഷ്ടപ്പെട്ട പുരുഷന്മാരെ താലിച്ചരടിൽ കുരുക്കി നല്ല നിലയിൽ ജീവിതം നയിക്കുന്നു.

സാവിത്രിയെ കാണുമ്പോഴൊക്കെ കതീസുമ്മിറ്റ്യാർ വീട്ടിലുള്ളവരോട് പറഞ്ഞു.

"അന്റെ മക്കളെ, ഓളെ അടുപ്പിക്കല്ലേ. ഓളാരാ മൊതല്. നമ്മളെ പള്ളിക്കലെ കാതറ്ക്കാന്റെ തറവാട് വെളുപ്പിച്ചോളാ. ഓാറെ ബെല്യ കടലുപോല്ത്തെ ബളപ്പില് തേങ്ങ പെറ്ക്കലാ പണി ഓക്ക്... എന്നിറ്റെന്താ തേങ്ങപെറുക്കി പെറുക്കി തേങ്ങാക്കൂട്ട നെറഞ്ഞപ്പ ഓള്

ബെക്കം ഓറെയും കൂട്ടേലാക്കി. അന്റെ സാവിത്രീ അന്റെ സാവിത്രീന്നു വിളിച്ച് ഓറ് ഏത് നേരത്തും കുഞ്ഞിനെമായിരി ഓളെ ബേക്കിലേനു. ബജാറിലെ ബെല്യനാദി കച്ചോടക്കാരനേനു ഓറ്. ബീടരും മക്കളും എല്ലാം ഉണ്ട്. നാടും നാട്ടാരും മുയ്മനും കാണെ ഓള് ഓറെ പീടിയേന്ന് ഓക്ക് വേണ്ട അരീംസാനം മുയ്മൻ അധികാരത്തിലെട്ക്കും. ഇന്നാ നീയീ സോപ്പും തേച്ച് കുളിക്കെന്റെ സാവിത്രീന്നും പറഞ്ഞ് ഓറ് അത്തറ് സോപ്പെത്ര ഓക്ക് കൊട്ത്തെ. ആദ്യത്തെ അഞ്ച് മക്കളും ഓറെയെന്നെ. ആറാമത്തേത് മാറിപ്പോയി. ഒരീസം ഓറ് ബെരാത്ത നേരത്ത് ബന്നപ്പം സാവിത്രി ഏതോ സൊന്തക്കാരനൊപ്പം കളീംചിരീം. അത് ആജിയാർക്ക് പിടിച്ചില്ല.

ഓറൊരൊറ്റ ദെയിശായിപ്പോക്ക്. അതോടെ സാവിത്രീ ന്റന്നം മൊടങ്ങി. വേറെ വയില്ലാണ്ട് ചിന്തിച്ച് ബെസമിക്കുന്ന സാവിത്രീന്റെ നൊമ്മരം കുടുമ്മക്കാരന് സഹിച്ചില്ല.

“നീ ബെശമിക്കാണ്ടിരി സാവിത്രീ... ഇതാ ഒരായിച്ചത്തേക്കുള്ള അരീം സാമാനോ ഇണ്ട്. ഇതാ ഇനിക്കൊരു ബ്ലൗസിന്റെ തുണീം ഇണ്ട്. നീ കരയണ്ട.”

ആമ്പറന്നോൻ ധൈര്യത്തിൽ സാവിത്രിയുടെ കണ്ണീർ തുടച്ചു. അരിയും കറിയും പാകമായപ്പോൾ തിന്നിട്ടുപോകാമെന്നായി സാവിത്രി.

സാവിത്രി വിളമ്പിയ ചോറിനും കറിക്കും പെരുത്ത സ്വാദ്.

“ഇത്ര രസംള്ള മീങ്കൂട്ടാൻ ഞാനിത് വരെ കൂട്ടീട്ടില്ല.”

മുണ്ടകൻപാടത്തിനടുത്തുള്ള തോട്ടിൽനിന്ന് മിനക്കെട്ട് പിടിച്ച മുശുവിൻകറി ആസ്വദിച്ച് കഴിക്കുന്ന കുടുംബക്കാരനെ നോക്കിനിന്നപ്പോൾ സാവിത്രിക്കെന്തോ കിരുകിരുപ്പ് ഉള്ളിൽ.

കാതറ്ക്കാനെപ്പോലെ വെളുത്ത് നീണ്ട മേലല്ല. വേവിക്കാത്ത എറച്ചീന്റേം മീനിന്റേം മണമില്ല. നല്ല ഉറപ്പുള്ള മേലിന് ചേറിന്റെ മണമാണ്. താറുപോലെ കറുത്ത മുഖത്ത് വെളുത്ത പല്ലുകൾ തന്നെ കാണുമ്പോൾ ആരാധനയോടെ വിടരുന്നു. ആശ എന്താണെന്ന് തനിക്കറിയാം. താൻ ഒരു വാക്ക് മൂളിയാൽ മതി തനിക്കീ ജന്മം നയിച്ച് കൊണ്ടത്തരും. മക്കളെല്ലാവരും ഉറങ്ങിയപ്പോൾ ഓലച്ചാപ്പയുടെ തട്ടിമറ അടയ്ക്കാൻ തുനിഞ്ഞ പ്പോൾ പുറത്ത് ഇരുട്ടത്ത് പോകാൻ മനസ്സില്ലാതെ തലകുനിച്ച് പരുങ്ങുന്ന കുടുംബക്കാരനോട് സാവിത്രിക്ക് പറയേണ്ടി വന്നു.

“ഇന്ന് പോണ്ട, ഈട കൂടിക്കോ..”

ആദ്യസമാഗമത്തിന്റെ ഫലമായി അമ്മിക്കുട്ടി എന്ന ആറാമത്തെ സന്തതി പിറന്നു. പുതുക്കം മാറിയപ്പോൾ സൊന്തക്കാരന് നയിപ്പിനുള്ള താല്പര്യം കുറഞ്ഞു. അയാൾ അന്തിക്ക് മോന്താൻമാത്രം പണിയെടുത്തു. അന്തിക്കള്ള് കുടിച്ചാൽ സാവിത്രിയെ ഒന്ന് തല്ലണമെന്നുമായി. ചട്ടിയും കലവും പോലെ തട്ടിയും മുട്ടിയും ദിവസങ്ങൾ പിന്നിട്ട സാവിത്രിക്ക് രാത്രികളിൽ ഉറക്കമില്ലാതായി. കണ്ണടയ്ക്കുമ്പോൾ

കാതറ്ക്കായുടെ അത്തറ് മണക്കുന്ന നോക്കും വാക്കും തെളിയും. 'ന്റെ സാവിത്രീന്ന്'ഓറ് നീട്ടി വിളിക്കുമ്പോലെ തോന്നി. പിന്നെ താമസിച്ചില്ല പിറ്റേന്ന് തന്നെ ഉടുത്തൊരുങ്ങി മഷിയെഴുതി നെറ്റിയിൽ വലിയൊരു പൊട്ടുംതൊട്ട് ഒരു സഞ്ചിയുമെടുത്ത് നേരെ കാത്റ്ക്കാന്റെ കടയിലേക്ക്. കടയിൽ കയറി കാത്റ്ക്കാനെ ഒന്നു കടാക്ഷിച്ച് ഒന്നും മിണ്ടാതെ നിന്നു. ഇടയ്ക്ക് എന്തിനോ കുനിഞ്ഞപ്പോൾ ബ്ലൗസിന് മീതെയിട്ട തോർത്ത് വീണുപോയി. ആ ഒരൊറ്റ നിമിഷംകൊണ്ട് കാത്റ്ക്കാ ഐസായി. കാതറ്ക്കാന്റെ കൈകൾ തരിച്ചു.

"ന്താ സാവിത്രീ.. നീ ഞമ്മളെയെല്ലാം മറന്നല്ലോ. എന്ത് സാനാ ഇനിക്ക് മാണ്ടേ?"

"ഞാനൊന്നും മറന്നിറ്റില്ല മൊയ്‌ലാളീ. ഈ തടി ഇങ്ങളതാ. ഇങ്ങളെ ഉപ്പും ചോറും ആണിത്. ഞനെപ്പളും മോന്തിക്ക് തട്ടിയടക്കുമ്പം ബിചാരിക്കും നിങ്ങളാ മായിൻചോട്ടില് ബന്ന് നിപ്പുണ്ടോന്ന്. ഒന്ന് കാണാൻ കണ്ണ് കൊതിച്ചിറ്റ്. അനക്ക് ഒന്നും മറക്കാങ്കയ്യൂലാ."

സാവിത്രി ഗദ്ഗദം കൊണ്ടു.

"നീയാ സഞ്ചിയിങ്ങ് താ സാവിത്രീ. നിന്റെ പുതിയ സമ്മന്തക്കാരനില്ലേ ആട"

സാവിത്രി നീട്ടിയ സഞ്ചിയിൽ പലവ്യഞ്ജനങ്ങളും മറ്റ് എണ്ണയും കുഴമ്പും എല്ലാം നിറച്ചുകൊടുത്തു.

"ഓന ഞാൻ അടിച്ചിറക്കി മൊയ്‌ലാളീ. ഓനന്ന ചതിച്ചതാ. ബെക്കാനരിയും കറിയും ഇല്ലാണ്ട് തളന്നപ്പം ഓനന്ന പറഞ്ഞ് മയക്കി. ഓന്റെ തനിനെറം അനക്കിപ്പം തിരിഞ്ഞ്. അനിക്കീ ജന്മത്തില് മൊയ്‌ലാളിയെല്ലാണ്ട് ബേറൊരാളില്ല."

കുറ്റം ഏറ്റുപറഞ്ഞ സാവിത്രിയെ കണ്ടില്ലെന്ന് നടിക്കാൻ കാതറ്ക്കയ്ക്ക് ആയില്ല. അയാൾ സാവിത്രിയെ ആകെയൊന്ന് നോക്കി. ആ നിറഞ്ഞ ശരീരം തന്റേതുമാത്രമായിരുന്നു. ഇടക്കൊന്ന് കൈമാറിപ്പോയി. ഇപ്പോ കൈവശാവകാശം വീണ്ടും തനിക്ക് തന്നെ വന്നിരിക്കുന്നു. കാതറ്ക്കാ ഉഷാറായി. മെലിഞ്ഞ് ചോരയും നീരും വറ്റിപ്പോയ കാറ്റിൽ പാറുന്ന ബീവിയെവിടെ. പൂത്ത കണിക്കൊന്ന പോലെ ചിരിച്ച് കാമക്കടലിളക്കുന്ന സാവിത്രിയെവിടെ.

"രാത്രി അടുക്കളപ്പൊറത്ത് തട്ടിയടയ്ക്കണ്ട ഞാമ്പെരും."

കേൾക്കേണ്ടത് കേട്ട സാവിത്രി തുള്ളിച്ചാടി തിരിച്ചു പോയി. പിന്നീടെത്രയോ കാലം കാത്റക്കായുടെ ചെല്ലവും ചോറും തനിക്കുമാത്രമുള്ളത്. സുഖമായി കഴിഞ്ഞു. മുട്ടില്ലാതെ ജീവിച്ചതുകൊണ്ടാവാം പരവേശമോ പരാക്രമങ്ങളോ ഒന്നുമില്ല.

സാവിത്രിയുടെ സ്വഭാവം പട്ടുപോലെയാണ്. ഉയർന്ന ആളുകളുമായി ഇടപേടേണ്ടതെങ്ങനെയെന്ന് അവർക്ക് നന്നായറിയാം. ഇന്ന് യൗവനം വറ്റി. മക്കളെല്ലാം ഓരോയിടത്ത് സുഖമായി ജീവിക്കുന്നു. കാതറ്ക്കയും ചത്തു. അമ്മിക്കുട്ടിപ്പെണ്ണിനു മാത്രം പറ്റിയൊരു

ചെറുക്കനെ ഇതുവരെ കിട്ടിയിട്ടില്ല. വെറുതെയിരിക്കണ്ടല്ലോ എന്നു കരുതി ടൗണിലെ ഏതോ വലിയ വീട്ടിൽ തുണിയലക്കുവാൻ പോകുന്നു.

അമ്മിക്കുട്ടി വെള്ളമെടുത്ത് കഴിഞ്ഞപ്പോൾ സൗദാമിനി വെള്ളമെടുത്തു. അതുകഴിഞ്ഞ് പിറകിലായിപ്പോയ ഉഷാറാണി വെള്ളമെടുക്കാൻ തുടങ്ങി. അപ്പോഴേക്കും പൈപ്പിലെ വെള്ളം നേർത്തുകഴിഞ്ഞിരുന്നു. ഏതുസമയവും വെള്ളം തീരുമെന്ന ഘട്ടംവന്നു. അപ്പോൾ, ആരെയോ ഉച്ചത്തിൽ ശകാരിച്ചുകൊണ്ട് ഇടംവലം ആടി ചുളുങ്ങിപ്പിടിച്ച രണ്ടുപാത്രങ്ങളുമായി കുമ്പയമ്മ പൈപ്പിനരികിലെത്തി.

"എല്ലാരും ബെള്ളം എടുത്തില്ലേ. അനക്കന്റെ ബീതം ബെള്ളം ബേണം. അനക്കോള് ബെള്ളം തെരൂല."

അതുപറഞ്ഞ് ഉഷാറാണി പാത്രമെടുത്ത നേരം കുമ്പയമ്മ തന്റെ പാത്രം പൈപ്പിൻചോട്ടിൽവെച്ചു.

അതോടെ ഉഷാറാണിക്ക് കലിയായി.

"ഇങ്ങള് രണ്ട് ബീതം ബെള്ളെടുക്കുങ്കില് നമ്മളും രണ്ട് ബീതം ബെള്ളട്ക്കും. അന്റെയൊരു ബീതം. പിന്നെ അന്റെ അമ്മന്റെയൊരു ബീതം."

കുമ്പയമ്മയ്ക്ക് രണ്ടു പാത്രം തികച്ചെടുക്കാനായില്ല. അതിനും മുമ്പേ വെള്ളം തീർന്നു. വെള്ളം തീർന്ന് കാലിപ്പാത്രവുമെടുത്ത് മടങ്ങുമ്പോൾ കുമ്പയമ്മ ആദ്യം കാലുകൊണ്ട് ഒരു ചെറിയ കല്ല് തട്ടി പൈപ്പിൻചോട്ടിലിട്ടു. അതുകണ്ട ഉഷാറാണി ധൃതിപെട്ട് രണ്ട് കല്ല് ഒന്നിനുപിറകെ മറ്റൊന്നായി എടുത്തുവെച്ചു. അതുകഴിഞ്ഞ് അമ്മിക്കുട്ടി വേഗം ഒരു കല്ലെടുത്ത് അതിനു പിറകിൽവെച്ചു. പങ്കജാക്ഷി ഏറ്റവും പിറകിൽ വേറൊരു കല്ലുവെച്ചു.

"നാളെ അനക്കഞ്ചാമതാ ബെള്ളം. അയിന്റെ ബേക്കില് ഇങ്ങളൊരു കല്ല് ബെക്കറാ കതീശുമ്മാ"

കാലിപ്പാത്രങ്ങളും കൈയിൽ പിടിച്ച് സ്തംഭിച്ചുനിന്ന കതീശുമ്മയെ നോക്കി പങ്കജാക്ഷി ഉൽക്കണ്ഠപ്പെട്ടു.

പത്ത്

ഏറ്റവും പിറകിൽ പാത്രങ്ങളുമായെത്തുന്ന കതീസുമ്മയെ ആരും ഗൗനിച്ചില്ല. ഒരുതവണ പോലും മുഴുവൻ പാത്രങ്ങളിലും വെള്ളം കിട്ടാതെ, കാലിപ്പാത്രങ്ങളുമേന്തി നിരാശയായി കതീസുമ്മ വീട്ടിലേക്ക് മടങ്ങി.

"എനി ബെള്ളത്തിനെന്ത് ചെയ്യും ബദരീങ്ങളേ" എന്നു പറഞ്ഞ് അവർ ചിന്താക്ലാന്തയായി വെളിയിടങ്ങളിലേക്കും ജന്മിമാരുടെ വലിയ വീടുകൾ ഇരിക്കുന്ന പുരയിടങ്ങളിലേക്കും നോക്കി കുറേനേരം നിന്നു. കുന്നിറങ്ങിപ്പോയാൽ വെള്ളം കിട്ടും. എന്നാലും വെള്ളവും ചുമന്ന് കുന്ന് കയറണ്ടേ. അവിടെയൊക്കെ ധാരാളം കിണറുകൾ ഉണ്ട്. പത്തും ഇരു പതും പ്രാവശ്യം കയറുകയും ഇറങ്ങുകയും ചെയ്താലും വേണ്ടത്ര വെള്ളം ആവുകയുമില്ല.

കോളനിക്കുവേണ്ടിയുള്ള പാതാളക്കിണറിന്റെ അടി വറ്റിയോ എന്തോ... ഇനി ഒന്നും നോക്കാനില്ല. തൊട്ടടുത്തു തന്നെയുള്ള ചന്ദ്ര മതിയുടെ വീട്ടിൽനിന്നും വെള്ളമെടുക്കാമെന്ന് കതീസുമ്മിറ്റ്യാർ തീരു മാനിച്ചു. പൈപ്പിൻചോട് കോളനിയിൽ മുറ്റത്ത് കിണറുള്ള ഒരേയൊരു വീട് ചന്ദ്രമതിയുടേതാണ്. എന്നാലും എത്രതന്നെ വരൾച്ച ബാധിച്ചാലും വെള്ളത്തിന് വേണ്ടി കിലോമീറ്ററുകൾ താണ്ടേണ്ടിവന്നാലും ആരും ചന്ദ്ര മതിയുടെ വീട്ടിൽനിന്നും വെള്ളം കൊണ്ടുവരില്ല. ചന്ദ്രമതിയുടെ വീട്ടിൽ ടി വി കാണാൻ നിത്യസന്ദർശകരായ കുമ്പയമ്മയും മക്കളുംപോലും ചന്ദ്രമതിയുടെ കിണറ്റിൽനിന്നും വെള്ളം കോരാറില്ല.

ഇനി വരുന്നതു വരട്ടെ. വേറൊന്നും ചിന്തിച്ചിട്ട് കാര്യമില്ല. കതീസു മ്മിറ്റ്യാർ പാത്രങ്ങളും എടുത്ത് മുറ്റം കടന്ന് കാടുപിടിച്ചു കിടക്കുന്ന ചന്ദ്ര മതിയുടെ കിണറ്റിനരികിലെത്തി. പുറത്തെങ്ങും ഒച്ചയനക്കങ്ങളൊന്നു മില്ല.

"കൊറച്ച് വെള്ളെടുക്കട്ടെ ഇവളേ" കതീസുമ്മിറ്റ്യാർ ഉച്ചത്തിൽ ചോദിച്ചു.

"ആയിക്കോട്ടെ" ഉള്ളിൽനിന്നും ചന്ദ്രമതിയുടെ ചടുല സ്വരം.

"എത്രവേണ്ടിക്കിലും എടുത്തോ. കുടിവെള്ളത്തിനാരെങ്കിലും മൊടക്കം പറയ്യോ ഉമ്മാ"

പുറത്തിറങ്ങിവന്ന ചന്ദ്രമതി കതീസുമ്മിറ്റ്യാരെ നോക്കി മന്ദഹസിച്ചു...

പൊക്കിളിനു താഴെ താഴ്ത്തിയുടുത്ത ലുങ്കിയോടെ മുടി മുഴുവൻ തലയ്ക്കുമുകളിൽ കൊണ്ട കെട്ടിവെച്ച് ചന്ദ്രമതി.

"നിങ്ങ പറയൂല. പക്കേങ്കില് ബേറ ചെലര് മൊടക്കം പറയും."

കതീസുമ്മ വിയോജിപ്പ് പ്രകടിപ്പിച്ചു.

"അത് ശരിയെന്നെ" ചന്ദ്രമതി കതീശുമ്മയോട് യോജിച്ചു.

"പണ്ട് ഞാനീട വന്ന ആദിക്ക് ഈ നാല് ചുറ്റിലും ഉള്ള വീട്ട്കാര് അനക്ക് ബെള്ളം തെരൂല. കോളനിക്കാരും ബീടൂല. അങ്ങന ബെള്ളം കിട്ടാണ്ട് ഞാൻ പരക്കം പാഞ്ഞ് ഒരായിച കയിഞ്ഞ്. അന്ന് കയിച്ച ചക്കറശാസത്തിന് കൈയും കണക്കും ഇല്ല. അങ്ങനെ ഗതിമുട്ടി അലക്കാനും കുടിക്കാനും ബെള്ളമില്ലാണ്ട് ഞാൻ കണ്ണ്ന്ന് ചോര ബീപ്പിച്ചിരിക്കുമ്പോ അതാ ബെര്ന്ന് നമ്മളെ സർവ്വസ്നേഹം അന്നാമ്മടീച്ചറ്. അന്റെ ബെശമം കണ്ട് ടീച്ചറ് അന്ന സമാധാനിപ്പിച്ച്. യേശുനാഥനിൽ ബിസ്വസിച്ചാല് നമ്മക്ക് ബെള്ളം ക്ട്ട്ന്നും ടീച്ചറ് പറഞ്ഞു. ആരെ ബേണെങ്കിലും ബിശ്വസിക്കാം ടീച്ചറേന്ന് ഞാനും. ഇങ്ങൻത്തെ മതം വിട്ട് നല്ല മാർഗ്ഗത്തിൽ സഞ്ചരിക്കാൻ തയ്യാറാണോ ചന്ദ്രീന്ന് ടീച്ചർ ചോദിച്ചു. നമ്മള മതല്ല അന്റെ പുരുവനെ വെരെ ബേണെങ്കിലും ബ്ടാം ടീച്ചറേന്ന് ഞാനും പറഞ്ഞു...

എന്നാ ദൈവമാർഗ്ഗം സ്വീകരിക്കാൻ ടീച്ചറ് പറഞ്ഞു. ഞാൻ സമ്മതിച്ചു. അങ്ങനെ ഞാനും മക്കളും കുടുംബവും മാർഗ്ഗംകൂടി. വേദക്കാരിയായി. പെന്തക്കോസ്ത്കാര് ഒരായിച്ചയ്ക്കുള്ളിൽ കുയിച്ച് തന്ന കെണറാ ഇത്. ഏടെ ബെള്ളം ബറ്റിയാലും ഈട ബറ്റൂല. പക്കേങ്കില് ഇട്ത്ത കൂട്ടരൊന്നും ഈട്ന്ന് ബെള്ളെടുക്കൂലേ, അന്റെ ബെള്ളത്തിന് നാറ്റംണ്ടേ"

അതും പറഞ്ഞ് ചന്ദ്രമതി കുലുങ്ങിച്ചിരിച്ചു.

"നിനിക്കിന്ന് പോണ്ടമ്മാ..?"

അകത്തേക്ക് പോകുന്ന ചന്ദ്രമതിയെ നോക്കി കതീസുമ്മ ചോദിച്ചു.

"ഇല്ല, ഇന്ന് ലീവാണ്."

"ലീവെടുക്കേണ്ട ഉദ്യോഗം!"

അകത്തുനിന്നും പുറത്തേക്കിറങ്ങിവന്ന ചന്ദ്രമതിയുടെ അമ്മ ചന്ദ്രമതിയെ പരിഹസിച്ചു.

ഒരു പിടച്ചിലോടെ ചന്ദ്രമതി അത് കേട്ട് കതീസുമ്മയെ നോക്കി ചിരിച്ചു.

"ഞാനെങ്ങനായാലും നിങ്ങളെല്ലാം പോറ്റ്ന്ണ്ടല്ലോ. ഞാനൊരീസം പോയില്ലെങ്കില് നിങ്ങളെങ്ങനാ ഞണ്ബാ?"

ഒരു മറുചോദ്യം ചോദിച്ച ചന്ദ്രമതി താൻ എന്തുചെയ്തിട്ടായാലും തന്റെ കർമ്മം ചെയ്യുന്നുണ്ടെന്ന് പറഞ്ഞു.

വലിയ കൊമ്പൻമീശയുള്ള, എഴുപത് കഴിഞ്ഞ ചന്ദ്രമതിയുടെ പിതാവിനെ വീരപ്പൻ എന്നാണ് നാട്ടുകാർ വിളിച്ചിരുന്നത്. സർവ്വ സ്നേഹം അന്നാമ്മടീച്ചർ അദ്ദേഹത്തെ വിളിച്ചത് യോഹന്നാൻ എന്നായിരുന്നു. തലയിലൊരു തോർത്തും ചുറ്റിക്കെട്ടി മീശപിരിച്ച് ഈർക്കിലിപോലത്തെ നീളൻകാലുകളും അകത്തി വെച്ച് വൈകിട്ട് എന്നും ചന്ദ്രമതി പോയാൽ അതിനു പിറകെ തന്നെ അയാളും ഇറങ്ങുക പതിവായിരുന്നു. അന്തിക്കള്ള് മോന്താനാണ് അയാളുടെ പുറപ്പാട്. തിരികെപോരുമ്പോൾ കൈയിൽ ഒരു വലിയ കെട്ട് മീൻ ഉണ്ടാകും. മീൻസഞ്ചിയും കൈയിൽ തൂക്കി ആടിവരുമ്പോൾ എവിടെനിന്നെല്ലാമോ അജ്ഞാതങ്ങളായ വീരപ്പൻവിളികൾ ഉയർന്നുപൊങ്ങും. അത് കേൾക്കുന്നതേ അരിശംകൊണ്ട് വിറയ്ക്കുന്ന അയാൾ, തനിക്ക് അച്ഛനിട്ട നല്ല പേര് വേറെയുണ്ടെടാ പട്ടികളെ എന്ന് ആക്രോശിക്കും, ഒച്ചകേട്ട ദിക്കുനോക്കി നല്ല പച്ചത്തെറി പറയും. ഒളിച്ചുനിന്ന ചെറുപ്പക്കാർ ആ നേരം അയാൾക്കുനേരെ അപശബ്ദങ്ങൾ പുറപ്പെടുവിക്കും.

ചന്ദ്രമതിയുടെ വീട്ടിൽനിന്നും ആരും വെള്ളമെടുക്കാതിരുന്നതിനുള്ള കാരണം രഹസ്യമായൊരു പരസ്യമായി. അത് ഇപ്രകാരമായിരുന്നു.

യേശുവിന്റെ സന്മാർഗ്ഗനിഷ്ഠക്കാർ കുഴിപ്പിച്ച കിണറിലെ വെള്ളത്തിൽ വേദംകൂടാനും ആളെ മയക്കാനുമുള്ള എന്തെല്ലാമോ ചേരുവകൾ ചേർത്തിട്ടുണ്ടെന്നും ആയതിനാൽ ആ വെള്ളം കുടിക്കുകയാണെങ്കിൽ മതം മാറാനുള്ള പ്രേരണയുണ്ടാകുമെന്നും... അതുകൊണ്ട് ഒറ്റയാൾ പോലും അവിടത്തെ വെള്ളം കുടിച്ചുപോകരുതെന്നുമാണ് പൈപ്പിൻ ചോടുകാർക്കുമീതെ അജ്ഞാതനായ ഒരു അഭ്യുദയകാംക്ഷിയുടെ താക്കീത്.

പതിനൊന്ന്

വേനലിന് കട്ടികൂടി. ഉച്ചവെയിൽ പൊള്ളിക്കുന്ന പാതയിലൂടെ ചെരിപ്പണിഞ്ഞതും അല്ലാത്തതും, പാദസരങ്ങളണിഞ്ഞതും അല്ലാത്തതും പൂപോലുള്ളതും പരുക്കനും കുഴിനഖങ്ങളുള്ളതും പുഴുക്കടിയുള്ളതുമായ ഒട്ടനവധി പാദങ്ങൾ ജീവിതത്തിന്റെ നാനാതുറകളിലേക്ക് തിടുക്കത്തോടെ നടന്നുകയറിപ്പോയി. കാലം അതിന്റെ താളക്കൊഴുപ്പോടെ മുന്നോട്ടോടി കൊണ്ടിരിക്കുമ്പോൾ തങ്ങൾക്കുചുറ്റും അതിദ്രുതം നടക്കുന്ന മാറ്റങ്ങളൊന്നും അറിയാതെയും അറിഞ്ഞാലും തങ്ങൾക്കൊന്നുമില്ല എന്ന ഭാവത്തിലുമാണ് പൈപ്പിൻചോട് എന്നും ഉറങ്ങുകയും ഉണരുകയും ചെയ്യുന്നത്.

ആഗതമായ നാഷണൽ ഹൈവേ വടക്കൻമേഖലയെയാകെ ആശങ്കയിലാഴ്ത്തി, കുടിയൊഴിഞ്ഞു പോകേണ്ടവർ തങ്ങൾക്കു യോജിച്ച സ്ഥലത്തിനായി നെട്ടോട്ടം ഓടിത്തുടങ്ങിയപ്പോഴും പൈപ്പിൻചോടുകാർ ഒട്ടും കുലുങ്ങിയില്ല. രാത്രിയെന്നോ പകലെന്നോ പുലർച്ചയെന്നോ നട്ടുച്ചയെന്നോ ഭേദമില്ലാതെ അത് നിരവധിതവണ കുമ്പയമ്മയുടെയും സൗദാമിനിയുടെയും പിന്നെ ഒട്ടനവധി ആളുകളുടെയും പച്ചത്തെറികളിലും കലമ്പലുകളിലും കൂടിക്കുഴഞ്ഞുനിന്നു. പാഞ്ചാലിയമ്മ മുറുക്കിച്ചുവപ്പിച്ച ചുണ്ടുകളോടെ ഉമ്മറക്കോലായിലിരുന്ന് ജീവിത വിജയം മാത്രം കൈമുതലാക്കിയ തന്റെ മക്കളുടെ വെച്ചടി വെച്ചടി കയറ്റം കണ്ട് ആത്മസംതൃപ്തിയുടെ ഉൾപ്പുളകത്തോടെ വഴിപോക്കരെയെല്ലാം നോക്കി പുഞ്ചിരിതൂകി.

സൗദാമിനിയും കുമ്പയമ്മയും കതീസുമ്മായും പങ്കജാക്ഷിയും മാധവിയും ഉൾപ്പെടുന്ന പൈപ്പിൻചോട്ടിലെ ഭൂരിഭാഗവും ദാരിദ്ര്യവും പട്ടിണിയും കൊണ്ടുള്ള അരക്ഷിതാവസ്ഥയിൽ ഞെരിഞ്ഞമർന്നു. മദ്യപന്മാരായ പിതാക്കന്മാരില്ലാത്ത വീടുകൾ പൈപ്പിൻചോട്ടിൽ അത്യ

പൂർവ്വം. കള്ളടിച്ചുവന്ന് സന്ധ്യക്കുശേഷം വഴക്കും വക്കാണവും അടിയും തടയും പാത്രമെറിഞ്ഞുടയ്ക്കലും നിത്യസംഭവങ്ങളാകയാൽ പഠിക്കുക എന്നൊരു വാക്ക് പൈപ്പിൻചോട്ടിലെ കുട്ടികളിൽ ആർക്കുമില്ല. ഇതിനൊരപവാദം പാഞ്ചാലിയമ്മയുടെ വീട്ടിൽ ഉഷാറാണിയുടെ മക്കൾ മാത്രം.

ഒരു ജന്മം മുഴുവൻ പൈപ്പിൻചോട്ടുകാരുടെ ഉന്നമനത്തിനായി പ്രയത്നിച്ച കുഞ്ഞിരാമൻ മാഷ്ക്ക്, തന്റെ ജീവിതാവസാനത്തിലെത്തിയിട്ടും, വിദ്യാഭ്യാസത്തിലൂടെ സാമൂഹിക സുരക്ഷ ലഭ്യമാക്കുക എന്ന, തന്റെ വഴികാട്ടിയും മാർഗ്ഗദർശിയുമായ അയ്യങ്കാളിമഹാന്റെ സ്വപ്നങ്ങളെ പൂർണ്ണമായും ഫലപ്രാപ്തിയിലെത്തിക്കുവാൻ കഴിഞ്ഞില്ല. നിരക്ഷരത കോളനിക്കാരുടെ ശാപമായിത്തന്നെ നിലകൊണ്ടു. തങ്ങളെ ഉദ്ബോധിപ്പിക്കാൻ ശ്രമിക്കുന്ന കുഞ്ഞിരാമൻ മാഷെ കാണുമ്പോൾ വഴിക്ക് വെച്ച് സ്കൂൾ പഠനം നിർത്തി ഇപ്പോൾ അച്ഛൻമാരും അമ്മമാരുമായ പൈപ്പിൻ ചോട്വാസികൾ, മക്കളെയെങ്കിലും നേരാംവണ്ണം വിദ്യാഭ്യാസം ചെയ്യിക്കാത്തതിന് മാഷ് തങ്ങളെ വഴക്കുപറയുമെന്നു പേടിച്ച് വഴിമാറി നടന്നു. കുറേപ്പേർ പുച്ഛിച്ചു തള്ളി. രാപകൽ കൂലിവേല ചെയ്താലും ദിവസംപ്രതി പലിശപ്പണയക്കാർക്ക് പലിശ കൊടുക്കാനും ഒരല്പം മദ്യപിക്കാനുമല്ലാതെ മറ്റൊന്നിനും തികയാത്ത കുടിയന്മാരുടെ സംഘം പൈപ്പിൻ ചോട് വിട്ട് പുതിയൊരിടത്തേക്ക് ജീവിതത്തെ മാറ്റിച്ചവിട്ടുവാൻ ആഗ്രഹിച്ചു. യാതൊരാശങ്കകളും അവരെ അലട്ടിയില്ല. ഇപ്പോൾത്തന്നെ അങ്ങേയറ്റത്തെ ദാരിദ്ര്യത്തിലാണ് ജീവിതം. ഇനി ഇതിലധികമൊന്നും വരാനില്ല... ജീവിതം വഴിമുട്ടുമ്പോൾ മദ്യപന്മാരുടെ ഭാര്യമാർ കൂലിവേലയ്ക്കുപോയി, മക്കളുടെ വിശപ്പുമാറ്റുന്നു.

ദാരിദ്ര്യവും അവിഹിതവും മുഖമുദ്രയാക്കിയ തെരുവ് ഒരു തുറന്ന പുസ്തകംപോലെ, മിക്ക ജീവിതങ്ങളെയും വെളിപ്പെടുത്തിക്കൊണ്ട് വഴിപോക്കർക്ക് വായിക്കാനെടുത്തുവെച്ച താളുകൾപോലെ മറിഞ്ഞുകൊണ്ടിരുന്നു. ഇവിടെ നോക്കും വാക്കും പെരുമാറ്റവുമെല്ലാം തുറന്നുവച്ചിരിക്കുകയാണ്. പരിഷ്കൃതസമൂഹത്തിന്റെ പൊരുത്തപ്പെടലുകളും മുഖം മൂടി വെച്ചുള്ള അഭിനയങ്ങളും ഒന്നും ഇവിടെയില്ല. വൈരം തോന്നുമ്പോൾ വഴക്കടിക്കും. ദേഷ്യം മാറുമ്പോൾ കെട്ടിപ്പുണരും. ഭർത്താവിനെ സഹിക്കേണ്ട ആവശ്യമില്ലെന്ന് കാണുന്ന പെണ്ണ് അയാളെ വിട്ട് നേരെ തന്റെ ചെറ്റപ്പുരയിലേക്ക് വരും. കരയുന്ന കുഞ്ഞിനെ പോറ്റാൻ അവൾക്ക് ഉച്ചവെയിൽ കൊള്ളാനുള്ള കരുത്ത് മതി. പുതിയ അന്തിത്തുണയാണെങ്കിൽ അതും ദിനങ്ങൾക്കുള്ളിൽ ലഭ്യമാകും.

കോൺക്രീറ്റ് ചട്ടികൾ എറിയുന്നതിനിടയിൽ മേലിനൊന്നുരസിയാൽ മതി, കണ്ണും കണ്ണും നേരെയൊന്ന് മുട്ടിയാൽ മതി, കരളിൽ കവിത വിരിയും. അന്തിക്കൂട്ടിനെത്തുന്നവൻ വിവാഹിതനോ, മക്കളുണ്ടോ, ഭാര്യയുണ്ടോ എന്നതൊന്നും ഒരു പ്രശ്നമേയല്ല, അവന് കൈക്കും അരക്കെട്ടിനും മാത്രം കരുത്തുണ്ടായാൽ മതി. മോഷണവും ഒളിച്ചോട്ടവും സാധാ

രണ കാര്യങ്ങൾ. പത്തുവയസ്സു പിന്നിട്ടാൽ ആണും പെണ്ണും ആദ്യം പഠിക്കുക എങ്ങനെ പ്രേമബദ്ധരാകാം എന്നതാണ്. സ്കൂൾ ഫൈനൽ കഴിഞ്ഞവർ ആരുമില്ല. അഞ്ചുവരെയുള്ള അയ്യങ്കാളി സേവാസമാജ ത്തിലെ പഠിത്തം പൂർത്തിയാക്കിയവർ വളരെ ചുരുക്കം. കോളനിയിലെ മിക്ക ആൺകുട്ടികളും പെട്ടെന്നുതന്നെ പഠിത്തം മതിയാക്കും. സ്കൂളിൽ വളരെ അപൂർവ്വമായി പോകുന്നതിനാലും നോട്ടുപുസ്തകങ്ങളും ടെക്സ്റ്റ്പുസ്തകങ്ങളും ഇല്ലാത്തതിനാലും മിക്കവരെയും അദ്ധ്യാപകർ തന്നെ പുറത്താക്കിയിട്ടുണ്ടാവും. പുറത്താക്കപ്പെട്ടവർ വീട്ടുകാർക്ക് ഭാരമാകാതെ നേരത്തെ പുറത്തിറങ്ങി അങ്ങുമിങ്ങും അലഞ്ഞുതിരിഞ്ഞ്, സന്ധ്യയാകു മ്പോൾ വീട്ടിൽ തിരിച്ചെത്തും. കുറച്ചുകഴിയുമ്പോൾ ബീഡിവലിക്കാനും കള്ളുകുടിക്കാനും താന്തോന്നിയായി നടക്കാനും കൈയിൽ പണം വേണമെന്നറിയുമ്പോൾ എന്തെങ്കിലും കൂലിപ്പണിക്കി റങ്ങും. മീശ കുരുക്കുന്നതിനു മുമ്പേ കറുകറുത്ത ചുണ്ടുകളുമായി, തുടയോളം കയറ്റി ഉടുമുണ്ട് മാടിക്കെട്ടി ഒരൊറ്റ സെക്കന്റ് ഷോകളും ഒഴിവാക്കാതെ, പെണ്ണുങ്ങളെ കാണുമ്പോൾ ആഭാസപ്പാട്ടുകളും പാടി, വിലസി വിരാജിക്കുന്ന ആൺകുട്ടികളാണവർ. പെൺകുട്ടികളാകട്ടെ, അമ്മമാർ ജോലിക്കുപോയി തിരിച്ചെത്തുന്ന വേളകളിൽ അവർക്കു കുളിക്കാൻ ചൂടുവെള്ളം അടുപ്പത്ത് തിളപ്പിച്ചുവെക്കും. പിന്നെ അമ്മമാർ കൊണ്ടുവരുന്ന അരിയും മീനും വാങ്ങി കൈയോടെ വെച്ചുണ്ടാക്കിക്കൊ ടുക്കും. പകൽനേരങ്ങളിൽ അവർ തങ്ങളുടെ പ്രധാനസമ്പാദ്യങ്ങളായ പാത്രങ്ങൾ തേച്ചുവെളുപ്പിച്ച് വെയിലത്ത് വെച്ചുണക്കി പൈപ്പിൽ വെള്ളം വരുമ്പോൾ ആരെങ്കിലും ഒരുപാത്രം വെള്ളം അധികമെടുക്കുന്നുണ്ടോ എന്ന് ശ്രദ്ധിച്ച്, വഴക്കുണ്ടാക്കി തങ്ങളുടെ പ്രാഗത്ഭ്യം വെളിപ്പെടുത്തുന്ന അവസരങ്ങളെ പരിപോഷി പ്പിക്കും.

പൊരുത്തപ്പെടാത്ത ജീവിതത്തെ വലിച്ചിഴച്ച് ദുരിതപ്പെടാത്ത പൈപ്പിൻചോട്ടിലെ പെണ്ണുങ്ങൾ, കുന്നുംമുകളിലുള്ള തങ്ങളുടെ കുടി ലിന്റെ മുറ്റത്തിരുന്ന്, താഴെ താഴ്വരയിലെ സമ്പന്നഗൃഹങ്ങളിൽ, അക മുറികളിൽ അടച്ചിരുന്ന് വെരുകിനെപ്പോലെ ഉഴറിനടക്കുന്ന പെണ്ണുങ്ങ ളെയോർത്ത് സഹതപിക്കുക പതിവാണ്.

സന്ധ്യക്ക് കള്ളുകുടിച്ച് കുഴഞ്ഞാടി പുലഭ്യം പറഞ്ഞു വരുന്ന മീശ കുരുക്കാത്ത മക്കളെ കാണുമ്പോൾ അവരുടെ മുഖത്ത് നോക്കാൻ മിന ക്കെടാതെ അമ്മമാർ സീരിയൽ ദൃശ്യങ്ങളെക്കുറിച്ച് ആശങ്കപ്പെട്ട് അത് കാണാൻ ധൃതിപ്പെട്ടോടിപ്പോകും.

ലാസ്റ്റ് ബസിൽ കുടിച്ചാടി വെളിവില്ലാതെ തിരിച്ചുവരുന്ന ചന്ദ്ര മതിയെ കാത്ത്, അവളുടെ വളർത്തുനായ ഒരു മൂകബിംബം പോലെ ബിലുമ്പിമരച്ചുവട്ടിൽ കണ്ണുകളിൽ ആഴംനിറച്ച് കാത്തിരിക്കും. ചന്ദ്രമതി എത്തിയെന്നറിയുമ്പോഴേക്കും കുരച്ചുകൊണ്ട് എന്തെല്ലാമോ ശബ്ദങ്ങ ളുണ്ടാക്കി മുൻകാൽ ഉയർത്തി പിന്നിൽ നിന്ന് അവളെ കയറിപ്പിടിച്ച് ദേഹത്തൊട്ടി തന്റെ സ്നേഹത്തെ അറിയിക്കുന്ന നായയ്ക്ക് ചന്ദ്രമതി

കൈയിൽ കരുതിയ പാതി കഴിച്ച ഭക്ഷണപ്പൊതി വെച്ചുനീട്ടും. അതും കടിച്ചുപിടിച്ച് സ്നേഹത്തോടെ അവളെ അനുഗമിക്കുന്ന നായ തനിക്കുവേണ്ടത് തിന്നുകഴിയുമ്പോഴേക്കും ചന്ദ്രമതി പുറത്തെ കോലായിൽ വീണ് ഉറക്കമായിട്ടുണ്ടാവും.

പൈപ്പിൻചോട്ടിലെ നൂറോളം വീട്ടുകാർക്ക് വെള്ളം കൊടുത്തുകൊണ്ടിരുന്ന കുന്നുംപുറത്തെ പാതാളക്കിണറിന്റെ അടിത്തട്ടിലൂറിയ ഇത്തിരിജലം, ഇക്കുറി വറുതി നേരത്തെയാണെന്നതിന്റെ അടയാളങ്ങൾ കാണിച്ചു. പാതാളക്കിണറിലെത്തിനോക്കുന്ന പൈപ്പിൻകരവാസികളെല്ലാം വേനലിന്റെ രൂക്ഷതയോർത്ത് ഖിന്നരായി. ആറുമാസം സുലഭം, ആറുമാസം ക്ഷാമം ഇതായിരുന്നു കാലാകാലങ്ങളായി പൈപ്പിൻചോട്ടിലെ വെള്ളത്തിന്റെ അവസ്ഥ. ജൂലൈ മുതൽ ഡിസംബർ വരെയുള്ള ആറു മാസക്കാലം തങ്ങൾക്ക് ലഭിക്കുന്ന സുലഭമായ വെള്ളത്തിൽ ആവോളം കുടിച്ചും കുളിച്ചും വിഴുപ്പലക്കിയും തങ്ങളുടേമേലെ പടർന്ന അഴുക്കിന്റെ പൊറ്റയടർത്തിയും കഴുകിവെടിപ്പാക്കിയും പൈപ്പിൻചോട് വാസികൾ ശുദ്ധതയാർന്നു നില്ക്കും. പിന്നെയുള്ള വേനലിന്റെ ആറു മാസക്കാലം വറുതിപൂണ്ട്, വരണ്ട് ശുഷ്കിച്ചുണങ്ങി നരകയാതനപ്പെടും. അപ്പോൾ പാതാളക്കിണറിൽനിന്നും പൈപ്പുകളിലേക്ക് മോട്ടോറിൽ വെള്ളം നിറയ്ക്കുന്ന ശങ്കുണ്ണിയേട്ടന്റെ രണ്ടുനേരമുള്ള വരവ് ഒരുവട്ടമായി ചുരുങ്ങും. അലക്കാതെ, കുളിക്കാതെ മുഷിഞ്ഞുനാറുന്ന തുണികളുമായി, മക്കളും മക്കളുടെ മക്കളും ഉൾപ്പെടുന്ന പൈപ്പിൻചോട് വാസികൾ, പൈപ്പിൻചുവട്ടിൽ ഒരുപാത്രം വെള്ളത്തിനായി ഘോരഘോരമായ ഏറ്റുമുട്ടലുകളും പൂരപ്പാട്ടുകളും നടത്തുക പതിവാകും.

പൈപ്പിൻചോട്ടിൽ ആദ്യം കല്ലുവെക്കുന്നവർക്കും അതിനു ശേഷം വരുന്ന ഒന്നോ രണ്ടോ പേർക്കും മാത്രം മൂന്നോ നാലോ പാത്രം വെള്ളം കിട്ടി. തീരെ കിട്ടാത്തവർക്ക് പിറ്റേന്ന് വെള്ളമെടുക്കുന്നതിന് മുൻഗണനയൊന്നും നല്കാതെ വെള്ളം നിന്നയുടനെ ആര് ആദ്യം സാമർത്ഥ്യത്തിൽ കല്ല് വെക്കുന്നുവോ അവർ തന്നെയായിരിക്കും പിറ്റേന്നും വെള്ളത്തിനവകാശികൾ. ഈ കല്ലുരുട്ടിക്കളിയിൽ എപ്പോഴും ഏറ്റവും ഒന്നാമതാകുന്നത് സാവിത്രിയുടെ മകൾ അമ്മിക്കുട്ടി മാത്രം. ഇതിൽ കുപിതയായ ഉഷാറാണി അമ്മിക്കുട്ടിയുടെ തന്തയ്ക്കുപറയുകയും തനിക്കും അമ്മയ്ക്കും വേണ്ടി രണ്ട് കല്ലെടുത്ത് ഓടിച്ചെന്ന് അടുത്തടുത്ത് വെക്കുകയും ചെയ്തു. അതിനുപകരമായി വേനൽക്കാലങ്ങളിൽ അലക്കലും കുളിക്കലും നനയ്ക്കലും അധികമൊന്നുമില്ലാതെ എങ്ങോ അപ്രത്യക്ഷയാകുന്ന കുമ്പയമ്മയുടെ വെള്ളത്തിനുപകരമായി സൗദാമിനി ഒരു കല്ലെടുത്തുവെച്ച് പകരംവീട്ടുകയും ചെയ്തു.

എന്തോ സാങ്കേതിക കാരണങ്ങളാൽ രണ്ടു ദിവസം വൈദ്യുതിബന്ധം വിഛേദിക്കപ്പെട്ട പൈപ്പിൻചോട് കോളനിയിൽ അലക്കാനും കുളിക്കാനും കുടിക്കാനും വെള്ളമില്ലാതെ പൊറുതിമുട്ടിയ ആളുകൾ ശങ്കുണ്ണിയേട്ടൻ വരുന്നതും കാത്ത് വേഴാമ്പലുകളെപ്പോലെ ഉഴറിപൂണ്ട്

നോക്കിനിന്ന് മടുത്ത് മയങ്ങിപ്പോയ ഉച്ചനേരം, വെള്ളം വന്നപ്പോൾ ഒരൊറ്റയാളു മറിയാതെ നിലംപറ്റിനിന്ന് എല്ലാവരുടേയും കണ്ണുവെട്ടിച്ച് മുഴുവൻ പാത്രങ്ങളിലും വെള്ളം നിറച്ച, തന്റെ മകൾ ഉഷാറാണിയുടെ സാമർത്ഥ്യത്തിൽ മതിമറന്ന പാഞ്ചാലിയമ്മ കുളിയും കഴിഞ്ഞ് ഉടുത്തൊരുങ്ങി പച്ച ബ്ലൗസിനു മീതെ വെള്ളത്തോർത്തുമിട്ട് വയലിൽ പുല്ലുചെത്താൻ പോകുമ്പോൾ ഒരനാഥപ്രേതം പോലെ കോലായിലിരിക്കുന്ന കതീസുമ്മിറ്റ്യാറെക്കണ്ട് നിറഞ്ഞ ചിരിയോടെ ലോഹ്യം പറഞ്ഞു.

പാഞ്ചാലിയമ്മയുടെ പതിവില്ലാത്ത കളിയിലും ചിരിയിലും സംശയം തോന്നിയ കതീസുമ്മ പാത്രങ്ങളുമെടുത്ത് പൈപ്പിൻചോട്ടിലേക്ക് കുതിച്ചപ്പോഴേക്കും, നേർത്ത് നൂലു പോലെയായ അവസാനത്തെ ഇറ്റു വെള്ളവും പാത്രത്തിൽ ശേഖരിക്കുകയാണ് ഉഷാറാണി!

പുറത്തുനിന്നു വന്ന കതീസുമ്മ മിണ്ടാതിരുന്നെങ്കിലും പൈപ്പിൻ ചോടിന്റെ സ്വന്തക്കാരായ പെണ്ണുങ്ങൾ തേനീച്ചക്കൂട്ടിന് ഏറുകൊണ്ടതുപോലെയിളകി. ഉഷാറാണിക്കുചുറ്റും പാറിപ്പറന്നു കുത്താൻ ശ്രമിച്ചു. ഒറ്റ വഴക്കിലും തരിമ്പും വിട്ടുകൊടുക്കാത്ത ഉഷാറാണി ഓരോ കലാപത്തിനുശേഷവും തന്റെ വെള്ളമെടുക്കുന്ന അളവുപാത്രത്തിന്റെ വണ്ണം കൂട്ടിക്കൊണ്ടിരുന്നു. അതിനനുസരിച്ച് സൗദാമിനിയും പാത്രത്തിന്റെ വലുപ്പം കൂട്ടി. ഇടയ്ക്കിടെ ഹാലിളകി പത്തുപതിനഞ്ച് തലമുറകൾക്കപ്പുറമുള്ളവരെ ചീത്തപറഞ്ഞു കൊണ്ടിരിക്കുന്ന പെണ്ണുങ്ങൾക്കിടയിൽ പ്രാരാബ്ധക്കാരി കതീസുമ്മ മാത്രം താനൊരു യുദ്ധത്തിന് ഇല്ലെന്ന് പ്രഖ്യാപിച്ചുകൊണ്ട് നിരുപാധികം കാലിപ്പാത്രങ്ങളുമായി മടങ്ങി. വഴിവക്കിൽവെച്ച് ഇങ്ങനെ പറഞ്ഞു.

“നമ്മക്ക് പാത്രം ബെല്താക്കാനും ചെറുതാക്കാനും ഒന്നും കയ്യൂല്ലപ്പാ. കിട്ടിയെങ്കിൽ എട്ക്കാ. ഇല്ലെങ്കി പോട്ട്.”

പന്ത്രണ്ട്

ദേശീയപാത നിർമ്മാണം ത്വരിതഗതിയിൽ നടപ്പാക്കുന്നതിനായി, ഭൂമി ഏറ്റെടുക്കുന്നതിനുള്ള ത്രീഡി ഉത്തരവ് സർക്കാർ പുറത്തിറക്കി. ഇതോടെ പ്രശ്നം വീണ്ടും രൂക്ഷമായി. ദേശീയപാത സംയുക്തസമര സമിതി കൺവീനർ ഹാഷിം ചെന്നമ്പിള്ളിയുമായി പൈപ്പിൻചോടിന്റെ അമരക്കാരൻ പാഞ്ചാലിയമ്മ മകൻ രാമൻ നിരന്തരം ഫോണിൽ ബന്ധപ്പെട്ടു. മാർഗ്ഗ നിർദ്ദേശങ്ങൾ നല്കാൻ ആവശ്യപ്പെട്ടു.

പ്രതിഷേധസമരങ്ങൾ ശക്തിപ്പെടുത്താനും ബഹുജന പങ്കാളിത്തത്തോടെ എല്ലാവരും ഒറ്റക്കെട്ടായി നിന്ന് പ്രതിഷേധ ജാഥകൾ നടത്താനും തീരുമാനമായി. രാമന്റെ നയങ്ങളിൽനിന്നും തീരുമാനങ്ങളിൽ നിന്നും എന്തുകൊണ്ടോ വിട്ടുനിന്നിരുന്ന കുഞ്ഞിരാമൻമാഷിനെ സജീവ നേതൃത്വത്തിൽ കൊണ്ടു വരുവാനും ബഹുജനസമരത്തിന്റെ നടുനായകത്വം അദ്ദേഹത്തിന്റെ കൈകളിൽ ഏല്പിച്ചുകൊടുക്കാനും രാമൻ തീരുമാനിച്ചു.

കുഞ്ഞിരാമൻമാഷ് അദ്ധ്യക്ഷനായുള്ള യോഗങ്ങളിൽ ആബാലവൃദ്ധം ജനങ്ങളും പങ്കുകൊണ്ടു.

മാഷിന്റെ പ്രസംഗം ഇപ്രകാരം നീണ്ടുപോയി.

"പ്രിയപ്പെട്ടവരെ, ഈ ദേശീയപാത നാല്പത്തഞ്ച് മീറ്റർ വീതിയിൽ തന്നെ നടപ്പിലാക്കണം എന്നാണ് ഗവൺമെന്റിന്റെ തീരുമാനം. നമ്മുടെ പ്രദേശങ്ങളും ഉൾപ്പെടുന്ന വടക്കൻ ജില്ലകളെയാണ് ഇത് ഏറ്റവുമധികം രൂക്ഷമായി ബാധിക്കുക. നമ്മളെപ്പോലെ വഴിയാധാരമാകുന്ന നൂറുകണക്കിന് കുടുംബങ്ങളുടെ ആശങ്ക പരിഹരിക്കാതെ ഗവൺമെന്റ് ഭൂമി ഏറ്റെടുക്കൽ പ്രഖ്യാപിച്ചത് ഏതായാലും ശരിയായില്ല. ഇത്തരത്തിലുള്ള നയപരിപാടികൾക്കെതിരെ സമരസമിതി ശക്തമായ പ്രതിഷേധ മാർഗ്ഗങ്ങൾ ആണ് സംഘടിപ്പിച്ചിട്ടുള്ളത്. ചില ആവശ്യങ്ങൾ നമ്മൾ ഉന്നയിക്കുന്നു.

അതിലൊന്നാമത്തേത് നാല്പത്തഞ്ച് മീറ്റർ വീതി എന്നത് മുപ്പത്തഞ്ച് മീറ്റർ വീതിയായി കുറയ്ക്കണമെന്നുള്ളതാണ്. നമ്മുടെ ജനങ്ങളുടെ ആവാസകേന്ദ്രങ്ങളെ തകർക്കാതെ, ജൈവപാരിസ്ഥിതിക പ്രത്യാഘാതങ്ങൾ ഉണ്ടാകാൻ ഇടയാകാതെ ഈ പാതയുടെ വീതി കുറച്ചുകൊണ്ടുവരണമെന്നാണ് എനിക്ക് പറയാനുള്ളത്."

ഒന്നു നിർത്തി മാഷ് പിന്നെയും തുടർന്നു.

"പ്രിയപ്പെട്ടവരെ, ഈ പാത വരികയാണെങ്കിൽ ഓരോ സ്ഥലങ്ങളിലും ആയിരക്കണക്കിനാളുകൾ വഴിയാധാരമാകും. ഇത്രയും കാലം ജീവിതത്തെ വളർത്തി ഉറപ്പിച്ചുനിർത്തിയ മണ്ണിൽനിന്നും ബന്ധങ്ങളും പരിചയങ്ങളും സാമൂഹികമായ കൂട്ടായ്മകളും ഇല്ലാത്ത പുതിയ ഒരിടത്തേക്ക് ജീവിതത്തെ പറിച്ചുനടുക അത്ര എളുപ്പമല്ല എന്ന് നമുക്ക് എല്ലാവർക്കും അറിയാം. നമ്മൾ നട്ടുവളർത്തിയ ഫലവൃക്ഷങ്ങളും കഷ്ടപ്പെട്ടു കെട്ടിപ്പടുത്ത വീടും സ്ഥലങ്ങളും എല്ലാം നമുക്ക് നഷ്ടപ്പെടാൻ പോകയാണ്. വികസനം രാജ്യപുരോഗതിക്ക് അത്യാവശ്യം തന്നെയാണ്. പക്ഷേ, എല്ലാ നേട്ടങ്ങളും മനുഷ്യജീവിതം സുഗമമാക്കുന്നതിന് വേണ്ടിയാണല്ലോ. ഇവിടെ നമ്മളെ തന്നെ തുടച്ചു നീക്കിയാണോ വികസനം സാദ്ധ്യമാക്കേണ്ടത്.

എല്ലാറ്റിലുമുപരിയായി എന്റെ പ്രിയപ്പെട്ട പൈപ്പിൻചോട് വാസികളെ, എനിക്കൊന്നേ പറയുവാനുള്ളൂ. നമ്മുടെ നാടിന്റെ വിദ്യാഭ്യാസ ചരിത്രത്തിലെ ഏറ്റവും തിളങ്ങിക്കൊണ്ടിരിക്കുന്നൊരു വിജയസ്തംഭമാണ് നമ്മുടെയീ സാധുജനസമാജം സ്കൂൾ. നമ്മുടെ കുട്ടികൾക്ക് വിദ്യാഭ്യാസത്തിന് വേണ്ടി, വിദ്യാഭ്യാസത്തിലൂടെ സാമൂഹികപുരോഗതി കൈവരിക്കുന്നതിനുവേണ്ടി നമുക്കു മുമ്പേ ജീവിച്ച എത്രയോ മഹാത്മാക്കളുടെ ഭഗീരഥപ്രയത്നത്തിന്റെ ഫലമായി നമുക്ക് കിട്ടിയതാണീ സ്കൂൾ... നിങ്ങൾക്കറിയാം നീണ്ട എൺപത് വർഷമായി ഈ സ്കൂൾ അറിവിന്റെ അക്ഷരങ്ങൾ കുട്ടികൾക്ക് പകർന്നുകൊടുക്കുന്നു... ഈ സ്കൂളിൽ ഇന്ന് പഠിക്കുന്നത് ഏതെങ്കിലും ഒരു പ്രത്യേക വിഭാഗത്തിൽപ്പെട്ട കുട്ടികൾ മാത്രമല്ല, നാനാജാതിമതസ്ഥരായ കുട്ടികൾ പഠിക്കുന്ന ഈ സരസ്വതീ വിദ്യാലയം റോഡു വരികയാണെങ്കിൽ ഇല്ലാതാകും എന്നതാണ് നമുക്ക് കിട്ടിയ വിവരം..."

ഗദ്ഗദകണ്ഠനായി മാഷ് പിന്നെയും പറഞ്ഞു.

"ഈ സ്കൂൾ ഇല്ലാതാവുകയാണെങ്കിൽ ഞാൻ പിന്നെ ജീവിച്ചിരിക്കില്ല... ഇത്രയും പറഞ്ഞ് നിർത്തുന്നു."

മാഷിന്റെ വാക്കുകളാൽ സ്പർശിക്കപ്പെട്ട, യോഗത്തിൽ പങ്കെടുത്ത മുഴുവൻ പേരും ആലോചനാമഗ്നരായി. പെണ്ണുങ്ങൾ ദുഃഖിതരായി. രാമന് കുളിരുകോരി. മാഷ് ഇങ്ങനെയൊരു പ്രസ്താവന നടത്തിയത് ഏതായാലും നന്നായി. തനിക്കു കിട്ടിയ ലോട്ടറിയാണിത്... ഇനി ഇതിൽ പിടിച്ചു കത്തിക്കയറാം.

പിന്നീട് സംസാരിച്ച രാമൻ ആ വേദിയിൽ വെച്ച് സാധു ജനസമാജം

സ്കൂളിന്റെ പുനരുദ്ധാരണ ഫണ്ടിലേക്ക് താൻ അയ്യായിരം രൂപ നല്കിയതായി പ്രഖ്യാപിച്ചു. എല്ലാവരും കൈയടിച്ചു. മാഷ്ക്കും സന്തോഷമായി. ഏറെക്കാലമായി രാമനുമായുള്ള അകല്ച്ചയുടെ ആഴം കുറഞ്ഞു വരുന്നതായി മാഷ്ക്ക് അനുഭവപ്പെട്ടു. മാഷ്ക്ക് നേരറിയാഞ്ഞിട്ടല്ല. രാമൻ ചൂഷകനാണെന്നും വേഷംമാറി നില്ക്കുന്ന ആട്ടിൻതോലിട്ട ചെന്നായയാണ് അയാളെന്നും മാഷ് എത്രയോ മുമ്പേ തിരിച്ചറിഞ്ഞതാണ്. താൻ തന്റെ ജീവിതകാലം മുഴുവൻ ഏത് കോളനിയുടെ ഉന്നമനത്തിനായി യത്നിച്ചുവോ അതേ കോളനിക്കാരെ നിരന്തരം ചൂഷണത്തിന് വിധേയരാക്കി ദാരിദ്ര്യത്തിലും കഷ്ടപ്പാടിലും താഴ്ത്തിയിടുന്ന രാമന്റെ കുടുംബം ആ കോളനിയിൽനിന്നും പോയാൽ തന്നെ പൈപ്പിൻചോട് രക്ഷപ്പെടുമെന്ന് പല തവണ പറയണമെന്ന് ആഗ്രഹിച്ചിരുന്നുവെങ്കിലും കുഞ്ഞിരാമൻ മാഷ് ഒരിക്കലും അങ്ങനെ പറഞ്ഞിരുന്നില്ല.

യോഗത്തിന് പോയവരെല്ലാം തിരിച്ചെത്തിത്തുടങ്ങിയപ്പോൾ വേലിത്തലയ്ക്കൽനിന്ന കതീസുമ്മ വിവരങ്ങളറിയാൻ പൈപ്പിൻചോട്ടിലേക്ക് പുറപ്പെട്ടു.

ഇതിനിടെ യോഗത്തിൽ പങ്കെടുത്ത് തിരിച്ചുവരുന്നവഴിക്ക് കുമ്പയമ്മയും ഇളയ മകൻ രാജനും തമ്മിൽ രൂക്ഷമായ വാക്ക് തർക്കം പൊട്ടിപ്പുറപ്പെട്ടതാണ് മറ്റൊരു സംഭവം.

ഒരുപണിക്കും പോകാതെ പൈപ്പിൻചോട് പാതയിലൂടെ തേരാപാരാ നടന്നിരുന്ന രാജൻ കൂട്ടുകാർ വാങ്ങിക്കൊടുക്കുന്ന വിദേശമദ്യത്തിന്റെ ലഹരിയിലാണ് ജീവിതം ആഘോഷിച്ചു കൊണ്ടിരുന്നത്. പത്തുറുപ്പികയ്ക്ക് ഗുണമില്ലാതെ വീട്ടുകാർക്കും നാട്ടുകാർക്കും പ്രയോജനമൊട്ടുമില്ലാതെ, പൈപ്പിൻകുന്നിന്റെ ഭാരമായി നടന്നിരുന്ന ചെറുപ്പക്കാരൻ പ്രേമപ്പനി പിടിച്ച്, കെട്ടിയവൻ ഉപേക്ഷിച്ചവളും മൂന്ന് പൊടിക്കുഞ്ഞുങ്ങളുടെ അമ്മയുമായ വനജയെ രജിസ്റ്റർ ചെയ്ത് അവളുടെ വീട്ടിൽ പൊറുതിയാരംഭിച്ചപ്പോഴാണ് പൈപ്പിൻചോടുകാർ ഞെട്ടിയത്. ആദ്യത്തെ രണ്ടുദിവസം ഉത്സാഹത്തോടെ പണിക്കുപോയ രാജൻ പിന്നീടുള്ള ദിവസങ്ങളിൽ കുടുംബം നോക്കാതെ വായ്നോട്ടവും തേങ്ങാമോഷണവുമായി നടന്നു. ജീവിക്കുവാൻ ഗതിയൊന്നുമില്ലാതെ പൊറുതിമുട്ടി നടന്ന രാജൻ പലയാവർത്തി കുമ്പയമ്മയോട് തനിക്കെന്തെങ്കിലും സഹായം ചെയ്തുതരണമെന്ന് ആവശ്യപ്പെട്ടു.

കുമ്പയമ്മയ്ക്കാണെങ്കിൽ മകനെ കണ്ണിനുമുമ്പിൽ കണ്ടുകൂടാ. 'കേറി അരി തിന്നതും പോരാ പിന്നെയും മുരൾച്ച ഇങ്ങോട്ട്' എന്ന് പറഞ്ഞതുപോലെ, കാമഭ്രാന്ത് മൂത്ത് കെണിയിൽപോയി തലവെച്ചു കൊടുത്തതും പോരാ, പിന്നെയും കുടുംബക്കാർക്ക് സ്വൈരക്കേടുണ്ടാക്കാൻ ഇങ്ങോട്ട് വരുന്നത് എന്തിനാണെന്നാണ് കുമ്പയമ്മ ചോദിക്കുന്നത്. തനിക്ക് ഒരു ഗ്ലാസ് വെള്ളത്തിന്റെയോ, ഒരുകീറ് വെത്തിലയുടെയോ ഒരുനുള്ള് അടയ്ക്കാപ്പൊടിയുടെയോ ഗുണം മകനെക്കൊണ്ട് ഉണ്ടായിട്ടില്ലെന്നും, ആരാനുണ്ടാക്കിയ മക്കൾക്ക് അച്ഛനായി നില്ക്കാതെ, അവളെ

ഒഴിവാക്കി വേറെ പുതിയൊരുത്തിയെ കൂട്ടി ഇങ്ങോട്ട് വാടാ എന്നും കുമ്പയമ്മ മകനോട് പറഞ്ഞു.

വനജയെ തനിക്കു ഒഴിവാക്കാനാവില്ലെന്നും അമ്മ തനിക്ക് കുറച്ച് പൈസ തരണമെന്നും മകൻ ആവശ്യപ്പെട്ടു. പത്തു പൈസ തരില്ലെന്ന് കുമ്പയമ്മ തീർപ്പു പറഞ്ഞു. എങ്കിൽ ചത്തു കളയുമെന്ന് മകൻ.

എങ്കിൽ ചാകെന്ന് അമ്മ...

അങ്ങനെ വിട്ടാൽ പറ്റൂല്ലല്ലോ. ഇപ്പോൾ തന്നെ താൻ പുഴയിൽ ചാടി ആത്മഹത്യചെയ്യുമെന്ന് മകൻ. പോയി ചാകിനെടാ എന്ന് അമ്മ.

അരിശംകേറി വാശിപിടിച്ച് മകൻ ഓടടെടാ ഓട്ടം. പൈപ്പിൻ പാത മുറിച്ച് നേരെചെന്നത് കാട്ടാമ്പള്ളി പുഴയുടെ ചളിയുറയുന്ന, ചതിയുടെ ചുഴികൾ ആഴത്തിലൊളിപ്പിച്ച മടിത്തട്ടിലേക്ക്...

രാജന്റെ ഓട്ടം കണ്ട് പന്തികേട് തോന്നിയ നാട്ടുകാരും രാജനെ പിന്തുടർന്നു.

"മോനേ രാജാ തുള്ളല്ലേടാ... നിക്കെടാ..."

കരഞ്ഞുവിളിച്ചുകൊണ്ട് സൗദാമിനിയും ഇട്ടീരിച്ചെക്കനെയുമെടുത്തുകൊണ്ട് പിറകെയോടി. അതിനു പിറകിൽ പാറോതിപ്പെണ്ണും പാക്കരനും. വിവരമറിഞ്ഞ് തൊട്ടടുത്ത് താമസിക്കുന്ന കുമ്പയമ്മയുടെ ബന്ധുക്കളായവരെല്ലാവരും പുഴയുടെ തീരത്തേക്കോടി... അപ്പോഴേക്കും കലിയടങ്ങാതെ, പുഴയുടെ ആഴത്തിൽ തുള്ളിയിറങ്ങിപ്പോയ അനുജനെ ക്കണ്ട് നെഞ്ചത്തടി തുടങ്ങിയിരുന്നു സാവിത്രിയും പങ്കജാക്ഷിയും സൗദാമിനിയും പാറോതിപ്പെണ്ണും ഉൾപ്പെടെയുള്ളവർ. പരിഭ്രാന്തരായ നാട്ടുകാർ മുഴുവൻ പുഴയുടെ തീരത്ത് തമ്പടിച്ചു. ആരോ ഫയർഫോഴ്സിനെ വിളി ക്കാനോടി.

വിവരമറിഞ്ഞ് റോഡിലിറങ്ങിയ കതീസുമ്മിറ്റ്യാർ പ്ലാവിൻ വേരിൽ മേൽ കല്ലുപോലെയിരുന്ന് വെത്തിലടയ്ക്ക ചവച്ചുതുപ്പിക്കൊണ്ടിരിക്കുന്ന കുമ്പയമ്മയെ നോക്കി ആശ്ചര്യത്തോടെ ചോദിച്ചു.

"എല്ലാ കുമ്പേ, നീയൊരമ്മയെന്നെല്ലേ, നിന്റെ മോനെന്നെയല്ലേ ഓനും. ഓൻ പൊഴേ തുള്ളാമ്പോയിറ്റും നിനിക്കൊരു കുലുക്കും ഇല്ലല്ലോ... ഇതെന്തൊരതിസയാ ഇത്..."

പിന്നെയും കതീസുമ്മ ഓരോന്നും പറഞ്ഞുകൊണ്ടിരുന്നു... കേട്ടതിനൊന്നും മറുപടി കൊടുക്കാതെ ചവയ്ക്കലും തുപ്പലും തുടർന്നുകൊണ്ടിരുന്ന കുമ്പയമ്മ അവസാനം പറഞ്ഞു.

"നീയൊന്നനങ്ങാണ്ടിരി കതീസാ... ഓൻ പൊഴയല്ല കടല്വെരെ മുറിച്ച് നീന്തും... പെറ്റ് വീണേരം തൊട്ട് തോട്ടിലും വെള്ളത്തിലും തെന്നെയാ ഓൻ. ഓൻ പൊഴവെള്ളത്തിലെല്ല മലവെള്ളത്തില് വെരെ നീന്തും... ഓൻ അക്കര എത്തീറ്റ്ണ്ടാകും ഇപ്പം. നീ നോക്കിക്കോ..."

ഇതൊന്നും വിശ്വസിക്കാതെ കതീസുമ്മിറ്റ്യാർ വീട്ടിലേക്ക് പോയി.

ഫയർഫോഴ്സും നാട്ടുകാരും തിരച്ചിൽ നടത്തി തളർന്ന നേരം, പെട്രോമാക്സിന്റെ താണതിരി അല്പം ഉയർത്തിക്കൊണ്ട് മുമ്പിൽ നിന്ന്

ചിരിക്കുന്ന രാജനെ കണ്ട് നാടും നാട്ടാരും അത്ഭുതപ്പെട്ട നേരം, അക്കരെയെത്തിയ താൻ മുങ്ങാം കുഴിയിട്ട് കുറേനേരം വെള്ളത്തിൽ കിടന്ന ശേഷം ഇക്കരയിലേക്കും തിരിച്ചു നീന്തിയെന്ന് രാജൻ പറഞ്ഞു.

ഇളിഭ്യരായ നാട്ടുകാരിൽ ചിലർ രാജനെ തല്ലാൻ നോക്കിയെങ്കിലും അയാൾ ഓടി രക്ഷപ്പെട്ടു. വിവരമറിഞ്ഞ കുമ്പയമ്മ കതീസുമ്മയെ നോക്കി ഊറി ഊറിച്ചിരിച്ചു.

കുമ്പയമ്മയുടെ ചിരിക്ക് ഒരുപാട് അർത്ഥങ്ങൾ ഉണ്ടെന്ന് അന്നാണ് കതീസുമ്മയ്ക്ക് മനസ്സിലായത്. വെളിപാടുകൾ പോലെ ചില പ്രവചനങ്ങൾ നടത്തുന്ന കുമ്പയമ്മ പറയുന്നത് അച്ചട്ടം ഫലിക്കുന്നത് കണ്ട്, കുമ്പയമ്മയെ മുഷിപ്പിക്കാതെ നോക്കണമെന്ന് കതീസു ഉള്ളാലെ വിചാരിച്ചു. കുമ്പയമ്മയെ പ്രീതിപ്പെടുത്തുന്നതിനായി തന്റെ അരയിൽ കെട്ടി ഞാത്തിയ ചെറിയ ചിത്രത്തുന്നൽ സഞ്ചിയിൽനിന്നു ഒരു കഷണം പുകയിലയെടുത്ത് കുമ്പയമ്മയ്ക്ക് നീട്ടി.

“ഇത് വായില് വെച്ചോ കുമ്പേ...” അതും പറഞ്ഞ് രണ്ടു പേരുംകൂടി ചവച്ചുതുപ്പി. അതുകഴിഞ്ഞ് കതീസുമ്മ തന്റെ ദുഃഖകഥ പറഞ്ഞു തുടങ്ങി...

പതിമൂന്ന്

ആയകാലത്ത് വലിയൊരു വീട്ടിൽ, വലിയൊരു കുടുംബത്തിൽ, ഭർത്താവും രണ്ടു മക്കളുമൊത്ത് സുഖമായി കഴിഞ്ഞുവന്ന കതീസുമ്മയുടെ ജീവിതത്തിലെ സന്തോഷം, വിധി മരണത്തിന്റെ രൂപത്തിൽ വന്നാണ് തട്ടിക്കൊണ്ടുപോയത്. കെട്ടിയവൻ മരണപ്പെട്ട കതീസുമ്മ രണ്ടു മക്കളുമൊത്ത് കരകാണാക്കടൽ പോലെ പരന്നുകിടക്കുന്ന ജീവിതത്തിൽപ്പെട്ട് എങ്ങുചെന്നു ചേരണമെന്നറിയാതെ മുങ്ങിയുംപൊങ്ങിയും ചക്രശ്വാസം വലിക്കുന്ന കാലം. വിവാഹപ്രായമെത്തിയിട്ടും കെട്ടിക്കാനാകാതെ, മകളുടെ നിറഞ്ഞ താരുണ്യത്തെ നോക്കിക്കണ്ട് മനസ്സുരുകി, ഹതാശയായി നടക്കുമ്പോഴാണ് മൈസൂരിൽനിന്നും വന്ന പുയ്യാപ്ല മകളെ കെട്ടാൻ സന്നദ്ധനായി മുന്നോട്ടുവന്നത്. ഉള്ളാലെ സന്തോഷിച്ച ഉമ്മ പുരയിടം വിറ്റ് സ്ത്രീധനം നല്കി മകളെ കെട്ടിച്ചു. മകൾ നസീമ എട്ടുകൊല്ലം കൊണ്ട് എട്ടെണ്ണത്തിനെ പെറ്റു. ഈറ്റെടുത്തു തളർന്ന കതീശുമ്മ വാടക കൊടുക്കാനാവാതെ കഷ്ടപ്പെടുന്ന കാലത്താണ് നിസ്സാര തുകയ്ക്ക് പൈപ്പിൻചോട്ടിൽ വാടകവീടുണ്ടെന്ന് അറിഞ്ഞ് ഇങ്ങോട്ട് വന്നത്. പാഞ്ചാലിയമ്മയുടെ മകൻ രാമന്റെ വാടകവീട്ടിൽ പാർപ്പുതുടങ്ങിയ കതീസുമ്മ ഇന്ന് പൈപ്പിൻചോട് കോളനിയിലെ ഒരന്തേവാസി. നിത്യദരിദ്ര.

ദാരിദ്ര്യം വറ്റാത്ത കതീസുമ്മയ്ക്ക് ഇരവ് ഒഴിഞ്ഞനേരമില്ലെന്ന് അയൽപക്കക്കാർ മുറുമുറുത്തു. കതീസുമ്മ ഒരു സ്പൂൺ മുളകുപൊടിക്കും രണ്ട് ഉള്ളിക്കുമായി അങ്ങോട്ടുമിങ്ങോട്ടും ഓടി.

“പാഞ്ചാലീ... മീഞ്ചാറ് കൂട്ടിയാലേ രണ്ടുമണി ചോറെറങ്ങു. അണ്ണാച്ചീന്റട്ത്ത്ന്ന് ബാങ്ങിയ മത്തി അത്രയും കെട്ടിന്. എന്നാലും മൊളീശൻ ബെക്കാം. എന്നാ തേങ്ങ ബേണ്ടല്ലോ. നീ ഒരുനുള്ള് പുളി നോട്ട്, നാളെ ത്തരാം.”

കതീസുമ്മയ്ക്കൊരിക്കലും ഒന്നും തിരികെ തരാൻ കഴിയില്ലെന്നറിയുന്ന പാഞ്ചാലി എപ്പോഴും ഒരേ പല്ലവി ആവർത്തിച്ചു.

“മൊളില്ല”

“പുളിയില്ല”

“ഉള്ളിയില്ല”

“പഞ്ചാരയില്ല”

അതും പറഞ്ഞ് അവർ വാതിൽ കൊട്ടിയടച്ചു.

“നിന്റെ വായില് ഉള്ളോളം പൂട്ടിപ്പോട്ട്.” കതീസുമ്മ ഉള്ളാലെ ശപിച്ചുകൊണ്ട് തിരിഞ്ഞുനടന്നു.

നസീമയുടെ എട്ടുമക്കളിൽ മൂത്തവൾ താഹിറ കല്യാണപ്രായമായി നില്ക്കുന്നു. രണ്ടാമത്തെ ആൺതരി മാത്രമാണ് പണിക്കുപോകുന്നത്. മൈസൂരിലുള്ള നസീമയുടെ ഭർത്താവ് മാസത്തിലൊരിക്കൽ പണമയക്കും. താഹിറയ്ക്ക് കിട്ടിയ പുയ്യാപ്ല തങ്ങൾക്കു കൂനിന്മേൽ കുരുപോലെയായിത്തീർന്നത് കണ്ട് കതീസുമ്മയുടെ നെഞ്ച് പൊട്ടി.

ഉള്ളിലെ വേവ് അടക്കാനാവാതെ ഒരിക്കൽ കതീസുമ്മ വേലിത്തലയ്ക്കൽനിന്ന് ചന്ദ്രമതിയോട് രഹസ്യം പോലെ പറഞ്ഞു.

“അന്റെ മോളേ, എത്ര പറഞ്ഞാലും ഓമ്പണിക്ക് പോകൂല. ഓന്റെ മൊഞ്ച് കണ്ട് ഉപ്പ ബീണ്പോയതാണ്. ഒരു ലച്ചം അല്ലെ സിരിധനം കൊടുത്തേ അള്ളാ...”

മകൾക്ക് മാപ്പിളയെ അന്വേഷിച്ചുനടന്ന ബാപ്പയ്ക്ക് ആദ്യം ഹൈദറിനെ കണ്ടപ്പോൾ ലോട്ടറി അടിച്ചതു പോലെയാണ് തോന്നിയത്. നല്ല വെളുത്ത് ചൊകചൊകചൊകാന്ന് സുൽത്താനെപ്പോലൊരു ചെക്കൻ. നോക്കും വാക്കും എല്ലാം പരമയോഗ്യം. കളങ്കമില്ലാത്ത മനസ്സിനുടമയായ മകൾക്ക് ഇതുതന്നെ പഥ്യം എന്ന് ബാപ്പ തീരുമാനിച്ചു. ചെക്കനും പെണ്ണിനും പരസ്പരം കണ്ടപ്പോൾ പെരുത്തിഷ്ടം. ഉള്ളതെല്ലാം നുള്ളിപ്പെറുക്കിയും വിറ്റും കടംവാങ്ങിയും സ്ത്രീധനം തികച്ചുകൊടുത്തു. ചെക്കനെ കാണുന്നവരുടെയെല്ലാം ഉള്ളം നിറഞ്ഞു.

കല്യാണം കഴിഞ്ഞ് നാല്പത് ദിവസം കഴിഞ്ഞിട്ടും പുതിയാപ്ല അറയ്ക്കുള്ളിൽതന്നെ. പണിക്കുപോകുന്ന മട്ടൊന്നുമില്ല. പെണ്ണിന്റെ ഉമ്മ അങ്കലാപ്പിലായി.

“എന്താ തായറാ ഇതേട്ത്തെ പടിപ്പാ. ഞാനേട്ന്നാ ഓനെ പ്പളും ചെലവിന് കൊടുക്കണ്ടെ. ഓനെന്തെങ്കിലും നയിച്ച് കൊണ്ട്ത്തെരാണ്ട്. ഓനോട് പൊറത്തെറങ്ങാമ്പറ.”

ഉമ്മാമ്മ താഹിറയെ ഉന്തിത്തള്ളിവിട്ടു.

മണിമാരന്റെ നെഞ്ചിലെ ചൂടുംപറ്റി നല്ല ഭക്ഷണങ്ങൾ കഴിച്ചും നല്ല വാക്കുകൾ കേട്ടും മതിമറന്ന താഹിറയ്ക്ക് ഭർത്താവിനോട് പണിക്കു പോകാൻ പറയാനൊരു മടി.

ഉമ്മയുടേയും ഉമ്മാമ്മയുടെയും കുശുമ്പും കുശുകുശുപ്പും കേട്ട്

നില്ക്കക്കള്ളിയില്ലാതായ താഹിറ ഒടുക്കംപറഞ്ഞു.

“ഇങ്ങളെന്തെങ്കിലും പണിക്ക് പോണം. ഈട ബെല്യ ബെസമാ.”

“റബ്ബേ, അനക്ക് ബെയില് കൊള്ളാമ്പറ്റൂല തലചുറ്റും. ഞാനെന്ത് പണിയാ ഇപ്പെട്ക്കാ. നീ നിന്റുപ്പാനോട് ഒരു വിസ തെരാമ്പറ.”

താഹിറ ഗർഭിണിയായി. പ്രസവിച്ചു. ചെലവുകളെല്ലാം വീട്ടുകാർ നിർവ്വഹിച്ചു. ഹൈദർ ഇന്ന് ശരിയാകും നാളെ ശരിയാകും എന്ന പ്രതീക്ഷയിൽ വീട്ടുകാർ കാലംകഴിച്ചു.

താഹിറ രണ്ടാമതും ഗർഭിണിയായി.

“ഓന് കെർപ്പാക്കാനും മാത്തിരം ഒരു മൊടുക്കും ഇല്ല. ഒന്ന് പെറ്റ് അയിന്റെ ഈറ്റിന്റെ മണം പോയിനില്ല. അയിനും മിന്നേ ബേറൊന്ന്.”

താഹിറയുടെ പ്രസവച്ചെലവുകൾക്ക് എന്തുചെയ്യുമെന്നോർത്ത് വീട്ടുകാർക്ക് ആധിയായി.

“ഇങ്ങളെന്തെങ്കിലും പണിക്ക് പോ മനിസനെ. ഇങ്ങളെ ഓളേം കുട്ട്യോളെം എങ്കിലും ഇങ്ങക്ക് പോറ്റിക്കൂടെ?”

സഹികെട്ട് താഹിറയുടെ ഉമ്മ ഒരിക്കൽ ഹൈദറെ വഴക്കു പറഞ്ഞു.

പിറ്റേന്നു തന്നെ ഹൈദറിന്റെ പിണങ്ങിപ്പോകൽ. സ്വന്തം വീട്ടിലേക്ക്.

ഒന്നുരണ്ടു ദിവസം കഴിഞ്ഞിട്ടും ഒരാഴ്ച കഴിഞ്ഞിട്ടും രണ്ടാഴ്ച കഴിഞ്ഞിട്ടും ഭർത്താവ് തിരിച്ചുവരാതായപ്പോൾ താഹിറ വിങ്ങിപ്പൊട്ടി. പുയ്യാപ്ല പിണങ്ങിപ്പോയതറിഞ്ഞ് ബാപ്പ മൈസൂറിൽനിന്നും പറന്നെത്തി.

“നിങ്ങക്കേട്ന്ന് കിട്ടീ മനിസനെ ഈ മലഞ്ചരക്കിനെ. കാറ്റും പറ്റൂല ബെയിലും തട്ടൂല. ഏത് നേരോം അറേലെന്നെ. നമ്മക്ക് ആഊല പടച്ചോനെയിത്.”

ഉമ്മ തലയിൽ കൈവെച്ച് സങ്കടം കരഞ്ഞുതീർത്തു.

മരുമകനെ തേടിപ്പോയ താഹിറയുടെ ബാപ്പയെ ഹൈദറിന്റെ ഉമ്മ കണക്കറ്റു ശകാരിച്ചു.

“ന്റെ പടച്ചോനെ ന്റെ ചെക്കന്റെ കോലം നോക്കിയാട്ടേ. എന്ത് റങ്കുള്ള മോനേനു. ഇപ്പം കഞ്ഞി ബെന്ത വെള്ളം മേത്ത് തട്ടാത്തപ്പോലെ. നിങ്ങളാട്ന്ന് ഓന് ഒന്നും ത്ന്നാനും കുടിക്കാനും ഒന്നു കൊട്ക്കലില്ലോളി. ബെക്കാത്ത പൊരക്കാണല്ലോ അള്ളാ ഓനെത്തീത്. ഓന്റെ ബിധി പടച്ചോനേ.”

അവർ തട്ടം നേരെയാക്കി കൈ മുകളിലേക്കുയർത്തി ദൈവത്തോട് സങ്കടം പറഞ്ഞു. പിന്നീട് കുതിച്ചുവന്ന ദേഷ്യം മറയില്ലാതെ പുറത്തെടുത്ത് താക്കീത്ചെയ്തു.

“ഇപ്പം ഇങ്ങളെ മോള മൊയ്ചൊല്ലിയാല് ഓന് നല്ല മണിമണി പോലത്തെ പെങ്കിടാങ്ങളെ ബേറ എത്തിര ബേണെങ്കിലും കിട്ടും. നല്ല ഉസിരുള്ള കുട്ട്യാ ഓൻ. നീ ഇഷ്ടം ഇല്ലേൽ പോണ്ടെടാ, ഈടത്തന്നെ നിന്നോ.” ഉമ്മ മകനെ പിടിച്ച് അരികിലിരുത്തി.

ബാപ്പ കുറ്റം ഏറ്റുപറഞ്ഞ് മരുമകനെ ഏറ്റുവാങ്ങി വീട്ടിലേക്കു തിരിച്ചു.

താഹിറ മൂന്നാമതും ഗർഭിണിയായി.

ആദ്യത്തേതു രണ്ടും ആൺകുഞ്ഞുങ്ങൾ.

"ഇതെങ്കിലും പെണ്ണായാ മതിയായിരുന്നു."

തനിക്കെന്തോ അവാർഡ് ലഭ്യമായ സന്തോഷത്തോടെ താഹിറ പറഞ്ഞു. മൂത്തത് രണ്ടും ആൺകുട്ടികളായതിൽ കതീസുമ്മയ്ക്ക് അക്കാര്യത്തിൽ വേവലാതിയൊന്നുമില്ല.

അവർ ഒരു രഹസ്യംപോലെ ഒച്ചതാഴ്ത്തി പറഞ്ഞു.

"ഇന്നല്ലെങ്കില് നാളെ നമ്മക്ക് ഇങ്ങോട്ട് പൈശ മാങ്ങാ ലപ്പാ"

നസീമ ചൊടിച്ചു. അവർ അരിശത്തോടെ പറഞ്ഞു.

"പക്കേങ്കില് ഉമ്മാ. അനക്ക് ഈ ബൈക്കും ബൈക്കും പേറെട്ക്കല് കയ്യൂലപ്പാ. ഇതൊന്ന് സ്റ്റോപ്പാക്കണം. ന്റെ പടച്ചോനേ."

അവർ തന്റെ വേവലാതികളും ആവലാതികളും പടച്ചവനോട് പറഞ്ഞു.

പ്രാരാബ്ധം കൊണ്ട് നടുവൊടിഞ്ഞ കതീസുമ്മ തായത്തങ്ങാടിയിലെ സമ്പന്നഗൃഹങ്ങളിൽ പിറന്നുവീഴുന്ന കുഞ്ഞുങ്ങളെ കുളിപ്പിക്കാനും മൂത്രത്തുണി തിരുമ്മാനും പോയിത്തുടങ്ങി.

"അങ്ങനെയൊരു പോക്ക് പോയാ ബയറും നെറയും ചെലവും കയ്യും."

കതീസുമ്മയുടെ വരവോടെ തായത്തങ്ങാടിയിലെ സമ്പന്നരുടെ കുഞ്ഞുങ്ങളെ കുളിപ്പിക്കുന്ന തന്റെ ജോലിക്ക് ഇളക്കം തട്ടുമെന്ന് ഭയന്ന കുമ്പയമ്മ കതീസുമ്മയെ തായത്തങ്ങാടിയിലെങ്ങാനും വെച്ച് കാണുമ്പോൾ കാണാത്ത ഭാവത്തിൽ മുഖം തിരിച്ചുനടന്നു. ആരുടെ ഭാവമാറ്റങ്ങളും ഗൗനിക്കാതെ കതീസുമ്മ, ഞരമ്പുകൾ എഴുന്നുനിന്ന, ഉണങ്ങിയ പേരമരത്തിൻെറ തൊലിയിളകിയ പുറംകൊമ്പുപോലുള്ള തന്റെ കൈകൾ കൊണ്ട്, പട്ടുപോലുള്ള കുഞ്ഞുദേഹങ്ങളിൽ എണ്ണ തടവി കാലും മൂക്കും നടുവും ഉഴിഞ്ഞ്, മൂക്കിലും ചെവിയിലും വെള്ളം കടക്കാതെ നോക്കി, കുഞ്ഞു നാഭിച്ചുഴികളിൽ ചൂടുവെള്ളം അമർത്തിപ്പിടിച്ച് തൊള്ളകീറിക്കരയുന്ന കുഞ്ഞിനെ, തട്ടിത്തട്ടി സമാധാനിപ്പിച്ച്, മൂക്കിൽ നിറഞ്ഞ വെള്ളം വായകൊണ്ട് വലിച്ചെടുത്തു തുപ്പി കുഞ്ഞിന് തണുപ്പു വരാതിരിക്കാൻ മുൻകരുതലെടുത്തു.

കുഞ്ഞിന്റെ മൂക്കിൽ നിറഞ്ഞ വെള്ളം വായിൽ വലിച്ചെടുക്കുന്ന കതീസുമ്മയുടെ ആത്മാർത്ഥത നിറഞ്ഞ പെരുമാറ്റത്തിൽ മതിപ്പുതോന്നിയ ഉമ്മമാർ എണ്ണയും തുണിയും ചായപ്പലഹാരങ്ങളും അവർക്കു നല്കി. എല്ലാം നിറഞ്ഞ ചിരിയോടെ ഏറ്റു വാങ്ങിക്കൊണ്ട് കതീസുമ്മ ഉണക്കക്കൊള്ളിയിൽ തുണി ഞാത്തിയിട്ടതുപോലുള്ള തന്റെ രൂപത്തേയും വലിച്ചുകൊണ്ട് അങ്ങോട്ടുമിങ്ങോട്ടും ഓടി.

പതിനാല്

വേനലിന്റെ കഠിനതയിൽ ഒരുതുള്ളി വെള്ളംപോലും എങ്ങും കിട്ടാതായി. ഒരിക്കലും വറ്റാതിരുന്ന ചന്ദ്രമതിയുടെ കിണറിന്റെ അടി കണ്ടുതുടങ്ങിയതോടെ തന്റെ വെള്ളംകുടിയും മുട്ടാറായി എന്ന് കതീസുമ്മ കണക്കുകൂട്ടി. വരണ്ടുണങ്ങിയ കുന്നിൻമുകളിൽ ഉഷ്ണക്കാറ്റ് വീശിയടിച്ചു. ഒരു പച്ചപ്പുപോലും ബാക്കിവെക്കാതെ ഭൂമി ജലാംശത്തെ മുഴുവൻ ഉള്ളിലേക്ക് വലിച്ചെടുക്കുകയാണെന്നുതോന്നും ചിലപ്പോൾ. പൈപ്പിൻചോട് പാതയിലൂടെ ചീറിയടിച്ചുവന്ന ചുടുകാറ്റിൽ പാറിയിളകിയ പൊടിമണ്ണ് മുറ്റത്ത് കളിച്ചുകൊണ്ടിരുന്ന ഇട്ടീരിച്ചെക്കന്റേയും പാറോതിപ്പെണ്ണിന്റെയും കണ്ണിലും മൂക്കിലും അപ്പാടെ അടിച്ചുകയറി. ചൂടുകൊണ്ട് പൊറുതിമുട്ടിയ ഈട്ടീരിച്ചെക്കൻ അപസ്മാരബാധയാൽ ഇടയ്ക്കിടെ ബോധമറ്റു നുരയും പതയും തുപ്പി വീണു. യഥേഷ്ടം കുടിക്കാൻ വെള്ളം കിട്ടാതെ ഉഷാറാണിയുടെ തൊഴുത്തിലെ കന്നുകാലികൾ നീട്ടിക്കരഞ്ഞു.

പൈപ്പിൻചോട്ടിലെ പെണ്ണുങ്ങൾ കൂട്ടംകൂട്ടമായി കുന്നിറങ്ങിത്തുടങ്ങി. രണ്ടും മൂന്നും വട്ടപ്പാത്രങ്ങളിൽ വെള്ളം നിറച്ച് അട്ടിക്കുവെച്ച് പെണ്ണുങ്ങൾ വിയർത്തുകുളിച്ച് പരവശപ്പെട്ട് പതുക്കെ പതുക്കെ കുന്നുകയറിത്തുടങ്ങി. മഞ്ഞപ്പെയിന്റടിച്ച സ്വന്തം ഗുഡ്സ്വണ്ടിയിൽ രാമൻ വെള്ളം കൊണ്ടുവരുന്നത് പൈപ്പിൻചോടുവാസികൾ അസൂയയോടെ നോക്കിനിന്നു. തങ്ങൾക്കും തങ്ങളുടെ കൂട്ടർക്കും നിത്യദാരിദ്ര്യവും രോഗവും പട്ടിണിയും തല്ലും വഴക്കും ആണെങ്കിലും പാഞ്ചാലിയുടെ മക്കൾക്ക് മാത്രം ഇതൊന്നുമില്ല. തായത്തങ്ങാടിയിൽ ലീവിന് വരുന്ന ദുബായ്ക്കാർ മാപ്പിളമാരെപ്പോലെ പാഞ്ചാലിയമ്മയ്ക്ക് എന്നും അഭിവൃദ്ധിതന്നെ.

പൈപ്പിൻചോട്ടിൽ നൂലുപോലെ ഇറ്റുവീഴുന്ന ഒന്നോ രണ്ടോ പാത്രം വെള്ളത്തിന് മണിക്കൂറുകളോളം കാത്തുനിന്ന പെണ്ണുങ്ങൾ ഉഷാറാണിയുടെ കാതിലെയും കഴുത്തിലെയും മിന്നുന്ന പതക്കങ്ങളും മാലകളും കണ്ട് ആശ്ചര്യസ്തബ്ധരായി വാപൊളിച്ച് തമ്മിൽ തമ്മിൽ കുശുകുശുത്തു.

ഉഷാറാണി തങ്ങളെപ്പോലെയല്ലെന്ന് കോളനിക്കകത്തും പുറത്തും ഉള്ളവർ പറയുന്നു. അവൾ ഭർത്താവിനെ നിലയ്ക്ക് നിർത്തുന്നു. തങ്ങളെപ്പോലെ കാതും കഴുത്തും ഒഴിച്ചിടാതെ നിറയെ ആഭരണങ്ങളുമിട്ട് കുലുക്കി നടക്കുന്നു. തങ്ങളുടെ ഭർത്താക്കന്മാരെപ്പോലെ ഉഷാറാണിയുടെ ഭർത്താവ് അവളെ കള്ളുകുടിച്ച് തല്ലുന്നില്ല. ബഹളം ഉണ്ടാക്കുന്നില്ല. വഴക്കുകൂടുന്നില്ല. ചീത്തവിളിക്കുന്നില്ല. അവൾക്ക് തൊലിവെളുപ്പുള്ളതു കൊണ്ട് അവളുടെ ഭർത്താവ് കൃഷ്ണൻ മറ്റു പെണ്ണുങ്ങളെ കാണുമ്പോൾ തുറിച്ചുനോക്കുന്നുമില്ല. ഏതുനേരവും പാലും തൈരും മുട്ടയും വിറ്റ് കാശുണ്ടാക്കുന്ന ഉഷാറാണിയുടെ തൊഴുത്തിലെ ആടുകൾ പെറ്റാൽ ഒരുപ്രസവത്തിൽ നാലും അഞ്ചും കുഞ്ഞുങ്ങൾ. അതിനെ വളർത്തി വലുതാക്കി വിറ്റ് അങ്ങനെയും അവൾ കാശുണ്ടാക്കുന്നു. ഉഷാറാണി തങ്ങളെപ്പോലെ സീരിയലുകളിൽ ഭ്രമിച്ചിരിക്കാതെയും ആഴ്ചപ്പതിപ്പിലെ നേരമ്പോക്ക് കഥകൾ വായിച്ചിരിക്കാതെയും പുറമെനിന്ന് വരുന്നവരുടെയെല്ലാം അനുമോദനങ്ങൾക്ക് പാത്രമാകുന്നു.

കതീസുമ്മ ഉഷാറാണിയുടെ സൗഭാഗ്യങ്ങൾ കണ്ട് അല്പം നിരാശകലർന്ന സ്വരത്തിൽ ചുണ്ടത്ത് വിരൽവെച്ചു അതിശയിച്ചു.

"പെണ്ണായാ ഇങ്ങന മാണം. ഓള് മുട്ട ബിറ്റ് കായ് ഇണ്ടാക്കുമ്പം ഓളമ്മ പാലില് വെള്ളം ചേർത്ത് കായ്ണ്ടാക്ക്ന്ന്. ഓളാങ്ങളയോ അപ്പം ആള്ക്ക് പൈശ പലിശയ്ക്ക് കൊടുത്ത് മേക്ക്മ്മല് മേക്ക്മ്മല് ഇണ്ടാക്ക്ന്ന്." നിർത്താൻ ഭാവമില്ലാതെ ഒരുതരം പകയോടെ അവർ തുടർന്നു.

"ആ വാർപ്പുംബീട് കണ്ടോ. ഇത്തര നല്ല വാർക്കവീട് ഇക്കൂട്ടത്തിലാരിക്കാ ഉള്ളേ? നമ്മളപ്പോലത്തെ ആളോളെ ചോരേം നീരും ഊറ്റിയ പൈശോണ്ടല്ലേ ഓനത് ഇണ്ടാക്കീന്. ആ രാമൻ. ഓന്റെ സംഘത്തിപ്പോയീ വീണാപ്പിന്ന ഒരു കാലോം കരകേറാങ്കയ്യൂലാ... ഓൻ ഒരിക്കലും കൊണംപിടിക്കൂല..."

കതീസുമ്മ രണ്ടു കൈയും ഒരുമിച്ച് ചേർത്ത് രാമനെ പൊട്ടിപ്പിരാകി. കഷ്ടപ്പാടുകാരിയായ കതീസുമ്മയ്ക്ക് റേഷൻ വാങ്ങണമെങ്കിലും കുട്ടികൾക്ക് മരുന്നുവാങ്ങണമെങ്കിൽക്കൂടിയും സംഘത്തിൽനിന്ന് പണം പലിശയ്ക്കു വാങ്ങണമായിരുന്നു. ഒരേയൊരു മകൻ ഗൾഫിൽ നിന്നയക്കുന്ന പണത്തിൽ ഒരുരൂപ പോലും കൈകൊണ്ട് തൊട്ടുനോക്കാൻ കിട്ടാതെ അത് മുഴുവനും രാമന്റെ സംഘത്തിന്റെ പലിശയടയ്ക്കുകയാണ് ചെയ്യു

ന്നത്.

"വെച്ചിരിക്ക്ന്നോക്ക് ചെലവിന് കൊടുക്കണ്ടേ ആ മദാമ്മേനെ പോറ്റ ണ്ടിക്കില് കൊറച്ചങ്ങാനും മയ്യാ"

എന്തോ അവിഹിതബന്ധത്തിന്റെ ചവർപ്പ് വായിൽ കലർന്നതു പോലെ കതീസുമ്മ നീട്ടിത്തുപ്പി. മുഖമുയർത്തിയതും തുപ്പൽ മുഖത്തു കൊണ്ടതുപോലെ മുമ്പിൽ പശുവിനെയും പിടിച്ച് പാഞ്ചാലിയമ്മ.

"എന്താ കതീസുമ്മാ... ഒരു തുപ്പലും കാറലും. ആരെപ്പറ്റിയാ ദുശി ക്ക്ന്നേ... സംഘത്തിന്റെ പലിശയെല്ലാം അടച്ചിനാ... കയിഞ്ഞമാസത്തെ വാടക കൊട്ത്തിനാ...?"

"അത് ബെരുന്നാസം അടക്കാന്ന്. ബേറാരപ്പറ്റിയാപ്പാ... ആ കുമ്പ യമ്മേനപ്പറ്റിയെന്നെ... പൈപ്പില് ബെള്ളം ബന്നപ്പെ തൊട്ട് ഓരിക്ക് എടു ക്കട്ടേന്നും ബിയാരിച്ച് മാറിനിക്ക്ന്നും... അള്ളോ ഓറെ ഊറ്റല് തീർന്നിട്ട് മാണ്ടേ. ഓറെ തിരുമ്പല് തീർന്നിട്ടു മാണ്ടേ..."

"ഓ ഇന്നും പൈപ്പിന്റാട കൊണ്ടന്നിറ്റ് തിരുമ്പീനാ ആ കുമ്പ... ഞാനോക്ക് ബെച്ചിറ്റ്ണ്ട്. എത്ര പറഞ്ഞാലും കേക്കൂലാന്ന് ബെച്ചാ എന്താ ചെയ്യാ... ഓറെ ചേറും തുണീ എന്തിനാ നമ്മളെ മിറ്റത്തുള്ള പൈപ്പിൻ ചോട്ടില് കൊണ്ടച്ചിറ്റി തിര്മ്പ്ന്നേ... ബെള്ളം കൊണ്ടോയിറ്റ് ഓർക്ക് ഓറെ മിറ്റത്ത് ബെച്ച് തിരുമ്പിക്കൂടെ. എടേല് ബെച്ച് തിരുമ്മി എടേല് തെന്നെ ഒര് മറിക്കല്. നമ്മളെ നുമ്പിലേക്കൂടിയല്ലേ ബെള്ളം ഒഴുകിപ്പോന്നേ"

"ശെരിയെന്നെ, ബയ് പോന്ന ആള് മുയ്മനും ആ ചളീ ചവിട്ടീറ്റല്ലേ പോണ്ടത്"

കതീസുമ്മ പാഞ്ചാലിയമ്മയെ അനുകൂലിച്ചു.

"അയിനോടെല്ലാം ആര് ബർത്താനം പറയാൻ. ഉന്നക്കായി പൊട്ടി ച്ചീറിയമാതിരി ആ കുമ്പയമ്മ പത്ത് മക്കളെ പെറ്റിട്ടിന്. പത്തും പത്തു തരം സൊഭാവം. പത്തിനും അഞ്ചും ആറും മക്കളും. അയിറ്റിയോളെല്ലം കൂടി ഈ കോളനി എളക്കി മറിക്ക്ന്ന്. ഞാമ്പോട്ട് കുട്ടി പാല് കുടിച്ച് തോന്നൂ"

കിടാവ് പാലുകുടിക്കാൻ തുനിയുന്നത് കണ്ട് പാഞ്ചാലിയമ്മ തള്ളപ്പശുവിന്റെ കയറ് പിടിക്കാൻ ഓടി.

പാഞ്ചാലിയമ്മ പോയപ്പോൾ അവർ പോയ വഴി നോക്കി കതീസുമ്മ അതൃപ്തിയോടെ പറഞ്ഞു.

"ഓ ഇബറ് വെല്യ മയിസ്രേട്ട്. ഓറെ ചട്ടീം കലും അത്രും തേക്കലും വടിക്കലും ഏട്ന്നാ. പൈപ്പ്ചോട്ട്ന്നല്ലേ, ആ ബെള്ളം തേച്ചും ഓറ് റോട്ട് മ്മലേക്കല്ലേ ഒയിക്ക്ന്നേ, ഓറക്ക് പറ്റും ബേറെയാരിക്കും പറ്റൂലേ. ഇത് നല്ല അതിസ്യം. ഓറെന്താ ബെല്യ പൈശക്കാരായകൊണ്ടാ?"

കതീസുമ്മ ശബ്ദം താഴ്ത്തി ഉദ്വേഗത്തോടെ ചോദിച്ചു.

കതീസുമ്മ ഉൾപ്പെടെ ഉള്ളവർ ആരെല്ലാം എന്തെല്ലാം ദുഷിച്ചാലും

പാഞ്ചാലിയമ്മയ്ക്കും മക്കൾക്കും ഒരു ഉടവും തട്ടിയില്ല. ദിനംപ്രതി അവർ കരുത്താർജ്ജിച്ചുവന്നു.

വീടിന്റെ പിറകിലുണ്ടാക്കിയ ആട്ടിൻകൂട്ടിൽ കടന്ന് ഇട്ടീരിച്ചെക്കൻ പാല് കട്ട്കുടിക്കുന്നു എന്ന ആരോപണം ഉഷാറാണി പൈപ്പിൻചോട്ടിലെ പെണ്ണുങ്ങൾക്കു മുമ്പാകെ സൗദാമിനി കേൾക്കാനായി പറഞ്ഞു.

സംഭവം നടന്നത് ഇപ്രകാരം...

ഉഷാറാണിയുടെ ആട്ടിൻകൂട് പെണ്ണാടുകളെക്കൊണ്ടും കുഞ്ഞാടുകളെക്കൊണ്ടും തിങ്ങിനിറഞ്ഞു. അതിൽ കുറച്ചെണ്ണത്തിനെ ദിനംപ്രതി കുന്നിറങ്ങി വയലിൽ മേയാൻ ഇറക്കുന്നു ഉഷാറാണി. ആടും ആട്ടിൻകുട്ടികളും വരമ്പുകൾക്കപ്പുറവും ഇപ്പുറവും തുള്ളിച്ചാടി പുല്ലുതിന്നു തിരികെവന്നു. വൈകുന്നേരം ആട്ടിൻപാൽ കറന്നെടുത്ത് പഞ്ചസാരയും ചേർത്ത് കുടിക്കാൻ മോഹമുദിച്ച ഉഷാറാണി കറക്കാൻ ചെന്നപ്പോൾ ഒരുതുള്ളി പാലില്ല... പാലൊഴിഞ്ഞ മുലക്കാമ്പുകൾ...

“എണേ അത് കുട്ടി കുടിച്ചെ ആരിക്കും”

പാഞ്ചാലിയമ്മ മകളെ സമാധാനിപ്പിച്ചു. അന്നങ്ങനെ കഴിഞ്ഞു. പിന്നീടുള്ള ദിവസങ്ങളിലും വല്ലപ്പോഴും കിട്ടിയാലായി ഇത്തിരി പാൽ. സംശയം തോന്നിയ ഉഷാറാണി അമ്മയാടുകളേയും കുട്ടിയാടുകളേയും മാറ്റിക്കെട്ടി. എന്നിട്ടും എന്തൊരതിശയം. കറക്കാൻ ഒരുതുള്ളി പാലില്ല...

ഏതോ മാടനോ മറുതയോ പിശാചോ ഇറങ്ങി ഉഷാറാണിയുടെ ആടുകളുടെ പാൽ മുഴുവൻ കുടിക്കുകയാണെന്ന് വീട്ടിലുള്ളവർ സംശയിച്ചു. അതെല്ലാം ഒഴിഞ്ഞുപോകാൻ എന്തെങ്കിലും പ്രതിക്രിയകളോ വഴിപാടുകളോ കഴിക്കാൻ പാഞ്ചാലിയമ്മ തീരുമാനിക്കുകയും ചെയ്തു. ഒരു ദിവസം ഉച്ചകഴിഞ്ഞ് എന്തോ ഒച്ച കേട്ട് പുറത്തിറങ്ങിയ ഉഷാറാണി തന്റെ ആട്ടിൻകൂട്ടിൽനിന്നും പതിവില്ലാത്ത എന്തോ മുരൾച്ചയും ശബ്ദവും കേട്ട് ബേജാറായി... ‘മാടനോ മറുതയോ’ തെല്ലുനേരം മാറി നിന്നു. പിന്നെ രണ്ടും കല്പിച്ച് കൂട്ടിനുള്ളിലേക്ക് എത്തിനോക്കിയ ഉഷാറാണിയുടെ കണ്ണ് തള്ളിപ്പോയി...

കുപ്പായമിടാത്ത ഇട്ടീരിച്ചെക്കൻ നിലത്ത് മുട്ടുകുത്തിയിരുന്ന് കൂട്ടിൽ കെട്ടിയ പെണ്ണാടിന്റെ പാല് ചപ്പിക്കുടിക്കുന്നു. ചെക്കനെ പിടിച്ച് വെളിയിൽ തള്ളി ആട്ടിൻകൂട് താക്കോലിട്ട് പൂട്ടി ഉഷാറാണി നടന്ന കാര്യങ്ങൾ എല്ലാവരോടുമായി പറഞ്ഞു.

“അന്റെ മോനൊരിക്കലും അത് ചെയ്യൂല ഒറപ്പ്.”

സൗദാമിനി വാശിയോടെ എതിർത്തു.

എങ്ങനെയെല്ലാം മുൻകരുതലെടുത്തിട്ടും ശ്രദ്ധാപൂർവ്വം സംരക്ഷിച്ചിട്ടും പെണ്ണാടിന്റെ പാൽ ഒന്നിടവിട്ട ദിവസങ്ങളിൽ കുറഞ്ഞുവന്നു.

ഒടുക്കം പാഞ്ചാലിയമ്മയുടെ നിർദ്ദേശപ്രകാരം ഇട്ടീരിച്ചെക്കന്റെ പാൽകുടി നിർത്തിക്കാൻ ഉഷാറാണി ഒരു വഴി കണ്ടെത്തി.

അങ്ങാടിയിലെ ടെയ്‌ലർ ഭാസ്കരനെക്കൊണ്ട് ആടിന്റെ മുലക്കാമ്പ് കണക്കാക്കി നീളത്തിൽ തൂങ്ങുന്ന തുണിസഞ്ചികൾ തയ്യാറാക്കി. ആടിന്റെ അകിടിൽ കെട്ടിക്കൊടുത്തു...

ആടിന്റെ പാൽ കുടിക്കാൻ വന്ന ഇട്ടീരിച്ചെക്കൻ പഠിച്ച പണി പതിനെട്ടും നോക്കിയിട്ടും തുണിസഞ്ചി ഊരാൻ ആയില്ല. അങ്ങനെ ഉഷാറാണിയുടെ പെണ്ണാടുകൾ മുലകളിൽ തൂങ്ങി നിന്ന പല വർണങ്ങളിലുള്ള സഞ്ചികളുമായി പൈപ്പിൻ കുന്നിന്റെ വീഥികളിലൂടെ മേഞ്ഞുനടന്നു.

പതിനഞ്ച്

ഉച്ചകഴിഞ്ഞപ്പോൾ അപ്രതീക്ഷിതമായി വേനൽമഴ തകർത്തു പെയ്തു. കാർമേഘക്കൂട്ടങ്ങൾ പൊടുന്നനെ വന്നു നിറഞ്ഞ ആകാശം കനത്തുവന്ന്, ഊക്കിൽ ചരിഞ്ഞുപതിച്ച മഴത്തുള്ളികൾ പടപട ശബ്ദ മുയർത്തി പെയ്തുതുടങ്ങി. ഉണങ്ങിയ മണ്ണ് ആകസ്മിക ജലപ്രവാഹ ത്തിൽ പുളകംപൂണ്ട് കോരിത്തരിച്ചുനിന്നു. നനഞ്ഞ മണ്ണ് ദാഹം ശമിപ്പിച്ച് കുതിർന്നമരവെ ചെറിയ ചെറിയ സീൽക്കാരശബ്ദങ്ങളു തിർന്നു.

പൈപ്പിൻചോട് കോളനിയിലെ കുടിലുകൾ നനഞ്ഞൊലിച്ച് തണുത്തു വിറങ്ങലിച്ച് മൂകതയിൽ വിലയംപ്രാപിച്ചതുപോലെ നിന്നു. ഉഗ്രമായ കാറ്റിൽ താഴ്വാരത്തിലെ മരങ്ങളും തെങ്ങിൻതലപ്പുകളും കൂപ്പുകുത്തി വട്ടംചുറ്റി. ദിഗന്തം മുഴങ്ങുന്ന ഒച്ചയിൽ ഇടിമുഴങ്ങിയപ്പോൾ കത്തിപ്പായുന്ന മൂർച്ചയിൽ മിന്നൽ ഭൂമിയിലേക്കിറങ്ങി. മേൽക്കൂരയ്ക്കി ടയിലെ പൊട്ടിയ ഓടിൻവിടവുകൾക്കിടയിലൂടെ വെള്ളം ഒലിച്ചുതാണ പ്പോൾ ഇട്ടീരിച്ചെക്കൻ നേരെ താഴെ പോയിനിന്ന് അവ വായിലാക്കാൻ ശ്രമിച്ചു. പാറോതിപ്പെണ്ണ് മുറ്റത്തുപോയി നിന്ന് കൈകൾ നീട്ടിപ്പിടിച്ച് മഴവെള്ളം കൈക്കുമ്പിളിലാക്കി കുടിച്ചു രസിച്ചു. മഴ കണ്ട് തുള്ളിച്ചാടി ചന്ദ്രമതിയുടെ വളർത്തു പട്ടി തലപോയ തെങ്ങിനു ചുറ്റും വട്ടത്തിൽ ഓടിക്കൊണ്ട് പുറത്തുപോയ തന്റെ യജമാനത്തിയെ കാണാതെ വെപ്രാളപ്പെട്ടു. മഴ ഉത്സാഹത്തിമിർപ്പോടെ, ആഘോഷത്തോടെ ശബ്ദമുയർത്തി തുടങ്ങിയപ്പോൾ റോഡിലൂടെ ചുവന്ന കലക്കവെള്ളം കുതികുത്തിയൊഴുകിത്തുടങ്ങി.

പുതുമണ്ണിന്റെ തീക്ഷ്ണഗന്ധം ചുറ്റും പതഞ്ഞ് പൊന്തി. ഉഷാ റാണിയുടെ കിളവക്കിലുള്ള ഉപ്പില മരത്തിന്റെ പഴുത്തിലകൾ കാറ്റിൽ

ചറുപറെ പാറി വീണു. തണുത്തുവന്ന മണ്ണ് ഒരു ദീർഘനിശ്വാസമുതിർക്കുംപോലെ തോന്നി. പ്രകൃതിക്കും ഒരു അയവ്. മഴ ഇടയ്ക്ക് ശക്തികൂട്ടിയും കുറച്ചും പിന്നെ ഒച്ചയൊന്നുമില്ലാതെയും പിന്നെ പതുങ്ങിവരുന്ന ഇരുട്ടിനൊപ്പം ചേർന്നുനിന്നും നിശ്ശബ്ദം പെയ്തു. കുതിർന്ന മൺതിട്ടിന് മേലെ പൊടുന്നനെ എന്തോ ഒരനക്കം. അത് എന്താണെന്ന് വന്ന് നോക്കിയ ഇട്ടീരിച്ചെക്കന്റെ മുകളിലൂടെ മണ്ണ് പൊട്ടിച്ച് പുറത്തുവന്ന മഴപ്പാറ്റകൾ ചിറകുമുളച്ച് പുറത്തേക്ക് പാറിപ്പോയി. എണ്ണിയിട്ടും എണ്ണിയിട്ടും തീരാതെ ഒരു പ്രവാഹംപോലെ... അവയെല്ലാം ഇലക്ട്രിക് പോസ്റ്റിന്റെ മുനിഞ്ഞുകത്തുന്ന വെട്ടത്തിനു ചുറ്റും പാറിക്കളിച്ചു. എവിടെ നിന്നോ ആർത്തുകൊണ്ടെത്തിയ കുറെ കാക്കകളും ചെറുകിളികളും പൊന്തിയും താഴ്ന്നും പറന്നുകൊണ്ട് കുറേയെണ്ണത്തിനെ കൊത്തിയകത്താക്കി.

പാഞ്ചാലിയമ്മയുടെ ചാണകക്കുണ്ട് നിറഞ്ഞ് ചാണകക്കുഴിയിൽ നിന്നുള്ള വാട നാലു ചുറ്റും പടർന്നുപൊന്തി. താഴ്വരയിലെ മരങ്ങൾ കൂറ്റൻ മലകൾ പോലെ ഇരുട്ടിനുമീതെ ഇരുട്ടായി ഏതോ വലിയ കോട്ടകൾ പോലെ ഉയർന്നുനിന്നു. മൗനത്തിലും അന്ധകാരത്തിലും ആണ്ടുനിന്ന ഭൂമി അവ്യക്തമായ സ്വരത്തിൽ എന്തോ പറയാൻ ശ്രമിക്കുകയാണെന്ന് തോന്നും കുന്നിൻ മുകളിൽനിന്നും താഴേക്കു നോക്കുമ്പോൾ. വിചിത്രവും ഏകാന്തവുമായൊരു വിഷാദംപോലെയൊന്ന് ചുറ്റും പടർന്നുനിന്നു. പൊടുന്നനെ കിട്ടിയൊരു മഴയുടെ ചുവടുപിടിച്ച് ഒരു ശ്വാസമയച്ചുവിടൽപോലെ എല്ലാവരും വേഗം ഉറങ്ങുവാൻ ആഗ്രഹിച്ചു. കനത്ത ഒരിടി വെട്ടിയപ്പോൾ ആരോ കണ്ണടയ്ക്കുംപോലെ വീടുകളിലെയെല്ലാം വൈദ്യുതി വെളിച്ചങ്ങൾ പെട്ടെന്ന് അണഞ്ഞു. കറുത്ത വലിയ പുതപ്പു വലിച്ചുനീട്ടി പുതച്ചുകൊണ്ട് രാത്രിയുറങ്ങിത്തുടങ്ങി...

പിറ്റേന്ന് പൈപ്പിൻചോട് ഉണർന്നത് സൗദാമിനിയുടെ വീട്ടിൽ കറന്റ് പോയ നേരത്ത് കള്ളൻ കയറിയെന്ന വാർത്തയുമായാണ്. കേട്ടവർ കേട്ടവർ അതിശയിച്ചു. കുമ്പയമ്മയുടെ വീട്ടിൽ കള്ളൻ കയറുക ഈയിടെ നിത്യസംഭവമായിട്ടുണ്ട്. ഇതറിഞ്ഞ ഉഷാറാണി അടുക്കളപ്പുറത്തുനിന്നും ആടിനെ അഴിച്ചുകെട്ടുമ്പോൾ ഇങ്ങനെ പ്രസ്താവിച്ചു.

"ആടയൊരു മീഞ്ചുളിപോലും ക്ട്ടാനില്ല. കട്ട് കൊണ്ട് പ്പോണ്ട ഒരു മൊതലും ആ പോരേലില്ല. കള്ളൻ എന്ത് കക്കാനാ വെര്ന്നേന്ന് ആരിക്കറിയാപ്പാ. നമ്മളൊന്നും പറയുന്നില്ലാപ്പാ. അമ്മക്കും മോക്കും ഒരാളാന്നാ പറയ്ന്ന് കേട്ടു... സൗദാമിനീന്റെ ആ കുള്ളൻ മേസ്ത്രി... ആടങ്ങെത്തി, ഞാമ്പോട്ടപ്പാ..."

രാവിലെ മുതൽ അങ്കംവെട്ടി തളർന്ന് അല്പനേരം കോലായിലിരുന്ന് വിശ്രമിക്കുകയായിരുന്നു കുമ്പയമ്മയും മകൾ സൗദാമിനിയും അപ്പോൾ. ഇടവേളയ്ക്കുശേഷം വീണ്ടും തുടങ്ങി യുദ്ധം. ഈയിടെയായി അമ്മയും മകളും തമ്മിൽ മിണ്ടാട്ടം തീരെ കുറവ്. പുലർച്ചയെന്നോ സന്ധ്യയെന്നോ നട്ടുച്ചയെന്നോ നട്ടപ്പാതിരയെന്നോ ഭേദമില്ലാതെ കുമ്പയമ്മയുടെ വീട്ടിൽ

നിന്ന് ഇടയ്ക്കിടെ ഉയരുന്ന പച്ചത്തെറികളും പാത്രങ്ങൾ വീണ് തെറിക്കുന്ന ശബ്ദവും നാട്ടുകാർക്കെല്ലാം സുപരിചിതമാണ്. ഒച്ച കേൾക്കേണ്ട താമസം ചുറ്റുവട്ടത്തുള്ള ആളുകളെല്ലാം കുമ്പയമ്മയുടെ വീടിന് മുമ്പിൽ തടിച്ചുകൂടും. അകത്തുനിന്നുള്ള കലാശക്കൊട്ടെല്ലാം അവസാനിപ്പിച്ച് പുറത്തുനില്ക്കുന്നവരോട് വിശദീകരണത്തിനായി കുമ്പയമ്മയുടെ ഒരു വരവുണ്ട്. അവർ തന്റെയാ പ്രത്യേകതാളത്തിൽ നടന്നുവന്ന് വേരിൻമേൽ ചെന്നിരിക്കും. പിന്നീട് തന്റെ കഷ്ടകാലത്തെപ്പറ്റി വിവരിക്കും.

"ഞാനുച്ചയ്ക്ക് ഇന്ന് ഇരുപുർപ്യക്ക് മാങ്ങിവെച്ച മീങ്കറിയാ... ഞാങ്കൂട്ടീറ്റും കൂടിയില്ല. ഇപ്പം നോക്കുമ്പം അയിലൊരൊറ്റ കഷണും ഇല്ല. കണ്ടം എടുത്താ തലയെങ്കിലും ആട ബെക്കണ്ടെ ചെതലക്കാലിയോള്. ഇങ്ങള ഈനായിറ്റ് ചാത്രയാക്കീതാ"

ഇത് കേൾക്കുമ്പോൾ കലിതുള്ളിക്കൊണ്ട് പുറത്തേക്കോടിവരുന്ന സൗദാമിനി കൈയും കാലും തടിയുമിളക്കി അമ്മയുടെ മുമ്പിൽ ചന്ദ്രഹാസം മുഴക്കി.

"ഞമ്മള് ബാരിത്ത്ന്നേ നിങ്ങള് കണ്ടിനാ ഏ... നായി വന്ന്തിന്നിറ്റ്ണ്ടാകുംന്ന്... വെറുതെ ബീട്ടിന്റാത്ത് കച്ചറയാക്ക്ന്ന്..."

"നായിയെന്നെ. ചോറും കറിയും നായ് തിന്നുംന്ന് ബിചാരിക്കാ. എന്നാ കലത്തിലിട്ട് പൊത്തിവെച്ച അരിയും നായി തിന്നുആണേ... മൊള് പൊടിയും ഉപ്പും പുളിയും നായ് തിന്നു ആണേ... കള്ളത്തി നിന്റെ കൊടലില് തേയ്ന്നില്ലെങ്കില് കക്കാഞ്ചെല്ല്, എല്ലെങ്കില് കണ്ടോനയെല്ലാം പോയി പിടിക്ക്... കേട്ടാ നീ..."

കുമ്പയമ്മ സൗദാമിനിയുടെ മുഖത്തെന്നപോലെ മുറ്റത്തേക്ക് കാർക്കിച്ചുതുപ്പി.

"അതിപ്പം അങ്ങനെത്തന്നെയാണല്ലോ" കൂട്ടത്തിലാരോ ഒച്ച കുറച്ച് പറഞ്ഞ കമന്റ് ഒരു ചിരിയുണർത്തി.

"നിങ്ങം നമ്മളെയിണ്ടാക്കീത് അങ്ങനെയാരിക്കും."

സൗദാമിനി തിരിച്ചടിച്ചു.

കൂടിനില്ക്കുന്ന ആളുകളുടെ എണ്ണം വർദ്ധിക്കുന്നത് കണ്ടപ്പോൾ കൂടുതലൊന്നും പറയാതെ സൗദാമിനി അകത്തേക്ക് പോയി.

കൂടിനില്ക്കുന്നവരുടെ കൂട്ടത്തിൽ തൊട്ടടുത്തുതന്നെ താമസിക്കുന്ന തന്റെ വേറൊരു മകളായ കുസുമത്തിന്റെ മകനെ കണ്ടപ്പോൾ കുമ്പയമ്മ ഞൊണ്ടിഞൊണ്ടി അവനടുത്തേക്ക് നടന്നു.

"എടാ മോനേ അമ്മമ്മക്ക് പയിച്ചിറ്റ് ന്ക്കാങ്കയ്യുന്നില്ലെടാ. ഒര് നൂറുർപ്യ നോട്ടെടാ... ഞാ രണ്ട് പൊറോട്ടേം കറീം ബാങ്ങട്ട്. ഇപ്പം പോയാ പീട്യപൂട്ടൂല. കൊറച്ച് കയിഞ്ഞാ പീട്യ പൂട്ടിപ്പോം. ഇന്റെ കുരുത്തും പൊരുത്തും അനക്കറീലേ."

മകളുടെ മകൻ നീട്ടിയ നൂറുറുപ്പിക കണ്ട് മനംതെളിഞ്ഞ കുമ്പയമ്മ നേരെപോയി, റോഡ് മുറിച്ചുകടന്ന് അതിനുമപ്പുറത്തുള്ള അലീസ് ഹോട്ടൽ ആൻഡ് കൂൾബാറിലേക്കു കയറി. സ്വന്തം അമ്മക്ക് തരാതെ,

ഏതുനേരവും തങ്ങളെ ചീത്തവിളിക്കുകയും ശകാരിക്കുകയും ചെയ്യുന്ന അമ്മമ്മയ്ക്ക് മകൻ പൈസ നല്കിയത് കുസുമത്തെ ചൊടിപ്പിച്ചു. അവൾ മകന്റെ നേരെച്ചെന്ന് കണ്ണുരുട്ടി കടുപ്പിച്ചു പറഞ്ഞു.

"നിനിക്ക് ചൊറിച്ചില്ണ്ടോടാ കള്ളപ്പന്നീ... നൂറുർപ്യ എടുത്ത് നീട്ടീന്. അയിപ്പം ആടക്കൊണ്ടോയി അടിച്ച്പൊളിച്ച് തീർക്കും. നീ കൊടുത്തില്ലെങ്കിലും ഓറിപ്പം തിന്നാണ്ടൊന്നും ആകൂല. ഓറ കോന്തല നറച്ചും പൈശയാടാ..."

കുമ്പയമ്മ കസേരയിലിരുന്ന് പലഹാരങ്ങൾ സൂക്ഷിച്ച കണ്ണാടിക്കൂട്ടിനുള്ളിലേക്ക് സൂക്ഷിച്ചുനോക്കിക്കൊണ്ട് പറഞ്ഞു.

"കാതറേ രണ്ട് പൊറോട്ടയെട്ത്തോ. കറി എറച്ചി വരട്ടിയത് മയ്. ഇത് ത്ന്ന് കയ്ഞ്ഞിറ്റ് രണ്ട് പൊറോട്ടേം കൂടി എട്ത്തോ..."

മൃഷ്ടാന്നം ഭക്ഷണം കഴിഞ്ഞ് ഏമ്പക്കവുംവിട്ട് കുമ്പയമ്മ ഹോട്ടലിനപ്പുറമുള്ള കള്ളുഷാപ്പിന് നേരെ നടന്നു. പിന്നീട് രഹസ്യമായി താൻ കോന്തലക്കൽ കെട്ടിവെച്ചിരുന്ന പ്ലാസ്റ്റിക് കുപ്പി പുറത്തെടുത്ത് ഷാപ്പുകാരനെ വിളിച്ചുപറഞ്ഞു.

"മോനേ താമോരാ, ഒര് മുക്കാല് ഇങ്ങെട്ത്തോ. ഇതാ ഇപ്പയിശമിഞ്ഞോന്നത്തേന്റും ഇന്നലത്തേന്റയും. ഇന്നത്തേത് പറ്റിലെഴ്തിക്കോ."

അതും വാങ്ങി വീട്ടിലെത്താൻ കുമ്പയമ്മ ധൃതിപ്പെട്ടു. വീട്ടിലെത്തിയിട്ട് അടുക്കളക്കപ്പുറത്തുള്ള ചായ്പ് മുറിയിലെത്തി വാതിലടച്ചിട്ടുവേണം സ്വൈര്യമായിട്ടൊന്നകത്താക്കാൻ.

"ആ പാക്കരൻ കാണാഞ്ഞാമയ്, കണ്ടാലതും കിട്ടൂല."

താൻ കൊണ്ടുവരുന്ന കള്ളിൽനിന്നും താനറിയാതെ ആരോ കട്ടുകുടിക്കുന്നത് കുമ്പയമ്മയെ ഇടയ്ക്കിടെ വലയ്ക്കുന്ന കാര്യമായിരുന്നു. സൗദാമിനിയുടെ ഭർത്താവ് പാക്കരനാണതെന്ന് കുമ്പയമ്മ ഉറച്ചു വിശ്വസിച്ചു. കള്ളുകുപ്പിയും വെച്ച് ഒന്നു മൂത്രമൊഴിക്കാൻ പോയിവരികയേ വേണ്ടൂ. അപ്പോഴേക്കും മോഷണം നടന്നിരിക്കും.

തന്റെ നേരെയുള്ള ആരോപണം പാക്കരൻ എപ്പോഴും ശക്തിയുക്തം നിഷേധിക്കുന്നത് കുമ്പയമ്മയെ തെല്ലൊന്നുമല്ല ആശങ്കയിലാഴ്ത്തിയത്. ഇതിന്റെ പുറകിൽ കളിക്കുന്നതാരെന്ന് കണ്ടുപിടിക്കണമെന്ന് കുമ്പയമ്മ തീരുമാനിച്ചുറപ്പിച്ചതാണ്.

അന്ന് അന്തിക്കള്ളും വാങ്ങി വീട്ടിലെത്തിയ ദിവസം കുമ്പയമ്മ, 'മൂത്രൊയ്ക്കാമ്പോട്ടെ'എന്ന് ഉറക്കെപ്പറഞ്ഞ് മടക്കിക്കുത്തനെവെച്ച പായക്കുള്ളിൽ കയറിയിരുന്നു. മിന്നലുപോലെ അകത്തേക്ക് പാഞ്ഞുവന്ന കള്ളനെ കൈയോടെ പിടിച്ച് മുഖം നോക്കിയപ്പോൾ പാക്കരന്റെ മകൻ, പതിനഞ്ച് തികയാത്ത ദാസൻ!

"കള്ളപ്പന്നീ... നീ എത്രകാലായി അന്നയിങ്ങനെ ഊറ്റ്ന്ന്. നിന്ന ഞാനിന്ന് കൊല്ലും."

കുമ്പയമ്മ കൈയിൽ കരുതിയ മട്ടൽകൊണ്ട് ദാസനെ തലങ്ങും വിലങ്ങും പൊതിരെതല്ലി. കരഞ്ഞുകൊണ്ടോടിയ ചെക്കൻ പിന്നീട് അമ്മ

മ്മക്ക് അയ്മ്പതുറുപ്പിക കൈമടക്ക് കൊടുത്ത് പ്രസാദിപ്പിച്ചാണ് വീട്ടിൽ കയറിയത്.

പൈപ്പിൻചോട്ടിൽനിന്നും ഒറ്റയ്ക്ക് വെള്ളമെടുത്ത് തലയിൽ വെച്ച് വീട്ടിലേക്ക് ഞാന്നു ഞാന്നു നടന്നുപോകുന്ന കുമ്പയമ്മയെ കണ്ട് സഹതപിച്ച വഴിപോക്കൻ ഉഷാറാണിയോട് പറഞ്ഞു.

"പാവം ല്ലേ, ഇത്ര തോന മക്കള്ണ്ടായിറ്റും ഓറൊറ്റക്ക് ബെള്ളം കൊണ്ടോന്ന കണ്ടാ..."

"ഉം, പാവം പോലും ഇങ്ങക്കെന്തറിഞ്ഞ്..അരക്കിലോ പോത്തെറച്ചി ഓറൊറ്റക്ക് ഒരിരുപ്പിന് തിന്നുതീർക്കും. നമ്മക്കാണെങ്കില് ത്ന്നാൻ കയ്യാ ഇല്ലല്ലോ, മക്കളെ ചീത്തവിളിക്കുമ്പം മക്കളൊന്നും അടുപ്പിക്കൂല, മക്കളെ മക്കളെയെല്ലാം ബെല്യ കാര്യാ. എത്ര പൈസ കോന്തലക്ക്ണ്ട്ന്നറിയാ."

ഉഷാറാണി പറഞ്ഞു.

"അതെയോ"

വഴിപോക്കൻ അതിശയിച്ചു.

"രാമാട്ടൻ എല്ലാ ഞായറായിച്ചയും പത്തുറുപ്യ ഓർക്ക് ചായ കുടിക്കാൻ കൊട്ക്ക്ന്ന്. എന്നിറ്റ് അയിന്റെ വിവര്ണ്ടാ ഓർക്ക്, ഇല്ല."

രാമൻ പത്തുറുപ്യ കൊടുത്താലും അതിന്റെ നന്ദിയും കൂറും കുമ്പയമ്മ തങ്ങളോട് കാണിക്കുന്നില്ലെന്ന് ഉഷാറാണി വഴിപോക്കനോട് പരാതി പറഞ്ഞു.

പതിനാറ്

പൈപ്പിൻചോട്ടിന്റെ ചരിത്രത്തിലെ ഏറ്റവും ശുഭകരവും സന്മനസ്സുകൾക്ക് അങ്ങേയറ്റം സന്തോഷം പകരുന്നതുമായ ഒരു മുഹൂർത്തമാണതെന്ന് കുഞ്ഞിരാമൻ മാഷിന് തോന്നി. വളരെ ദിവസങ്ങൾക്കു ശേഷം, തന്റെ മനസ്സിനുള്ളിൽ ഒരു പൊൻ വെളിച്ചം നിറഞ്ഞുകത്തുന്നതായി മാഷിന് അനുഭവപ്പെട്ടു. ദാക്ഷായണി ടീച്ചർ മരിച്ചതോടെ ഏകാകിയായ മാസ്റ്റർ, വ്യക്തമാക്കാനാകാത്ത ഏതോ വിഷാദത്തിലാണ്ട പോലെയായിരുന്നു. അഞ്ചു വർഷമായി കിടപ്പിലായിട്ടും, തന്റെ പ്രിയ പത്നി തനിക്കൊരു ഭാരമായി ഇന്നേവരെ തോന്നിയിട്ടില്ല. അവൾക്കു വേണ്ടി മുറതെറ്റാതെ ഭക്ഷണമുണ്ടാക്കി, കഴിപ്പിച്ചു, കുളിപ്പിച്ചു, തൊട്ടടുത്തുതന്നെ കിടന്ന് അവളെ ആശ്വസിപ്പിച്ചു... ചിലപ്പോൾ ജീവിതത്തിലെ ശുഭപ്രതീക്ഷകളെല്ലാം കെട്ടുപോകാറുണ്ട്. എങ്കിലും നന്മ വരും, വരണേ എന്നുമാത്രമേ ചിന്തിച്ചിട്ടുള്ളൂ. ജീവിതത്തെ ഒരു ഭാരമായി കരുതാതെ, മനുഷ്യജന്മംതന്നെ മഹത്തരമായതാണ്, ജീവിക്കുക എന്നത് അതിലേറെ മഹത്വം നിറഞ്ഞതും... അങ്ങനെയാണ് ചിന്തിച്ചതും പഠിപ്പിച്ചതും.

"ഇരിക്ക് മോനേ വാ..."

ഇപ്പോഴിതാ തന്റെ പ്രിയ ശിഷ്യൻ, മാധവൻ, കറുത്ത ശാരദയുടെ വെളുത്ത പുത്രൻ പൈപ്പിൻചോട്ടിലെ ആളുകളുടെയെല്ലാം പരിഹാസ പാത്രമായി, വെറുതെ പഠിച്ച് സമയംകളഞ്ഞവൻ, അമ്മയ്ക്ക് അദ്ധ്വാനിച്ച് ഒരു നേരം ചോറ് കൊടുക്കാതെ, വെറുതെ പുസ്തകങ്ങളുമായി തെക്കുവടക്കു നടന്നവൻ, ആക്ഷേപങ്ങളിൽ തളരാതെ മുഖവും കുനിച്ച് ഒന്നും മിണ്ടാതെ നടന്നുപോകുന്ന ആ കുട്ടി, വലിയൊരദ്ധ്യാപകനായി, വളരെ പ്രശസ്തമായൊരു കോളേജിലേക്കുള്ള നിയമന ഉത്തരവും കൈപ്പറ്റി തന്റെ മുന്നിലിരുന്ന് കണ്ണുനിറയ്ക്കുന്നു.

മാസ്റ്റർ മാധവനെ കണ്ണുനിറയെ കണ്ടുനിന്നു. തനിക്കു ശേഷം പൈപ്പിൻചോടിന്റെ ചരിത്രത്തിലെ മറ്റൊരദ്ധ്യാപകൻ. ഇത്രയും നീണ്ട വർഷങ്ങൾ...

അപ്പോൾ മാധവനും ഓർക്കുകയായിരുന്നു.

കൊടുംകയറ്റങ്ങൾ നിറഞ്ഞ ചെങ്കുത്തായ മലയിലേക്കുള്ള കല്ലുരുട്ടിക്കയറ്റൽ തന്നെയായിരുന്നു ജീവിതം.

അയാൾക്ക് കരച്ചിൽ വന്നു.

"അമ്മ എന്തു പറയുന്നു മോനേ?"

മാസ്റ്റർ സ്നേഹം തുളുമ്പുന്ന സ്വരത്തിൽ ചോദിച്ചപ്പോൾ മാധവന് ഒന്നും പറയുവാൻ കഴിഞ്ഞില്ല. അമ്മ... എന്നു മാത്രം പറഞ്ഞ് മാധവൻ നിർത്തിക്കളഞ്ഞു.

"അങ്ങനെയൊരമ്മ നിനക്കുമാത്രമേ ഉണ്ടാകൂ... അറിയാമല്ലോ?"

മാധവൻ തലയാട്ടി.

ചരിത്രപരമായ ഒരു ശുഭമുഹൂർത്തത്തിൻെറ അനിവാര്യതയിലേക്കുള്ള കടന്നുകയറ്റത്തിന്റെ സാക്ഷിയാണ് താൻ ഇപ്പോൾ എന്ന് തിരിച്ചറിഞ്ഞ കുഞ്ഞിരാമൻമാഷ്, തന്റെ മുന്നിലിരിക്കുന്ന, വികാരാവേശത്താൽ ചിരിക്കുകയാണോ കരയുകയാണോ എന്നറിയാതെ രണ്ടുംകൂടിക്കലർന്ന ഒരവസ്ഥാവിശേഷത്തിൽ ആയിരുന്ന മാധവനെ കണ്ടുനിന്നു.

അനേകായിരം മാറ്റങ്ങൾ അനവരതം നടന്നുകൊണ്ടിരുന്ന ഭൂതകാലലോകത്തിലേക്ക് തുറന്നുവെച്ചൊരു കണ്ണാടിയിലൂടെ മാഷ് മാധവനെ കാണുകയായിരുന്നു. ഇട്ടീരിച്ചെക്കനെപോലെ വെളുത്തു മെല്ലിച്ച്, എല്ലെഴുന്നൊരു ബാലൻ. ആഴ്ചയിലഞ്ചു ദിവസവും തുന്നിച്ചേർക്കലിന്റെ വടുക്കൾ അടയാളങ്ങളിട്ട ഒരേ കുപ്പായവും അടി കീറിപ്പറിഞ്ഞ് പത്തു പൈസ വട്ടത്തിൽ ട്രൗസറിനടിയിലൂടെ വെളുത്ത ചന്തിയുടെ അല്പഭാഗത്തെ വെളിപ്പെടുത്തി മൂക്കിളയുമൊലിപ്പിച്ച്, എന്നും കൃത്യമായി ക്ലാസിലെ മുൻബെഞ്ചിൽ ചൊറിയും ചിരങ്ങുമായി വാടിക്കുഴഞ്ഞിരിക്കുന്ന ആ ആൺകുട്ടി, കറുത്ത ശാരദയുടെ വെളുത്ത പുത്രൻ. അവനാണ്, ഒത്തൊരു മനുഷ്യനായി തന്റെ മുന്നിലിരിക്കുന്ന മാധവൻ.

അപ്പോയ്മെന്റ് ഓർഡർ കൈയിൽ കിട്ടിയപ്പോൾ മാധവന്, അതൊന്നും വിശ്വസിക്കാൻ ആയില്ല. തലചുറ്റലോടെ അയാൾ കുത്തിയിരുന്നുപോയി. തന്റെ തലയല്ല ചുറ്റുന്നത്, ഈ ഭൂമി തന്നെയും കൊണ്ട് പ്രദക്ഷിണം വെക്കുകയാണെന്ന് ആ നിമിഷത്തിൽ തിരിച്ചറിഞ്ഞു. വിജയപഥത്തിലേക്കാണ് അത് നിന്നേടത്തുനിന്നും ചലിച്ചുകൊണ്ടിരിക്കുന്നത്. ചേറും ചെളിയും അപമാനവും നിറഞ്ഞ ഭൂതകാലത്തിന്റെ നിറംകെട്ട അടരുകളിൽനിന്നും, മൗനാന്ധകാരം നിറഞ്ഞ വർത്തമാനകാലത്തിന്റെ കൊടുംകയത്തിൽനിന്നും നടന്നുകയറാൻ താൻ വിധിക്കപ്പെട്ടിരിക്കുന്നു. ഒരു അധഃകൃതന്റെ ഉയർച്ചയ്ക്ക് അത്രയും മഹത്ത്വമുണ്ടെന്ന് താൻ അടയാളപ്പെടുത്തേണ്ടിയിരിക്കുന്നു. പൈപ്പിൻ ചോട്ടിൽ കൃമിപോലെ, പുഴുപോലെ, ജനിച്ചുജീവിച്ച് മരിച്ചുതീരുന്ന

അനേക ജന്മങ്ങൾക്കിടയിൽനിന്ന്, തങ്ങളെ വെളിച്ചത്തിലേക്ക് കൊണ്ടുവരാൻ മഹത്തുക്കളായ മുൻഗാമികൾ പറഞ്ഞുറപ്പിച്ച വഴികളിലൂടെ, കഠിനപാതകൾ താണ്ടി നടന്നുകയറി താൻ ജയിച്ചു വന്നിരിക്കുകയാണ്. പ്രശസ്തമായ സർവ്വകലാശാലയിലെ അദ്ധ്യാപകനായി.

അക്ഷരത്തെ മോചനത്തിനുള്ള വഴിയാണെന്ന് തിരിച്ചറിഞ്ഞ ഒരു പ്രാകൃതസ്ത്രീയിൽ സവർണ്ണബീജത്തിന്റെ വിത്തു വിതച്ചുപോയ ഉന്നതകുലജാതനായ അച്ഛൻ. ജാത്യാചാരാത്തിന്റെയും സമൂഹത്തിലെ ആചാരങ്ങളുടെയും പേരിൽ ദൂരെനിന്ന് മാത്രം അച്ഛനെ നോക്കിക്കാണാൻ വിധിക്കപ്പെട്ട്, കണ്ണുനിറച്ച് സങ്കടത്തെ ഉള്ളിലൊതുക്കി തിരിച്ചുവരുന്നൊരു ബാലൻ. പക്ഷേ, അമ്മ ഒരിക്കലും അച്ഛനെക്കുറിച്ച് ഹിതകരമല്ലാത്തത് യാതൊന്നും പറഞ്ഞിട്ടില്ല. അദ്ദേഹം നിന്നെ അനുഗ്രഹിക്കുകയാവും ഉണ്ണീ എന്നാണ് അമ്മ പറയുന്നത്. അത് സത്യമായിരിക്കാം എന്ന് ഇപ്പോൾ തോന്നി. തന്റെ ചുറ്റുപാടും ഉള്ള ജീവിതങ്ങളിൽ കാണുന്നത് പോലെ, ബീജാവാപം നടത്തിയ പിതൃവൃക്ഷത്തിന്റെ തായ്‌വേരറുക്കാൻ, അവകാശങ്ങൾ പിടിച്ചുവാങ്ങാൻ കലിപൂണ്ട് പോകുവാൻ, അമ്മ ഒരിക്കലും അനുവദിച്ചിരുന്നില്ല.

ജീവിതം കത്തിത്തീർന്നുപോയ ഒരു കടലാസുപോലെ വെറും ഇത്തിരി ചാരം മാത്രം അവശേഷിപ്പിച്ച് പാറിവന്ന കാറ്റിൽ എങ്ങോ പറന്നലിഞ്ഞുപോയെന്ന് ഇനിയാരും പറയില്ല...

"നിന്റമ്മയ്ക്ക് വലിയ സ്വപ്നമായിരുന്നു നീ വലിയ ആളാകണമെന്ന്."

മാസ്റ്റർ തന്റെ മുന്നിലിരിക്കുന്ന മാധവനോട് പറഞ്ഞു.

"വാ നമ്മൾക്ക് നിന്റമ്മയെ കാണാം. ഈ കോളനിക്കാരെ മുഴുവൻ വിളിക്കണം.

ഭാര്യ മരിച്ചതിനാൽ കുറച്ചുനാളായി പുറത്തേക്കൊന്നുമിറങ്ങാതെ, തന്റെ പതിവു ഗൃഹസന്ദർശനങ്ങളെല്ലാം മുടക്കി നിരുന്മേഷവാനായി കഴിയുന്ന മാസ്റ്റർക്ക് പെട്ടെന്ന് തന്റെയാ പഴയ പ്രസാദാത്മകതയും ജീവിതത്തോടുള്ള ശുഭാസക്തിയും തിരിച്ചു വന്നതായി തോന്നി.

മാഷ് മാധവന്റെ കൈയും പിടിച്ച് നടന്നുതുടങ്ങി. എല്ലാവരും കാണട്ടെ, അറിയട്ടെ, തന്റെ ശിഷ്യൻ, ശാരദയുടെ അരുമക്കുഞ്ഞ് വലിയ ഉദ്യോഗസ്ഥനായിരിക്കുന്നു എന്നത്.

"മാധവാ ഇനിക്കെത്ര ശമ്പളുണ്ടാവും... വെത്തിലടക്ക മാങ്ങാൻ പൈശ തെരണം മോനേ കേട്ടാ... നിന്നെ നിന്റമ്മ പെറ്റിട്ടത് ഈ കൈമ്മലാ... ഞാനന്നേ പറഞ്ഞതാ നിന്റെ ജാതകം... ഓർമ്മയുണ്ടാ ശാരദേ..."

വഴിവക്കിൽ മാധവനെ കാത്തിരുന്ന് കാണുന്നവരോടെല്ലാം തന്റെ സന്തോഷത്തെ പങ്കുവെക്കുന്ന ശാരദയെ വിളിച്ച് കുമ്പയമ്മ ചോദിച്ചു. തിളങ്ങുന്ന മുഖത്തോടെ, ചോരവറ്റി കറുത്തുണങ്ങിയ ശാരദ ഉണ്ടെന്ന്

പറഞ്ഞു.

"അറിഞ്ഞിനാ ഇങ്ങള്, നമ്മടെ മാധവന് വലിയ ജോലി കിട്ടി. മൂപ്പര് വലിയ ലക്ചററായി."

മാഷ് പറഞ്ഞു.

കാണുന്നവർക്കും കേൾക്കുന്നവർക്കുമെല്ലാം അതിശയം.

"തെന്നെ"

"ഉയീ..."

"ആരിക്കറിയാ, ഉള്ളതാന്ന്... "

ഓരോരുത്തരും ഓരോ തരത്തിൽ പ്രതികരിച്ചു.

മുറ്റത്തേക്കിറങ്ങിവന്ന പാഞ്ചാലിയമ്മ അതുകേട്ട് മുഖം കനപ്പിച്ച് ഒന്നും മിണ്ടാതെ അകത്തേക്കുതന്നെ കയറിപ്പോയി. തന്റെ രണ്ടാമത്തെ മകൻ, ഗോപാലൻ, അവൻ മാഷാകാൻ പഠിച്ചിട്ട് പഠിത്തം നിർത്തി ഒരു പെണ്ണിനേയും പ്രേമിച്ചു നടക്കുന്ന കഥ നാട്ടിൽ പാട്ടാണ്. ഈ കറുത്ത ശാരദയുടെ മകൻ, പാഞ്ചാലിയമ്മയ്ക്ക് നെഞ്ചിൽ ഒരു കനംപോലെ...

നടന്നുനടന്ന് മാസ്റ്ററും മാധവനും കുമ്പയമ്മയുടെ വീടിനടുത്തെത്തി. ഒരു നാട്ടുചികിത്സ കഴിഞ്ഞ് കിട്ടിയ പണം കോന്തലയിൽകെട്ടി റോഡിനിറങ്ങാൻ ഭാവിക്കുകയായിരുന്നു അവർ.

"എല്ലാരും അങ്ങോട്ട് വരൂ... മധുരം ഉണ്ട്."

അല്പനേരത്തിനുള്ളിൽ ശാരദയുടെ വീട്ടുമുറ്റത്ത് ഒരുകൂട്ടം ആളുകൾ... സ്വമേധയാ യോഗം ചേർന്നതുപോലെ ഉണ്ടായ ആ ആൾക്കൂട്ടത്തിന് കുഞ്ഞിരാമൻമാഷ് തന്നെ അദ്ധ്യക്ഷനായി... മാഷിന്റെ പിന്നീടുള്ള പ്രസംഗത്തിനിടയിൽ കൂടിനിന്നവരെല്ലാം കറുത്ത ശാരദയുടെ വെളുത്ത മകനെ ആദ്യം കാണുന്നതുപോലെ തുറിച്ചുനോക്കി. മാഷിന്റെ പ്രസംഗം തീരുന്നതുവരെ നിശ്ശബ്ദയായിരുന്ന കുമ്പയമ്മ പെട്ടെന്ന് പറഞ്ഞു.

"മാഷേ അന്നന്നെ ഞാമ്പറഞ്ഞതാ. എപ്പം, ഇരുപത്തഞ്ചു കൊല്ലംമിന്നെ. ഓളിവന പെറ്റിട്ടത് ഈ കൈമ്മലാ. ശാരദേന്റെ പള്ളക്ക് വലതുഭാഗം വണ്ണം കൂടുതല്. പിന്നെ തുള്ളിപ്പെടച്ചുള്ള ഓന്റെ വരവും. അപ്പം തന്നെ അനക്ക് തോന്നീന്... ഇവനാള് രാജാവാന്ന്. അപ്പത്തന്നെ ഞാ... ഒരു പ്ലാച്ചപ്പ് പൊട്ടിച്ച് നോക്കി എന്നേരം അയിമ്മല്... നറച്ചുംപാല്. ഏറ്റംന്നേരം. നല്ലയോഗം... കുമ്പേന്റെ ജാതകം പറച്ചല് തെറ്റൂല... വെള്ളിയാഴ്ച ഉദിപ്പിനാ ഇവൻ ജനിച്ചെ."

കൂടിനിന്നവരെല്ലാം ചിരിച്ചെങ്കിലും വാതിൽപ്പടിയിലിരുന്ന് സന്തോഷംകൊണ്ട് കരഞ്ഞുകൊണ്ടിരുന്ന ശാരദ... കണ്ണുതുടച്ച് മുറ്റത്തേക്കിറങ്ങിവന്നു. കുമ്പയമ്മ അന്നുപറഞ്ഞത് ശരിയാണെന്ന് അവർ എല്ലാവരോടുമായി പറഞ്ഞു.

ഇരുപത്തഞ്ചുകൊല്ലം മുമ്പേയുള്ള കുമ്പയമ്മയുടെ ജ്യോത്സ്യ പ്രവചനം ശരിയായതറിഞ്ഞ് എല്ലാവരും ഒരു ആഭിചാരികയെ എന്നപോലെ കുമ്പയമ്മയെ നോക്കി. ആ നിമിഷത്തിൽ താനാണ് യഥാർത്ഥ

ത്തിൽ ജയിച്ചതെന്ന് കുമ്പയമ്മയ്ക്ക് തോന്നി.

കൂടുതലൊന്നും പറയാൻ നില്ക്കാതെ തന്റെ കോന്തലയിൽ കെട്ടിവെച്ച പ്ലാസ്റ്റിക് കുപ്പി കൈയിലെടുത്ത് കുമ്പയമ്മ കള്ളുഷാപ്പിലേക്ക് പോയി.

പിറ്റേന്ന്, ഉറങ്ങാനാവാത്ത ഒരു രാത്രിയുടെ ആനന്ദത്തെ ഉള്ളിലറിഞ്ഞുകൊണ്ട് യാത്രപുറപ്പെടാൻ തയ്യാറായിവന്ന മാധവനെ നോക്കി ശാരദ ചിരിച്ചുകൊണ്ട് കരഞ്ഞു.

ഇതുപോലെ ശാരദ ചിരിച്ചത് കുറെയേറെ കൊല്ലങ്ങൾക്കു മുമ്പാണ്.

ഒരു യുഗം പോലെ തോന്നിച്ച ഈ ജീവിതം തുടങ്ങുന്നതിനുമുമ്പ്. ദുഃഖത്തിന്റെ ഈ കടൽ തന്നെ വന്നു മൂടുന്നതിനു മുമ്പേ. താനൊരു കുട്ടിയായിരുന്നപ്പോൾ... കഷ്ടപ്പാടും വറുതിയും അറിഞ്ഞുള്ള ജീവിതത്തിൽ, അച്ഛനില്ലാത്ത കുട്ടിക്ക് അമ്മ അഞ്ച് ആങ്ങളമാരെ നല്കി. അഞ്ചു പേരോടുമൊപ്പം ചളിയിലും ചേറിലും പുതഞ്ഞ് ആരാന്റെ വളപ്പിലെ തേങ്ങയും മാങ്ങയും കട്ടുതിന്നും ഒന്നും ചിന്തിക്കാതെയും തെണ്ടി നടന്നും കാലം കഴിയവെ, ശാരദ വയസ്സറിയിച്ചു. നെല്ല് കൊയ്യാനും മെതിക്കാനും കളപറിക്കാനും കൂട്ടരോടൊപ്പം ചിരിച്ചോടി നടന്ന ശാരദ യജമാനന്റെ മകന്റെ കണ്ണിൽ വിരിഞ്ഞ സ്നേഹപ്പൂക്കളിൽ അത്ഭുതം കൂറി നിന്നനേരം, എല്ലാവരും പറഞ്ഞത് അടിയാത്തിപ്പെണ്ണിനെ ഭോഗിക്കുന്നത് മേലാളന്മാരുടെ അവകാശമാണെന്നാണ്.

പക്ഷേ, തനിക്കു തോന്നിയത് അതൊന്നുമല്ലെന്ന് ശാരദക്കറിയാം. അവൾ മാത്രമേ ആ സ്നേഹം അനുഭവിച്ചിട്ടുള്ളൂ. പുണ്യമായ ആ വിരൽ, മാധവന്റെ അച്ഛൻ തന്നിൽ പകർന്നുതന്ന സ്നേഹത്തിന്റെ ഊർജ്ജം അതെത്രയാണെന്ന് അവൾക്കുതന്നെ അറിയില്ല. താൻ ആ സ്നേഹപ്രവാഹത്തിൽ അലിഞ്ഞുതീരുകയാണെന്ന് അറിയുക മാത്രമാണ് ചെയ്തുകൊണ്ടിരുന്നതെന്ന് ശാരദയ്ക്ക് ഓർമ്മയുണ്ട്. കറുത്ത ശാരദയുടെ ചൊടിയും ചുണയും സാമർത്ഥ്യവുമെല്ലാം വെളുത്ത തമ്പുരാന് അങ്ങേയറ്റം പഥ്യം. അവളെ അറ്റമില്ലാത്ത പറമ്പിന്റെ അങ്ങേയറ്റത്ത് ചാപ്പ കുത്തി പാർക്കാൻ അനുവദിച്ചു തമ്പുരാൻ. പറമ്പിലെ തെങ്ങും മാവും പ്ലാവും കായ്ക്കുംമരങ്ങളും മണ്ണിലൂടെ അവളൊഴുക്കിയ വിയർപ്പ് കുടിച്ചു വളർന്നു.

മണ്ണിൽ കുഴികുത്തി ഇലയിൽ ചോറുതിന്നുന്ന കഥ അമ്മ പറഞ്ഞത് ശാരദയ്ക്ക് ഓർമ്മയുണ്ട്. അന്നൊക്കെ ഒരുപാട് ചോദ്യങ്ങളുണ്ടായിരുന്നു ഉള്ളിൽ... നിരന്തരം ചോദ്യങ്ങൾ ചോദിച്ചു കൊണ്ടിരുന്ന ശാരദയെ തമ്പുരാന്റെ മകന് ഏറെയിഷ്ടം. ഇഷ്ടം കൂടിക്കൂടി പതിവായി കുടിലിൽ വന്നുതുടങ്ങിയ കൊച്ചുതമ്പുരാൻ, ജീവിതത്തെയും ജാതിയെയും മതത്തെയും ആചാരങ്ങളെയും അനാചാരങ്ങളെയും കുറിച്ചെല്ലാം ശാരദയ്ക്ക് പറഞ്ഞു കൊടുത്തു... തനിക്ക് മനസ്സിലാകാത്ത, തനിക്കു ചിന്തിക്കുവാൻ പാടില്ലാത്ത കുറെയേറെ കാര്യങ്ങൾ ഈ ലോകത്തു

ണ്ടെന്ന് അന്നേ ശാരദയ്ക്ക് മനസ്സിലായിരുന്നു.

ഉള്ളിലൊഴുകുന്ന സ്നേഹം വഴിഞ്ഞൊഴുകി ശരീരവും മനസ്സും ഒന്നായിത്തീർന്നപ്പോൾ എങ്ങനെ പിരിയുമെന്നോർത്ത് തന്നോടൊപ്പം തമ്പുരാനും കരഞ്ഞത് ശാരദയ്ക്ക് ഓർമ്മയുണ്ട്... അന്നുതന്നെ ഉത്തര മില്ലാത്ത കുറെയേറെ ചോദ്യങ്ങൾ നെഞ്ചിനുള്ളിൽ നിരന്നുനിന്നു. ഉത്തരം തരാത്ത ചോദ്യങ്ങൾ തന്നെയാണ് ജീവിതം എന്ന് ക്രമേണ അറിഞ്ഞുവന്നപ്പോഴേക്കും കാലം ബഹുദൂരം ഓടിക്കഴിഞ്ഞിരുന്നു... ജാതിയെന്നും മതമെന്നും ഉയർന്നവനെന്നും താഴ്ന്നവനെന്നും കറുത്തവനെന്നും വെളുത്തവനെന്നും ഒന്നില്ലെന്ന് അന്നേ മനസ്സിലായി. പെണ്ണും ആണും എന്ന രണ്ട് വിഭാഗങ്ങൾ മാത്രമേയുള്ളുവെന്ന് ശരീരങ്ങൾ തമ്മിൽ ഒത്തുചേർന്ന ആ മുഹൂർത്തത്തിൽ തിരിച്ചറിഞ്ഞു. ഒരുപോലുള്ള കണ്ണുകളും ഒരുപോലുള്ള നാസികയും ഒരുപോലുള്ള ചെവികളും ഒരുപോലുള്ള ചുണ്ടുകളുമുള്ള പെണ്ണുമാണും. വിരിഞ്ഞ മാറിടത്തോടെ ഉയർന്നുനില്ക്കുന്ന പുരുഷനുമുമ്പിൽ കൂമ്പിയ മാറിടത്തോടെ സൗന്ദര്യത്തിന്റെ ആഴക്കടൽ തീർത്ത് വ്യത്യസ്തയാകുന്ന സ്ത്രീ... ഉള്ളിലൊളിച്ചു വെച്ചൊരു ഗർഭപാത്രത്തിലേക്കുള്ള കവാടമായി യോനി... വിത്തുകോശങ്ങൾ നിറഞ്ഞൊരു ഫലവൃക്ഷം പോലെ തൂങ്ങി നില്ക്കുന്ന പുരുഷാവയവം... ജന്മരഹസ്യങ്ങളുംപേറി രൂപപ്പെട്ടു വന്ന പെണ്ണുമാണും എന്ന രണ്ടു പ്രകൃതങ്ങൾ... അതൊന്നു മാത്രമാണ് സത്യമെന്നും അന്നേ മനസ്സിലായി.

ശാരദ ഇനിമുതൽ ആരാന്റെ വീട്ടിൽ തുണികഴുകാൻ പോവുകയില്ലെന്ന് പൈപ്പിൻചോടുകാർ പറഞ്ഞുനടന്നു. പക്ഷേ, ശാരദ തന്റെ വയ്യായ്കകളെല്ലാം തള്ളി ദൂരെ മാറ്റിവെച്ച്, ഒരു മാസം കഴിഞ്ഞാൽ തന്നെ കൊണ്ടുപോകാൻ വരുന്ന മകനെയും ഓർത്ത് എന്നത്തേയും പോലെ ബക്കറ്റുവെള്ളത്തിലെ പതപ്പിച്ച സോപ്പുപൊടിയിൽ ആരാന്റെ തുണികൾ കുതിർത്ത് അലക്കു തുടർന്നു.

പതിനേഴ്

വറ്റിനില്ക്കുന്ന വേനലിന്റെ അവസാനമാണ് പൈപ്പിൻചോട്ടിലെ ഉത്സവം തുടങ്ങുക. അതിനുള്ള ഒരുക്കങ്ങൾ തുടങ്ങാനിരിക്കുന്നതേയുള്ളു. ഉത്സവത്തിന്റെ അവസാനദിവസം നിറഞ്ഞുപെയ്യുന്ന മഴ, ചരിത്രത്തിലിന്നുവരെ തെറ്റാതെ നടക്കുന്നൊരു കാര്യമാണ്. മലയും കുന്നും കയറിയിറങ്ങി കിലോമീറ്ററുകൾ വെള്ളത്തിനായി താണ്ടുന്ന പെണ്ണുങ്ങൾ, വഴിവക്കിൽ വെച്ച് കണ്ടുമുട്ടുമ്പോൾ ഉണ്ടാകുന്ന ലോഹ്യവും കളിയും ചിരിയുമൊന്നും പൈപ്പിൻചോട്ടിൽ വെള്ളത്തിനെത്തുമ്പോൾ ഉണ്ടാകില്ല. വേനലിന്റെ കഠിനത ഉള്ളിൽ നിറഞ്ഞതുപോലെ ഓരോരുത്തരുടെ ഉള്ളവും വരണ്ട് ദേഷ്യവും പകയും കുശുമ്പും അവിടെ കത്തിനില്ക്കും. ഒരു മാസമായി അലക്കാതെ, കുളിക്കാതെ കുമ്പയമ്മ ഉടുത്ത ലുങ്കിയും ബ്ലൗസും തന്നെ തിരിച്ചും മറിച്ചും ഉടുത്ത് കാലംകഴിച്ചു. തന്റെ ചാരുക സേരയിലിരുന്ന് രാവിലെ പത്രം വായിച്ചുകൊണ്ടിരിക്കുന്ന രാമൻ, ആറുവരിപ്പാതയുടെ കാര്യത്തിൽ തീരുമാനമായെന്നും അക്വയർ ചെയ്തയിടത്തിലൂടെ റോഡ് പോകുമെന്നും ഉള്ള വാർത്ത വായിച്ച് തളർന്നിരുന്നു. വാർത്ത രാമൻ ഉഷാറാണിയോട് പറഞ്ഞു. ഉഷാറാണി പാഞ്ചാലിയമ്മയോട് പറഞ്ഞു. പാഞ്ചാലിയമ്മ പൈപ്പിൻചോട്ടിൽ വന്ന് എല്ലാവരോടുമായി പറഞ്ഞു.

"റോഡ് ബെര്ന്ന്പോലും നമ്മളെല്ലാം ഒയിഞ്ഞ് കൊട്ക്കണം പോലും, എട്ട് ബസിന് ഒപ്പരം ബെര പോലും, എന്തിനാപ്പാ ഇത്ര ബെല്യ റോഡ്?"

ആരും പാഞ്ചാലിയമ്മയെ ഗൗനിച്ചില്ല. നൂലുപോലെ വരുന്ന വെള്ളം എപ്പോൾ തീരുമെന്ന് ആശങ്കയിലായിരുന്നു പത്തുമുപ്പതു കണ്ണുകൾ. പിറ്റേദിവസം ആറുവരിപ്പാത കടന്നു പോകുന്നയിടം സന്ദർശിക്കാനെത്തിയ ഉദ്യോഗസ്ഥന്മാർ ഉഷാറാണിയുടെ വീട്ടുമുറ്റത്ത് കാർ നിർത്തി

പൈപ്പിൻചോട്ടിലൂടെ നടന്നുനീങ്ങിയപ്പോൾ, പതുങ്ങിനടന്ന ഇട്ടീരിച്ചെക്കൻ പൊടിപറ്റിയ കാറിന്റെ ഉടലിൽ ചൂണ്ടുവിരൽകൊണ്ട് ചിത്രങ്ങൾ വരയ്ക്കുകയും, പതുക്കെ കുനിഞ്ഞ് നിലത്തുനിന്ന് ഒരു കല്ലെടുത്ത് ലൈറ്റ് കുത്തിപ്പൊട്ടിക്കാൻ ശ്രമിക്കുകയും ചെയ്തു.

ഉഷാറാണി ഇത് കണ്ട് മട്ടലുമെടുത്ത് ചെക്കനെ അടിക്കാനോങ്ങി വന്നപ്പോൾ ചെക്കൻ ഉഷാറാണിയെ ചീത്ത വിളിച്ചുകൊണ്ടോടി. ഉഷാറാണി രാമന്റെ വെളുത്ത കുപ്പായവും കരയുള്ള മുണ്ടും സോപ്പുംപൊടിയിൽ കുതിർത്ത് അലക്കു കല്ലിൽ അടിച്ചലക്കി. ശേഷം നാലുവെള്ളത്തിൽ തിരുമ്പി നീലം മുക്കാൻ, താൻ രാവിലെ വാങ്ങി അലക്കുകല്ലിനരികിൽ വെച്ച നീലം ബോട്ടിലിനായി തിരഞ്ഞു. കുറേ നോക്കിയിട്ടും എങ്ങും കാണാതായപ്പോൾ എന്തോ പിടികിട്ടിയതുപോലെ പൈപ്പിൻ ചോടിനരികിൽ ചെന്നുനിന്ന് ഉച്ചത്തിൽ കലമ്പി.

“രാവിലെ ബാങ്ങീറ്റും ബെച്ച ഉജാലയാ... ഒരൊറ്റ തുണിക്ക് പോലും മുക്കീറ്റില്ല. ഏടപ്പോയപ്പാ... കാക്ക കൊത്തിപ്പറച്ച് കൊണ്ടോയാ... ആ ചെക്കൻ കട്ട്കൊണ്ടുപോയതാ... ഈന പിടിച്ച് കെട്ടിയിടാനാരും ഇല്ലേപ്പാ ഈ കോളനീല്.”

പൈപ്പിൻചോട്ടിൽ പാത്രംവെക്കാൻ വന്ന ഇട്ടീരിയുടെ അമ്മയ്ക്ക് അതു പിടിച്ചില്ല.

“നീ കണ്ടിനാമ്മാ അന്റെ മോൻ ഉജാല കക്ക്ന്നത്. കണ്ടിറ്റ്ണ്ടെങ്കില് മാത്രം പറഞ്ഞാ മയ്...”

കൈ ചൂണ്ടി താക്കീതിന്റെ സ്വരത്തിൽ പറഞ്ഞ് താൻ ധരിച്ച നൈറ്റിയുടെ ഒരറ്റം അരയിൽ തിരുകി സൗദാമിനി ക്രുദ്ധയായി. കയറ്റിക്കുത്തിയപ്പോൾ മുക്കാലും പ്രദർശിപ്പിക്കപ്പെട്ട സൗദാമിനിയുടെ കൊഴുത്ത കാൽവണ്ണകൾ കണ്ട് പുറത്ത് നോക്കി കൈകഴുകിക്കൊണ്ടിരുന്ന രാമന്റെ കണ്ണുകൾ ഒരു നിമിഷം നിശ്ചലമായി. ഉമിനീരിറക്കി വേഗം കൈ കുടഞ്ഞ് അയാൾ അകത്തേക്ക് പോയി.

“പിന്നെ കാണാണ്ട്”

തന്റെ പുതിയ ഉജാലക്കുപ്പി നഷ്ടപ്പെട്ടത് ഉഷാറാണിക്ക് സഹിക്കാനായില്ല.

അലക്കു കഴിഞ്ഞ ഉഷാറാണി വയലിൽ മേയാൻവിട്ട ആടിനേയും പിടിച്ചുകൊണ്ട് പൈപ്പിൻ ചോട്ടിലെത്തിയപ്പോൾ മൂക്കട്ടയും കണ്ണീരും ഒലിപ്പിച്ചുകൊണ്ട് ദൂരെനിന്നും ഓടിവന്ന ഇട്ടീരിച്ചെക്കൻ ഉഷാറാണിയുടെ മുറ്റത്ത് കുന്തിച്ചിരുന്നു.

“അയ്യയ്യോ ചെക്കൻ മിറ്റത്തതാ തൂറിവെക്ക്ന്ന്. ഓടടെടാ...”

മുറ്റത്ത് ഉണങ്ങാനിട്ട ഒരു മട്ടലെടുത്ത് ഉഷാറാണി ചെക്കനെ അടിച്ചോടിക്കാൻ നോക്കി. ക്രിയ പകുതിയിലെത്തിയ ഇട്ടീരി എഴുന്നേല്ക്കാനാവാതെ ഉഷാറാണിയെ ദയനീയമായി നോക്കി.

“ഈന തച്ചുകൊല്ലണം.”

ഉഷാറാണി കാർക്കിച്ചുതുപ്പിക്കൊണ്ട് ആരോടെന്നില്ലാതെ പറഞ്ഞു.

കോളനിയിലെ മുഴുവൻ വീടുകൾക്കും ശാപമായ ഇട്ടീരിയെ പെണ്ണുങ്ങൾ പകയോടെ നോക്കി.

"ഇതോള് കർത്തിക്കൂട്ടി ചെയ്യിക്ക്ന്നതാ. ഓളെന്നെ ബന്നിറ്റ് കോരട്ട്."

കലിയോടെ മട്ടൽ വലിച്ചെറിഞ്ഞ് ഉഷാറാണി അകത്തേക്ക് പോയി.

"നിന്റായിസെത്തിപ്പോന്നില്ലല്ലോ" അകത്തു കയറുന്നതിനിടയിൽ അവൾ മുറുമുറുത്തു.

അല്പം കഴിഞ്ഞ് ഇട്ടീരി സമാധാനത്തോടെ എഴുന്നേറ്റു. എഴുന്നേറ്റ ഉടൻ ഇരുന്നിടത്തേക്ക് ഒന്ന് സൂക്ഷിച്ചുനോക്കി. കൂടി നില്ക്കുന്ന ആളുകൾക്കിടയിലൂടെ സാവകാശം വീട്ടിലേക്ക് നടന്നു. വിവരമറിഞ്ഞ് വരുന്ന ഇട്ടീരിയുടെ അമ്മയെ കണ്ടപ്പോൾ എല്ലാവരും ചിരിച്ചു.

"നേരം ബെളുക്കും മുമ്പേ കോയീന തൊറന്നെളക്കും പോലെ തൊറന്നെളക്കും. അയിന നായിച്ചങ്ങല കൊണ്ട് കെട്ടിയിട്ടൂടെ."

പതഞ്ഞുപൊന്തുന്ന രോഷമടക്കാനാവാതെ പുറത്തുവന്ന് നോക്കി തന്റെ ചുരുൾമുടി ഒന്നഴിച്ചു കുടഞ്ഞ് കെട്ടി, പോരിനിറങ്ങിയ ഉണ്ണിയാർച്ചയെപ്പോലെ ഉഷാറാണി ചുവടുകൾ മുമ്പോട്ട് വെച്ചു.

"ഏയ്... നായച്ചങ്ങലകൊണ്ട് കെട്ടാനാ..."

ഇട്ടീരിയുടെ അമ്മയ്ക്ക് അത് സഹിച്ചില്ല. ഉച്ചത്തിലുള്ള വാഗ്വാദം പ്രതീക്ഷിച്ചവരെയെല്ലാം അമ്പരപ്പിച്ചുകൊണ്ട് ഇട്ടീരിയുടെ അമ്മ പെട്ടെന്ന് കരഞ്ഞു. കണ്ണ് തുടച്ചു മൂക്കുചീറ്റി ചുറ്റിലുള്ളവരോടായി പറഞ്ഞു.

"അനക്കീന തച്ചുകൊല്ലാങ്കയ്യുആപ്പാ...എത്ര അടി ഓന്റച്ഛൻ കൊട്ക്ക്ന്ന്. എന്നാലും ഓമ്പറഞ്ഞാ കേക്കൂലാ. എത്ര ശഡീം കുപ്പായോം ബീട്ടിലുണ്ട്. ഒറ്റയൊന്നും ഓനിടൂല. ഞാനിട്ട് കൊട്ത്താ അപ്പറംതിരിഞ്ഞ് ഇപ്പറം ബെരുമ്പളക്ക് ഓനൂരിച്ചാടും. സുബോധം ഇല്ലാഞ്ഞാപിന്ന പറഞ്ഞിട്ടെന്താ കാരിയം. പുത്തിയുണ്ടെങ്കില് ഓനാട്ടിൻപിട്ട പെറ്ക്കി ത്തിന്നുആ?"

ഇട്ടീരിയുടെ അമ്മ പിന്നെയും കണ്ണുതുടച്ചു.

"അതെയതെ."

ചിലർ സഹതപിച്ചു. ചെക്കൻ അങ്ങനെയായിപ്പോയതിന് അമ്മയെന്തു പിഴച്ചു.

"എപ്പോഴാണ് ആട്ടിൻകാട്ടം തിന്നത്?"

ചിലർ ചോദിച്ചു.

"ഇതാ ഇന്ന് രാവിലെവെരെ. ഞാനെന്തോ ഒച്ചകേട്ട് പൊറത്ത് ബന്ന് നോക്കുമ്പം ഓൻ ബായ് നറച്ചും എന്തോ ത്ന്ന്ന്. എടാ ഇട്ടീരി അമ്മയ്ക്കും കൊറച്ച് കള്ളക്ക താടാന്ന് പറഞ്ഞപ്പോൾ ഓൻ ബായി തൊറന്ന്. നറച്ചും ഒണങ്ങിയ ആട്ടിൻ പിട്ട! തച്ച് ഞാൻ പൊറം പൊളിച്ച്. പറഞ്ഞിറ്റെന്താ വേണ്ടിയേ... ഓന് എത്ര കിട്ടിയാലും പഠിക്കൂല!"

ഇട്ടീരിയുടെ അമ്മ പതം പറയുന്നതിനിടയിൽ മണ്ണിൽപ്പുരണ്ട കുഴിയാനയെപ്പോലെ ദേഹമാകെ ചെളിയിൽ മുങ്ങിയ ഇട്ടീരി കുപ്പായമൊന്നു

മിടാതെ കൈയിൽ ഒരു കമ്പുംവീശി അവരെയും കടന്ന് താഴെ ഇടവഴി യിലേക്കോടിയിറങ്ങി കാഞ്ഞിരമരവും കടന്ന് ചാഞ്ഞ് വളർന്ന് പന്തലിച്ച കശുമാവിൻക്കൊമ്പിൽ പിടിച്ചുകയറി.

"ഓൻ മരത്ത്മ്മകേർന്നതാ, കീയാമ്പറ"

കതീസുമ്മിറ്റ്യാർ സൗദാമിനിയോട് പറഞ്ഞു.

സൗദാമിനി നിസ്സാരഭാവത്തിൽ പറഞ്ഞു.

"ഓനെത്ര ഒയരത്തില് ബേണെങ്കിലും കേരും. അഞ്ച് മിനിട്ട് മയ്. കാവിന്റെ തെക്കെ പറമ്പത്തെ ആകാശംമുട്ട്ന്നെ പുളിമരത്ത്മ്മ കേറി കൊരങ്ങനപ്പോലെ ഓരോ തുമ്പത്തും ചാടി പുളി പറിച്ച് ഓൻ നാല് പൊറോം എറിയും. കേരിയ പോലെ ശറേന്ന് കീയും ചെയ്യും."

ഒരിക്കൽപ്പോലും ട്രൗസറിടാത്ത ഇട്ടീരി മരത്തിൽ കയറുന്നതും വാണംവിട്ടതുപോലെ ഊർന്നിറങ്ങുന്നതും മനസ്സിൽ കണ്ട് ചിലർ ചിരിച്ചു.

"അന്റ മോൻ എത്ര നല്ല കുട്ടിയേനു"

അമ്മ കണ്ണീരൊപ്പി.

"മൂന്ന് വയസ്സില് ഓനൊരപസ്മാരം വന്നിന്. അതയിന്റെ പുത്തീം കൊണ്ടാ പോയേ. മാസത്തില് രണ്ട് വട്ടം ചന്നി വെരും ഓന്. ഓനായിസ് എത്താത്ത കൊണ്ടാ ചാകാത്തേന്നാ ഡോക്ടർമാരെല്ലാം പറയ്ന്നേ."

അമ്മയുടെ സംസാരത്തിനിടയിൽ താഴെനിന്നും ഇട്ടീരിയുടെ അലറിക്കരച്ചിൽ കേട്ടു. അമ്മ മുമ്പിലോടി. ദൂരെ കശുമാവിൽ കൊമ്പത്ത് ഒറ്റക്കൈയിൽ തൂങ്ങി ഇട്ടീരി കരയുന്നു.

"മോനേ... രണ്ടു കൈയീനക്കൊണ്ടും പിടിക്ക്. തായെ തുള്ളല്ലേ.."

സർക്കസ്സിലെ ട്രപ്പീസുകാരനെപ്പോലെ ഉയരത്തില് ഒറ്റക്കൈയിൽ തൂങ്ങി ചാഞ്ചാടുന്ന ഇട്ടീരിയെ കണ്ട് അമ്മ നെഞ്ചത്തടിച്ച് നിലവിളിച്ചു.

"ഓടിവരണേ...അന്റെ മോനിപ്പം ചാകുഏ... തായ കാഞ്ഞരക്കുറ്റിയാ മോനേ... തുള്ളല്ലേ..."

ഇട്ടീരിയുടെ തലയ്ക്കു മുകളിൽ കാക്കകൾ കരഞ്ഞു ബഹളം വെക്കുന്നു. കൊമ്പിൽനിന്നും വളരെ പണിപ്പെട്ട് ആളുകൾ അവനെ നില ത്തിറക്കി. കുഞ്ഞിക്കാക്കയെ പിടിക്കാൻ ചെന്ന് മൊട്ടത്തലയിൽ കൊത്ത് കിട്ടിയ ഇട്ടീരി രക്തമൊലിപ്പിച്ച്, ധാരധാരയായി കണ്ണീരൊഴുക്കിക്കൊണ്ട് ഏങ്ങലടികളോടെ വീട്ടിലേക്ക് മടങ്ങി.

കതീസുമ്മിറ്റ്യാർ അത്ഭുതത്തോടെ കൈ ആകാശത്തേക്കുയർത്തി.

"ഈ ചെക്കന് കൈയും കാലും അനങ്ങാണ്ട് ബെക്കാ ങയ്യുലേ പടച്ചോനേ..."

പതിനെട്ട്

ആഗതമാകുന്ന ദുരന്തത്തെയോർത്തുള്ള ആകുലതയോടെ കതീസുമ്മ മുറ്റത്തുള്ള മിന്നലേറ്റ് തലപോയ തെങ്ങിൽ ചാരി ദൂരേക്ക് നോക്കിക്കൊണ്ടിരുന്നു. അക്കരെയുള്ള പള്ളിയിൽനിന്നും അപ്പോൾ ബാങ്കുവിളി ശബ്ദം ഉയർന്നു. ആ വിശുദ്ധ ധ്വനി ആകുലമായ ഹൃദയത്തിനു മീതെ നേർത്തതെങ്കിലും ഒരല്പം പ്രത്യാശ പകരുന്ന സമാശ്വാസം ജനിപ്പിച്ചു. അതോടൊപ്പം നിരാശ പടർത്തുന്ന ജീവിതത്തിന്റെ മുള്ളുകൾ ഉള്ളിൽ തറയുന്നത് അറിഞ്ഞ് വേദനയിൽ ഉള്ളുപിടയുകയും ചെയ്തു.

ഒരിക്കലും കരകയറാനാവാതെ, ലക്ഷ്യമില്ലാതെ കടലിൽ ചുറ്റിത്തിരിയുന്നൊരു തോണിപോലെയാണ് തന്റെ ജീവിതമെന്ന് കതീസുമ്മ തിരിച്ചറിഞ്ഞു. എത്രതന്നെ ആഞ്ഞുതുഴഞ്ഞാലും പിന്നെയും തീരം വിദൂരതയിലാണ്. ഒടുക്കം അല കടലിനുള്ളിൽ താഴ്ന്നുപോവുകതന്നെ ചെയ്യും. ഇപ്പോൾ ഇതാ കൂനിന്മേൽ കുരു എന്നപോലെ വാടകക്കെട്ടിടമെങ്കിലും കിടപ്പാടവും നഷ്ടപ്പെടാൻ പോവുകയാണ്.

അനുസ്യൂതം പുരോഗതിയിലേക്ക് കുതിച്ചുകൊണ്ടിരിക്കുന്ന നഗരത്തിന്റെ ആരവങ്ങൾക്കു പിറകിൽ മറഞ്ഞിരുന്ന് ഒരു ഓടപോലെ ദുർഗ്ഗന്ധം വമിപ്പിച്ച് പുറ്റുകൾപോലെ പെട്ടെന്ന് വളർന്നുപൊന്തി ജനബാഹുല്യത്താൽ വർദ്ധമാനമായിത്തീർന്ന പൈപ്പിൻചോട് കുന്നും പരിസരങ്ങളും എല്ലാം തുടച്ചു നീക്കപ്പെടുകയാണ്. റോഡ് വരുന്നത് ഉറപ്പായതോടെ ആളുകളെല്ലാം കുഞ്ഞിരാമൻ മാഷിനെക്കുറിച്ചോർത്ത് ആശങ്കാകുലരായി.

റോഡുവന്നാൽ പൈപ്പിൻചോട് കോളനിയും ശ്മശാനവും തായത്തങ്ങാടിയും സ്കൂളും ചുറ്റുവട്ടത്തുള്ള ജനവാസയോഗ്യമായ പ്രദേശങ്ങളും പോകും. സ്കൂൾ പോയാൽ കുഞ്ഞിരാമൻ മാഷ് ജീവനോടെ

യുണ്ടാവില്ല എന്നാണ് പറഞ്ഞത്. 'ആത്മഹത്യ ചെയ്യുകതന്നെയായിരിക്കുമോ മാഷ് ചെയ്യുക?'

അതേക്കുറിച്ചായി പൈപ്പിൻചോട് വാസികൾക്കിടയിൽ ചർച്ച.

ദാക്ഷായണി ടീച്ചറിന്റെ മരണശേഷം അല്പം വിമുഖനായി ചടഞ്ഞിരുന്ന കുഞ്ഞിരാമൻമാഷ്, മാധവന് ജോലികിട്ടി പട്ടണത്തിലേക്ക് പോയതോടെ, തന്റെ കെട്ടുപോയ ഊർജ്ജത്തെ തിരിച്ചുപിടിച്ചിരുന്നു. ഉത്സാഹത്തോടെ മാഷ് പണ്ടത്തെപ്പോലെ വൈകുന്നേരങ്ങളിൽ പതിവായുള്ള തന്റെ ഗൃഹ സന്ദർശനങ്ങളിൽ മുഴുകി. ഉച്ചയ്ക്കുശേഷം അങ്ങാടിയിലൊക്കെ ഒന്നു കറങ്ങി, വായനശാലയിൽ കയറി കുറേ സമയം പത്രങ്ങളും മാസികകളും വായിച്ച്, അതിനുശേഷം കുറച്ച് മിഠായികളോ ബലൂണോ ചായപ്പെൻസിലുകളോ കടലാസുപെൻസിലുകളോ ഒക്കെ വാങ്ങി കൈയിൽ കരുതി, തന്റെ വളയൻ കാൽക്കുടയും നിലത്തു കുത്തി പൈപ്പിൻചോട്ടിലേക്ക് തിരിക്കും. ഓരോ വീടുകൾ പിന്നിടുമ്പോഴും എല്ലാവരോടുമായി അല്പം കുശലപ്രശ്നങ്ങളൊക്കെ നടത്തി, സ്കൂളിൽ പഠിക്കുന്ന കുട്ടികളുള്ള വീട്ടിൽ കയറി ഒരല്പസമയം നിന്ന് പഠിത്ത കാര്യങ്ങ ളൊക്കെ തിരക്കി, കുട്ടികൾക്ക് എന്തെങ്കിലും സമ്മാനങ്ങളൊക്കെ നല്കി, വീട്ടിൽ ആ നേരം പെണ്ണുങ്ങളുണ്ടെങ്കിൽ വീട്ടുകാര്യങ്ങൾ ഉത്തരവാദിത്വത്തോടെ ചെയ്യേണ്ടതിന്റെ ആവശ്യകതയെക്കുറിച്ചെല്ലാം പറഞ്ഞുകൊടുത്ത്, കുഴിമടിപിടിച്ച് കിടന്നുറങ്ങി പണിക്കുപോകാതെ തലചൊറിഞ്ഞിരിക്കുന്ന ആണുങ്ങളുണ്ടെങ്കിൽ അവരെയെല്ലാം ഒന്നു ഉപദേശിച്ച് മാഷ് ഉഷാറാക്കും.

അങ്ങനെയുള്ള മാഷാണ് ഇപ്പോൾ ഇല്ലാതാകാൻ പോകുന്നത്. ആർക്കു സഹിക്കും ഇതൊക്കെ...റോഡിനെതിരായ സമരം എങ്ങനെയെങ്കിലും സജീവമാക്കണം എന്ന് നിശ്ചയിച്ചിരിക്കുന്ന രാമൻ, കുഞ്ഞിരാമൻമാഷിന്റെ പ്രശ്നത്തിൽ കയറിപ്പിടിച്ചു.

"മാഷിന്റെ ജീവൻ രക്ഷിക്കുക."

"കരിങ്കാലി സർക്കാർ തുലയട്ടെ."

"കുഞ്ഞിരാമൻ മാഷിന്റെ ജീവന്റെ ജീവനായ സ്കൂൾ സംരക്ഷിക്കുക."

തുടങ്ങിയ മുദ്രാവാക്യങ്ങൾ പ്ലക്കാർഡുകളിലെഴുതി, ഉച്ചത്തിൽ മുദ്രാവാക്യം മുഴക്കിക്കൊണ്ട് നൂറോളംപേരടങ്ങിയ ഒരു ജാഥ അന്നു വൈകുന്നേരം പൈപ്പിൻചോടിന്റെ ഇങ്ങേയറ്റം തുടങ്ങി, പൈപ്പിൻകരയെ വലംവെച്ച്, തായത്തങ്ങാടിയിലേക്ക് കയറി, പോസ്റ്റാഫീസും പഞ്ചായത്താഫീസും കഴിഞ്ഞ് സാധു ജനസമാജം സ്കൂളിന്റെ മുറ്റത്ത് സമാപിച്ചു.

പതിവ് ഗൃഹസന്ദർശന വേളകളിൽ മാഷിന്റെ നിഴൽ കാണുമ്പോൾ തന്നെ അടുക്കളപ്പുറത്തെ തിണ്ടുകയറി ഓടി രക്ഷപ്പെടുന്ന ദാസനും, മുൻവശത്തുനിന്നും ഓടി രക്ഷപ്പെട്ട് വെണ്ണീറുംകൂടയിൽ പോയൊ

ളിക്കുന്ന പാറോതിപ്പെണ്ണും കൂടി മാഷിനെ കാണുമ്പോൾ ദയനീയമായി നോക്കിക്കൊണ്ട് മാഷിനോട് സഹതപിച്ചു.

പൈപ്പിൻചോട് കോളനിയിലെ പെണ്ണുങ്ങൾ ഒരല്പം വിഷാദത്തോടെ മാഷിനെ ക്ഷണിച്ച് കുറച്ചുനേരം തങ്ങളുടെ കുഞ്ഞുങ്ങൾക്ക് തങ്ങളുടെ നാടിന്റേയും സ്കൂളിന്റേയും ചരിത്രം പറഞ്ഞുകൊടുക്കണമെന്നും അവരെയെല്ലാം ഒന്നു ഉപദേശിക്കണമെന്നും ആവശ്യപ്പെട്ടു. ഉള്ളാലെ അവർ 'മാഷ് ഇനി അധികം ഉണ്ടാകില്ലല്ലോ' എന്ന് സങ്കടപ്പെടുകയും ചെയ്തു.

മാഷ്, വാപൊളിച്ച് തന്നെ നോക്കിനില്ക്കുന്ന ഓരോ കുട്ടിയോടും പഠിക്കണം, പഠിക്കണം, പഠിക്കണം എന്ന് നൂറുവട്ടം പറഞ്ഞു. നമ്മൾ ഇന്ന് അനുഭവിച്ചുകൊണ്ടിരിക്കുന്ന സ്വാതന്ത്ര്യത്തിന്റെ വില, തങ്ങൾക്കു മുമ്പേ, എത്രയോ മഹാന്മാർ അനുഭവിച്ച ത്യാഗത്തിന്റെ ഫലങ്ങളാണെന്ന് മാഷ് കുട്ടികളെ ഓർമ്മിപ്പിച്ചു. പിന്നീട് മാഷ് തങ്ങളുടെ കൂട്ടർക്ക് പണ്ട് അനുഭവിക്കേണ്ടി വന്ന ദുരിതങ്ങളെക്കുറിച്ച് പറഞ്ഞു. മുമ്പിലിരുന്ന് മാഷിനെത്തന്നെ തുറിച്ചുനോക്കിക്കൊണ്ടിരുന്ന പാറോതിപ്പെണ്ണിനെ നോക്കി മാഷ് പറഞ്ഞു:

"പാർവ്വതി, നീ ഇന്ന് ഇട്ടത് ഈ മുത്തുമാലയല്ലേ, പണ്ട് നിന്നെപ്പോലത്തെ ആളോള് ഇട്ടോണ്ട് നടക്കേണ്ടത് കല്ലുമാല എന്ന കുപ്പിച്ചില്ലു കൊണ്ടുണ്ടാക്കിയ വികൃതമായ മാലയേനു... നിനക്ക് സഹിക്ക്യോ അത്. അയ്യങ്കാളി കല്ലുമാല പൊട്ടിക്കൽ എന്ന വിപ്ലവകരമായ സമരം നടത്തി. ഉടുക്കണമെങ്കിൽ തുണി ഒരു കഷണം അരയ്ക്കുമാത്രം. മുകളിലും മറയ്ക്കരുത്. മുട്ടിന് താഴെയും ഉടുക്കരുത്... സൂക്കേട് വന്നാൽ മര്ന്നില്ല. പണി യെട്ത്താ കൂലിയില്ല. റോഡ്മ്മലേ നടക്കറ്... എന്തെല്ലാം എന്തെല്ലാം കഷ്ടപ്പാട്... സൗദാമിനീ നീ മോളയിങ്ങന കുഞ്ഞീന നോക്കാനാക്കരുത്. ഓളെ സ്കൂളിലയക്ക്... അമ്മമാര് അതൊന്ന് ശ്രദ്ധിക്കണം."

കണ്ണുനിറഞ്ഞ സൗദാമിനി സ്നേഹാദരങ്ങളോടെ മാഷിന് കട്ടൻചായ കൊടുത്തു.

പൈപ്പിൻചോട് കോളനിയിലെ ആണായും പെണ്ണായും ഉള്ളവരെല്ലാം താൻ നയിക്കുന്ന ജാഥയ്ക്കു പിന്നിൽ അണിനിരക്കണമെന്ന് രാമൻ എല്ലാവരോടുമായി അഭ്യർത്ഥിച്ചു. കുമ്പയമ്മയടക്കമുള്ളവർ ജാഥകളിൽ മുൻനിരയിൽ നിന്നു. എങ്കിലും രാവും പകലും ഭേദമില്ലാതെ കള്ളടിച്ചു കറങ്ങിനടക്കുന്ന കോളനിക്കാരായ ചില ചെറുപ്പക്കാർ, കരിങ്കാലിപ്പണിക്കാരെന്നപോലെ തങ്ങൾക്ക് നല്ല നഷ്ടപരിഹാരം കിട്ടുകയാണെങ്കിൽ വേഗത്തിൽ ഒഴിഞ്ഞുകൊടുക്കുന്നതാണ് നല്ലതെന്ന് രഹസ്യമായി പ്രചരിപ്പിക്കുകയും ചെയ്തു. കാലങ്ങളായുള്ള ജീവിതത്തിന്റെ അഴുകിയ വഴുവഴുപ്പിൽ ജീവിച്ചമർന്ന് നിശ്ചലരായിപ്പോയ കുറേയാളുകൾ ഒന്നിലും പങ്കെടുക്കാതെ മൗനരായി നിലകൊണ്ടു.

നഷ്ടപരിഹാരത്തെക്കുറിച്ച് പലപല അഭ്യൂഹങ്ങളും പരന്നു. കൈ

നിറയെ പണം കിട്ടുമെന്നോർത്ത് ചില കുടിയന്മാർ ആനന്ദനൃത്തം ചവിട്ടി. വരൾച്ചക്കാലത്തെ പതിവായുള്ള പകയും വിദ്വേഷവും എല്ലാം മറന്ന് ഉഷാറാണി എല്ലാവരോടും സൗമ്യതയോടെ പെരുമാറുകയും, വരിക്കു വെച്ച പാത്രത്തിന്റെ ഊഴമെത്തിയിട്ടും കുമ്പയമ്മയെ കാണാഞ്ഞപ്പോൾ സൗമനസ്യത്തോടെ അതിൽ വെള്ളം നിറച്ചുവെച്ച് കുമ്പയമ്മയെ വിളിച്ച് വെള്ളമെടുത്തുകൊണ്ടു പോകാൻ പറയാൻ കതീശുമ്മയെ ഏല്പിക്കുകയും ചെയ്തു.

കുമ്പയമ്മ, രാമൻ വിളിച്ചുചേർത്ത മീറ്റിങ്ങിൽ പങ്കെടുത്തപ്പോൾ, തന്റെ വീടിരിക്കുന്ന മൂന്ന് സെന്റ് സ്ഥലം ഗവൺമെന്റ് ഏറ്റെടുത്താൽ രണ്ടു സെന്റിന്റെ വില തനിക്കുതന്നെ കിട്ടണമെന്നും മൂന്നിലൊന്ന് മാത്രം സൗദാമിനിക്ക് നല്കിയാൽ മതിയെന്നും, അതിന് വേണ്ടതെല്ലാം രാമൻ ചെയ്തുകൊടുക്കണമെന്നും ആവശ്യപ്പെട്ടു. റോഡു വരുമെന്ന കാര്യം ഉറപ്പായതോടെ ഹതാശനായ രാമൻ, മൂന്നു പെറ്റവളും സുന്ദരിയും മദാമ്മ ജാനു എന്നറിയപ്പെടുന്നവളുമായ തന്റെ വെപ്പാട്ടിയുടെ കരങ്ങളിൽ ദീർഘനേരം അഭയംതേടി. ഉഷാറാണി, താൻ ദിവസവാടകയ്ക്ക് കോളനിക്കാർക്ക് നല്കുന്നതിനുവേണ്ടി പുതുതായി വാങ്ങിയിട്ട സിമന്റ് ചട്ടികളും കൈക്കോട്ടുകളും ഉളിക്കോട്ടുകളും മൺകോരികളും നോക്കി നെടുവീർപ്പിട്ടു. വേറൊരിടത്ത് എത്തിയാൽ തന്റെയീ വരുമാനമാർഗ്ഗങ്ങളെല്ലാം നിലയ്ക്കുമല്ലോ എന്നോർത്ത് ആധിമൂത്ത് മിണ്ടാട്ടം മുട്ടിയ ഉഷാറാണി അടുക്കളപ്പടിയിൽ താടിക്കു കൈകൊടുത്ത് ചിന്തിച്ചിരിപ്പായി. തന്റെയും തന്റെ കുടുംബത്തിന്റെയും രാജവാഴ്ച്ച അവസാനിക്കുകയാണോ? ഈ സന്തോഷങ്ങളെല്ലാം ഇനിയെത്രനാൾ... ഉഷാറാണിക്ക് കണ്ണിൽ വെള്ളം നിറഞ്ഞു. ആദ്യമായി ഉഷാറാണിക്ക് സൗദാമിനിയോട് അലിവുതോന്നി. അന്ന് വൈകുന്നേരം കറവ കഴിഞ്ഞ് പാലിൽ ഒരു തുള്ളി വെള്ളംപോലും ചേർക്കാതെ, ഇനിയെന്തിന് എന്ന വ്യഥിത ചിന്തയോടെ പാൽ വിതരണം ചെയ്തു. അതുകഴിഞ്ഞ ഉടനെ വീണ്ടും ചിന്തയിലേക്ക് വഴുതിവീണ് വിദൂരതയിലേക്ക് മിഴിനട്ടിരുന്നു.

ഉഷാറാണി തന്റെ ജീവിതത്തെക്കുറിച്ചോർത്തു.

ഏറെ കഷ്ടപ്പെട്ട് കരയ്ക്കടുപ്പിച്ചതാണ് താൻ തന്റെ വഞ്ചി. പലകുറി മുങ്ങിത്താഴും എന്ന് തോന്നിയെങ്കിലും ഏതെല്ലാമോ ദിശയിലൂടെ സഞ്ചരിച്ചാലും ഒടുവിൽ കറങ്ങിത്തിരിഞ്ഞ് സൗഭാഗ്യങ്ങൾ തന്റെ കളത്തിനു നേരെ തന്നെയാണ് വന്നു നിന്നത്.

അന്ന് ഇന്നത്തെപ്പോലെ വാർക്കപ്പണികളോ കോൺക്രീറ്റ് കെട്ടിടങ്ങളോ സുലഭമായി ഇല്ലാതിരുന്ന കാലം. അച്ഛനില്ലാതിരുന്ന താനടക്കമുള്ള മക്കളെ പോറ്റുവാൻ അമ്മ അങ്ങുമിങ്ങും ഓടിനടക്കുന്ന കാലം. ചേറിലും ചെളിയിലും പുതഞ്ഞും തേങ്ങാക്കുട്ട ചുമന്നും, ജന്മിയുടെ വിശാലമായ വെളിമ്പറമ്പുകളിൽ പണിയെടുത്തും തളർന്ന പഴയ തലമുറ, കൂട്ടങ്ങളായി മറ്റു വരുമാനമാർഗ്ഗങ്ങൾ തേടി പുറംപണികളിലേക്ക് തിരിഞ്ഞു കൊണ്ടിരുന്നു. ജന്മിമാരുടെ പുതിയ തലമുറ

ചേറുംചെളിയും പണിക്കാരിപ്പെണ്ണുങ്ങളേയും വിട്ട് കൂട്ടമായി ഗൾഫ് നാടുകളിലേക്ക് പറന്നു. കണക്കില്ലാതെ ഒഴുകിവന്ന ഗൾഫ് പണം കോൺക്രീറ്റ് സൗധങ്ങളെ ഈരുപിടിപ്പിച്ചു.

അങ്ങനെ അമ്മ ടൗണില് പണിക്ക് പോകുമ്പോ താനും പോയി.

അവിടെ പണിക്കൂട്ടത്തിൽ വെച്ചാണ് കൃഷ്ണനെ കാണുന്നത്. എപ്പോഴും ചിരിക്കുന്ന കൃഷ്ണൻ മനസ്സിൽ കുടിയേറിയത് ഉഷാറാണി അറിഞ്ഞു. ഉള്ളിൽ പ്രണയം പൂത്തുലഞ്ഞത് പക്ഷേ, അമ്മയറിഞ്ഞില്ല.

പിടിച്ചിട്ടും കെട്ടിയിട്ടും അടക്കിയിട്ടും മനസ്സും ശരീരവും നില്ക്കുന്നില്ലെന്ന് കണ്ടപ്പോൾ രണ്ടുപേരും കൂടി ഒളിച്ചോടാൻ തീരുമാനിച്ചു. ദൂരെയൊരിടത്ത് ലൈൻമുറിയെടുത്ത് രണ്ടു ദിവസം കഴിഞ്ഞപ്പോൾ രജിസ്റ്റർ വിവാഹം ചെയ്തു. മധുവിധുവിന്റെ ലഹരിയിൽ നാളുകൾ കൊഴിയവേ കൈയിലെ പണമെല്ലാം തീർന്നു തുടങ്ങി. കാതിലുള്ള പൊട്ടുകമ്മലുംകൂടി ഊരിവിറ്റ് ചെലവുകഴിച്ചു. മഴക്കാലം വന്നതോടെ പണിയൊന്നുമില്ലാതായി. തിന്നാനും കുടിക്കാനും ഒന്നുമില്ല. അരിവെന്ത വെള്ളം കുടിച്ച് ദിവസം മൂന്ന് കഴിഞ്ഞ് തലകറങ്ങിയപ്പോൾ ഒരു മൂലയിൽ ചാരിയിരുന്ന് ഉഷാറാണി പറഞ്ഞു.

"കൃഷ്ണാട്ടാ, നമ്മക്കന്റെ ബീട്ടിപ്പോകാം. നമ്മക്കാട കയ്യാം. അമ്മ നമ്മളെ എന്തായാലും കയ്യൊയ്യൂല."

ഒടുവിൽ രണ്ടും കല്പിച്ച് വാടകമുറി ഒഴിഞ്ഞുകൊടുത്ത് ഉടുതുണി മാത്രം കൈമുതലായി രണ്ടുപേരും യാത്ര തുടങ്ങി. ബസിൽ കയറാൻ കാശില്ലാതെ തളർന്നു വീഴുമെന്നായപ്പോൾ കൃഷ്ണന്റെ തോളിൽ തല ചായ്ച്ച് ഉഷാറാണി വിങ്ങിപ്പൊട്ടി.

"കൃഷ്ണാട്ടാ, ഒര് ചായയെങ്കിലും ബാങ്ങിത്താ. അനക്ക് എനി ഒരടിപോലും നടക്കാങ്കയ്യൂല."

പോക്കറ്റിൽ കൈയിട്ട് തപ്പിനോക്കിയ കൃഷ്ണന്റെ കൈയിൽ തടഞ്ഞത് രണ്ട് രൂപയുടെ ഒരു തുട്ട്.

"നമ്മക്കീന് മണിക്കടല വാങ്ങി കൊറിക്കാം."

അതുംകൊറിച്ച് അടുത്തുകണ്ട ഹോട്ടലിൽ നിന്ന് മതിയാവോളം പച്ചവെള്ളവും വാങ്ങിക്കുടിച്ചു.

പാൽസൊസൈറ്റിയിൽ നിന്നും തിരിച്ചുവന്നപ്പോൾ ഉമ്മറത്തിരിക്കുന്ന പുതിയ അതിഥിയെ കണ്ട് രാമന് കാര്യംപിടികിട്ടി. അയാൾ ഉറക്കെ ചീത്തവിളിച്ചുകൊണ്ടോടി അടുക്കളയുടെ മൂലയ്ക്ക് പതുങ്ങി നിന്ന ഉഷാറാണിയെ പൊതിരെ തല്ലി.

പാഞ്ചാലിയമ്മ ഇടയ്ക്ക്കയറി തലയിൽ കൈവെച്ചു ഉച്ചത്തിൽ കരഞ്ഞു.

"മോനേ രാമാ... അടിക്കല്ലേടാ... ഓൾക്ക് ബയറ്റിലെണ്ടെടാ... കെർപ്പക്കാരത്തീന്റെ മേത്ത് കൈവെക്കല്ലേ ടാ മോനേ..."

നാട്ടുകാർ ഓടിക്കൂടി. എല്ലാവരും രാമനെ പിടിച്ചടക്കി.

അന്നുതൊട്ട് തൊടങ്ങിയ നയിപ്പ്. ഒരു മിഞ്ചൂളിപോലും അന്ന് മേത്തി

ല്ലായിരുന്നു. ഇന്നോ, എത്ര പവൻ വേണം. തട്ടിക്കൂട്ടിയെടുക്കുമ്പം അത്ര കൊറച്ചൊന്നുമല്ല. ഉഷാറാണിക്ക് വലിയ അഭിമാനം തോന്നി. അവൾ അല്പം ഗർവ്വോടെ ഒന്നെഴുന്നേറ്റിരുന്നു.

പക്ഷേ, അതൊക്ക സംഭവിച്ചത് പിന്നീടാണ്.

മകൾ എട്ടുമാസം വയറ്റിലായിരുന്നപ്പോൾ എവിടെ നിന്നോ കൃഷ്ണനേയും തിരക്കി നാലഞ്ചാളുകൾ കയറിവന്നു.

"എന്താ പ്രശ്നം?" രാമൻ മുമ്പോട്ടിറങ്ങിച്ചെന്ന് ചോദിച്ചു.

"പാലക്കാട്ട്കാരൻ കൃഷ്ണനീടയല്ലേ താമസം"

"അതെ."

"നിങ്ങളാരാ"

കൂട്ടത്തിൽ കുറിയ ഒരുവൻ ദേഷ്യംകലർന്ന സ്വരത്തിൽ ചോദിച്ചു.

"ഞാൻ കൃഷ്ണന്റെ ഭാര്യേന്റെ ആങ്ങളയാ." രാമൻ പറഞ്ഞു.

"ഭാര്യയോ, എന്ത് ഭാര്യ?"

"ഓനങ്ങ് പാലക്കാട് വേറെ ഭാര്യയുണ്ട്."

ഒച്ചയും അനക്കവും കേട്ട് വാതില്ക്കൽ വന്നുനോക്കിയ ഉഷാറാണിയുടെ തലയിൽ ബോംബ് പൊട്ടി. പാഞ്ചാലിയമ്മ പിറകിൽനിന്നും താങ്ങിയതുകൊണ്ട് നിറവയറുമായി ഉഷാറാണി മറിഞ്ഞുകെട്ടി വീണില്ല. സന്ധ്യക്ക് കൃഷ്ണൻ വന്നപ്പോൾ രാമൻ ഇരകണ്ട സിംഹത്തെപ്പോലെ ചാടിവീണു.

"ഓളുആയിട്ട് അനക്കൊരു ബന്ധും ഇല്ല. ഞാനോളെട്ത്ത് പോക്കും ഇല്ല. ഞാനോക്ക് ചെലവിനും കൊടുക്കലില്ല."

കൃഷ്ണൻ വിറച്ചുകൊണ്ട് ഉഷാറാണിയെ നോക്കി ദയയ്ക്ക് യാചിച്ചു. ഒടുക്കം ഉഷാറാണിയുടെ ഭാഗ്യം കൊണ്ടാവാം പ്രശ്നങ്ങളെല്ലാം മംഗളകരമായി അവസാനിച്ചു.

തനിക്കൊരിക്കലും സ്നേഹം തരാത്ത, എപ്പോഴും കള്ളുകുടിച്ച് വന്ന് പുറത്തിട്ടടിക്കുന്ന കുഴിമടിയനായ കൃഷ്ണനെ വേണ്ടെന്ന് ആദ്യഭാര്യ സ്വമേധയാ മുമ്പോട്ടുവന്ന് പറഞ്ഞു. നഷ്ടപരിഹാരം കൊടുത്ത് താലി തിരികെ വാങ്ങണമെന്ന് രാമൻ ആവശ്യപ്പെട്ടു. അങ്ങനെ പാലക്കാട്ടുകാരിയുടെ കഴുത്തിൽ നിന്നൂരിയതാലി ഉരുക്കിത്തീർത്ത് കൃഷ്ണൻ ഉഷാറാണിക്ക് കെട്ടിക്കൊടുത്തു.

"ഇപ്പോ ഓറ് ബെറും പൂച്ച. ഒര് തുള്ളി കുടിക്കൂല, അടിക്കൂല. ഒര് ഒച്ചേം ബഹളോം ഒന്നുമില്ല. ഞാൻ വരച്ച വരേന്റെ അപ്പുറം ഇപ്പുറം കടക്കൂല. ആട ന്ക്ക്ന്ന് പറഞ്ഞാ ന്ക്കും. ഇരിക്ക്ന്ന് പറഞ്ഞാ ഇരിക്കും."

ഇവ്വിധത്തിലെല്ലാം വീരാംഗനയായ ഉഷാറാണി സ്ത്രീത്വത്തിന്റെ ഉജ്ജ്വലപ്രതീകമായി പൈപ്പിൻചോട്ടിൽ വിളങ്ങിനിന്നു. അവളുടെ നാക്കിന്റെ മൂർച്ചയറിഞ്ഞവർ അവളുടെ മുഖത്തു നോക്കാൻപോലും ധൈര്യപ്പെട്ടില്ല.

"അന്റാങ്ങള അന്റ ജീവനാ. രാമാട്ടൻ നടക്ക്ണ്ടായത് കൊണ്ടാ അന്റെ തോണി കരയ്ക്കടുത്തേ. എല്ലെങ്കില് ഞാനിന്നേടെയെങ്കിലും

തെണ്ട്ന്ന്ണ്ടാവും.”

ആങ്ങളയോടുള്ള സ്നേഹാതിരേകത്തോടെ ഉഷാറാണി രാമന്റെ കുപ്പായം നീലം മുക്കിയുണക്കി.

ഉഷാറാണിക്ക് പിന്നെയും രണ്ട് മക്കളുണ്ടായി. കൃഷ്ണനാണെങ്കിൽ സ്ഥിരമായി പണികിട്ടി. പണിയുണ്ടെങ്കിൽ ഞായാറാഴ്ച പോലും വീട്ടിലിരിക്കാൻ കൃഷ്ണനെ ഉഷാറാണി അനുവദിച്ചില്ല.

സമ്പാദിക്കണമെന്ന ഒറ്റ ചിന്തയായിരുന്നു ഊണിലും ഉറക്കത്തിലും.

കൃഷ്ണൻ കൂലിപ്പണിയെടുത്ത് കിട്ടുന്നപണം ഉഷാറാണിയുടെ കൈനിറയെ വെച്ചുകൊടുത്തു. അപ്പോൾ ഉഷാറാണി കൂടുനിറയെ നാടൻ കോഴികളെ വളർത്തിയും കൃഷി വകുപ്പ് സൗജന്യമായി നല്കുന്ന ആട്ടിൻകുട്ടികളെ വാങ്ങി വളർത്തി വിറ്റും പണമുണ്ടാക്കി. ഓരോ പ്രസവത്തിലും ഉഷാറാണിയുടെ ആട് നാലോ അഞ്ചോ കുട്ടികൾക്ക് ജന്മം നല്കുന്നത് കണ്ട് ആളുകൾ അതിശയിച്ചു.

ഉഷാറാണി വഴിയേ പോകുന്നവരോട് പറഞ്ഞു.

“ആരിക്കെങ്കിലും മുട്ട ബേണെങ്കില് ചോയിച്ചോളിൻ. നല്ല നാടൻ മുട്ടയാ. പച്ചടി ഇണ്ടാക്കാൻ തൈര് ബേണെങ്കില് അതും ചോയിച്ചോളിൻ. ഈടയുണ്ട്. ഒരു ഗ്ലാസിന് അഞ്ചുറുപ്യ.”

“പാല് ബാക്കിയായതാ തൈരാക്കൽ”

കതീശുമ്മ ഉഷാറാണിയോട് ചോദിച്ചു.

“ഏയ്, അമ്മേന്റെ പയീന്റെ പാലെല്ലാം ബിറ്റ് തീരും. ഇത് രാമാട്ടൻ കൊണ്ടര്ന്നേന്റെ ബാക്കി. ചെല ദിവസം ചായക്കെട്ത്താലും കൊറേ ബാക്കിണ്ടാവും. അത് തേച്ചും തൈരാക്കി ബിക്കും. അയിന്റെ പൈസ തേച്ചും അനക്കെന്നെ.”

വരത്തനെ ഭർത്താവാക്കിയിട്ടും പിഴച്ചുപോകാതെ പിടിച്ചു കയറുന്ന അനിയത്തിയെ രാമനും അഭിമാനമായിരുന്നു. അവൾ അടുക്കളയുടെ മർമ്മമറിഞ്ഞ് പ്രവർത്തിച്ചു. എല്ലാ വീട്ടുജോലിയും സ്വയം ഏറ്റെടുത്തു. ഉത്തരവാദിത്വത്തോടെയും ചുമതലാബോധത്തോടെയും കർത്തവ്യങ്ങൾ നിർവ്വഹിച്ചു. ഒരു നിമിഷം പോലും അടങ്ങിയിരിക്കാതെ രാപ്പകൽ പാടുപെട്ടു. ഉഷാറാണിയില്ലെങ്കിൽ വീട് ചലിക്കില്ല എന്ന അവസ്ഥ വന്നു.

“എടയ്ക്ക് ഞാനും കൃഷ്ണാട്ടനും മക്കളും കൂടി പാലക്കാട്ടേക്ക് ഒര് പോക്ക്ണ്ട്. അപ്പം ഈ ബീട് ഒറങ്ങിപ്പോകും.

ഉഷാറാണി അതിയായ ചാരിതാർത്ഥ്യത്തോടെ പ്രസ്താവിച്ചു.

പത്തൊമ്പത്

പേരുകേട്ട ഡോക്ടർമാരും വൈദ്യൻമാരും പഠിച്ച പണി പതിനെട്ടും പയറ്റിയിട്ടും നേരെയാകാത്ത, ഗ്രഹണി പിടിച്ച് വയറുവീർത്ത അഞ്ചുവയസ്സുകാരിയേയും കൊണ്ട്, കേട്ടറിവിൽ കുമ്പയമ്മയുടെ ചികിത്സതേടി വന്നതായിരുന്നു അക്കരയ്ക്കപ്പുറത്തുള്ള കുഞ്ഞമ്പുനായർ...

കുഞ്ഞമ്പുനായർ തന്റെ എടുപ്പും നടപ്പും പ്രാമാണിത്തവും എല്ലാം കളഞ്ഞ് കുമ്പയമ്മയുടെ കാല്ക്കൽ വീഴുംമട്ടിൽ പറഞ്ഞു.

"കുമ്പയമ്മേ...ഇങ്ങളേയുള്ളു ഇനിയനക്ക് തൊണ. മങ്ങലം കയിച്ച് പത്ത് കൊല്ലം കൂടീറ്റ് കിട്ടീതാ ഈ കുഞ്ഞീന. ഇത് ഇങ്ങനെയുമായി. ഇതിനെ കണ്ട് കണ്ട് ഓളമ്മക്കും സുഖീല്ലാണ്ടായി. അന്നെ രക്ഷിക്കണം."

അതും പറഞ്ഞ് അയാൾ കരയാൻ തുടങ്ങി.

കുമ്പയമ്മ കുറേസമയം ഒന്നും മിണ്ടാതിരുന്നു. പിന്നീട് പതുക്കെ പറഞ്ഞു.

"ഞാ കുളിച്ചിറ്റ് ബെരട്ട്."

കുളികഴിഞ്ഞുവന്ന കുമ്പയമ്മ കുഞ്ഞിനെ ചേർത്തു പിടിച്ചു. മേലാകെ തൊട്ടുതടവിയും കുറേനേരം കണ്ണടച്ചും ഇരുന്നു. ചുണ്ടുകളിലൂടെ എന്തെല്ലാമോ അവ്യക്തശബ്ദങ്ങൾ പുറത്തുവീണു. പെട്ടെന്ന് കണ്ണ് തുറന്ന് പറഞ്ഞു.

"ഇത് പുള്ള് കൂടീതാ... ഒരു പച്ചപ്പാള കൊണ്ടുവാ...

ഒരു പ്രയോഗം ണ്ട്. വട്ടിയൻ ഗുരിക്കള് അനക്ക് തൊണ. വേഗം കൊണ്ടാ..."

പാളയുമായി ആളെത്തിയപ്പോൾ കുമ്പയമ്മ തന്റെ ഇരുട്ടുമുറിക്കുള്ളിൽ ചികിത്സ തുടങ്ങി.

ഗ്രഹണിപിടിച്ച പെണ്ണ് ചത്തുപോകുമെന്ന് നാടും നാട്ടാരും വിധിയെഴുതി.

കുഞ്ഞമ്പുനായർ പ്രതീക്ഷ കൈവിടാതെ കുമ്പയമ്മയെ നോക്കി. ദുർഗ്രഹമായ മൗനംപാലിച്ച കുമ്പയമ്മ അവസാനം ഇത്രമാത്രം പറഞ്ഞു.

"ഏഴ് ദിവസം കുഞ്ഞിനെയും കൂട്ടി ബാ..."

രണ്ടാംദിവസം കുഞ്ഞിനെ ചേർത്തുപിടിച്ചു കുറേനേരം കണ്ണടച്ചും ധ്യാനത്തിലുമാണ്ട് കുമ്പയമ്മ. കണ്ണു തുറന്ന് കുഞ്ഞിന്റെ മൂർദ്ധാവിലേക്ക് ശൂം ശൂം ശൂം എന്ന് മൂന്നു വട്ടം മന്ത്രിച്ചൂതി. താൻ രഹസ്യമായി പറിച്ചെടുത്ത പച്ചമരുന്നുകൾ അതിന്റെ ദേഹത്തു പുരട്ടി. ഗുളിക വലുപ്പത്തിൽ ഉള്ളിൽ കഴിക്കാനും കൊടുത്തു.

കുഞ്ഞിന്റെ പൊന്തിയ വയർ അല്പം കുറഞ്ഞോ.

കുഞ്ഞമ്പുനായർക്ക് പ്രതീക്ഷ.

രണ്ടാം ദിവസം... മൂന്നാംദിവസം... ഏഴാം ദിവസമാകുമ്പോഴേക്കും പച്ചപ്പാള ഉണങ്ങിച്ചുരുണ്ടു വന്നപോലെ കുഞ്ഞിന്റെ വയറ് തീർത്തും ദേഹത്തോട് ചുരുങ്ങിപ്പറ്റി. വിശ്വസിക്കാനാവാതെ തരിച്ചുനില്ക്കുന്ന ആളുകൾക്ക് മുമ്പാകെ, കുഞ്ഞമ്പുനായർ നല്കിയ പണവുമായി നേരെ കള്ളുഷാപ്പിലേക്ക് പോയ കുമ്പയമ്മ, സുലഭമായി ഇറച്ചിയും പൊറോട്ടയും കഴിച്ച് കുപ്പിനിറയെ കള്ളും വാങ്ങി വീട്ടിലേക്ക് തിരിച്ചു. ഈസമയം പൈപ്പിൻ ചോട്ടിൽ വെള്ളം വന്നപ്പോൾ ആരെയുമറിയിക്കാതെ ഒറ്റയ്ക്കു വെള്ളമെടുത്തുകൊണ്ടിരുന്ന ഉഷാറാണി ആരോ ഓടി വരുന്നതു കണ്ടപ്പോൾ തിടുക്കത്തിൽ പറഞ്ഞു.

"ഇതാ ഇപ്പം വന്നിറ്റേയുള്ളു. രണ്ടു പാത്രം തേച്ചും നറഞ്ഞിട്ടില്ല..."

റോഡ് വന്നാൽ പലിശപ്പണവും വീടും പ്രശസ്തിയും എല്ലാം നഷ്ടപ്പെടുമെന്നോർത്ത് ആധിപിടിച്ച് രാമൻ ദിനംപ്രതി ശോഷിച്ചുവന്നു. അയാൾ തന്റെ മദാമ്മയുടെ മാറിൽ തലചായ്ച്ച് വിങ്ങിപ്പൊട്ടി. തന്നെ പിരിയേണ്ടിവരുന്നതിലുള്ള ദുഃഖം കൊണ്ടാണ് രാമൻ കരയുന്നതെന്നോർത്ത് മദാമ്മ രാമനെ ചുടുചുംബനങ്ങൾ കൊണ്ട് മൂടി. ചിന്താക്ലാന്തനായ രാമന്റെ ചൊടിയും ചുണയും ഉത്സാഹവുമെല്ലാം എങ്ങോ പോയ്മറഞ്ഞു. മകന്റെ കോലംകെട്ട രൂപം കണ്ട് സഹിക്കാനാവാതെ പാഞ്ചാലിയമ്മ തനിക്കറിയാവുന്ന പുണ്യസ്ഥലങ്ങളിലെല്ലാം നേർച്ചകളും വഴിപാടുകളും നേർന്നു. പൊട്ടൻകാവിൽ പൊട്ടൻ തെയ്യത്തിന് ഒരു വിളക്ക് കൊടുക്കാമെന്ന് നേർന്നു. കണിയാരുടെ വീട്ടിൽ പോയി കവടി നിരത്തിച്ച് പ്രശ്നം വെച്ചുനോക്കി. ആരെങ്കിലും തന്റെ മകനെ കൂടോത്രം ചെയ്തതാണോ എന്നറിയാൻ. ആരുടേയെങ്കിലും കരിങ്കണ്ണ് തട്ടിയതാണോ എന്നു പേടിച്ച് പതിവായി രാവിലെകളിലും രാത്രികളിലും ഉപ്പും മുളകും കടുകും രാമന്റെ തലയ്ക്കുഴിഞ്ഞ് അടുപ്പിലിട്ടു പൊട്ടിച്ചു. അടുപ്പിനുള്ളിൽ ഉപ്പും മുളകും കടുകും പൊട്ടുന്ന ശബ്ദംകേട്ട് ഉഷാറാണി പറഞ്ഞു.

"കണ്ടാ കണ്ടാ ചടപടേന്ന് പൊട്ട്ന്ന്. കരിങ്കണ്ണ് നല്ലോണം ഇണ്ട് അമ്മേ"

ഇപ്രകാരം കടുക് വാങ്ങിവാങ്ങി ഗതികെട്ട രാമനെക്കണ്ട് അനാദി ക്കടയിലെ മമ്മത് ചോദിച്ചു.

"എല്ലാ രാമാ ഇപ്പോ ഇങ്ങള് കടുകാന്നോ വേവിച്ച് തിന്നല്, നീ ചോറി ബെക്കല് നിർത്തിയാ.."

ഇത്രയെല്ലാം ചെയ്തിട്ടും വലിയ മാറ്റമൊന്നും രാമനിൽ കാണാ തിരുന്ന പാഞ്ചാലിയമ്മ പള്ളിയിലെ മൊയ്ലാർക്ക മന്ത്രിച്ചൂതിക്കൊടുത്ത വെള്ളം മുറതെറ്റാതെ മൂന്ന് നേരം രാമനെക്കൊണ്ട് കുടിപ്പിച്ചു. കാവിലെ വെളിച്ചപ്പാടൻ ജപിച്ചുനല്കിയ ഭസ്മം വീടിനുചുറ്റും വിതറി. എന്നിട്ടും മകന്റെ ക്ഷീണത്തിനൊട്ടും കുറവില്ല. ഒടുവിൽ പാഞ്ചാലിയമ്മ ഒരു തീരുമാനത്തിലെത്തി. മകന്റെ ദുഃഖത്തിന് കാരണം ജീവിതനൈരാശ്യം തന്നെ. എന്തു വില കൊടുത്തും രാമനെ കല്യാണം കഴിപ്പിക്കുക.

പെങ്ങന്മാരുടേയും അമ്മയുടെയും നിർബ്ബന്ധത്തിനു വഴങ്ങി പെണ്ണു കാണാൻ അങ്ങുമിങ്ങും ഓടിത്തുടങ്ങിയ രാമൻ കാണുന്ന പെണ്ണിനെല്ലാം നൂറ് കുറ്റങ്ങൾ നിരത്തി. വിവാഹത്തിൽനിന്നും ഒഴിഞ്ഞുമാറാൻ ശ്രമി ച്ചപ്പോൾ ഇക്കുറി വിടില്ലെന്ന് ഉറപ്പിച്ചുപറഞ്ഞ പാഞ്ചാലിയമ്മ, കാര്യകാര ണസഹിതം ഉടൻ വിവാഹം കഴിക്കേണ്ടതിന്റെ ആവശ്യകത എടുത്തു പറഞ്ഞു വീർപ്പടക്കിനിന്നു, രാമൻ എന്തുപറയുമെന്നറിയാൻ. ഒന്നും പറയാതെ മിണ്ടാട്ടംമുട്ടിനിന്ന രാമനെ കണ്ട് പാഞ്ചാലിയമ്മയ്ക്ക് കണ്ണ് നിറഞ്ഞു. എങ്കിലും പെങ്ങളുടേയും അമ്മയുടേയും നിർബ്ബന്ധത്തിന് വഴങ്ങി ദൂരെ തെക്കുമാറി തനിക്കു പറ്റിയ കതിരുപോലത്തെ ഒരു പെണ്ണു ണ്ടെന്നറിഞ്ഞ് പെണ്ണുകാണാൻ പോയി തിരിച്ചുവരവെയാണ് ഗവൺ മെന്റിന്റെ ലോറിവെള്ളം ആദ്യമായി പൈപ്പിൻചോട്ടിലെ റോഡുവക്ക ത്തെത്തിയത്.

വഴി അടിച്ചുവാരിക്കൊണ്ടിരുന്ന പാറോതിപ്പെണ്ണ് ചൂല് താഴെയിട്ട് കൈകൾ വിരുത്തി ഒരലർച്ചയോടെ ഓടിക്കൊണ്ട് എല്ലാവരും കേൾക്കെ ഉച്ചത്തിൽ വിളിച്ചുപറഞ്ഞു.

"ലോറിയും ബെള്ളം ബന്നേയ്... ബെള്ളം ബേണ്ടുന്നോരെല്ലാം പാത്രം എടുത്ത് വായോ..."

കേട്ടവർ കേട്ടവർ കാലിപ്പാത്രങ്ങളുമെടുത്ത് റോഡിലേക്ക് ഓടി. സൗദാമിനി തന്റെ രണ്ടു കൈയിലും കൊള്ളാവുന്നതിലുമധികം പാത്ര ങ്ങളും പേറി കരിപിടിച്ച നൈറ്റിയുമായി കുലുങ്ങി കുലുങ്ങി റോഡിലേക്ക് ഓടി. അമ്മ ഓടുന്നത് കണ്ട് വലിയ വായിലേ നിലവിളിച്ചുകൊണ്ട് ഇട്ടീ രിച്ചെക്കനും പിറകെ ഓടി. പ്ലാവിൻചോട്ടിൽ കാറ്റുകൊണ്ടിരിക്കുന്ന കുമ്പ യമ്മയും രണ്ടുമൂന്ന് പാത്രങ്ങളുമായി അതിവേഗം അങ്ങോട്ട് നടന്നു. കതീശുമ്മ എന്തു ചെയ്യണമെന്നറിയാതെ ഒരു നിമിഷം വേലിത്തലയ് ക്കൽ സ്തംഭിച്ചുനിന്നു. ബസും ലോറിയും തുരുതുരാ ഓടുന്ന മെയിൻ റോഡിലിറങ്ങിവേണം വെള്ളമെടുക്കാൻ. തങ്ങളെപ്പോലെ തട്ടമിട്ട ഉമ്മിറ്റ്യാർമാരാരും റോഡിലിറങ്ങി വെള്ളമെടുക്കില്ല. അതുകൊണ്ട് താഴെ കുന്നിറങ്ങിപ്പോയാലും റോഡിലേക്കില്ല എന്നവർ നിശ്ചയിച്ചു. ആദ്യം ഒന്ന

മ്പരന്നുവെങ്കിലും ഉഷാറാണി വേഗം പാത്രങ്ങളുമായി മുമ്പോട്ടോടി. ഇന്നെങ്കിലും ഇവൾ തങ്ങൾക്കുപിറകിലായല്ലോ എന്ന സന്തോഷത്തോടെ സൗദാമിനിയും കുമ്പയമ്മയും സാവിത്രിയും അമ്മിക്കുട്ടിയും അങ്ങനെ ഒട്ടനവധി ആളുകളും ഉഷാറാണിക്കുമുമ്പിൽ ഞെളിഞ്ഞു നിന്നു.

ആളുകൾ ഓടിപ്പോയ നേരം റോഡുനോക്കി വിഷണ്ണയായി നിന്ന കതീസുമ്മ, പൊന്തിച്ചു കെട്ടിയ പൈപ്പിൽനിന്നും നേർത്ത നൂലുപോലെ വെള്ളം മിന്നിപ്പുറപ്പെടുന്നത് കണ്ടപ്പോൾ ആദ്യം സ്ത്ബ്ധയായി, പിന്നീട് കുതിച്ചെത്തി. ചരിത്രത്തിലാദ്യമായി നിറഞ്ഞമനസ്സോടെ ആരുടെയും നോക്കും വാക്കും അല്ലലും അലട്ടും ഇല്ലാതെ സ്വൈരത്തിൽ വെള്ളമെടുത്തു കൃതാർത്ഥയായി.

ഇരുപത്

കുഴഞ്ഞും മറിഞ്ഞും സങ്കീർണ്ണമായും നിലനിന്ന പൈപ്പിൻചോടിന്റെ ഗതിവിഗതികളിൽ കുഞ്ഞിരാമൻ മാഷിന്റെ പ്രശ്നം വീണ്ടും സജീവമായി തലപൊക്കി.

പാറോതിപ്പെണ്ണ് ഇട്ടീരിച്ചെക്കനോട് ചോദിച്ചു.

"എടാ, കുഞ്ഞിരാംമാഷ്ക്ക് ദാക്ഷായണി ടീച്ചറെ അട്ത്തെന്നെ കെടക്കാങ്കയ്യോ, അമ്മോപ്പാ..."

ഇതേ ചോദ്യം പൈപ്പിൻചോട്ടിലെ പെണ്ണുങ്ങൾ പരസ്പരം ചോദിച്ചു.

"കയ്യുആരിക്കും. കയ്യാണ്ടെന്താ... റോഡ് ബെരുഎങ്കി മാഷ് എന്തെങ്കിലും കടുംകൈ ചെയ്യും... ചത്താ പിന്നെ മാഷ നമ്മളെ സമുദായശ്മശാനത്തിലെന്നെ കുയ്ച്ചിടും... റോഡ് ബന്നില്ലെങ്കിലും മാഷ് കൊറേക്കയിഞ്ഞ് ചാകും. അപ്പളും നമ്മളെ ശ്മശാനത്തിലെന്നെ. ഈ മാഷെയൊരു വിധി."

ജനകീയനായ കുഞ്ഞിരാമൻ മാഷിന്റെ പ്രശ്നം സജീവമായി ഉയർത്തിക്കൊണ്ടുവരുന്നതിൽ രാമൻ വിജയിച്ചു. പത്രങ്ങൾ കുഞ്ഞിരാമൻ മാഷെക്കുറിച്ചും മാഷ് ചെയ്ത ശപഥത്തെക്കുറിച്ചും എഴുതി... വരാനുള്ളത് വഴിയിൽ തങ്ങില്ല. എങ്ങിനെയായാലും റോഡ് വരികതന്നെ ചെയ്യും എന്നാണ് ഗവൺമെന്റ് പറയുന്നത്. അപ്പോൾ പിന്നെ മാഷിന്റെ ജീവൻ രക്ഷിച്ചേ പറ്റൂ... ഉറക്കഗുളികകൾ കഴിച്ചോ, വിഷം കഴിച്ചോ, ഏതു വിധത്തിലായിരിക്കും മാഷ് ജീവത്യാഗം ചെയ്യുക. മാഷിന്റെ ആത്മഹത്യ തടയാൻ എന്താണ് വഴി. ഇതേക്കുറിച്ച് ബുദ്ധിജീവികൾ ചർച്ചകൾ നടത്തി. പത്രങ്ങൾ നിർദ്ദേശങ്ങൾ എഴുതി. ഒടുവിൽ പ്രശ്നം നിയമസഭയിലുമെത്തി. മാഷിന് വധഭീഷണിയുണ്ടെന്ന് രഹസ്യാന്വേഷണ ഏജൻസി റിപ്പോർട്ട് ചെയ്തു. ഒടുക്കം മാഷിന് പ്രൊട്ടക്ഷൻ കൊടുക്കാൻ

രണ്ട് കമാന്റോകളെ നിയമിക്കാൻ സർക്കാർ തീരുമാനിച്ചു..

അങ്ങനെ തന്റെ വളയൻ കാലുള്ള കുടയും നിലത്തു കുത്തി കാറ്റിനോടും പുല്ലിനോടും വഴിനീളെ ആളുകളോടും കുശലാന്വേഷണം പറഞ്ഞുകൊണ്ട് നടന്നുവന്നിരുന്ന മാസ്റ്റർ പൈപ്പിൻചോട്ടിലൂടെ തോക്ക് ചൂണ്ടിയ കമാന്റോകൾക്കൊപ്പം നടന്നുതുടങ്ങി...

വിവരമറിഞ്ഞ പൈപ്പിൻചോടുവാസികൾ അക്ഷമരായി ഉള്ളിലൊരല്പം പേടിയോടെ ഈ ദൃശ്യത്തിന് കാത്തുനിന്നു... കുഞ്ഞിരാമൻ മാഷ് വരുന്നത് ദൂരെനിന്നും കാണുമ്പോൾ തെരുവ് ഒച്ചയനക്കങ്ങളില്ലാതെ മരിച്ചതുപോലെ നിശ്ശബ്ദമായി. ഇട്ടീരിയടക്കമുള്ള പിള്ളേർ അമ്മയുടെ പിറകിലൊളിച്ച് അനുസരണയോടെ നിലകൊണ്ടു. പൈപ്പിൻചോട്ടിലെ കൊച്ചുകൊച്ചു മോഷണങ്ങൾ അതോടെ ഇല്ലാതായി.

ആരുമാരുമായും ഒന്നുമൊന്നും മിണ്ടാനാവാതെ കുഞ്ഞിരാമൻ മാസ്റ്റർ വീർപ്പുമുട്ടി. ഇടംവലം നില്ക്കുന്ന തടിമാടൻമാരെ തുറിച്ചുനോക്കി വഴക്കുപറഞ്ഞു.

ആറുവരിപ്പാത നടപ്പാക്കുന്നതിൽ പ്രതിഷേധിച്ച് വീണ്ടുമൊരു പ്രതിഷേധയോഗം രാമന്റെ ഉമ്മറക്കോലായിൽ നടക്കുകയാണ്. മുഴുവൻ പേരോടും എത്തിച്ചേരണമെന്നും നാടൊട്ടുക്കും പ്രതിഷേധസമരത്തിൽ പങ്കെടുക്കണമെന്നും രാമൻ തുടരെ തുടരെ ആഹ്വാനംചെയ്തു. ആദ്യത്തെ പ്രതിഷേധയോഗത്തിൽ കുഞ്ഞിരാമൻമാഷ് കമാന്റോകളുമൊത്ത് വരുമെന്ന് പേടിച്ച് കോളനിക്കാരാരും വരാത്തതിനാൽ, രണ്ടാമത്തെ പ്രതിഷേധ യോഗത്തിൽ താനും തന്റെ കമാന്റോകളും ഉണ്ടായിരിക്കില്ലെന്ന് കുഞ്ഞിരാമൻമാഷ് കാലേക്കൂട്ടി അറിയിച്ചു. പത്തുമണിക്കു തുടങ്ങേണ്ട മീറ്റിങ് പതിനൊന്ന് മണിക്കാണ് തുടങ്ങിയത്. മീറ്റിങ്ങിൽ ഉഷാറാണി സൗജന്യമായി നല്കുന്ന ചായ കുടിച്ച്, അതു കഴിഞ്ഞ ഉടനെ വീട്ടിൽ പോകാൻ മിക്കവരും തിരക്കുകൂട്ടി.

“നാലുവരിപ്പാത നാലുവരിയായിത്തന്നെ നിലനിർത്തണം.”

കണ്ഠശുദ്ധിവരുത്തി രാമൻ പ്രസംഗം തുടർന്നു.

“ആറുവരിയാകുമ്പോഴാണ് അനവധി പ്രശ്നങ്ങൾ ഉണ്ടാകുന്നത്. ധാരാളം കച്ചവടസ്ഥാപനങ്ങളും നമ്മളെപ്പോലുള്ള കുറേയേറെ ആളുകളുടെ വീടും സ്ഥലവും ഒഴിഞ്ഞുപോകേണ്ടതായി വരുന്നത് അപ്പോഴാണ്. ഇതിനെതിരെ ഒറ്റക്കെട്ടായി നില്ക്കണം.”

രാമൻ പറഞ്ഞുനിർത്തിയ ഉടനെ കുമ്പയമ്മ പറഞ്ഞു.

“ആറുവരി നിക്കാനൊന്നും നമ്മക്ക് കയ്യൂല. നാലുവരിയായി നിക്കാനും കയ്യൂല. ഒര് വരിയായി നിന്നിറ്റെന്നെ ഈട ബെള്ളം ക്ട്ട്ന്നില്ല.”

“നമ്മളീ ആടിനേം കോയീനേം പശൂനേം കൊണ്ട് ഏടപ്പോകും”

ഉഷാറാണി വേവലാതിപ്പെട്ടു.

ചെറ്റക്കുടിലും ഉടുതുണിയും കുറച്ചുപാത്രങ്ങളും പൂച്ചകളും പട്ടികളും മാത്രം സ്വന്തമായുള്ള ഭൂരിഭാഗം കോളനിക്കാരും അഭിപ്രായങ്ങളൊന്നുമില്ലാതെ മൂകരായിരുന്നു.

ചന്ദ്രമതിയുടെ വളർത്തുപട്ടി മീറ്റിങ് നടക്കുന്നത് ശ്രദ്ധിച്ച് രാമന്റെ മുറ്റത്ത് വന്നിരുന്നു. ഓരോരുത്തരെയും മാറിമാറി നോക്കി പിന്നെ തിണ്ടിൽ ഒരു കാലുപൊക്കി മൂത്രമൊഴിച്ചു. അതും മണത്തുനോക്കി കുറച്ചുനേരം നിന്നു, മെല്ലെ പുറത്തേക്ക് ഓടി. അതുകണ്ട ഇട്ടീരിച്ചെക്കൻ സൗദാമിനിയുടെ മടിയിൽനിന്നും ഊർന്നിറങ്ങി നായ മൂത്രമൊഴിച്ച അതേ സ്ഥലത്ത് പോയി മൂത്രമൊഴിച്ചു.

കോളനിക്കാർ ഒത്തൊരുമയോടെ മുന്നിട്ടിറങ്ങണമെന്നും ആക്ഷൻ കൗൺസിൽ ശക്തമായ സമരത്തിനിറങ്ങുകയാണെന്നും വൈരങ്ങളും വിദ്വേഷങ്ങളും എല്ലാം മറന്ന് എല്ലാവരും പരസ്പരം സഹകരിച്ച് സഹായിച്ച് മുന്നേറണമെന്നും രാമൻ ഉദ്ബോധിപ്പിച്ചു.

"എന്നാപ്പിന്ന നീ സംഘത്തിലെ നമ്മളെ കടെല്ലാം തീർത്ത് നമ്മള സഹായിക്കോ രാമാ."

കുമ്പയമ്മ രാമനോട് ചോദിച്ചു.

രാമൻ ഒന്നും മിണ്ടിയില്ല.

"എല്ലാ നിങ്ങളെയെല്ലാം കടംബീട്ടിത്തന്നിറ്റ് രാമാട്ടൻ പിന്ന അട്ടം നോക്കി നിക്ക്വാവേണ്ടേ?" ഉഷാറാണി ചോദിച്ചു.

അതൃപ്തിപൂണ്ട സൗദാമിനി ഉറക്കെ പറഞ്ഞു.

"നഷ്ടപരിഹാരം കിട്ടൂലേ ഈ സലം പോയാല് പിന്നെ ന്നാ ഒയ്ഞ്ഞ് കൊടുക്കുന്നേന്."

രാമന് ഉത്തരംമുട്ടി. ഉഷാറാണിക്കും ഉത്തരംമുട്ടി.

രാമന്റെ സംഘപ്പലിശയിൽ കുടുങ്ങി ജീവിതം വഴിമുട്ടി ലക്ഷ്യങ്ങളും സ്വപ്നങ്ങളും ഇല്ലാതായ പാവങ്ങൾ ഉള്ളാലെ ആഗ്രഹിച്ചു, എവിടെയെങ്കിലും പോയി ശേഷിച്ച ജീവിതം ജീവിച്ചു തീർക്കാമെന്ന്.

അഭിപ്രായ ഐക്യത്തിലെത്താതെ അലസിപ്പിരിഞ്ഞ ചർച്ചയ്ക്കു ശേഷം പൈപ്പിൻചോട്ടിൽവെച്ച് പെണ്ണുങ്ങൾ പല പല അഭിപ്രായങ്ങൾ പറഞ്ഞു.

"ഈ ഗേൺമ്മെന്റ് നമ്മളെ അങ്ങനെയൊന്നും കയ്യൊഴ്യൂല."

സൗദാമിനി ഇട്ടീരിച്ചെക്കന്റെ മൂക്കിള തുടച്ചെറിഞ്ഞുകൊണ്ട് പ്രസ്താവിച്ചു.

"കൈ നറച്ചും പൈശ ക്ട്ടൂലേ, നമ്മക്ക് വാടകക്ക് പോകാം."

കുമ്പയമ്മ പറഞ്ഞു.

"ഞാ നിങ്ങളൊപ്പരം ഇല്ല."സൗദാമിനി തീർത്തു പറഞ്ഞു.

വെള്ളം തീർന്നപ്പോൾ കാലിപ്പാത്രങ്ങളുമായി പെണ്ണുങ്ങൾ പോയപ്പോൾ ഉഷാറാണി ഉച്ചത്തിൽ പറഞ്ഞു.

"ഈറ്റിയോളെ ബിജാരം ഗേൺമ്മെന്റ് പൈശ ബാരിക്കോരി കൊടുക്ക്ന്നാ"

"അതാ മീൻ ബെര്ന്ന്ണ്ട്, അമ്മേ പൈശിങ്ങെട്ത്തോ."

"ഓ, ഇങ്ങെത്തീനില്ലല്ലോ. സൗദാമിനി മാങ്ങിയാ. ഓളെ മാങ്ങല് കയ്ഞ്ഞ് മീങ്കാരനിങ്ങെത്തുമ്പെ മണിക്കൂറൊന്ന് കയ്യും."

"ശെരിയെന്നെ."

സൈക്കിൾബെല്ല് കേട്ടതോടെ തേനീച്ചക്കൂടിന് ഏറ് കൊണ്ടിളകിയതുപോലെ അടുക്കളപ്പുറത്തുനിന്നും കുളിപ്പുരയ്ക്കകത്തുനിന്നും അലക്കുകല്ലിനരികിൽനിന്നും എവിടെനിന്നെല്ലാമോ പെണ്ണുങ്ങൾ ഓടി മീൻകാരനെ പൊതിഞ്ഞുനിന്നു.

സൗദാമിനി ഓടിവന്ന് പറഞ്ഞു.

"എന്നാ മീന്, വല്ലാണ്ട് കൊതച്ച്പോയ്"

സൗദാമിനിയുടെ തുളുമ്പുന്ന മാറിടം ഉയർന്നുപൊങ്ങിയപ്പോൾ അണ്ണാച്ചിയുടെ കണ്ണുകൾക്കും വിഭ്രമം.

"ഏപ്പ ഒരയിസ്.."

ഇട്ടീരി പൊന്തിത്തുള്ളി മീൻകുട്ടയിൽ കൈയിട്ട് ഐസിനായി പരതി.

"ഏയ് ഏയ് കൈയെട്ക്കെടാ"

അയാൾ ഇട്ടീരിയിടെ കൈ എടുത്തുമാറ്റി.

അപ്പോഴേക്കും മീൻ എന്താണെന്ന് നോക്കട്ടെന്നും പറഞ്ഞ് സൗദാമിനി കുട്ടയ്ക്ക് നെഞ്ചമർത്തി കടലാസും നീക്കി മീൻ തൊട്ടുനോക്കി.

"എന്തിനാപ്പാ ഓഞ്ചെറിയ കുട്ടിയല്ലേ. ഓനൊരൈസുംകട്ട കൊടുക്കപ്പാ"

സൗദാമിനിയുടെ മകൾ കനകലത മുമ്പിൽവന്ന് പൊന്നുരുക്കിയൊഴിച്ചതുപോലെ അണ്ണാച്ചിയെ നോക്കിയൊന്ന് ചിരിച്ചു. ഒരൈസും കട്ടയെടുത്ത് ചെക്കന്റെ കൈയിൽ വെച്ചുകൊടുത്തു.

"നിങ്ങളിന്നെന്താ നേരംബയ്യേ, ഞായറാഴ്ച ആയിറ്റ്"

കനകലത അണ്ണാച്ചിയുടെ കണ്ണിൽ നോക്കി മന്ദഹസിച്ചു. അവൾ അധരം കടിച്ചമർത്തി സൈക്കിൾ ബെല്ലടിച്ചു.

"അതാട റെയിൽവേന്റട്ത്ത് ഒരാക്സിഡന്റ്"

അയാൾ പാറോതിപ്പെണ്ണ് എടുത്ത മീൻ പൊതിയുന്ന സിനിമാവാരിക വാങ്ങാൻ പിറകിലേക്ക് ചരിഞ്ഞു.

ആ ഒരു നിമിഷം മതി സൗദാമിനിക്ക് രണ്ടുമൂന്ന് മുഴുത്ത മീനുകൾ തന്റെ സഞ്ചിയിലെത്തിക്കാൻ. മീൻ പൊതിയാൻ കൊണ്ടുവരുന്ന ബുക്ക് നോക്കാൻ അനുവാദം ചോദിച്ച് കനകലത സൈക്കിളിൽ ചാരി നിന്നു.

"പൈശയെടുത്തിറ്റും ബരട്ട്."

മീൻസഞ്ചിയുമെടുത്ത് സൗദാമിനി വേഗം വീട്ടിനുള്ളിലേക്ക് പോയി.

അപ്പോഴേക്കും പ്രാഞ്ചിപ്രാഞ്ചി കുമ്പയമ്മ മീൻകാരനരികിലെത്തി.

"എന്നാ മീന് മത്തിയാ, കൊറച്ച് ബർക്കത്തി തെരണം കേട്ടാ... ഇന്നലത്തെ മീന് ബല്ലാണ്ട് ചീഞ്ഞിന് കേട്ടാ..."

കുമ്പയമ്മ തന്റെ കോന്തലയഴിച്ച് ഒടിച്ച് ചുരുട്ടിവെച്ച നോട്ടുകൾ പുറത്തെടുത്തു.

"കാതറേ നീയിതൊന്ന് എണ്ണിയാട്ടേ..."

ആവശ്യപ്പെട്ടപ്രകാരം കുമ്പയമ്മയുടെ അടുത്തേക്ക് നീങ്ങിനിന്ന്

മീൻകാരൻ നോട്ടെണ്ണുന്നനേരം "ഏപ്പാ ഒരയിസ് എട്ക്കട്ടെ"എന്ന് പറഞ്ഞ് പാറോതിപ്പെണ്ണ് മീൻകൊത്തിപ്പക്ഷിയെപ്പോലെ ഒരു മീനും റാഞ്ചിക്കൊണ്ട് വീട്ടിലേക്ക് പറന്നു.

തിരിച്ചുവന്ന സൗദാമിനി ബ്ലൗസിനുള്ളിൽനിന്നും പൈസയെടുത്ത് നീട്ടി. ഒന്നു കുലുങ്ങിച്ചിരിച്ചു.

മീൻകാരന് തൃപ്തിയായി.

"മടങ്ങിബെരുമ്പം ചായകുടിച്ചിറ്റ് പോരേ"

സൗദാമിനി മീൻകാരനെ ക്ഷണിച്ചു.

മീൻകാരൻ കാതറ് തെളിഞ്ഞ മുഖത്തോടെ നാലഞ്ച് മീനുകൾ കടലാസിൽ പൊതിഞ്ഞ് കനകലതയുടെ കൈയിൽവെച്ചു കൊടുത്ത് ആരും കാണുന്നില്ലല്ലോന്ന് ചുറ്റും നോക്കി.

"ഓറ് മുപ്പുറുപ്യേന്റെ മീൻ ബാങ്ങ്ന്ന്ണ്ടെങ്കില് നൂറുർപ്യേന്റെ മീൻ തട്ടിപ്പാക്കും."

ഉഷാറാണി ദേഷ്യത്തോടെ പറഞ്ഞു. സൈക്കിളിൽ കയറി പാഞ്ഞു വരുന്ന മീൻകാരന്റെ മുഖത്ത് ആയിരം രൂപയുടെ മീൻ വിറ്റ ചാരിതാർത്ഥ്യം.

ഇരുപത്തിയൊന്ന്

പൈപ്പ്പിൻചോടിനെ തുടച്ചുനീക്കി കടന്നുപോകുന്ന നാഷണൽ ഹൈവേ റദ്ദാക്കണമെന്ന ആവശ്യമുന്നയിച്ച് റോഡ് ഉപരോധിക്കുകയായിരുന്നു പ്രധാന നേതാവായി ഉയർന്നുവന്ന ഗോപാലൻ, രാമന്റെ അനുജൻ. പാഞ്ചാലിയമ്മയുടെ കുടുംബത്തിൽ സ്കൂൾ ഫൈനൽ പാസായ ഒരേയൊരാൾ. കോളേജിൽ പോയെങ്കിലും പഠിത്തം ഉഴപ്പി തെക്കും വടക്കും നടപ്പ്. ഇപ്പോൾ പാത പ്രശ്നത്തോടെ സജീവ രാഷ്ട്രീയക്കാരനായി. കവലകൾ തോറും പ്രസംഗിച്ചും ധർണ്ണകൾ നടത്തിയും ബക്കറ്റ് പിരിവ് നടത്തിയും ചെലവിനുള്ള വക ഉണ്ടാക്കുന്നു. നീണ്ടു മെലിഞ്ഞു ഇരുനിറം. കാണാൻ സുമുഖൻ. പ്രേമവിഷയങ്ങളിൽ അതീവ താല്പര്യം. കാമുകിമാർ ധാരാളം.

ദേശീയപാതാ ഉപരോധ സംസ്ഥാനകമ്മിറ്റിഅംഗം രാധാകൃഷ്ണൻ ചൂളിയാടിന്റെ പ്രസംഗം കാതു കൂർപ്പിച്ചു കേൾക്കുകയായിരുന്നു ഗോപാലൻ. ഒന്നൊഴിയാതെ പ്രധാനപ്പെട്ട പോയിന്റുകൾ കടലാസിൽ കുറിച്ചെടുക്കുന്നു. പിന്നീട് അത് മനഃപാഠം പഠിച്ച് നാലാൾ കൂടുന്നിടത്ത് വിളമ്പുകയാണ് മൂപ്പരുടെ രീതി.

അതിനുള്ള പരിശ്രമത്തിൽ ഗോപാലൻ വിജയിച്ചു. നന്നായി പ്രസംഗിച്ചുതുടങ്ങി...

“പ്രിയപ്പെട്ടവരെ മറ്റു സംസ്ഥാനങ്ങളിൽനിന്നും വ്യത്യസ്തമാണ് കേരളത്തിലെ ആവാസവ്യവസ്ഥ. നഗരങ്ങളിലും പട്ടണങ്ങളിലും എന്നു വേണ്ട ഗ്രാമങ്ങളിൽക്കൂടി ജനസാന്ദ്രത കൂടുതലാണ് ഇവിടെ. അക്കാര്യങ്ങളെല്ലാം നിങ്ങൾക്കറിയാവുന്നതാണ്. ദേശീയപാതയ്ക്കിരുവശവുമായി അനേകം വീടുകളും വ്യാപാര വ്യവസായ സ്ഥാപനങ്ങളും കൃഷിയിടങ്ങളുമുണ്ട്. കൂടാതെ സാംസ്കാരിക നിലയങ്ങളും പള്ളികളും അമ്പല ങ്ങളും ക്ഷേത്രങ്ങളും ഉണ്ട്. പലതവണ ഈ പാത മുറിച്ചുകട

ക്കാതെ നിത്യജീവിതം സാദ്ധ്യമല്ല. മൂന്നുമീറ്റർ ഉയരത്തിൽ സ്വകാര്യ നാലുവരിപ്പാത നിലവിൽ വരുന്നതോടെ നമ്മുടെ സഞ്ചാരസ്വാതന്ത്ര്യം ഇല്ലാതാകുമെന്ന് നിങ്ങളോട് പറയേണ്ടതില്ലല്ലോ. മറുഭാഗത്തുള്ള ബന്ധുവിന്റെയോ സുഹൃത്തിന്റെയോ വീട്ടിലേക്കോ ക്ഷേത്രത്തിലേക്കോ പോകണമെങ്കിൽ കിലോ മീറ്ററുകൾ ചുറ്റി വളഞ്ഞുപോകേണ്ടിവരും. ഫ്ളൈഓവറോ തുരങ്കമോ വഴി മാത്രമേ ഇത് മുറിച്ചുകടക്കാനാവൂ. അതുകൊണ്ടു തന്നെ..."

ഇത്രയും എത്തിയപ്പോഴേക്കും കൂട്ടംകൂടിയിരിക്കുന്ന സ്ത്രീകളും പുരുഷന്മാരുമായ പൈപ്പിൻചോടു വാസികൾക്കിടയിലേക്ക് കുപ്പിയും പാട്ടയും പെറുക്കിവില്ക്കുന്ന നാരായണൻ വന്ന് എന്തോ ഒരു രഹസ്യം പറഞ്ഞു. കേട്ടയാൾ അതെയോ എന്ന് അത്ഭുതം കൂറി. അടുത്തയാൾക്ക് വിവരം കൈമാറി. അടുത്തയാൾ അതിനുമപ്പുറത്തുള്ളയാൾക്ക്...

അല്പനേരത്തിനുള്ളിൽ എല്ലാവരിലും വിവരമെത്തി.

കുശുകുശുപ്പുയർന്നു.

ജോലികിട്ടിപ്പോയ മാധവൻ പുതുപുത്തൻ കാറിൽ തിരിച്ചുവന്നിരിക്കുന്നു, അമ്മയെക്കൂട്ടാൻ. അതാണ് വാർത്ത.

കേട്ടവർ കേട്ടവർ അതിശയിച്ചു. പെണ്ണുങ്ങൾ ശബ്ദം താഴ്ത്തി പറഞ്ഞു.

"ഓളെ ഭാഗ്യം."

"മൂത്രൊയ്ക്കാമ്പോട്ടെ, ഞാനിപ്പം വെരേ."

"കൊറച്ച് വെള്ളം കുടിക്കട്ട്, എന്ത് ചൂടപ്പാ"

ഇതെല്ലാം പറഞ്ഞ് ആളുകൾ മെല്ലെ മെല്ലെ എഴുന്നേല്ക്കാൻ തുടങ്ങി. പതുക്കെ പിന്തിരിഞ്ഞ പെണ്ണുങ്ങൾ മാധവൻ വന്ന കാറു കാണാൻ ധൃതിപ്പെട്ട് നടന്നു. അതിനിടയിൽ ശബ്ദം താഴ്ത്തി സംസാരിച്ചു.

"അത് മാധവൻ വാങ്ങിയ പുതിയ കാറെന്നെ ആരിക്യോ, എല്ലാ വാടകയ്ക്കെടുത്തതാരിക്യോ"

ക്രമേണ പ്രാസംഗികനും ഗോപാലനും രാമനും വിരലിലെണ്ണാവുന്ന രണ്ടുമൂന്നു പേരും മാത്രം ബാക്കിയായി യോഗത്തിൽ. എങ്കിലും പ്രാസംഗികൻ പ്രസംഗം തുടർന്നു:

"അതുകൊണ്ടുതന്നെ പ്രിയപ്പെട്ടവരെ, സ്വകാര്യ കുത്തകകൾ നിർമ്മിക്കുന്ന സർവ്വീസ് റോഡിലൂടെ, ടോൾ പ്ലാസകൾ ഉള്ളിടത്തുകൂടി ഹൈവേയിൽ കയറി ചുങ്കം നല്കി നമ്മൾ യാത്രചെയ്യേണ്ടിവരും. നമുക്കറിയാം ഇങ്ങനെയുള്ള ഒരു സ്ഥിതിവിശേഷത്തിൽ പാതകൾക്കിരുവശത്തും നിലനിന്നുപോരുന്ന ചെറുകിട വ്യവസായമേഖല പൂർണ്ണമായും നശിപ്പിക്കപ്പെടും. എത്രയോ ആളുകളുടെ ജീവനോപാധികൾ ഇല്ലാതാകും.

പ്രിയപ്പെട്ടവരെ നമുക്കറിയാം, 2012 പൊതുമരാമത്തു വകുപ്പിനു കീഴിലുള്ള മണലി–തലോർ സമാന്തരപാത അപകടാവസ്ഥയിലാണെന്ന്

ചൂണ്ടിക്കാട്ടിയാണ് കുത്തക കമ്പനി ആദ്യം ഗതാഗതം നിരോധിച്ചത്. ദേശീയപാതയിലേക്ക് തുറക്കുന്ന പ്രാദേശികവഴികൾ അടയ്ക്കാൻ കരാറിൽ വ്യവസ്ഥയുണ്ടെന്നാണ് കമ്പനിയുടെ വാദം. അപകടാവസ്ഥ മാറ്റിയിട്ടും റോഡ് തുറക്കാതായപ്പോൾ പൊതുപ്രവർത്തകർ കോടതിയെ സമീപിച്ചപ്പോഴാണ് രണ്ട് മീറ്റർ വരുന്ന ഭാഗമെങ്കിലും തുറന്ന് ചെറുവാഹനങ്ങൾക്ക് ഗതാഗതം ഒരുക്കിയത്. സമാന്തരപാതയിൽ ഗതാഗതം പൂർവ്വസ്ഥിതിയിലാക്കാൻ കോടതി നിർദ്ദേശിച്ചതിനു പിന്നാലെ നാട്ടുകാർ റോഡു തുറന്നു. പ്രകോപിതരായ കമ്പനി അധികൃതർ പുതിയ ഉത്തരവു സമ്പാദിച്ച് സമാന്തരപാത അടപ്പിക്കുകയാണ് ഉണ്ടായത്.

അതുപോലെ തന്നെയാണ് പ്രിയപ്പെട്ടവരെ 2012 ഫെബ്രുവരിയിൽ പാലിയേക്കരയിൽ ചുങ്കം പിരിവ് ആരംഭിച്ചത്. ഹൈദരാബാദ് ആസ്ഥാനമായുള്ള ഗുരുവായൂർ ഇൻഫ്രാസ്ട്രക്ചർ കമ്പനിക്കാണ് അവിടത്തെ ദേശീയപാതാ നിർമ്മാണത്തിന്റെയും ചുങ്കം പിരിവിന്റേയും ചുമതല. തുടക്കത്തിൽ ഇതിനെതിരെ ഉയർന്നുവന്ന പ്രക്ഷോഭങ്ങൾ ക്രമേണ ആറിത്തണുത്തതോടെ കമ്പനി ഏകപക്ഷീയമായ നയങ്ങൾ നടപ്പിലാക്കുന്നതാണ് പിന്നെ നമ്മൾ കാണുന്നത്. കരാർ വ്യവസ്ഥകൾ പ്രകാരം സർക്കാരിന്റെയും പൊലീസിന്റെയും പ്രാദേശിക ഭരണകൂടത്തിന്റെയും പൂർണ്ണസംരക്ഷണം കമ്പനി ഉറപ്പാക്കുന്നുണ്ട്. കമ്പനി പറയുന്നത് പ്രകാരം അവിടത്തെ ദേശീയപാതയുടെ നിർമ്മാണച്ചെലവ് 721.17 കോടി രൂപയാണ്. ഇപ്പോൾ അഞ്ചുവർഷം കൊണ്ട് കമ്പനി 454 കോടി രൂപ പിരിച്ചെടുത്തുകഴിഞ്ഞു. കരാർപ്രകാരം 17 വർഷം വരെ കമ്പനിക്ക് ടോൾ പിരിവു നടത്താവുന്നതാണ്. നിലവിൽ ചെലവായ തുകയുടെ 65% വരെ ഇപ്പോൾ തന്നെ പിരിച്ചുകഴിഞ്ഞ സ്ഥിതിയിലും ഇനിയും കരാർവ്യവസ്ഥകൾ പ്രകാരം 2028 വരെ കമ്പനിക്ക് ചുങ്കപ്പിരിവ് നടത്താവുന്നതാണ്. ഈ ക്രമത്തിൽ പോവുകയാണെങ്കിൽ 1500 കോടിയിലധികം രൂപ കമ്പനിക്ക് പിരിച്ചെടുക്കാൻ സാധിക്കും... നിങ്ങൾ തന്നെ ചിന്തിച്ചുനോക്കൂ... ഇതിന് ഒരൊറ്റ പരിഹാരമേയുള്ളൂ.. ഗവൺമെന്റു തന്നെ 'ബി ഒ ടി' നടപ്പിലാക്കുക. അതായത് പാത നിർമ്മിക്കുക... പ്രവർത്തിപ്പിക്കുക... കൈമാറുക... അതി നുള്ള വഴികൾ കണ്ടെത്തണം.

മറ്റൊരു കാര്യം കൂടി നിങ്ങളുടെ ശ്രദ്ധയിൽ പെടുത്തട്ടെ, കരാർ വ്യവസ്ഥയിലുള്ള ചുങ്കപ്പിരിവ് കൃത്യമായി നടത്തുന്നുണ്ടെങ്കിലും ടോൾ കമ്പനി ഒരുക്കേണ്ട അനുബന്ധ സംവിധാനങ്ങളൊന്നും കമ്പനി ചെയ്യുന്നില്ല. ഉദാഹരണമായി മണ്ണൂത്തി മുതൽ ഇടപ്പള്ളിവരെ കിലോമീറ്ററുകളോളം വരുന്ന ഭാഗത്ത് സർവ്വീസ് റോഡുകളൊന്നും പൂർത്തിയാക്കിയിട്ടില്ല. അതുപോലെ കരാർ വ്യവസ്ഥയിലുള്ള അഴുക്കുചാലുകൾ, വഴിവിളക്കുകൾ, നിരീക്ഷണക്യാമറകൾ, സിഗ്നൽ സംവിധാനങ്ങൾ, വിശ്രമകേന്ദ്രങ്ങൾ, ബസ്ബേകൾ, അപകടവിവരം അറിയിക്കുന്നതിനുള്ള ഫോൺസംവിധാനം ഒന്നും ഇതുവരെ കാര്യക്ഷമമായിട്ടില്ല. ഇതെല്ലാം പാതിവഴിയിലാണ്.

നമുക്കറിയാം പ്രിയപ്പെട്ടവരെ, ഇതൊരു ദിശാസൂചികയാണ്. നമ്മൾ ചിന്തിക്കേണ്ടിയിരിക്കുന്നു... ദേശീയപാതാ അതോറിറ്റിയും കുത്തക കമ്പനിയും ചേർന്നുണ്ടാക്കിയ കരാർ പ്രകാരമുള്ള ടോൾപിരിവ് സംബന്ധമായ കാര്യങ്ങളിൽ സർക്കാരിനും കോടതിക്കും ഇടപെടാവുന്നത് ശുഭകാര്യം തന്നെയാണ്. കോടതിയും സർക്കാരും കുത്തകകളുടെ താല്പര്യത്തെക്കാൾ ജനങ്ങളുടെ താല്പര്യത്തെയാണ് മാനിക്കേണ്ടത്... ഇതിന് പരിഹാരമായി പറയാനുള്ളത് വീണ്ടും പറയട്ടെ, ബി ഒ ടി തന്നെയാണ്. നിർമ്മിക്കുക...പ്രവർത്തിപ്പിക്കുക, കൈമാറുക..."

പ്രാസംഗികൻ കണ്ഠശുദ്ധിവരുത്തി വീണ്ടും പറഞ്ഞു.

"പ്രിയപ്പെട്ട പൈപ്പിൻകുന്ന് വാസികളായിട്ടുള്ളവരേ,

വഴിനടക്കാനുള്ള സ്വാതന്ത്ര്യത്തിനായി സമരംചെയ്തു വിജയിച്ച ചരിത്രമുള്ള നമ്മൾക്ക് പക്ഷേ, ജനാധിപത്യവും നാട്ടുസൗകര്യങ്ങളും ഇല്ലാതാകുന്നതാണ് വർത്തമാനചരിത്രം... ഇതാണ് കെടുകാലം."

ശാരദയുടെ വീട്ടിനുപുറത്ത് കുറേനേരം കാറും കണ്ടുനിന്ന ആളുകൾ ക്രമേണ അവരവരുടെ വീടുകളിലേക്ക് മടങ്ങി. മാധവൻ കുഞ്ഞിരാമൻ മാഷെ കാണാൻ പോയിരിക്കുകയാണെന്ന വിവരം കിട്ടി.

സമരത്തിന് പോകാതിരുന്ന കതീസുമ്മ സമരംകഴിഞ്ഞ് വരുന്ന ആളുകളോട് അപ്പപ്പോൾ വിവരങ്ങൾ തിരക്കി, ചൂടോടെ കാര്യങ്ങൾ അറിഞ്ഞു. മരച്ചാപ്പയിൽ വിറകുപൊടി വാരാൻ പോയ തന്റെ കൊച്ചുമക്കൾ വരുന്നുണ്ടോ എന്നറിയാൻ ഇടയ്ക്കിടെ അവർ വഴിയിലേക്കിറങ്ങി.

മുറ്റത്തുള്ള വളയൻ തെങ്ങിന്റെ ഓല കാറ്റിൽ വട്ടംകറങ്ങി തെല്ലുദൂരെ പാറിവീണു. ഇന്ന് മഴയ്ക്ക് വട്ടമുണ്ടെന്ന് കതീശുമ്മ ഉറപ്പിച്ചു. മകൾ നസീമ, തന്റെ ഭർത്താവിനേയും കൊണ്ട് ഡോക്ടറെ കാണാൻ പോയിരിക്കയാണ്. നെഞ്ചിലൊരു പിടുത്തം. പടച്ചോനേ വേറെ ഏനക്കേടൊന്നും വരുത്തല്ലേ. കതീസുമ്മ ഉള്ളുരുകി പ്രാർത്ഥിച്ചു.

പെരുന്നാളിന് ഇനി ഒരു മാസം മാത്രമേയുള്ളു. കടമാണെങ്കിൽ കുന്നുപോലെ കയറി. കിടക്കാനുള്ള വീടും കൂടി ഇല്ലാതാവുകയാണ്.

ഓർത്തപ്പോൾ നെഞ്ച് വിങ്ങി. കണ്ണിൽ വെള്ളംനിറഞ്ഞു. ശരീരം തളരുംപോലെ തോന്നി. ഊർന്നുപോയൊരു പഴംതുണി പോലെ തെങ്ങിൻചോട്ടിൽതന്നെ കുന്തിച്ചിരുന്നുപോയി.

നെഞ്ചിനുള്ളിലെരിയുന്ന സങ്കടക്കടൽ തിളച്ചുതൂവി നെടുവീർപ്പുകൾ പുറത്തുവന്നു.

പെയ്യാൻ വിങ്ങിനിന്ന ആകാശത്തിലൂടെ വയറ് വീർത്തുന്തിയ ഗർഭിണികളെപ്പോലെ മേഘങ്ങൾ ആകാവുന്നതിലുമധികം ജലകണികകളും പേറി ആയാസത്തോടലഞ്ഞു.

"പടച്ചോനേ... മഴയിപ്പം പെയ്യും... സാജിത് ചാക്ക് നറഞ്ഞാലേ വരൂ... ഓന്റെളേന് എട്ടാ ബയസ്സ്. ഓളും ഒര് കുഞ്ഞിച്ചാക്കിലെടക്കും. അയിന്റെ എളേത് ശമീന. ഓളും സഞ്ചീലെടുക്കും കുറച്ച് ചിപ്പിളിപ്പൊടി."

മുകളിലേക്ക് തലയുയർത്തി ഓടിപ്പോകുന്ന മേഘക്കൂട്ടങ്ങളെ നോക്കി കതീസുമ്മ പിന്നെയും ചോദിച്ചു.

"മക്കം ബെറും ബാരി ബരുമ്പം ഞാനെന്താ കൊടുക്കെന്റെ ബദരീങ്ങളെ. ഇന്ന് നേരം ബെള്ത്തപ്പം തൊട്ട് ഒന്നും കാച്ചീറ്റില്ല. നേരം ഇപ്പോ മോന്തിയാകാറായി. ന്റെ റബ്ബേ ഇതെന്ത് കട്പ്പം. എനിയും അനക്ക് കെട്ടി ബെക്കാങ്കയ്യൂല ഇത്. നെഞ്ചുംകൊട്ട പൊട്ട്ന്ന്."

പാറപോലെ പരുപരുത്ത് നനവില്ലാതായ തന്റെ ചുണ്ടുകളെ തുപ്പലുകൊണ്ട് നനയ്ക്കാൻ ശ്രമിച്ച് എഴുന്നേറ്റുനില്ക്കാൻ നോക്കെ തളർന്ന് കുഴഞ്ഞ് കതീസുമ്മ നിലത്ത് വീണു. വേരുകൾ പോലുള്ള വിരലുകൾ മണ്ണിൽ വീണ് എന്തിനോ പരതി. വളർന്ന് നീണ്ട നഖങ്ങളിൽ പൊടിമണ്ണ് തിങ്ങിനിറഞ്ഞു. ചുണ്ടുകൾ എന്തോ പറയാൻ ഭാവിച്ചു.

നൈറ്റ്ഡ്യൂട്ടിക്ക് പോകാനിറങ്ങിയ ചന്ദ്രമതി ഇത് കണ്ട് ഓടിവന്ന് കതീസുമ്മയുടെ മുഖത്ത് വെള്ളം തളിച്ചു. ഒരു സ്റ്റീൽ മൊന്ത നിറയെ കഞ്ഞിവെള്ളമെടുത്തു ഉപ്പുമിട്ട് ഇളക്കി കതീസുമ്മയുടെ വായിലേക്ക് ഒഴിച്ചുകൊടുത്തു.

"ഇന്റെ ബറ്റും ബെള്ളം കുടിച്ചപ്പം അന്റെ സാസം നേരെയായി മോളേ."

കതീസുമ്മ ആശ്വാസത്തോടെ എഴുന്നേല്ക്കാൻ നോക്കി. ദൂരെനിന്ന് തന്റെ കൊച്ചുമക്കൾ വിറകും ചുമന്ന് വരുന്നത് കണ്ടപ്പോൾ അവർ തന്റെ ക്ഷീണത്തേയും വയ്യായ്കയേയും എല്ലാം മറന്ന് റോഡിലേക്ക് ഓടി.

തകർത്തുപെയ്ത മഴയിൽ കതീസുമ്മയും മക്കളും വിറകും ഒരുപോലെ നനഞ്ഞൊലിച്ചു.

പൈപ്പിൻചോടിലെ പട്ടിണിപ്പാവങ്ങൾ തീപൂട്ടുവാനുള്ള വിറകുപൊടി തേടിപ്പോകുന്നത് പ്രധാനപാത മുറിച്ചുകടന്ന് കിലോമീറ്ററുകൾക്കപ്പുറമുള്ള ഉമ്പായിയുടെ പ്ലൈവുഡ് കമ്പനിയിലാണ്. പത്തോ അമ്പതോ കൊടുത്താൽ പൊട്ടും പൊടിയും നിറഞ്ഞ കുറച്ച് വിറകുകഷണങ്ങൾ കിട്ടും. നൂറ് രൂപ കൊടുത്താൽ തലയിൽ ചുമടാക്കിക്കൊണ്ടുപോകാം. സൗജന്യമായി കിട്ടുന്ന നുറുങ്ങു വിറകുകൾക്കു കാത്ത് ഒന്നിനും കഴിവില്ലാത്ത പെറുക്കിപ്പിള്ളേർ രാവിലെ തൊട്ടേ ചാക്കുകളുമെടുത്ത് കാവലിരിക്കും. അക്കൂട്ടത്തിൽ കതീസുമ്മയുടെ പേരമക്കൾ സ്ഥിരം പതിവുകാരായി.

പെട്ടെന്നുവന്ന് ഊക്കിൽ പെയ്ത മഴയിൽ നനഞ്ഞു കുതിർന്ന മരങ്ങൾ നമ്രമുഖികളായ കന്യകകളെപ്പോലെ മുഖം കുനിച്ചു നിന്നു. വെള്ളത്തുള്ളികൾ പേറിയ പുൽത്തുമ്പുകൾ ഭാരമേറ്റിത്തളർന്ന വഴിയാത്രക്കാരനെപ്പോലെ തലകുമ്പിട്ട് നിന്നു. പത്തു പന്ത്രണ്ട് വയറുകളിലെ വിശപ്പ് ഇന്ന് എങ്ങനെയടക്കുമെന്നോർത്ത് കതീസുമ്മ ദുഃഖിതയായി. പത്തുരൂപ പോലും കൈയിലില്ല. ആരോടു ചോദിച്ചാലും കടം തരില്ല. ദൂരെ മഴയിൽ നനഞ്ഞൊലിച്ച് ഒരു ചെറുപ്പക്കാരൻ നടന്നും ഓടിയും വരുന്നത് വിറച്ചുനിന്ന മിന്നലിന്റെ വെളിച്ചത്തിൽ കതീസുമ്മ വ്യക്തമായി

കണ്ടു. അത് തന്റെ കൊച്ചുമോൻ ഷമീർ ആണെന്ന് അറിഞ്ഞപ്പോൾ ആശ്വാസത്തിന്റെ ഉറവ പൊട്ടി കതീസുമ്മയുടെ ഉള്ളിൽ.

മുഖംനിറയെ മുഖക്കുരുക്കളുള്ള ചിരിക്കുന്ന മുഖമുള്ള ആ മെലിഞ്ഞ പതിനെട്ടുകാരനാണ് നെടും തൂണറ്റുപോയ ആ വലിയ കുടുംബത്തിന്റെ ഒരേയൊരു അത്താണി.

ഇരുപത്തിരണ്ട്

കുഞ്ഞിരാമൻമാഷും മാധവനും വളരെ നേരം സംസാരിച്ചു. തങ്ങളുടെ വിഭാഗക്കാർ നേരിട്ട ഇരുളടഞ്ഞ ആ അദ്ധ്യായങ്ങളെക്കുറിച്ച് അവർ പരസ്പരം ചർച്ചകൾ ചെയ്തു. മാഷ് ഒരിക്കലും ആ കടുംകൈ ചെയ്യരുതെന്ന് മാധവൻ മാഷിനെക്കൊണ്ട് സത്യംചെയ്യിച്ചു.

മാഷ് പറഞ്ഞു:

"മാധവാ..., നിനക്കറിയാമല്ലോ, നമ്മുടെ മിസ്സിസ് ഇന്ദിരാ ഗാന്ധി, അയ്യങ്കാളിയെക്കുറിച്ച് പറഞ്ഞത് ഭാരതത്തിന്റെ മഹാനായ പുത്രൻ എന്നാണ്. നമ്മുടെ കൂട്ടക്കാരുടെ ഉന്നമനത്തിനായി ജീവിതം ഉഴിഞ്ഞുവെച്ചതാണ് ആ മഹാൻ."

"ഓ അതെന്തൊരു കാലമാണ്. സ്ത്രീകൾ എങ്ങനെ തുണിയുടുക്കാതെ നടക്കും. മാറിടം മറയ്ക്കാതെ, അതേക്കുറിച്ച് ചിന്തിക്കാൻ വയ്യ..." മാധവൻ പറഞ്ഞു.

"പതിനാലുവയസ്സു കഴിഞ്ഞ നമ്മുടെ സഹോദരിമാരാരും മാറുമറയ്ക്കരുതെന്നാണ് ശാസന. മാധവാ നീ ഓർത്തുനോക്കൂ... യജമാനനെ കണ്ടാൽ ബഹുമാനിക്കേണ്ടത് മാറിലിട്ട തുണിയെടുത്തു നീക്കി നഗ്നത പ്രദർശിപ്പിച്ചാണ്. ഇതിനു മടിച്ച നമ്മുടെ എത്രയോ സഹോദരിമാരുടെ മുലയറുത്തു, തലയറുത്തു. ധരിച്ചിരുന്ന റൗക്കകൾ വലിച്ചുകീറി. എന്തൊരു കാടത്തം! നമ്മൾ ഭൂതകാലമാണെന്ന് കരുതി തള്ളിക്കളയണ്ട... നമ്മുടെയാ അനുജത്തിമാർ സഹിച്ച അപമാനം, ദുരിതം എത്രയായിരിക്കും. ഉയർന്നവന്റെ നിലനില്പിനു വേണ്ടിയുള്ള ഉപകരണങ്ങൾ മാത്രമായിരുന്നു നമ്മൾ. വയലിൽ പണിയെടുക്കാനുള്ള ജീവനുള്ള ഉപകരണങ്ങൾ...

ഒരു തുടം എണ്ണ, നാഴി അരി... അതാണ് കൂലി."

"ഉം..." മാധവൻ ബാക്കി പൂരിപ്പിച്ചു.

പില്ക്കാലത്ത് ദളിത് കോളനികളെ കേന്ദ്രീകരിച്ച് വിപുലമായി മത പരിവർത്തനം നടത്തിയത് ക്രിസ്തുമതവിഭാഗങ്ങളാണ്... പെന്തക്കോസ്തുകാർ പ്രാർത്ഥിച്ച് മതംമാറ്റി..."

മാഷ് പറഞ്ഞു: "അല്ലെങ്കിലും മാധവാ, എന്തിനാണ് മതം. ഈ മതംകൊണ്ട് എന്തു നേട്ടമാണ് നമുക്കുള്ളത്. ഒരു മനുഷ്യനാകണമെങ്കിൽ മതം ആവശ്യമേയില്ല. ഒരു മനുഷ്യനാകണമെങ്കിൽ വിദ്യാഭ്യാസം അത്യാവശ്യമാണ്. വജ്രത്തെ തേച്ചു മിനുക്കിയെടുക്കുമ്പോലെ, കടഞ്ഞെടുക്കുന്ന വെണ്ണപോലെ മനുഷ്യനെ മനുഷ്യനാക്കണമെങ്കിൽ വിദ്യാഭ്യാസം അത്യാവശ്യമാണ്. സാമൂഹിക സ്വാതന്ത്ര്യത്തിലേക്കുള്ള വഴി വിദ്യാഭ്യാസമാണ്.

മാധവാ നിനക്കറിയാമല്ലോ, 1937 ജനുവരി 14 ന് ആണ് ഗാന്ധിജിയും അയ്യങ്കാളിയും തമ്മിൽ ആദ്യത്തെ കൂടിക്കാഴ്ച നടക്കുന്നത്. അന്ന് മിസ്റ്റർ ഗാന്ധി അയ്യങ്കാളിയോട് ചോദിച്ചത് 'ഞാൻ ഏതുവിധത്തിലാണ് നിങ്ങളെ സഹായിക്കേണ്ടത്' എന്നായിരുന്നു.

അതിനുള്ള മറുപടി എന്തായിരുന്നെന്നറിയാമോ?

എന്റെ സമുദായത്തിൽ പത്ത് ബി എ ക്കാരുണ്ടാകാൻ അങ്ങ് സഹായിക്കണം എന്ന്. ഇന്ന് കാലമെത്രയോ മാറി. ഒരുപാട് മാറ്റങ്ങൾ ഉണ്ടായി. ഒരുപാടാളുകൾ മുൻനിരയിലെത്തി. നീ ഉൾപ്പെടെ ഇന്ന് വലിയൊരു പദവിയിലെത്തി.

മാധവാ... വില്ലുവണ്ടിയിലേറിവന്ന ആ മഹാൻ ജാത്യാചാരങ്ങളെ ലംഘിച്ചു. റോഡിലൂടെ നടക്കാൻ അനുവാദമില്ലാത്ത നമ്മുടെ ജനതയ്ക്ക് പൊതുനിരത്തിന് അവകാശമുണ്ടെന്ന് എല്ലാവരോടും വിളംബരം ചെയ്തു. കാളക്കൂറ്റന്മാരുടെ കഴുത്തിൽ കെട്ടിയ ആ കുടമണി കിലുങ്ങിയത് പ്രകാശത്തിലേക്കുള്ള ഒരു വിളംബരമായിട്ടായിരുന്നു. നമ്മളുടെ സാധുജനസമാജം സ്കൂളിന്റെ കാര്യം തന്നെ മാധവാ... അന്ന് നമ്മുടെ കുട്ടികളുടെ ഉദ്ധാരണത്തിനായാണ് സ്കൂൾ തുടങ്ങിയത്. ഇന്ന് പക്ഷേ, നാനാ ജാതിമതസ്ഥരും അവിടെ പഠിക്കുന്നുണ്ട്. സർക്കാർ സ്കൂളിൽ എല്ലാ വിഭാഗങ്ങൾക്കും പഠിക്കാം എന്ന് ഗവൺമെന്റ് പ്രഖ്യാപനം ഇറക്കേണ്ടിവന്നത് തന്നെ അയ്യങ്കാളിയുടെ പ്രവർത്തനഫലമൊന്നുകൊണ്ടു മാത്രമാണ്.

അദ്ദേഹം പറഞ്ഞതെന്തെന്നറിയാമോ, മണ്ണിൽ പണിയെടുക്കുന്ന തങ്ങൾക്ക് വിദ്യാഭ്യാസത്തിനുള്ള അവസരം തന്നില്ലെങ്കിൽ ഈ കാണായപാടങ്ങളിലെല്ലാം മുടിപ്പുല്ല് കുരുപ്പിക്കും എന്നാണ്. സവർണ്ണരെയും ജന്മിത്വത്തെയും അദ്ദേഹം വെല്ലുവിളിച്ചു. ഒരുവലിയ വിഭാഗം ജനങ്ങൾ വിപ്ലവകരമായ പ്രതിസന്ധികളിലും പ്രകോപനങ്ങളിലും അദ്ദേഹത്തിന് പിന്നിൽ അണിനിരന്നു. അദ്ദേഹത്തിന് ഒരുസമൂഹത്തെ തന്നെ ഉടച്ചു വാർക്കാൻ കഴിഞ്ഞു."

"വിശാലമായൊരു ബഹുജനരാഷ്ട്രീയമാണ് അയ്യങ്കാളി നടപ്പിലാക്കിയത്." മാധവൻ കൂട്ടിച്ചേർത്തു.

മാഷ് പിന്നേയും തുടർന്നു:

“1912 ൽ ശ്രീമൂലം പ്രജാസഭയിൽ ദളിതർക്ക് അഞ്ചേക്കർ കൃഷിഭൂമി നല്കണമെന്ന ആവശ്യം അയ്യങ്കാളി ഉന്നയിച്ചെങ്കിലും അദ്ദേഹം ഉയർത്തിയ ഈ രാഷ്ട്രീയത്തിന് തുടർച്ചയില്ലാതെ പോയി എന്നത് ചരിത്രപരമായ മുന്നേറ്റത്തിനേറ്റ തടയിടലാണ്.”

“നമ്മുടെ സ്‌ക്കൂളിലെ ഉച്ചക്കഞ്ഞി സമ്പ്രദായത്തിന്റെ പിതാവ് നമ്മുടെ അയ്യങ്കാളി തന്നെയാണെന്ന് പറയാം അല്ലേ മാഷേ?” മാധവൻ ഉത്സുകനായി.

“തീർച്ചയായും, അതെ. 1910 ൽ ദളിത് കുട്ടികൾക്കും സ്കൂൾ പ്രവേശനത്തിന് അധികാരമുണ്ടെന്ന് സർക്കാർ ഉത്തരവിറക്കിയപ്പോൾ പുലയക്കുടികളിലെ സാമ്പത്തികസ്ഥിതി ചൂണ്ടിക്കാട്ടിക്കൊണ്ട് പുലയക്കുട്ടികൾക്ക് ഉച്ചക്കഞ്ഞി കൊടുക്കണമെന്ന് അയ്യങ്കാളി ശക്തമായി ആവശ്യപ്പെട്ടു.”

“കാലം എത്രതന്നെ മാറി.”

മാധവൻ ഓർത്തെടുക്കുമ്പോലെ പറഞ്ഞു.

“എങ്കിലും ആഴത്തിൽ വേരൂന്നിയ ജാതിവ്യവസ്ഥയുടെ അടിത്തറ ഇപ്പോഴും ഇന്ത്യയിൽ അതിന്റെ പ്രഭാവം കൈവിട്ടിട്ടില്ല. ഇന്നും നമ്മളെപ്പോലുള്ളവരെ മാറ്റിനിർത്തുന്നതിന്റെ അടിസ്ഥാനം ദാരിദ്ര്യമല്ല. നാലായിരം വർഷം പഴക്കമുള്ള ജാതിവ്യവസ്ഥ ഇന്നും തകരാതെ നിലനില്ക്കുന്നത് എന്തുകൊണ്ടാണെന്ന് മാഷിന് അറിയാമല്ലോ...”

മാധവൻ ഒരു വിപ്ലവകാരിയുടെ ആവേശത്തോടെ തുടരുന്നതിനിടയിൽ മാഷ് പറഞ്ഞു.

“മാധവാ, അംബേദ്കർ പറഞ്ഞത് അറിയാമല്ലോ. ‘മുകളിലേക്ക് പോകുംതോറും ആഢ്യത്വവും താഴേക്ക് വരുംതോറും മ്ലേച്ഛത്വവും അടിച്ചേല്പിക്കുന്ന ഒരു ശ്രേണി വ്യവസ്ഥയാണ് ജാതി’ എന്നാണ്.”

“അതെ. അതൊരു ശ്രേണീകൃത അസമത്വമാണ്.” മാധവൻ തന്റെ വായനാനുഭവങ്ങളെ ഊന്നിപ്പറഞ്ഞു.

“ഇത് ഹിന്ദുധാർമ്മിക വ്യവസ്ഥയുടെ ഭാഗമായി മാറിയിരിക്കുന്നു. ഗാന്ധി ഗ്രാമത്തെ ആദർശവല്ക്കരിക്കാനും പരിഷ്കരിക്കാനും ശ്രമിച്ചപ്പോൾ അംബേദ്കർ അതിനെ വിമർശിക്കുകയാണ് ചെയ്തത്. മാഷേ, എല്ലായ്പ്പോഴും അടിച്ചമർത്തലിന്റെ ഓർമ്മകളും അധികാരങ്ങളും ഗ്രാമഘടനയ്ക്കകത്താണ് നിലനില്ക്കുക. ഉള്ളവനും ഇല്ലാത്തവനും തമ്മിലുള്ള വൈരുദ്ധ്യം വളർന്ന് നിലവിലുള്ള വ്യവസ്ഥയെ തകർത്ത് മറ്റൊന്നിന്റെ പിറവിക്ക് കാരണമാകും എന്ന സിദ്ധാന്തം ഇന്ത്യയിൽ ജാതികൾ തമ്മിലുള്ള സംഘർഷത്തിലൂടെ പുതിയൊരു മാനവസംസ്കാരത്തിന്റെ ഉടലെടുപ്പിന് കാരണമായില്ല.”

“ചുരുക്കത്തിൽ ദളിത് യാഥാർത്ഥ്യങ്ങളെ വിശദീകരിക്കാൻ വൈരുദ്ധ്യാത്മക ഭൗതികവാദം ഒരിക്കലും പര്യാപ്തമാകുന്നില്ല, അല്ലേ മാധവാ?” മാഷ് ചോദിച്ചു.

"അതെ, ഐക്യരാഷ്ട്രസഭയും ലോകത്തെ സെമറ്റിക് മതങ്ങളും മനുഷ്യർ തുല്യമായി ജനിക്കുന്നു എന്ന ഇഗാലറ്റേറിയൻ ദർശനം പുലർത്തുമ്പോൾ ബ്രാഹ്മണിസം അതിനെ എന്നും എതിർത്തിരുന്നു. ആഫ്രിക്കൻ ഗോത്രവർഗ്ഗങ്ങളിലുൾപ്പെടെ ഗോത്രവ്യത്യാസങ്ങളുണ്ടെങ്കിലും ഒന്നും ഒന്നിന്റെ മുകളിലല്ല എന്ന് നമുക്കറിയാം. അത് 'ഈക്വൽ ബട്ട് സെപ്പറേറ്റഡ്' എന്ന രീതിയിലാണ്. ജാതികളും ഉപജാതികളുമായി ഇരകൾ വിഭജിക്കപ്പെട്ടുകൊണ്ടിരുന്നു, കാലാകാലങ്ങളായി. എങ്കിലും ഒരുപാട് മാറ്റങ്ങൾ ഇപ്പോൾ സംഭവിച്ചുകഴിഞ്ഞു. വിദ്യാഭ്യാസത്തിലൂടെ ജാതി പീഡനത്തിൽനിന്ന് രക്ഷനേടാൻ അവർണ്ണർ ശ്രമിച്ചുകൊണ്ടിരുന്നപ്പോൾ വിദ്യാഭ്യാസത്തിലൂടെ പുതിയ തൊഴിലവസരങ്ങൾ നേടി ഭരണകൂടത്തിൽ പങ്കുചേർന്ന് സാമ്പത്തിക നേട്ടമുണ്ടാക്കുവാനാണ് സവർണ്ണർ ശ്രമിച്ചത്."

"മാധവാ സാമ്പത്തികമായി മുന്നേറ്റത്തിനുള്ള ഒരു ഉപാധിയാണ് എല്ലാവർക്കും വിദ്യാഭ്യാസം. ഇക്കാര്യം ആദ്യം തിരിച്ചറിഞ്ഞത് തമിഴ് ബ്രാഹ്മണരും സിറിയൻ ക്രിസ്ത്യൻസുമാണല്ലോ."

"അതെയതെ." മാധവൻ ശരിവെച്ചു.

"ഒരു സമുദായത്തിന്റെ സ്ഥാനവും ശക്തിയും തെളിയിക്കുന്ന മൂന്നു കാര്യങ്ങളാണ് പ്രധാനമായും ഉള്ളത്. അതിലൊന്ന് ഇംഗ്ലീഷ് വിദ്യാഭ്യാസം തന്നെയാണ്. വേറൊന്ന് ഭൂമിയുടെ മേലുള്ള നിയന്ത്രണമായിരിക്കണം, അല്ലേ മാധവാ?"

"അതെ. പിന്നൊന്ന് സർക്കാർ സേവനത്തിലുള്ള പങ്കാളിത്തം തന്നെയാണ്."

"അതെയതെ. മാധവാ, എനിക്ക് നിന്നെക്കുറിച്ച് അഭിമാനമാണ്. വിദ്യയെന്ന വെളിച്ചം ഹൃദയത്തിലേറ്റിയവനാണ് നീ. ഒഴിവു കിട്ടുമ്പോഴൊക്കെ നീ ഇങ്ങോട്ട് വരണം. വഴിക്കുവെച്ച് പഠനംനിർത്തി പൊഴിഞ്ഞുപോകുന്ന കുറേ കുട്ടികൾ ഈ കോളനിയിലുണ്ട്. അവരെ അക്ഷരത്തിന്റെ ലോകത്തിലേക്ക് കൈപിടിച്ചു നയിക്കേണ്ടത് നീയാണ്. പറ്റുന്ന വിധത്തിലെല്ലാം നീ അവരെ സഹായിക്കണം."

മാധവൻ അനുകൂലമായി മുഖമിളക്കിയപ്പോൾ കുഞ്ഞിരാമൻ മാഷിന്റെ മുഖം പ്രകാശമാനമായി.

"മാഷേ, ഇന്നത്തെ ഈ വിദ്യാഭ്യാസരീതി നമുക്കുതകുന്ന രീതിയിലല്ല. ധാരാളം പോരായ്മകൾ ഉണ്ടതിൽ. അതേക്കുറിച്ച് മാഷിന്റെ അഭിപ്രായം എന്റേതിൽനിന്നും ഭിന്നമായിരിക്കുമോ?"

"ഒരിക്കലുമില്ല മാധവാ. അധീശജാതികളുടെയും സംസ്കാരത്തിന്റെയും താല്പര്യങ്ങളാണതിൽ ഉള്ളതെന്ന് നമുക്കെല്ലാവർക്കും അറിയാം. നിലവിലിരിക്കുന്ന ജാതിബോധത്തിന്റെ സ്ഥാനത്ത് ആഴത്തിലും നീതിനിഷ്ഠതയിലുമുള്ള സാംസ്കാരിക പ്രവർത്തനങ്ങൾക്ക് കാരണമാകുന്ന വിധത്തിലുള്ള സാമൂഹ്യപരമായ മാറ്റങ്ങൾ ഉൾക്കൊള്ളുന്ന വിപ്ലവകരമായ ചിന്തകളോ രാജ്യത്തിലെ ഭൂരിഭാഗം വരുന്ന

ദളിതരും പിന്നോക്കക്കാരുമായ ജനങ്ങൾ നേരിടുന്ന പ്രശ്നങ്ങൾക്കുള്ള പരിഹാരമാർഗ്ഗങ്ങളോ ഒന്നും സിലബസിൽ ഇല്ല."

"അതെയതെ. ഉന്നതവിദ്യാഭ്യാസ സ്ഥാപനങ്ങളിൽനിന്നു പോലും നമ്മുടെ കുട്ടികൾ പഠനം പൂർത്തിയാക്കാതെ കൊഴിഞ്ഞു പോകുന്നതിന്റെ കാരണം, ദളിത് സ്വത്വത്തെ ദൃഢീകരിക്കുന്നതിനുള്ള യാതൊന്നുംതന്നെ ഇന്നത്തെ പാഠ്യക്രമത്തിൽ ഇല്ല എന്നതുകൊണ്ട് തന്നെയാണ്. തങ്ങളെ ഭൗതികവും ആത്മീയവുമായ അടിമത്തത്തിനു കീഴിൽ നിർത്തിയ ചൂഷക ശക്തികളെ കണ്ടറിയുക എന്നതുതന്നെയാണ് ആത്യന്തികമായി വിദ്യാഭ്യാസത്തിന്റെ ലക്ഷ്യമായി നമ്മൾ കരുതേണ്ടത്.

നമുക്കൊരു ബദൽ സാംസ്കാരിക ഭൂമിക അത്യാവശ്യമാണ്. ദളിത് പാരമ്പര്യം പരാശ്രിതവും അധികാരരഹിതവുമാണെങ്കിലും അത് വളരെ പുരാതനമാണ്" മാധവൻ അഭിപ്രായപ്പെട്ടു.

"ഉച്ചനീചത്വത്തിൽ അധിഷ്ഠിതമായ ബ്രാഹ്മണപാരമ്പര്യങ്ങൾക്കെതിരെയും ഭൂമി അന്യാധീനപ്പെടുത്തലിനെതിരെയും സ്ത്രീകളെ അടിച്ചമർത്തുന്നതിനെതിരെയും സ്ത്രീകളെ അപമാനവീകരിക്കുന്നതിനെതിരെയും അടിമത്തത്തിനെതിരെയും നമ്മുടെ തനതു നാടോടി ഗാനങ്ങളിലൂടെ നാം എത്രയോ പ്രതികരിച്ചിട്ടുണ്ട്."

വളരെനേരം ഹൃദയം തുറന്നുള്ള ചർച്ചകളിൽ മാധവനും മാഷ്ക്കും സന്തോഷം... ഹൃദയത്തിന്റെ ഉള്ളറകളിൽ വെളിച്ചം വിതറിയ സംസാരം പിന്നെയും നീണ്ടു.

മാധവൻ അമ്മയേയും കൂട്ടി തിരിച്ചുപോകുന്ന കാഴ്ച കാണാൻ ആബാലവൃദ്ധം കോളനിക്കാരും ചാറ്റൽ മഴയെ വക വെക്കാതെ മാധവന്റെ വീട്ടിന്റെ മുന്നിൽ തടിച്ചുകൂടി. കറുത്ത ശാരദ മാധവൻ കൊണ്ടുവന്ന മനോഹരമായ സാരിചുറ്റി. സാരിക്കു ചേരുന്ന ബ്ലൗസും.

"ശാരദ ഇപ്പോ കരയും."

കൂട്ടംകൂടിനിന്ന പെണ്ണുങ്ങൾ സീരിയൽ അനുഭവം മുൻനിർത്തി ഒച്ചതാഴ്ത്തി പറഞ്ഞു.

പക്ഷേ, ശാരദ കരഞ്ഞില്ല. അഭിമാനത്തോടെ മുഖമുയർത്തി എല്ലാവരേയും നോക്കി ചിരിച്ചുകൊണ്ട് മാധവൻ തുറന്നുകൊടുത്ത കാറിന്റെ ഡോറിലൂടെ ഉള്ളിലേക്ക് കയറി. അങ്ങനെ ആദ്യമായി ശാരദ മുഴുവൻ കോളനിക്കാർ നോക്കി നില്ക്കെ കാറിൽ കയറി.

പോകാൻ നേരം കൂട്ടംകൂടിനിന്ന ആളുകൾക്കിടയിലൂടെ മുന്നോട്ട് വന്ന മാധവൻ ആരെയോ തിരഞ്ഞു. മീൻകാരൻ സുകുമാരൻ, തേപ്പു പണിക്കാരൻ കുമാരൻ, അവന്റെ കെട്ടിയവൾ കമല, അവളുടെ അഞ്ച് മക്കൾ, തടിച്ച ജാനു, സൗദാമിനി, പാറോതിപ്പെണ്ണ്, അമ്മിക്കുട്ടി, കമലാക്ഷിയമ്മ, ഇട്ടീരിച്ചെക്കൻ, പാഞ്ചാലിയമ്മ...

തന്റെ അമ്മയിൽ ഒരുനിമിഷം മാധവന്റെ കണ്ണ് തറഞ്ഞുനിന്നുവോ. അനുഗ്രഹം വാങ്ങാനായിരിക്കും ഉഷാറാണി സംശയിച്ചില്ല.

"അമ്മ ചെല്ല്" ഉഷാറാണി പാഞ്ചാലിയമ്മയെ മുന്നിലേക്ക് തള്ളി.

മുമ്പോട്ട് വന്ന പാഞ്ചാലിയമ്മയെ ഗൗനിക്കാതെ മാധവന്റെ കണ്ണുകൾ പിന്നെയും സഞ്ചരിച്ച് സഞ്ചരിച്ച് ഒടുവിൽ എത്തിയത്... പിറകിൽ തെല്ലുമാറി കൂനിപ്പിടിച്ചുനിന്ന കുമ്പയമ്മയിൽ.

എല്ലാവരേയും വകഞ്ഞുമാറ്റി നടന്നുപോയ മാധവൻ, കുമ്പയമ്മ യുടെ നേരെ മുന്നിൽപ്പോയി നിന്നു... കുമ്പയമ്മ അമ്പരന്ന് മാധവന്റെ മുഖത്തു നോക്കി.

"ഇതാ അമ്മേ... കുഞ്ഞിരാമൻമാഷേ കാണാൻ പോയി. തരാൻ പറ്റീല."

മാധവൻ ഒരു പൊതി കുമ്പയമ്മയുടെ കൈയിൽ വെച്ചു കൊടുത്തു. കാലിൽ തൊട്ടു.

"ഞാൻ പോകുആ..."

എല്ലാവരും കണ്ടുനില്ക്കെ പാഞ്ചാലിയമ്മ ഇളിഭ്യയായി നില്ക്കെ കുമ്പയമ്മ കണ്ണുകളിൽ പുണ്യം നിറച്ചുനിന്ന് മാധവനെ അനുഗ്രഹിച്ചു.

മാധവന്റെ വണ്ടി പൊടിപറത്തി പറന്നുപോയി. ചിലർ പിരിഞ്ഞു പോയി. വേറെ ചിലർ കൂട്ടംകൂടി നിന്നു സംസാരിച്ചു.

കുമ്പയമ്മ നിന്നിടത്തുനിന്നനങ്ങാതെ മാധവൻ പോയ വഴിയിലേക്ക് നോക്കിനിന്നു.

"അതെന്താ കുമ്പയമ്മയ്ക്കിത്ര പ്രത്യേകത? ഓളോന്റെ അമ്മയൊ ന്നുമല്ലല്ലോ." പാഞ്ചാലിയമ്മയ്ക്ക് നീരസം.

"ആ കടലാസുംകെട്ടിലെന്താന്ന് കുമ്പയമ്മേ?"

ആളുകൾ ചുറ്റും കൂടി.

"ഇങ്ങള് കെട്ട് തൊറന്ന് നോക്ക് കുമ്പയമ്മേ" ആളുകൾ ഉൽക്കണ്ഠ അടക്കാനാവാതെ വീർപ്പുമുട്ടി.

"അമ്മേ ഇപ്പം തൊറക്കണ്ട, വീട്ടിലെത്തിയിട്ട് തൊറക്കാം. ബാ..."

സൗദാമിനി അമ്മയുടെ കൈ കവർന്നു.

"ന്ക്കണേ ആട, നൊടിയാണ്ക്ക്, ഇതെന്നാ നോക്കട്ട്..."

നാട്ടുകാരുടെ ഉൽക്കണ്ഠകളെ തച്ചുടച്ച് കുമ്പയമ്മ കടലാസ് പൊതി അഴിച്ചു. എല്ലാവരും വീർപ്പടക്കി നിന്നു.

പൊതിയിലുള്ളത് ചന്ദനനിറമുള്ള ഒരു മുണ്ടും അതേ നിറത്തിലുള്ള ഒരു കുപ്പായത്തുണിയും പിന്നെ അഞ്ഞൂറിന്റെ ഒരു നോട്ടും.

ആശ്ചര്യഭരിതയായി കുമ്പയമ്മ വാപൊളിച്ചു.

ആദ്യമായി കുമ്പയമ്മ അഞ്ഞൂറ് രൂപ കൈകൊണ്ട് തൊട്ടു. അഭി മാനത്തോടെ എല്ലാവരേയും ഉയർത്തിക്കാണിച്ചു.

"അമ്മേ... താഴ്ത്ത്... താഴ്ത്ത്... മതി. കള്ളൻ കട്ടോണ്ട് പോകും... മതി." പിറകിൽ നിന്നും സൗദാമിനി.

പാഞ്ചാലിയമ്മയുടെ മുഖത്ത് ഇരുൾപടർന്നു. അവർ വേഗം തിരി ച്ചുനടന്നു.

കുമ്പയമ്മ ഒന്ന് ഞെളിഞ്ഞുനിന്നു. തന്റെ വില എല്ലാവരും ഒന്നറി യട്ടെ എന്ന ഭാവത്തിൽ.

“ഈ കുമ്പയമ്മയ്ക്കെന്തിന് മാധവൻ സമ്മാനം കൊടുത്തു. കുമ്പയമ്മ ഓന്റെമ്മയൊന്നുമല്ലല്ലോ.” പാഞ്ചാലിയമ്മയെപ്പോലെ ചിന്തിച്ചവർ ധാരാളം.

പക്ഷേ, പിന്നീട് കുമ്പയമ്മ പറഞ്ഞ കാര്യങ്ങൾ പൈപ്പിൻചോടിന്റെ ചരിത്രമറിയാത്ത, പുതുമഴയ്ക്ക് പൊട്ടിമുളച്ച തകരയെ ബഹുമാനിക്കുന്ന പുതുതലമുറക്കാർക്ക് വെളിച്ചമായി. അത് പൗരാണികതയിലും ചരിത്രത്തിലും അടയാളമിട്ട കുമ്പയമ്മയുടെയും വട്ടിയൻഗുരിക്കളുടെയും മഹത്വത്തെ അറിയുന്ന വെളിച്ചമായിരുന്നു.

“ഓന്റമ്മ ഓനെ പെറ്റിട്ടത് ഈ കയ്മ്മലാ... അയിന്റെ അറിവ് ഓന്ണ്ട്, അന്നേ ഞാമ്പറഞ്ഞിന്... ഓൻ ചെയ്ക്ക്ന്ന കുട്ട്യാന്ന്... ചെയ്ക്ക്ന്ന കുട്ടീന്റെ തീട്ടം കണ്ടാ അറിയാന്ന് ചൊല്ലില്ലേ...”

പിന്നീട് കുമ്പയമ്മ ഇരുപത്തഞ്ച് വർഷം മുമ്പത്തെ ആ പുലർകാല വെള്ളിയാഴ്ചയെ മുന്നിൽ കണ്ടതുപോലെ പിന്നെയും വിവരിച്ചു.

“എന്തൊരു പെടുപെടപെടപ്പേനു ഓന്... പ്ലാച്ചപ്പ് പൊട്ടിച്ചപ്പോൾ. ഉയിള് എന്തു പാല്. അന്നേ ഞാമ്പറഞ്ഞിന് ഓൻ നന്നാകുംന്ന്. പൊട്ടൻതെയ്യം കൊണം വെർത്തട്ട് ഓന്...”

അന്ന് രാത്രി പൈപ്പിൻചോട്ടിൽ രണ്ടുപേർ ഉറക്കമില്ലാതെ വലഞ്ഞു. അഞ്ഞൂറ് രൂപയുടെ നോട്ട് എവിടെ ഒളിപ്പിച്ചുവെക്കുമെന്നോർത്ത് കുമ്പയമ്മയും അതെങ്ങനെ കൈക്കലാക്കുമെന്നോർത്ത് സൗദാമിനിയും.

ഇരുപത്തിമൂന്ന്

അടുക്കളപ്പണികളെല്ലാം ഒതുക്കിയ നേരത്ത് മുറ്റത്തിറങ്ങി അല്പം കാറ്റുകൊണ്ട് നാട്ടുവർത്തമാനങ്ങൾ പറയുകയായിരുന്നു പാഞ്ചാലിയമ്മയും മകൾ ഉഷാറാണിയും. അപ്പോഴാണ് വളമെടുപ്പുകാർ വണ്ടിയുമായി വന്നത്. വഴിപോകുന്ന ആണുങ്ങളേയും പെണ്ണുങ്ങളേയും കണ്ട് പാഞ്ചാലിയമ്മ നിറഞ്ഞ് ചിരിച്ചു.

എല്ലാവരും അവരെ ബഹുമാനത്തോടെ നോക്കി. പണത്തിന്റെ ഗരിമ... പ്രൗഢി... അതെത്ര വിലപിടിപ്പുള്ളതാണെന്ന് പാഞ്ചാലിയമ്മയ്ക്കും കുടുംബത്തിനും അറിയാം. തായത്തങ്ങാടിയിൽ രാമൻ പുതുതായി തുടങ്ങിയ ഹോട്ടൽ ആന്റ് കൂൾ ബാർ അഭിവൃദ്ധിപ്രാപിച്ചു വരുന്നു. ഇനി ഇവിടം വിട്ടുപോയാൽ വേറൊരിടത്ത് ഇതുപോലെ വേരുപിടിച്ച് വളരാൻ കഴിയുമോ എന്ന ചിന്തയാണ് പാഞ്ചാലിയമ്മയെ അലട്ടിക്കൊണ്ടിരിക്കുന്നത്. ഇവിടെ സ്വർഗ്ഗമാണ്. ചിന്താശേഷിയില്ലാത്ത പൈപ്പിൻചോടുകാർക്കിടയിൽ ചളിയിൽ പൂണ്ട് ആഴത്തിൽ പടർന്ന വേരുകളിലൂടെയാണ് താനും തന്റെ കുടുംബവും മെച്ചപ്പെട്ടത്. പൈപ്പിൻചോട്ടിലെ പ്രബലരായ ആളുകൾവരെ ഇപ്പോൾ തന്നെ ബഹുമാനിക്കുന്നു.

"എണേ നീയാ കുളുപ്പപ്പെട്ടി തൊറന്ന് കൊറച്ച് ബെള്ളി ങ്ങെട്ത്തോ."

ചാണകക്കുണ്ട് നിറഞ്ഞുനിന്ന ചാണകം കോരുന്ന വളമെടുപ്പുകാരെ നോക്കി നിന്ന പാഞ്ചാലിയമ്മ ഉള്ളിൽ നോക്കി വിളിച്ചുപറഞ്ഞു.

ഇതുകേട്ട കതീസുമ്മ മൂക്കത്ത് വിരൽവെച്ച് തരിച്ചുനിന്നു.

"കുളുപ്പപ്പെട്ടീണ്ടാ നിങ്ങക്ക്."

അകത്തോടിയ ഉഷാറാണി ഫ്രിഡ്ജ് തുറന്ന് രണ്ടു കുപ്പി തണുത്ത വെള്ളം കൊണ്ടുവന്ന് അമ്മയ്ക്ക് നീട്ടി.

"കതീസുമ്മാ ഇന്നാ കൊറച്ച് വെള്ളം കുടിച്ചോളിൻ."

പാഞ്ചാലിയമ്മ നീട്ടിയ തണുത്ത വെള്ളം കുടിച്ച്, ചാണകക്കൂന യിലെ കാക്ക കൊത്തി ചിള്ളുന്ന ചാണകപ്പുഴുക്കളെ കണ്ടുകൊണ്ട് വള മെടുപ്പുകാർ നല്കിയ പുത്തൻ നോട്ടുകൾ കൊണ്ട് പാഞ്ചാലിയമ്മയുടെ നിറയുന്ന മടിശ്ശീലയുടെ കനം ഓർത്ത് ഉള്ളുപൊടിയുന്ന വേവലോടെ കതീസുമ്മ ദൈവത്തിന്റെ വിധി നടത്തിപ്പുകളെക്കുറിച്ച് അത്ഭുതപ്പെട്ടു.

കുറച്ചുകഴിഞ്ഞ് വീട്ടിലേക്ക് തിരിച്ചുനടന്ന കതീശുമ്മ ആരോടെ ന്നില്ലാതെ പറഞ്ഞു.

"ഈറ്റിയോളെ അവസാന പൈശ്ണ്ടാക്കലാണ്."

"ചാണോന്ന് പറഞ്ഞ് വ്ക്ക്ന്നത് തേച്ചും പൈ ചവിട്ടിക്കൂട്ടിയ പുല്ലും ചണ്ടീം ല്ലെ. പാതാളം പോലൊരു ചാണോക്കുണ്ടും. ഈ നാട്ടില് പ്റ്ക്ക് വെര്ന്നതേച്ചും ഓറെ കുണ്ട്ന്നല്ലേ. എല്ലേ ചന്ന്റീ നീ പറ." കതീസുമ്മ ചന്ദ്രമതിയോട് ചോദിച്ചു.

"പിന്നല്ലാണ്ട്, കൊതു ആട്ന്നന്നെ."

"പക്കേങ്കില് ഓറോടാരും പറീല. എന്തീറ്റാ ഓറ് രാശാവല്ലേ."

പാഞ്ചാലിയമ്മയുടെ പശുത്തൊഴുത്തിന് പിറകിൽ പുറംകടൽ പോലെ ഒളിവും മറവുമില്ലാതെ പരന്നു കിടക്കുന്ന ചാണകക്കുണ്ട് പാഞ്ചാലിയമ്മയുടെ കുടുംബത്തിന്റെ അഭിവൃദ്ധി ഇഷ്ടപ്പെടാത്തവരും, ശുചിത്വബോധമുള്ളവരുമായ ഏതൊരാളുടേയും സംസാരവിഷയ മായിരുന്നു. പാഞ്ചാലിയമ്മയുടെ ചാണകക്കുണ്ടിൽ ചാണകം മാത്രമല്ല, വീട്ടിലെ മുഴുവൻ അവശിഷ്ടങ്ങളും, മുറ്റത്ത് കൊഴിഞ്ഞുവീഴുന്ന പ്ലാവിലയും മറ്റ് ചപ്പുചവറുകളും ഉൾപ്പെടെ എല്ലാം അതിൽത്തന്നെ യാണ് നിക്ഷേപിക്കുന്നതെന്നും ഇങ്ങനെ കൃത്രിമ ചാണകമുണ്ടാക്കി അളവുകൂട്ടിയാണ് പാഞ്ചാലിയമ്മ പണമുണ്ടാക്കുന്നതെന്നും കതീശു മ്മയും കുമ്പയമ്മയും ചന്ദ്രമതിയും സാവിത്രിയും സൗദാമിനിയും പാറോതിപ്പെണ്ണും ഉൾപ്പെടെയുള്ള എല്ലാവരും പറഞ്ഞുനടന്നു.

"ഇതിപ്പോ അതും കൂടാണ്ട് കുളുപ്പപ്പെട്ടീം കൂടി ആയി. പേക്കറ്റില് വെള്ളം നറച്ച് വ്ക്ക്ന്ന് ഓള്."

കതീസുമ്മ സങ്കടം പോലെ പറഞ്ഞു.

ഇതൊന്നും ഗൗനിക്കാത്ത ഉഷാറാണി പ്ലാസ്റ്റിക്ക് കൂടുകളിൽ മധുരവെള്ളം നിറച്ച് കട്ടയാക്കി പൈപ്പിൻ ചോട് കോളനിയിലൂടെ നടന്ന് വില്പന നടത്താൻ ഇളയമകനെ ഏർപ്പാട് ചെയ്തു. പുതിയൊരു വരു മാനമാർഗ്ഗംകൂടി കണ്ടെത്തി.

പണം... പണം... പണം. ഇതുമാത്രമായിരുന്നു ഉഷാറാണി ചിന്തിച്ചത്, പാഞ്ചാലിയമ്മ ചിന്തിച്ചത്. ആ കുടുംബത്തിന്റെ മുഴുവൻ ചിന്തയും അതായിരുന്നു.

രാമന്റെ ഇളയ അനുജത്തിമാർ കറുകറുത്ത സുന്ദരികളായ ജാന കിയും രേണുകയും, ഇളം തുടുപ്പാർന്ന ചുവന്ന ചുണ്ടുകളും നുണക്കു ഴികൾ വിരിയുന്ന കവിളുകളുമുള്ള പാഞ്ചാലിയമ്മയുടെ നേർപകർപ്പായ രണ്ടുപെൺമക്കൾ, സൗഭാഗ്യങ്ങൾ അധികമൊന്നുമില്ലാത്ത ഭർതൃഗൃഹ

ത്തിൽ നിന്ന് ഇടയ്ക്കിടെ വീട്ടിലെത്തി വയറുനിറയെ ഭക്ഷണം കഴിച്ച് മതിയാവോളം ടി വി കണ്ടു. സ്കൂൾ ഫൈനൽ പാസായ രാമന്റെ അനുജൻ ഗോപാലൻ മറ്റ് സഹോദരങ്ങളിൽനിന്നും വ്യത്യസ്തമായി ചൊടിയും ചുണയും ഇല്ലാത്തൊരു പ്രകൃതത്തോടെ, അലസമായി ദിവസങ്ങൾ കഴിച്ചുകൂട്ടി. വാതോരാതെ സംസാരിക്കുന്ന അയാൾക്ക് ജോലിയെടുക്കുന്നതിലോ, മറ്റ് കാര്യങ്ങളിലോ യാതൊരു താല്പര്യവും ഇല്ലായിരുന്നു. വീടുമായും വീട്ടുകാര്യങ്ങളുമായും വലിയ ബന്ധമൊന്നുമില്ലാത്ത അയാൾ ടി വി കണ്ടും പാട്ടുകൾ കേട്ടും റോഡുവക്കിലെ ആൽമരച്ചോട്ടിൽ പോയിരുന്നും തന്റെ സമയം കളഞ്ഞു.

"ഓൻ പഠിച്ച് വെല്യ മാഷാകും."

കോളേജ് പഠനം വഴിക്കുവെച്ച് നിന്നുപോയെങ്കിലും പത്താംതരം പാസായ മകനെക്കുറിച്ച് അഭിമാനിക്കുന്ന അമ്മ ഒരു അദ്ധ്യാപകനെയെന്നതുപോലെ മകനെ ബഹുമാനിച്ചു. പൈപ്പിൻചോട് വാസികൾക്കു മുമ്പാകെയും സവിശേഷമായൊരു സ്ഥാനം അയാൾക്കുണ്ടായി. വല്ലപ്പോഴുമൊരിക്കൽ, അടുക്കളയിൽ ഉഷാറാണിക്ക് വെക്കലും വെളമ്പലും തീരാത്ത ഘട്ടത്തിൽ, പാഞ്ചാലിയമ്മയ്ക്ക് കൈയ് താത്ത് മെയ് ചൊറിയാൻ നേരമില്ലാതെ വരുന്ന വിഷമഘട്ടത്തിൽ, രാമൻ പലിശപ്പണത്തിൽ കൂട്ടുപലിശ കൂട്ടിക്കൂട്ടി തലപുണ്ണായി കുന്തം മറിഞ്ഞിരിക്കുമ്പോൾ, കറവ കഴിഞ്ഞ വേളയിൽ വെറുതെ നീട്ടിക്കരയുന്ന കറമ്പിപ്പശുവിനെയൊന്ന് വയലിൽ കൊണ്ടുപോയി മേയാൻ വിടാൻ പാഞ്ചാലിയമ്മ മകനോട് ആവശ്യപ്പെടും.

'കോവാലാ നിനിക്ക് എന്തെങ്കിലും പഠിക്കാന്ണ്ടെങ്കില് നീ പഠിക്ക്. എല്ലെങ്കില് നീയീ പയീന ബൈലില് മേയാനെളക്കീറ്റും വന്നാട്ടെ. കയര് കൊറച്ച് ലൂസാക്കിക്കെട്ടിക്കോ കേട്ടാ. കുറച്ച് കയ്യുമ്പെളക്ക് ഞാമ്പെര്ന്ന് കേട്ടാ...കൊറച്ച് പുല്ലെരിയണം. കൊറച്ച് കത്തിക്കാമ്പൊറ്ക്കണം."

വീട്ടിൽ വിറകുകച്ചവടം ഉണ്ടായിട്ടും വയൽവരമ്പത്തെ അറ്റമില്ലാതെ പരന്നുകിടക്കുന്ന, ഉടമസ്ഥൻ എത്താത്ത അനേകം തെങ്ങിൻതടങ്ങളിൽ നിന്നും ഉണങ്ങിയ ഓലമെടലും പച്ചോലകളും ഉണക്കുവിറകും കൊത്തിക്കെട്ടി തലച്ചുമടായി പാഞ്ചാലിയമ്മ ഒരൊറ്റ ദിവസവുമൊഴിയാതെ വീട്ടിലെത്തിച്ചു. ഉഷാറാണിക്കാണെങ്കിൽ അടുക്കളയിൽ വിറകിനും ക്ഷാമമില്ല. മുറ്റത്ത് അട്ടിയട്ടിയായി ഇട്ട ഉണങ്ങിയ വിറകുകൂനകൾ കാൺകെ, ഇതിനൊന്നും മെനക്കെടാതെ സീരിയലിൽ ഭ്രമിച്ചിരുന്ന് ഒന്നിനും സമയമില്ലെന്ന് ഭാവിച്ച് ഒരുതുണ്ട് വിറകുപോലും പണം കൊടുത്തു വാങ്ങി കത്തിക്കുന്ന പൈപ്പിൻചോട്ടിലെ അലസരായ പെണ്ണുങ്ങൾ അസൂയ കൊണ്ട് തിളച്ചുതൂവി. സദാ, വിശ്രമമില്ലാതെ കത്തിക്കൊണ്ടിരിക്കുന്ന ഉഷാറാണിയുടെ കല്ലടുപ്പ് അടിത്തട്ടിൽ നിക്ഷേപിച്ച ചാരം വാരി ചാക്കിൽനിറച്ച് അട്ടിയടുക്കായിവെച്ച് മാസത്തിലൊരിക്കൽ വരുന്ന വെണ്ണീറുകാരന് വിറ്റ് ആ പൈസയും വാങ്ങി പാഞ്ചാലിയമ്മ ബ്ലൗസിനുള്ളിൽ തിരുകി. അതുമല്ല, ആരുമറിയാതെ ആരാന്റെ പറമ്പിൽ

നിന്നും കൊത്തിക്കവർന്ന് പാഞ്ചാലിയമ്മ കൊണ്ടുവരുന്ന പച്ചോലകൾ നടുവെ ചീന്തി നാരും ഓലയും കളഞ്ഞ് ചൂലുണ്ടാക്കി വില്പനയ്ക്ക് വെക്കുന്നതും ഉഷാറാണിയാണ്. മറ്റുള്ളവരുടെ നൂറു കുറ്റങ്ങൾ പറഞ്ഞ് ഒന്നിനും നേരമില്ലാതെ ഉച്ചനേരങ്ങളിൽ തലയിൽ പുഴുത്ത പേൻ നോക്കാൻ വരിവരിയായിരിക്കുന്ന പൈപ്പിൻചോട്ടിലെ പെണ്ണുങ്ങൾകൂടി മുറ്റമടിക്കാൻ പണം കൊടുത്ത് പാഞ്ചാലിയമ്മയുടെ പച്ചീർക്കിൽ ചൂൽ വാങ്ങി. അതുകൂടാതെ ഉണക്കോല കൊത്തിക്കീറി തോട്ടുംവെള്ളത്തിൽ കുതിരാനിട്ട് അമ്മയും മകളും കൂടി ഓലമെടഞ്ഞെടുത്ത്, മഴയ്ക്കു മുമ്പേ വിറ്റുതീർത്ത് ആവശ്യക്കാരേറെയുള്ള ആ ബിസിനസിലൂടെയും നല്ല ലാഭമുണ്ടാക്കി.

ഇരുപത്തിനാല്

മേടത്തിൽ മണൽത്തരികൾപോലും ചുട്ടുപൊള്ളുന്ന ആ വേനലിന്റെ അന്ത്യത്തിൽ പൈപ്പിൻചോട്ടിലെ ഭഗവതീക്ഷേത്രത്തിൽ ഉത്സവത്തിന് കൊടിയേറി. ദാഹജലമില്ലാതെ പൈപ്പിൻചോടുകാരായ പൈപ്പിൻചോടുകാരത്രയും കഷ്ടത്തിലായി. കിണറുകളായ കിണറുകളും, തോടുകളായ തോടുകളും പുഴയും ചെടിയും മരങ്ങളും പക്ഷിമൃഗാദികളുൾപ്പെടുന്ന ജന്തുജാലങ്ങളും വിങ്ങിനില്ക്കെ, ആകാശക്കീറിൽ വരണ്ട ചന്ദ്രക്കല മൂകമായ കാലത്തിന്റെ അടയാളംപോലെ തെളിഞ്ഞുനില്ക്കെ, ചൂട് തിങ്ങിയ ആവിപൊന്തുന്ന അന്തരീക്ഷത്തിൽ ഒരു കാറ്റു പോലുമില്ലാതെ ദേശമാകെ ചുട്ടുപഴുത്തുനിന്നു. ഉഷ്ണമാപിനി അളക്കാനുള്ള തോത് തൊലിപ്പുറമാക്കിയ കുമ്പയമ്മയെപ്പോലുള്ളവർ കലികാലം വന്നെന്നും അതിനാലാണ് റോഡ് വരാൻപോകുന്നതെന്നും, പൈപ്പിൻചോട് ഇല്ലാതാകാൻ പോകുന്നതെന്നും, തന്റെ തൊലിപ്പുറം ചുട്ടുപൊള്ളിച്ച ഇത്രയും ഭീകരമായൊരു ചൂട് ഈ എൺപതാണ്ടിനുള്ളിൽ താൻ അനുഭവിച്ചിട്ടില്ലെന്നും മുറ്റത്തെ പ്ലാവിൻവേരിന്മേലിരുന്ന് കോന്തലത്തുമ്പെടുത്ത് കാറ്റ് വീശവെ വെളിപ്പെടുത്തി.

ഭഗവതീക്ഷേത്രത്തിലെ ഉത്സവം പൈപ്പിൻചോടിന്റെ പുനർജ്ജനിയായി. ഓരോ മൺതരിയും ഉത്സവപ്രതീതിയിലാറാടുന്നതുപോലെ തോന്നി. ദാരിദ്ര്യത്തിലും കഷ്ടപ്പാടുകളിലും, തീരാത്ത കടങ്ങളിലും വഴുതി വീണ പൈപ്പിൻചോടുകാർ എല്ലാം മറക്കുന്നതും ലോഭമില്ലാതെ, പുനർസമാഗമവേളകളെ സന്തോഷകരമാക്കുന്നതും ഈ നാലുനാൾ നീണ്ടു നില്ക്കുന്ന ഉത്സവവേളകളിലാണ്.

പാറോതിപ്പെണ്ണിന്റെ റോഡടിച്ചുവാരുന്ന ജോലി പുലർച്ചെകളിൽ മാത്രമായി ചുരുങ്ങുന്നതും, അത് അങ്ങേയറ്റം ശ്രമകരമാകുന്നതും ഈ

നാലു നാളുകളിൽ തന്നെ. കാരണം ഈ ദിവസങ്ങളിൽ നൂറുകണക്കിന് വഴിയാത്രക്കാർ നടന്നുപോകെ വലിച്ചെറിയുന്ന കടലാസുകഷണങ്ങളും മിഠായിപ്പൊതിയും നാരങ്ങാത്തൊണ്ടുകളും കൊണ്ട് പൈപ്പിൻപാത കോലംകെടും. നിരവധി കുട്ടികൾ, മണിയടിച്ചുവരുന്ന ഐസ് മിഠായിക്കാരനു പിറകെയും, ബലൂൺ, പീപ്പി കച്ചവടക്കാർക്കു പിറകെയും കൊതി യൊലിപ്പിച്ചുകൊണ്ട് നടക്കും. ഇട്ടീരിച്ചെക്കൻ വർഷത്തിൽ നാലു ദിവസം മുടക്കമില്ലാതെ കുപ്പായമിടുന്നതും ഈ ഉത്സവ വേളകളിലാണ്. ഉത്സവത്തിന്റെ നാലാംനാൾ തിങ്ങിനിറയുന്ന പുരുഷാരത്തിരക്കിൽ, ജാതിമതഭേദമെന്യേ എല്ലാവരും മേലേരി കൂട്ടിയ തീയിൽ വീണുരുളുന്ന പൊട്ടൻതെയ്യത്തെ കണ്ട്, മൈക്കിലൂടൊഴുകുന്ന ഗാനമേളക്കാരുടെ പാട്ടുകൾ ആസ്വദിച്ച്, തട്ടു തട്ടായിക്കിടക്കുന്ന ആ പ്രദേശത്തിന്റെ ഓരോ ചവിട്ടടി മണ്ണിലും തിങ്ങിനിന്ന് കാഴ്ചവരവുകളെ കണ്ണിൽ നിറച്ച് വിയർത്തൊലിച്ച് കുഴഞ്ഞുനില്ക്കും.

ഉത്സവനാളുകളിൽ പൈപ്പിൻചോട്ടിലെ കുടിലുകളുടെ മുറ്റമാകെ തൂത്തുവാരി ചാണകം തളിച്ച് മിനുസമാക്കപ്പെട്ടു. വിളിച്ചാൽ വിളിപ്പുറത്തെത്തുന്ന പൊട്ടൻ തെയ്യത്തെ കാണാൻ ചാർച്ചക്കാരും ബന്ധുക്കളുമെല്ലാം വീടുകളിൽ വന്നുനിറഞ്ഞു. രാമന്റെ വീടിന്റെ ചുമരുകൾക്ക് വെള്ളപൂശി. പാഞ്ചാലിയമ്മ തിറ കാണാൻവരുന്ന പെങ്കിടാങ്ങളിൽ തന്റെ മകനു പറ്റിയൊരു പെണ്ണുണ്ടോ എന്ന് സസൂക്ഷ്മം പരതി.

കാവിൽ തെയ്യം കാണാൻ പോകുന്ന കുമ്പയമ്മ ഒന്നാം ദിവസം ഇറ്റുവെള്ളത്തിൽ തലനനച്ച്, മേലും നനച്ച് ശുദ്ധി വരുത്തി, മാധവൻ തനിക്കു സമ്മാനിച്ച പുതിയ മുണ്ടും കുപ്പായവുമണിഞ്ഞ് കാതിലും കഴുത്തിലും കൈയിലും നിറയെ മുക്കുപണ്ടങ്ങൾ വാരിയണിഞ്ഞ്, സൗദാമിനി കാണാതെ കട്ടിലിനടിയിൽ ഒളിപ്പിച്ചുവെച്ച താൻ പുതുതായി വാങ്ങിയ ചെരിപ്പുമിട്ട്, മുടി കൊണ്ടകെട്ടിവെച്ച് തന്റെയാ പ്രത്യേക രീതിയിൽ ഇടംവലം ആടി ഇടംകൈയിൽ ഒരു കുപ്പിയിൽ നേർച്ച വെളിച്ചെണ്ണയും മറു കൈയാൽ ഇട്ടീരിച്ചെക്കനേയും പിടിച്ച് കാവിലേക്ക് നടന്നുതുടങ്ങി.

പുതിയ കുപ്പായവും ഷഡ്ഡിയുമിട്ട ഇട്ടീരിച്ചെക്കനെക്കണ്ട നാട്ടുകാർ കൗതുകത്തോടെ "ടേയ്... ഇട്ടീരി കൂയ്... ഇതാര് പുയ്യാപ്ലയാ..." എന്നെല്ലാം കളിയാക്കി അതിശയപ്പെട്ടു. അമ്മമ്മയുടെ കൈപിടിച്ച് അച്ചടക്കത്തിൽ നടക്കുന്ന ഇട്ടീരിച്ചെക്കൻ വിരൽ ഈമ്പിക്കൊണ്ടും വായിൽ നിന്ന് വിരലെടുക്കുന്ന മുറയ്ക്ക് തന്നെ പേരുവിളിക്കുന്നവരെയൊക്കെ ആണോ പെണ്ണോ എന്ന് നോക്കി തരംതിരിച്ച് "നീ പോണേ നായിന്റെ മോളേ, നീ പോടാ നായിന്റെ മോനേ" എന്ന് ചീത്ത വിളിക്കുകയും ചെയ്തു.

പൈപ്പിൻകോളനിയിലെ മീശ കുരുത്തുവരുന്ന ആൺപിള്ളേർ, കൊല്ലത്തിലൊരിക്കൽ ഇത് തങ്ങളുടെ അവകാശമാണെന്ന ഭാവേന, കണ്ണുകളിൽ ശൃംഗാരച്ചിരിയോടെ ഉത്സവം കാണാൻ വരുന്ന

പെണ്ണുങ്ങളെ കാണുമ്പോൾ പ്രായഭേദമെന്യേ മൂളിപ്പാട്ടുകൾ പാടി. പെണ്ണുങ്ങളാണെങ്കിൽ തങ്ങളിതിന് അർഹതപ്പെട്ടവരാണെന്ന ഭാവേന അതേറ്റുവാങ്ങി മുഖത്തെടുത്തണിഞ്ഞ് ചെറുചിരി പകരംനല്കി കൂട്ടം കൂട്ടങ്ങളായി മന്ദംമന്ദം നടന്നു. സൗദാമിനിയുടെ പതിനേഴു തികഞ്ഞ മകൾ കനകലത തന്റെ കാമുകനുമൊത്ത് എല്ലാവരും കാൺകെ, പരസ്യമായി മുട്ടിയുരുമ്മി നടന്ന് കിന്നരിച്ചു. കതീശുമ്മയുടെ പൊടിമക്കൾ കാവിൽ നിറയുന്ന പുരുഷാരങ്ങൾക്കിടയിൽ വിയർത്തു കുളിച്ച് തിക്കിത്തിരക്കി ചില്ലറ പൈസ തെയ്യക്കോലത്തിന് കൊടുത്ത് ആരുമറിയാതെ അനുഗ്രഹങ്ങൾ വാങ്ങി മഞ്ഞൾക്കുറി വായിലിട്ട് ചവച്ചിറക്കി.

പൊട്ടൻതെയ്യത്തിന്റെ കളികാണാൻ കുളിച്ച് കുറിയിട്ട് പുലർച്ചെ ഏറ്റവും മുമ്പിൽ വന്നിരുന്ന കുമ്പയമ്മ, തിളങ്ങുന്ന അഗ്നിക്കനലുകളുടെ കൂമ്പാരത്തിലൂടെ തന്റെ വട്ടിയൻ ഗുരിക്കളുടെ കാലത്തിലേക്ക് ഒഴുകി നീങ്ങി. കളിപറഞ്ഞ്, വെടി പറഞ്ഞ് ഒരു മദ്യപന്റെ കുഴഞ്ഞാടിയ വേഷത്തിൽ രസിപ്പിച്ചുനിന്ന പൊട്ടൻ തെയ്യം പൊടുന്നനെ പുളിമരക്കൂന കത്തിച്ചു കനലാക്കിയ തീയിൽ വീണുകിടന്ന് കൈക്കാരും കൂട്ടാളികളും ആവുംവിധം പിടിച്ചുവലിച്ചിട്ടും അനുനയിപ്പിച്ചിട്ടും എഴുന്നേല്ക്കാതെ പൂമഞ്ചലേറിയ ശിശുവിനെപ്പോലെ ആകാശം നോക്കി ലയിച്ചുനില്ക്കെ, കുമ്പയമ്മയുടെ നെഞ്ചുപൊട്ടി.

വർഷത്തിലൊരിക്കൽ ഈയൊരുദിവസം പുലർകാലങ്ങളിലാണ് കുമ്പയമ്മ, തന്റെ കാവിൻ മുറ്റത്തിരുന്ന് തന്നെ വിട്ടുപോയ ഗുരിക്കളുടെ സമീപത്തെത്തുക. ഗുരിക്കൾ തന്നെ അഗ്നിക്കൂനയ്ക്കിടയിലൂടെ വ്യക്തമായും കാണുന്നുണ്ടെന്ന് കുമ്പയമ്മ അറിയും. ചുറ്റിലും കത്തുന്ന വിളക്കുകളുടെ ജ്വാലയിൽ, ചെണ്ടമേളത്തിന്റെ കടുംതാളത്തിൽ, മഞ്ഞൾക്കുറിയുടെയും പൊടിമണ്ണിന്റെയും വെളിച്ചെണ്ണയുടെയും സമ്മിശ്രഗന്ധങ്ങൾ കലർന്ന ആ കാവിന്റെ തിരുമൂലയിൽ കൈകൾകൂപ്പി ഇരുന്ന് തുറന്നുവെച്ച കണ്ണുകളിലൂടെ കാലത്തിനപ്പുറത്തേക്ക് കുമ്പയമ്മ നടന്നുകൊണ്ടിരിക്കും. ചിലപ്പോൾ അവർ ഗുരിക്കളോടൊപ്പം കാലത്തിനുപിറകെ വട്ടംചുറ്റിയോടി. ആട്ടങ്ങൾ, കളിയാട്ടങ്ങൾ, കൂടിയാട്ടങ്ങൾ പിന്നെ എന്തെല്ലാം...

പച്ചോലത്തുമ്പു കീറി ചീകിവെടുപ്പാക്കി മുടിയാക്കി അരയിൽ പച്ചോല തറ്റുടുത്ത് കൈയിലും പുറത്തും അരിച്ചാന്തും തേച്ച് കുമ്പേ, കുമ്പേ എന്നു വിളിച്ച് വരുന്നു ഗുരിക്കൾ.

അനുഗ്രഹിക്കാനായി ഉയരുന്ന കൈകൾ മൂർദ്ധാവിൽ വെക്കുമ്പോൾ പൊട്ടിച്ചിതറുന്ന തീയുടെ പൊള്ളൽപോലെ ചൂട്, കാഠിന്യമുറയുന്ന സങ്കടമറിയുന്ന പൊട്ടൻ പറഞ്ഞാൽ പറഞ്ഞതുപോലെ. സത്യം ചെയ്താൽ, ചെയ്തതുപോലെ. തന്റെ തെറ്റുകളും കുറ്റങ്ങളും ഗുരിക്കൾക്കുമുമ്പാകെ ഏറ്റുപറഞ്ഞ്, മനസ്സ് മുറിഞ്ഞ് കരയുകയാവും ചിലപ്പോൾ അവർ. തന്റെ വേദനയുടെ ആഴമറിയുന്ന ഗുരിക്കൾ ഈ

നടുക്കടലിൽ തന്നെ തനിച്ചാക്കി കടന്നു പോയതിന്റെ പരിഭവവും പരാതിയും കുമ്പയ്ക്കുണ്ട് ഏറെ.

എന്നാലും സാരമില്ല കുമ്പേ, നീ വിഷം തന്നു കൊന്നവന്റെ ദേഹത്തോട് ചേർന്നില്ലല്ലോ.

ഇല്ലല്ലോ തൈവേ... എന്റെ പൊട്ടൻതൈവേ...

കണ്ണീരുരുകി കരളുരുകി കുമ്പ കരയുമ്പോൾ, എല്ലാ പാപങ്ങളും പുണ്യങ്ങളാകും... എല്ലാ പുണ്യങ്ങളും അനുഗ്രഹങ്ങളാകും.

തിറയുടെ നാലാമത്തെ ദിവസം രാവിലെ കാവിൻമുറ്റത്തു വെച്ച് നടക്കുന്ന, വീട്ടുപകരണങ്ങൾ ലഭ്യമാക്കുന്ന പ്രസിദ്ധമായ മെഗാ നറുക്കെടുപ്പിൽ എല്ലാവരെയും ഞെട്ടിച്ചുകൊണ്ട്, പ്രത്യേകിച്ച് ഉഷാറാണിയെ ബോധക്ഷയത്തിന്റെ വക്കിലെത്തിച്ചുകൊണ്ട്, പുതുപുത്തൻ ഡബിൾ ഡോർ ഫ്രിഡ്ജ് ചന്ദ്രമതിയുടെ മകൾ മല്ലികയ്ക്ക് ലഭിച്ചു. ഇതോടെ പഴയ സെക്കന്റ് ഹാന്റ് ഫ്രിഡ്ജ് മാത്രം സ്വന്തമായുള്ള ഉഷാറാണിയുടെ ആഢ്യത്വം ഒന്നു കുറഞ്ഞുകിട്ടിയതിൽ കതീശുമ്മയും കുമ്പയമ്മയും അടക്കമുള്ള ഒട്ടനവധിപേർ സന്തോഷിക്കുകയും ഉഷാറാണി അസഹ്യമായ മനോവേദനയിൽ നീറിപ്പിടയുകയും ചെയ്തു.

മല്ലിക തനിക്ക് പുതുതായി കൈവന്ന സൗഭാഗ്യത്തെ തൊട്ടുംതടവിയും മതിവരാതെ, കതീസുമ്മയ്ക്കും തൊട്ടയൽവക്കത്തുള്ള ആളുകൾക്കുമെല്ലാം കുപ്പിയിൽ നിറച്ച തണുത്ത വെള്ളം കുടിക്കാൻ നല്കുകയും എല്ലാവരും മല്ലികയുടെ ചട്ടിക്കറുപ്പുള്ള മക്കളുടെ ഭാഗ്യമാണിതെന്ന് പുകഴ്ത്തുകയും ചെയ്തു. മല്ലിക തന്റെ അന്തിത്തുണ ശങ്കരന്റെ ആഴ്ചയിൽ നാലുദിവസത്തെ വരവ് രണ്ടായി ചുരുങ്ങിയതിലുള്ള മനോവിഷമത്തെ ഫ്രിഡ്ജ് നോക്കി വിസ്മൃതിയിലാഴ്ത്താൻ ശ്രമിച്ചു. ഇടയ്ക്കിടെ തണുത്ത വെള്ളം കുടിച്ച് ആശ്വാസപ്പെട്ടു. ഒരല്പം വെള്ളമെടുത്ത് മുഖം കഴുകി സൗന്ദര്യം കൂടുന്നുണ്ടോ എന്നറിയാൻ കണ്ണാടിയിൽ നോക്കി.

എല്ലാ ദിവസവും മുടങ്ങാതെ ടൗണിലേക്ക് പോയ്ക്കൊണ്ടിരുന്ന ചന്ദ്രമതി അടിക്കടി തടി തളർച്ച അനുഭവപ്പെടുകയാൽ പതിവുമുറകൾ തെറ്റിക്കുകയും ആവശ്യക്കാർ ചന്ദ്രമതിയുടെ വീടന്വേഷിച്ച് രാത്രികളിൽ വരിക പതിവാകുകയും ചെയ്തു. ചന്ദ്രമതി വീടിനുപുറത്ത് ചായ്ച്ചുകെട്ടിയ പഴയ അടുക്കള തന്റെ തട്ടകമാക്കി. ഓരോരുത്തരും വരുമ്പോഴും പോകുമ്പോഴും ചന്ദ്രമതിയുടെ വളർത്തുപട്ടി ഒരു മുരൾച്ചപോലുമില്ലാതെ നന്ദിപൂർവ്വം വാലാട്ടി.

കുറച്ചു ദിവസങ്ങൾ കഴിഞ്ഞ്, കിണറ്റുവക്കിൽ വെള്ളമെടുക്കാൻ വന്ന കതീസുമ്മ അകത്തുനിന്നും ചന്ദ്രമതിയുടെ ചുമയുടെ ശബ്ദംകേട്ടു.

ഉള്ളില്ലാത്ത ചട്ടക്കൂടിൽ ആരോ കൂടം കൊണ്ടടിക്കും പോലെ.

കതീസുമ്മ വിളിച്ചുചോദിച്ചു.

"ചന്ററീ എന്നാ ഒരു കൊര?"

ശബ്ദം കേട്ട് പുറത്തിറങ്ങിയ ചന്ദ്രമതിയെ കണ്ട് കതീസുമ്മയ്ക്ക്

തന്റെ കണ്ണുകളെ പൊള്ളുംപോലെ തോന്നി.

"ഉയിശ്..."

അറിയാതെ ഒരാശ്ചര്യശബ്ദമുയർന്നു കതീസുമ്മയിൽനിന്നും.

വെണ്ണീർപുരണ്ടപോലെ ഒരു പേക്കോലം. കണ്ണുകൾ കുഴിഞ്ഞ് രക്തപ്രസാദംവറ്റി ഒട്ടിയ മുഖത്തോടെ എല്ലെഴുന്ന ദേഹത്തോടെ ചന്ദ്രമതി. ചുമച്ചുചുമച്ച് രണ്ടുവാക്കുകൾ പറയാനാവാതെ കിതച്ച് തളർന്ന് ചന്ദ്രമതി നിലത്തിരുന്നു.

"നിനക്കെന്നാമ്മാ പറ്റീന്. എന്തെങ്കിലും കൂടീറ്റ്ണ്ടാകും. നീ ഒരു ചരട് ജപിച്ച് കെട്ട്, നമ്മളെ കുമ്പേനക്കൊണ്ട്. ഇത്തര കൊറച്ച് ദീസം കൊണ്ട് ഇന്റെ ചോരേം നീരും എല്ലാം ഏട പ്പോയമ്മാ..."

"ഇതാ ഉമ്മാ കൈക്കും കഴ്ത്തിനും അരയ്ക്കും എല്ലാം കെട്ടീന്."

അവർ തന്റെ ശോഷിച്ച കൈ ഉയർത്തിക്കാട്ടി.

"അന്നൊരു പനിബന്നിന് അതെന്നെ തൊടക്കം. ഇപ്പോ ഒരുമാസായി. മരുന്നും മന്ത്രും. ഞാമ്പോട്ട് അനക്ക് ബെറക്ക്ന്ന്. തല ചൊറിഞ്ഞിറ്റ് നിക്കാങ്കയ്യുന്നില്ല."

അവർ തന്റെ എണ്ണമയമില്ലാത്ത ചപ്രത്തലമുടി അഴിച്ചിട്ട് രണ്ടു കൈകൊണ്ടും തുരുതുരെ തലമാന്തി. പിന്നീട് കതീശുമ്മയോട് എന്തോ പറയാൻ ഭാവിച്ച് അത് വേണ്ടെന്നുവച്ച് ഒരല്പ നേരം മിണ്ടാതിരുന്നു. പിന്നെ അകത്തേക്ക് നടക്കുമ്പോൾ തിരിഞ്ഞുനോക്കി മെല്ലെ പറഞ്ഞു.

"ഇപ്പോ ഞാനൊരു പുയ്ത്ത നായിയാ. ആരിക്കും വേണ്ടന്നെ."

ചന്ദ്രമതി പ്രാഞ്ചിപ്രാഞ്ചി അകത്തേക്ക് പോയി. മാംസം വറ്റിയ ഉടലിൽ ബ്ലൗസ് തൂങ്ങിനിന്നു. അരക്കെട്ടിന് മീതെ ചുറ്റിയ ലുങ്കി മാംസരഹിതമായ അസ്ഥികൂടത്തിന്റെ ഭീകരത വെളിപ്പെടുത്തി. തെങ്ങിൻ ചുവട്ടിൽ ചങ്ങലയിൽ ബന്ധിതനായിക്കിടന്ന വളർത്തുപട്ടി തന്റെ യജമാനത്തിയെ നോക്കി ദീനംദീനം മോങ്ങി. കതീസുമ്മ വഴക്കുപറഞ്ഞിട്ടും, ചന്ദ്രമതിയുടെ വൃദ്ധ മാതാപിതാക്കൾ മീൻകറിയിൽ ചാലിച്ച ചോറ് നല്കിയിട്ടും, ശങ്കരൻ പാർസലായി കൊണ്ടുവന്നിരുന്ന വിലപിടിപ്പുള്ള ഭക്ഷണം നല്കിയിട്ടും, മല്ലിക അനുനയിപ്പിക്കാൻ നോക്കിയിട്ടും ഒന്നും വഴങ്ങാതെ രാപകലില്ലാതെ നിർത്താതെ പട്ടി മോങ്ങിക്കൊണ്ടിരുന്നു. അതിന്റെ മോങ്ങൽ പൈപ്പിൻചോട്ടിലെ എല്ലാ വഴക്കുകൾക്കും ആരവങ്ങൾക്കും ഉച്ചവെയിലിന്റെ കഠിനതയ്ക്കും അപ്പുറം രാത്രിയുടെ നിശ്ശബ്ദതയെക്കൂടി ഇടതടവില്ലാതെ ഭേദിച്ചുകൊണ്ടിരുന്നു.

ഇരുപത്തിയഞ്ച്

വടക്കൻ ജില്ലകളെയാകെ ഇളക്കിമറിച്ചുകൊണ്ടുള്ള സമരങ്ങൾ ശക്തമായിക്കൊണ്ടിരിക്കെ, ദേശീയ പാതയുടെ ഓരങ്ങളിൽ കഴിയുന്നവരുടെ ആശങ്കകൾ പങ്കുവയ്ക്കാൻ സമര സമിതി പുതിയ പുതിയ സമരമാർഗ്ഗങ്ങൾ ആവിഷ്കരിച്ചുകൊണ്ടിരിക്കെ, പൈപ്പിൻചോടിനെയൊന്നാകെ സ്തംഭിപ്പിച്ച, പത്രങ്ങളിലെല്ലാം വാർത്തകൾ നിരന്നുവന്ന ഒരു വലിയ സംഭവം പൈപ്പിൻചോടിൽ അരങ്ങേറി.

'നാട്ടുകാരുടെ കണ്ണിലുണ്ണിയായ കുഞ്ഞിരാമൻമാഷെ കാണാതായി.'

കേട്ടവർ കേട്ടവർ എന്തുചെയ്യണമെന്നറിയാതെ നിന്നുപോയി.

കുഞ്ഞിരാമൻ മാഷെ കാണാതായി. മാഷ്ക്ക് എന്തു പറ്റി, മാഷില്ലാതെ ദാക്ഷായണി ടീച്ചർ വിഷമിക്കില്ലേ, കമാന്റോകൾ എന്തു ചെയ്യും, മാഷ് എവിടെയെങ്കിലും ഒളിച്ചുപോയി ആത്മഹത്യ ചെയ്തതായിരിക്കുമോ?

എല്ലാവരും ഉൽക്കണ്ഠയോടെ കാത്തിരുന്നു. മാഷിന്റെ തിരോധാനത്തെക്കുറിച്ചുള്ള എന്തെങ്കിലും വാർത്തകൾക്കായി. പൊലീസും പത്രക്കാരും വന്നു. ആർക്കും ഒന്നുമറിയില്ല. മാഷിന്റെ അലക്കിത്തേച്ചുവെച്ച രണ്ടു ജോഡി മുണ്ടും കുപ്പായവും കോണകവും കാണാനില്ല.

മാഷ് നാടുവിട്ടതുതന്നെ. ചിലർ വിധിയെഴുതി.

അവർക്കറിയാം തങ്ങളുടെ പ്രിയങ്കരനായ മാഷ് കമാന്റോകളെക്കൊണ്ട് പൊറുതിമുട്ടി വിഷമിക്കുന്ന കാര്യം. സ്വതന്ത്ര മനസ്കനും സഞ്ചാരപ്രിയനുമായ മാഷിന്, ഈ കമാന്റോ വരവ് വലിയ ബുദ്ധിമുട്ടാണ് ഉണ്ടാക്കിയത്. മാഷിന്റെ നിത്യ പരിപാടികളെല്ലാം അവതാളത്തിലായി. എവിടെപ്പോയാലും അവറ്റകൾ പുറകെ വരുന്നത് മാഷിന് ഈർഷ്യയു

ണ്ടാക്കി. വൈകുന്നേരങ്ങളിലുള്ള തന്റെ കോളനിസന്ദർശനങ്ങളും കുട്ടികളോടുള്ള കൊച്ചുവർത്തമാനങ്ങളും ഉപദേശങ്ങളുമെല്ലാം മാഷ് നിർത്തിവെച്ചു. മുറിയിൽ ചടഞ്ഞുകൂടിയിരുന്നു. വയ്ക്കലും തിന്നലും കൂടി വെറുത്തുപോയ മാഷ് രണ്ടു ദിവസം പ്രതിഷേധ സൂചകമായി പട്ടിണിവരെ കിടന്നു. ഒടുവിൽ ആരെല്ലാമോ വളരെയേറെ അനുനയിപ്പി ച്ചതിനു ശേഷമാണ് മാഷ് ഭക്ഷണം കഴിച്ചതെന്ന് പൊലീസ് അന്വേഷണ ത്തിൽ വിവരങ്ങൾ ലഭിച്ചു. മാഷ് മരിച്ചിരിക്കും എന്ന് ആരൊക്കെയോ തീർച്ചപ്പെടുത്തി. ഉടനടി രാമന്റെ നേതൃത്വത്തിൽ ടൗണിൽ മൗനജാഥ നടന്നു. സാധുജനസമാജം സ്കൂളിന്റെ മുമ്പാകെ പ്രാർത്ഥനാ യോഗങ്ങൾ നടന്നു.

ആരും പറയാതെ തന്നെ പൈപ്പിൻചോടുകാർ ടി വി ഓഫ് ചെയ്തു വെച്ച് മാഷിനോടുള്ള ആദരസൂചകമായി സീരിയലുകൾ കാണുന്നില്ല എന്ന് തീർച്ചപ്പെടുത്തി. കവലയിൽ ഒരു അനുശോചനയോഗം കൂടാൻ രാമനും അനുജൻ ഗോപാലനും തീർച്ചപ്പെടുത്തി. മൈക്ക് സെറ്റിനുവേണ്ട ഏർപ്പാടുകൾ ചെയ്തു...

ദിവസങ്ങൾ കഴിഞ്ഞു മാഷിനെ കാണാതായിട്ട്. മാഷ് തിരിച്ചു വന്നില്ല.

മാഷിന്റെ തിരോധാനം രാഷ്ട്രീയ ചട്ടുകമാക്കി മാറ്റി, പ്രതിപക്ഷം.

പ്രശ്നം രൂക്ഷമായി. മാഷിന്റെ തിരോധാനം സി ബി ഐ യെ ക്കൊണ്ട് അന്വേഷിപ്പിക്കണമെന്ന തീരുമാനം ഭരണപ്രതിപക്ഷ ഭേദ മെന്യേ എല്ലാവരും അംഗീകരിച്ചു. മാഷിന്റെ വിവരങ്ങൾ അറിയാൻ ഉൽ ക്കണ്ഠപ്പെട്ടിരുന്ന നാട്ടുകാർക്കായുള്ള ഒരു വിശദീകരണയോഗത്തിൽ സംസാരിച്ചുകൊണ്ടിരിക്കെ, രാമൻ തങ്ങൾ ദേശീയപാതാ പ്രതിരോധ ത്തിന്റെ ഭാഗമായി കലക്ട്രേറ്റ് പിക്കറ്റിങ് ചെയ്യാൻ പോവുകയാണെന്നും, പൈപ്പിൻ ചോട്ടിലെ ആബാലവൃദ്ധം ജനങ്ങളും ഇതിൽ നിർബ്ബന്ധമായും പങ്കുചേരണമെന്നും അഭ്യർത്ഥിച്ചു.

അന്നു വൈകുന്നേരംതന്നെ തൊണ്ട പൊട്ടുമാറ് ഉച്ചത്തിൽ മുദ്രാ വാക്യങ്ങൾ മുഴക്കിക്കൊണ്ട് പൈപ്പിൻചോട് പാതയിലൂടെ ഗോപാലൻ നയിച്ച മറ്റൊരു ജാഥയും കടന്നുപോയി. സ്ഥലവാസികൾ നല്കിയ പൂച്ചെണ്ടും പൂമാലയും സ്വീകരിച്ചതിനു ശേഷം ഗോപാലൻ നിറഞ്ഞ കൈയടികൾക്കിടയിലൂടെ കണ്ഠശുദ്ധി വരുത്തിക്കൊണ്ട് ഇത്രയും പറഞ്ഞു:

"എനിക്ക് അധികമൊന്നും നാട്ടുകാരായ നിങ്ങളോട് പറയാനില്ല. ഒന്നാമത്തെ കാര്യം മാഷിന്റെ തിരോധാനത്തിന്റെ പിന്നിലെ രഹസ്യം കണ്ടെത്തുക. വേറൊന്ന് നാല്പത്തഞ്ച് മീറ്റർ വീതി എന്നത് ഇരുപത് മീറ്റർ വീതിയാക്കി കുറയ്ക്കണം. ഈ സമരം ഗവൺമെന്റിനെതിരെയല്ല. പക്ഷേ, നമ്മൾ കാലാകാലങ്ങളായി വോട്ടുചെയ്തു വിജയിപ്പിച്ച ഗവൺ മെന്റിന്റെ നയരാഹിത്യത്തിനെതിരെയാണ്."

ഇങ്കിലാബ് സിന്ദാബാദ്... സമരസമിതി സിന്ദാബാദ്...

തിരിച്ചുതരൂ തിരിച്ചുതരൂ മാഷിന്റെ ജീവൻ തിരിച്ചുതരൂ....

ഗോപാലന്റെ പിറകെ അണികൾ പതഞ്ഞൊഴുകി.

പലിശപ്പണം എഴുതിത്തള്ളുമെന്നുള്ള രാമന്റെ വാഗ്ദാനത്തിൽ വിശ്വസിച്ചുകൊണ്ട് കോളനിയിലെ മുഴുവൻ ആണുങ്ങളും പെണ്ണുങ്ങളും കുട്ടികളും അടങ്ങുന്ന സംഘം കലക്ട്രേറ്റ് ഉപരോധിക്കുന്നതിനായി പിറ്റേന്ന് കാലത്ത് ടൗണിലേക്ക് പുറപ്പെട്ടു.

കലക്ട്രേറ്റ് ഉപരോധത്തിന് കുത്തിയിരുന്ന പെണ്ണുങ്ങൾക്കിടയി ലിരുന്ന് ഉഷാറാണി, ഉറക്കം തൂങ്ങിക്കൊണ്ടിരുന്ന സാവിത്രിയേയും സൗദാമിനിയേയും മല്ലികയേയും പോലുള്ള കുറേപെരെ ഞെട്ടിച്ചു കൊണ്ട് ഉച്ചത്തിൽ മുദ്രാവാക്യം വിളിച്ചു.

“മാഷേ, മാഷേ തിരിച്ചുവരൂ...”

സമരക്കാർക്കിടയിലിരുന്ന് ഉറങ്ങുന്ന കുമ്പയമ്മ ഇടയ്ക്ക് ഞെട്ടി ഉറക്കത്തിൽ അതുതന്നെ വിളിച്ചുപറഞ്ഞു.

മീറ്റിങ് കഴിഞ്ഞ് വീട്ടിലേക്ക് തിരിക്കുന്ന പെൺപട വഴിയിലുടനീളം ചർച്ചചെയ്തത്, റോഡ് വരുമ്പോൾ ഗവൺമെന്റിന്റെ പൈസ കിട്ടിയിട്ടു വേണം പുതിയ ടി വിയും ഫ്രിഡ്ജും വീട്ടുപകരണങ്ങളും പുതിയ മൊബൈൽഫോണുകളുമൊക്കെ വാങ്ങാൻ എന്നതായിരുന്നു.

പടപോലെ ബസിറങ്ങിയ സമരക്കാർ കവലയിലൊരാൾക്കൂട്ടം കണ്ട് എന്താണെന്നറിയാൻ അങ്ങോട്ട് ചെന്നു.

കണ്ടവർ കണ്ടവർ കൺമിഴിച്ചിരുന്നുപോയി.

കുഞ്ഞിരാമൻമാഷ് സുസ്മേരവദനനായി ആൾക്കൂട്ടത്തിനു നടുവിൽ എല്ലാവരേയും നോക്കി നില്ക്കുന്നു!

ആളുകൾ തുരുതുരെ മാഷോട് ചോദ്യങ്ങൾ ചോദിച്ചു.

“മാഷേ മാഷേട പോയതാ...?”

“മാഷെ ആരെങ്കിലും തട്ടിക്കൊണ്ടു പോയതാണോ...?”

“ആ സാമൂഹ്യദ്രോഹികളുടെ കണ്ണുവെട്ടിച്ച് രക്ഷപ്പെട്ട് ഓടിവന്ന താണോ മാഷ്...?”

എല്ലാവരുടേയും ചോദ്യങ്ങൾ ഒന്നൊഴിയാതെ കേട്ടതിനു ശേഷം മാഷ് ഉത്തരം പറഞ്ഞു.

“എടോ, ഞാൻ മൂലക്കുരു ചികിത്സയ്ക്ക് പോയതാണെടോ... അങ്ങ് വയനാട്ടില്.”

അതുംപറഞ്ഞ് മാഷ് തിരിഞ്ഞുനടന്നു, സ്വന്തം വീട്ടിലേക്ക്.

എല്ലാവരും ആശ്വാസപ്പെട്ടു. മാഷ് തിരിച്ചുവന്നതോടെ എല്ലാറ്റിനും ഒരയവ് വന്നിരിക്കുന്നു. ഇനി കമാന്റോകളും തിരിച്ചുവരുമോ? പൈപ്പിൻ ചോടുകാർ പരസ്പരം ചോദിച്ചു.

മഴക്കാലമായതിനാൽ ഇപ്പോൾ പൈപ്പിൻചോട്ടിൽ വെള്ളത്തിന് പഞ്ഞമില്ല. സമരക്കാർ തിരിച്ചെത്തുന്നതിനു മുമ്പേ ആരുടേയും അല്ലലും അലട്ടലുമില്ലാതെ കതീശുമ്മ സ്വൈരമായി വെള്ളമെടുത്ത് ഹൃദയം കുളിർന്നുകൊണ്ടിരിക്കെ ദൂരെ അങ്ങേത്തലയ്ക്കൽനിന്ന് ജാഥയ്ക്കു

പോയ പെണ്ണുങ്ങൾ കൂട്ടംകൂട്ടമായി പ്രത്യക്ഷരായി.

കതീസുമ്മയുടെ അരികിലെത്തി ഉഷാറാണി ശബ്ദം താഴ്ത്തി രഹസ്യാത്മകമായ സ്വരത്തിൽ ചോദിച്ചു.

"അറിഞ്ഞാ ബിശേഷം..?"

"എന്നാ.." കതീസുമ്മ ഉൽക്കണ്ഠയോടെ മുഖമുയർത്തി.

"മാഷ് മടങ്ങിവന്നതാ.."

"എല്ലാ, ആ കനകലതയ്ക്ക് കെർപ്പം."

വാർത്ത പൈപ്പിൻചോടാകെ പാറിപ്പറന്നു. ബോംബ് പൊട്ടിയതുപോലുള്ള ഒരു നടുക്കം അത് കാമുകഹൃദയങ്ങളിൽ സൃഷ്ടിച്ചു. ആരാണ് ഉത്തരവാദിയെന്നറിയാൻ ചെറുപ്പക്കാർ പൊലീസ് നായയെപ്പോലെ മണത്തുനടന്നു. നേരത്തോടുനേരം കൊണ്ട് കനകലതയെ നാടുകടത്തി. മീൻകാരൻ മമ്മതിന് കനകലതയില്ലാത്ത പൈപ്പിൻചോടിലെ ഞായറാഴ്ച മീൻ വില്പന, ഒഴിഞ്ഞ കള്ളിൻകുപ്പി ഒക്കത്തെടുക്കുംപോലെ വേദനാജനകമായി മാറി.

"ഇപ്പം കിട്ടിയ വാർത്തയാ... ഓളെ കെർപ്പം കലക്കി പോലും. ഓളെ മങ്ങല്ണ്ട്പോലും. ഓക്ക് മൂന്നായിനി പോലും."

ആളുകൾ തമ്മിൽ തമ്മിൽ പറഞ്ഞു.

"ആരാ ആള്ന്നറിയാ." ഒരുത്തി ഉദ്വേഗംപൂണ്ടു.

"ഇന്നയാള്ന്നൊന്നും ഇല്ല. ഒരാളെ പേരൊന്നും അല്ല, രണ്ടമൂന്നാളെ പേര് പറഞ്ഞ് കേക്ക്ന്ന്ണ്ട്."

ഉഷാറാണി ഒരുതരം പകപ്പോടെ തീർപ്പുകല്പിക്കും പോലെ പറഞ്ഞു.

പലരും മണത്തുനോക്കിയ പൂവാണ് കനകലതയെന്ന ഖ്യാതി നാട്ടിലെങ്ങും പരന്നു.

ചെറുപ്പക്കാർ തമ്മിൽ തമ്മിൽ കളി പറഞ്ഞു.

"എടാ സുധാകരാ... നിനിക്ക് വേണാ കനകലതേനെ. ഓളെ കെട്ടിയാ ഒരു കുട്ടി ഫ്രീയാ..."

ഇളകിച്ചിരിക്കുന്ന ആൾക്കൂട്ടം.

പരിഹസിച്ചുചിരിക്കുന്ന ആൾക്കൂട്ടത്തെയെല്ലാം അമ്പരപ്പിച്ചുകൊണ്ട് കനകലത കുറച്ച് ദിവസങ്ങൾക്കുശേഷം തന്റെ പുതിയ ഭർത്താവിനെയും കൊണ്ട് പൈപ്പിൻചോടിലെത്തി കൂസലില്ലാതെ അങ്ങോട്ടുമിങ്ങോട്ടും നടന്നു.

കറുത്തുമെലിഞ്ഞു കോമളനായ ഭർത്താവ് പൈപ്പിൻചോടിൽ വന്ന് കനകലതയ്ക്ക് ബക്കറ്റുകളിൽ വെള്ളം നിറച്ചു കൊടുത്തു. വൈകുന്നേരം ജോലികഴിഞ്ഞുവരുമ്പോൾ കൃത്യമായി അരിയും മീനും വീട്ടിലെത്തിച്ചുകൊടുത്തു. അതിനുമപ്പുറം നല്ല പുതുപുത്തൻ ഫാഷനിലുള്ള നാനാതരം നൈറ്റികൾ വാങ്ങിക്കൊടുത്തു. പുതിയ വർണ്ണച്ചിറകുകൾ കിട്ടിയ പൂത്തുമ്പിയെപ്പോലെ പതിനേഴുകാരിയായ കനകലത തന്റെ നാല്പ ത്തഞ്ചുകാരനായ ഭർത്താവുമൊത്ത് രണ്ടാം മധുവിധുവിന്റെ

മധുരം നുണഞ്ഞു.

കനകലതയുടെ ഭർത്താവിനെക്കണ്ട കതീസുമ്മ സാധാരണ പോലെ പറഞ്ഞു.

“തരക്കേടില്ലപ്പാ, ഓനെന്താ കൊയപ്പം. ആദ്യം ഓന് ഒരോള്ണ്ട് പോലും. അയില് രണ്ട് കുട്ട്യോള്ണ്ട് പോലും. പക്കേങ്കില് ഓളെ വ്ട്ടതാ. അയിനെന്നാപ്പാ ഇവളെയിപ്പം നല്ലോണം കൊണ്ട് നടക്ക്ന്നില്ലേ...”

വെള്ളമെടുക്കാൻ കുനിയുന്ന കതീസുമ്മയോട്, വായിൽ നിറഞ്ഞ കയ്പ് രസം തുപ്പുമ്പോലെ ഉഷാറാണി ശബ്ദം താഴ്ത്തി പറഞ്ഞു.

“ഓളില്ലേ ആ കനകലത ഇപ്പം രണ്ട് മൂന്ന് കുറിബെക്ക്ന്ന്ണ്ട് സംഘത്തിനും പൈശ അടക്ക്ന്ന്ണ്ട്. ഇത്രക്കും പൈശ ഏട്ന്നാ ഓളി. നമ്മളെ മാതിരിയാ... ഒര്ത്തന്റെ കൈമ്മന്ന് മാത്രാ പലയോറെ കൈമ്മന്നും കിട്ടില്ലേ, ത്ഫൂം...” അവൾ നീട്ടിത്തുപ്പി.

കനകലത പണം സമ്പാദിക്കുന്നത് ഉഷാറാണിക്ക് തീരെ ഇഷ്ടമായില്ല.

“കണ്ടാ കതീസുമ്മാ, അന്റെ പുതിയ വള കണ്ടാ. ഒര് പവന്ണ്ട്. ഒരു കുറികണ്ടിന്. ഇന്നലെ വാങ്ങീതാ.”

സ്വർണ്ണവള കുലുക്കിക്കൊണ്ട് നിറഞ്ഞ ചാരിതാർത്ഥ്യത്തോടെ ഉഷാറാണി പാത്രങ്ങളിൽ വെള്ളം നിറയ്ക്കുകയും ഒഴിക്കുകയും, പൈപ്പിൻചോടിൽ വെച്ച കുടം നിറഞ്ഞുകവിയുന്നതിനു മുമ്പേ ഓടിയെത്തുകയും ചെയ്തു.

രാമന് പെണ്ണ് കണ്ട് കണ്ട് മതിയായ പാഞ്ചാലിയമ്മക്കും വീട്ടുകാർക്കും ആശ്വാസമേകിക്കൊണ്ട്, കഴിഞ്ഞയാഴ്ച കണ്ട പെണ്ണിനെ താൻ കല്യാണം കഴിക്കാൻ ഒരുക്കമാണെന്ന് രാമൻ അറിയിച്ചു.

വയസ്സുകൾ തമ്മിൽ അജഗജാന്തരമെങ്കിലും പാഞ്ചാലിയമ്മയ്ക്ക് അതൊരു ·പ്രശ്നമായി തോന്നിയില്ല. പെണ്ണിന് പതിനെട്ട് തികഞ്ഞില്ല. രാമന് നാല്പതും കഴിഞ്ഞു. തങ്ങൾക്ക് സമ്മതം. പെണ്ണിനെ പൊന്നുപോലെ തങ്ങൾ നോക്കും. പരിപാലിക്കും. പാഞ്ചാലിയമ്മ നൂറുവട്ടം ഉറപ്പുകൊടുത്തു പെൺവീട്ടുകാർക്ക്. ഇവിടെ ഒന്നിനും മുട്ടില്ല. തിന്നാനും കുടിക്കാനും ഇഷ്ടംപോലെ. കുടിക്കാൻ പെണ്ണിന് പശുവിൻ പാൽ വേണ മെങ്കിൽ കറവയുള്ള പശു മൂന്നെണ്ണമുണ്ട് തൊഴുത്തിൽ. അതും പോരാ, അവരോറെ പുരുവൻ കൊണ്ടുവരുന്ന പാൽകൊണ്ടുള്ള ചായ തന്നെ വേണമെന്നുണ്ടെങ്കിൽ അതങ്ങനെ. കുട്ടിക്കളി മാറാത്ത പൂവമ്പഴം പോലത്തെ ഈ പെണ്ണിന് ഭാഗ്യവും യോഗവും വർക്കത്തും ഒത്ത് വന്നാൽ കൊല്ലം ഒന്ന് തികയും മുമ്പേ ഒന്നു പെറാൻ യോഗമുണ്ടായാൽ, മുലപ്പാലിനൊപ്പം കുട്ടിക്ക് കുടിക്കാൻ കാച്ചിക്കുറുക്കിയ ആട്ടിൻപാലെത്രവേണം, അതുമുണ്ട് ഇഷ്ടംപോലെ. തൈരും മുട്ടയും വേറെ. വെച്ചുണ്ടാക്കാൻ കത്തിക്കാനാണെങ്കിൽ അട്ടംനിറയെ വിറക്. ടൗണിൽ സിനിമയ്ക്ക് പോകണമെന്നൊന്ന് തോന്നിയാൽ, റോഡുവക്കിൽ പോയി കാത്തുകെട്ടിനിന്ന്, ആരാന്റെ ബസിൽ കയറി വിയർത്തു കുളിച്ച്

തിങ്ങിഞെരുങ്ങി ആണും പെണ്ണുംകൂടി കൂട്ടിമുട്ടി കശപിശ ആകണ്ട. കോലായിൽ നിന്ന് കാലെടുത്ത് വെച്ചാൽ മതി, മുറ്റത്ത് നിർത്തിയിട്ട ഓട്ടോറിക്ഷയിലേക്ക്. പെണ്ണിന് പറ പറാ പറന്നുപോകാം. അവൾക്ക് പൈപ്പിൻചോടിലെ എല്ലാ പെണ്ണുങ്ങളേയും പോലെ വെള്ളം കെട്ടി പേറണ്ട. ഭാഗ്യവും യോഗവും ഒത്തുവന്നതുകൊണ്ട് ഗവൺമെന്റിന്റെ പൈപ്പും സ്വന്തം മുറ്റത്തുതന്നെ.

പെണ്ണിന്റെ അഭിപ്രായമറിയാൻ രാമനും തിക്കുമുട്ടി. പെണ്ണിന്റെ സമ്മതമേ വേണ്ടൂ.

പോകുന്നെങ്കിൽ പോകട്ടെ എന്ന് വെക്കാൻ നൂറുവട്ടം നോക്കിയെ ങ്കിലും ചുവന്നുതുടുത്ത പനിനീർ ഇതളുപോലുള്ള പെണ്ണിന്റെ നനവൂറും ചുണ്ടും പഴുത്തുതുടുത്ത മാമ്പഴംപോലെ കൂമ്പിനിന്ന പെണ്ണിന്റെ മാറി ടവുമെല്ലാം രാമന്റെ മനസ്സിളക്കിക്കളഞ്ഞു.

രാമൻ കാത്തിരുന്നു നെഞ്ചിടിപ്പോടെ പെണ്ണിന്റെ അഭിപ്രായമറി യാൻ...

പാഞ്ചാലിയമ്മ കാത്തിരുന്നു ആന്തലോടെ പെണ്ണിന്റെ ഉള്ളറി യാൻ...

ഉഷാറാണി കാത്തിരുന്നു തന്റെ പൊന്നാങ്ങളയ്ക്ക് ഒരു സംബന്ധം ഒത്തുവരാൻ. ആങ്ങളയുടെ ചോരയിൽ പിറക്കുന്ന കുട്ടികൾ അകത്തും പുറത്തും മുറ്റത്തും പൈപ്പിൻചോട്ടിലും ഓടിക്കളിക്കുന്നത് കാണാൻ...

കതീസുമ്മ കാത്തിരുന്നു കല്യാണം കൂടാൻ. നല്ലൊരു സദ്യ യുണ്ണാൻ.

കുമ്പയമ്മയും സൗദാമിനിയും സാവിത്രിയും കുസുമവും വനജയും പങ്കജാക്ഷിയും, പിന്നെ ഒട്ടനവധി പേരും കാത്തിരുന്നു, അവകാശപ്പെട്ട പെണ്ണൊരുത്തി വീട്ടിൽ വന്നുകയറി ഉഷാറാണിയുടെ അടുക്കളഭരണം അവസാനിക്കുന്നത് കാണാൻ...

ആ മുഹൂർത്തം വേഗം സമാഗതമാകണേയെന്ന് അവർ രഹസ്യ മായി പ്രാർത്ഥിച്ചു.

ഇരുപത്തിയാറ്

ഉല്ലാസവാനായി വീട്ടിലെത്തിയ കുഞ്ഞിരാമൻമാഷ് വാതിൽ പാളികൾ തുറന്ന് അകത്തുകയറി. പിന്നെ ഓരോ മുറിയുടേയും വാതിലുകളും ജനാലകളും തുറന്നുവെച്ചു. കമാന്റോകൾ അവശേഷിപ്പിച്ച പുകയിലയുടേയും ഡിയോഡറന്റുകളുടേയും വിയർപ്പിന്റേയും ഗന്ധങ്ങൾ കൂടിക്കലർന്ന, മനസ്സ് മടുപ്പിക്കുന്ന ആ ഓർമ്മകളെപ്പോലും തന്റെ വീട്ടിൽ നിന്നും പുറത്തുകളയാൻ ആഗ്രഹിച്ച മാസ്റ്റർ സ്വാതന്ത്ര്യം മുട്ടിച്ചിരുന്ന അനുചരന്മാർ ഇല്ലാത്തതിന്റെ ആഹ്ലാദത്തോടെ ചടുലതയോടെ ജോലികളോ രോന്നും ചെയ്തുതുടങ്ങി.

മുറികൾ മുഴുവൻ തൂത്തു തുടച്ചു വൃത്തിയാക്കി. ജനാലകൾ തുറന്നിട്ടു. തന്റെ ദാക്ഷായണിയുടെ ഗന്ധം പതുക്കെ വീട്ടിനുള്ളിൽ വീണ്ടും നിറഞ്ഞുവരുന്നതായി അനുഭവപ്പെട്ട മാസ്റ്റർ ചോറും കറികളും ഉണ്ടാക്കി. പണ്ട് സാധാരണ ചെയ്തു വന്നിരുന്നതുപോലെ രണ്ടു പാത്രങ്ങളിൽ വിളമ്പി. ഒന്ന് തനിക്കും മറ്റൊന്ന് ഭാര്യക്കും. ഒരു പാത്രത്തിൽ കുഴച്ചുതിന്നു തുടങ്ങി. മറ്റേ പാത്രത്തിൽ കറിയുമൊഴിച്ച് കുഴച്ചുവെച്ചു. പതിവുപോലെ ദാക്ഷായണിക്കു വാരിക്കൊടുക്കുവാൻ, മാഷിന്റെ കൈ കൊതിച്ചു. ദാക്ഷായണിയില്ലല്ലോ എന്ന ദുഃഖത്തോടെ മാഷ് കുഴച്ച ചോറ് അങ്ങനെത്തന്നെ വെച്ച് പാത്രങ്ങളെല്ലാം കഴുകി കമഴ്ത്തി. പിന്നെ ആശ്വാസത്തോടെ നീണ്ടുനിവർന്നുകിടന്നു. അപ്പോഴേക്കും ദാക്ഷായണിയുടെ ഗന്ധം തന്നെ വന്നുപൊതിയുന്നതായി മാഷിന് അനുഭവപ്പെട്ടു. ദാക്ഷായണിയുടെ സാമീപ്യം അനുഭവിക്കുകയാണ് മാഷ്. മൃതപ്പെട്ടവരുടെ ലോകത്തിലേക്ക് എത്തുവാൻ മാഷിന് ധൃതിതോന്നി. സ്നേഹത്തിന്റെ, സമന്വയത്തിന്റെ, ആശ്വാസത്തിന്റെ തീരങ്ങൾ തനിക്കവിടെയാണ് ലഭ്യമാകുക. പൈപ്പിൻചോടും കമാന്റോകളും സാധുജനസമാജം

സ്കൂളും എല്ലാം തനിക്കുമുമ്പിൽ ചലിച്ചുനീങ്ങുന്ന ഒരു നിഴൽകൂത്താണ്. ആരോ പിറകിലിരുന്ന് ചരടുവലിക്കുന്നുണ്ട്. അതിനനുസരിച്ച് മാത്രമാണ് ഓരോ കളികളും താൻ ഇതുവരെയും കളിച്ചുകൊണ്ടിരുന്നത്. ഇനി ആശ്വാസത്തോടെ മണ്ണിൽ അമർന്ന് ദാക്ഷായണിയുടെ മാറിടത്തിലെന്ന പോലെ മുഖംപൂഴ്ത്തിയുറങ്ങാം. മണ്ണിനുള്ളിലെന്നപോലെ പൂഴ്ന്നു പോകാം. സ്നേഹത്തിന്റെ, സാമീപ്യത്തിന്റെ, ആശ്വാസത്തിന്റെ സ്പർശം അറിയുകയാണ് ഇനി ബാക്കിയുള്ളത്. നിഴലും നിലാവും തുറന്ന ആകാശവും എല്ലാം ആരോ രംഗപടം നീക്കി മുമ്പിൽ തുറന്നിടുന്നതുപോലെ തോന്നി. ദാക്ഷായണി ഇറങ്ങിവരുന്നതും കാത്ത് താനിരിക്കയാണ്. ഇന്നത്തെ രാത്രി പൂർവ്വജന്മങ്ങളാൽ ബന്ധിക്കപ്പെട്ട, സ്നേഹച്ചരടുകളുടെ ഐക്യത്തിൽ പരിപോഷിപ്പിക്കപ്പെട്ട ഈ ആത്മാവുകൾക്ക് സങ്കലനത്തിനുള്ളതാണ്. വരൂ... ദാക്ഷായണിയുടെ ഗന്ധം ഉള്ളിലറിഞ്ഞു. ആ പരിരംഭണങ്ങൾ മദഭരിതമാണ്. എല്ലാം എല്ലാം അറിയുന്നു. ശരീരവും മനസ്സും ഒന്നായിത്തീരുന്നു. സ്വസ്തിയുടെ തീരത്തേക്കാണ് ഇനി വാതിൽ തുറന്നുപോകേണ്ടത്, കൈനീട്ടിയകലുന്ന നിഴലിനെ പിന്തുടരാനെ ന്നോണം പോയേ പറ്റൂ...

ഇതാ വന്നു... എന്തോ എത്തിപ്പിടിക്കാൻ ശ്രമിക്കുകയാണ് താനെന്ന് മാഷ് അറിഞ്ഞു... ഹൃദയത്തിന്റെ ഭാരം എല്ലാം പെട്ടെന്ന് അയഞ്ഞുവന്നു. ദേഹി ദേഹത്തെ വിട്ടകലുന്ന ആ മുഹൂർത്തത്തിൽ, സമ്പൂർണ്ണമായ ആശ്വാസത്തോടെ മാഷ് നീണ്ടുനിവർന്ന് കിടന്ന് പുഞ്ചിരിച്ചു സ്വസ്തിയിലേക്ക് കടന്നു.

മാഷ് വന്നതറിഞ്ഞ് കമാന്റോകൾ വീണ്ടുമെത്തി. മാഷ് വാതിൽ തുറക്കാത്തതുകണ്ട് മുട്ടിവിളിച്ചു. മാഷ് ഉറങ്ങുകയാവുമെന്ന് കരുതി കുറച്ചുനേരം കാത്തുനിന്നു. പിന്നെയും വാതിലിൽ മുട്ടി. പ്രതികരണമൊന്നും ഇല്ലാതായപ്പോൾ കമാന്റോകൾ വാതിൽ ബലംപ്രയോഗിച്ച് തുറക്കുവാൻ തീരുമാനിച്ചു. പണിപ്പെട്ട് തുറന്ന് അകത്തുകയറിയപ്പോൾ കാണുന്നത് ഉറങ്ങുന്ന മാഷിനെയാണ്. ഇതെന്തൊരുറക്കമാണെന്ന് കരുതി അടുത്തു ചെന്നപ്പോഴും പുഞ്ചിരിതൂകിക്കൊണ്ട് മാഷ് ഉറങ്ങുകയാണ്.

പിന്നീടവർക്ക് മനസ്സിലായി തങ്ങൾക്കുള്ള ഇവിടത്തെ ജോലി തീർന്നെന്ന്.

മാഷിന്റെ നിത്യനിദ്ര അറിഞ്ഞ പൈപ്പിൻചോടുകാർ നടുങ്ങിപ്പോയി. ആബാലവൃദ്ധം ജനങ്ങളും മാഷിനെ അവസാനമായൊന്നു കാണാൻ ഓടിവന്നു. എല്ലാവരും ആ പുണ്യാത്മാവിനെ മതിയാവോളം കണ്ടുനിന്നു. പെണ്ണുങ്ങൾ അകമുറിയിൽ കൂട്ടംകൂടിയിരുന്ന് കരഞ്ഞു. മാഷിനെയോർത്ത്, മാഷിന്റെ സ്വപ്നങ്ങളെയോർത്ത്. എല്ലാവരുടേയും സ്വന്തമാണ് മാഷ്. മാഷ് ഇത്രയെല്ലാം ഉപദേശിച്ചിട്ട്, തങ്ങൾ ഇതുവരെ നന്നായില്ലല്ലോ എന്ന് പൈപ്പിൻചോടിലെ ഭൂരിപക്ഷവും പശ്ചാത്തപിച്ചു. പലരുടേയും ഹൃദയം കുറ്റബോധത്താൽ നീറി. എങ്കിലും എല്ലാവർക്കും ഒരൊറ്റ ആശ്വാസമേയുള്ളൂ. ദാക്ഷായണിടീച്ചറിന്റെ അടുത്തു തന്നെ

മാഷിന് അന്ത്യവിശ്രമം കൊള്ളാനായല്ലോ എന്ന്. മാഷിന്റെ രണ്ടു ഭാര്യമാരിൽ ഒരാളുടെ അടുത്തെത്തി മാഷ്. മറ്റേ പകുതിയായ സ്കൂളിന്റെ കാര്യത്തിലും മാഷിന് നിരാശ വേണ്ട. സ്കൂൾ ഇല്ലാതാകുന്നത് മാഷിന് കാണേണ്ടിവന്നില്ലല്ലോ.

സമുദായവക ശ്മശാനത്തിൽ മാഷിന് അന്ത്യോപചാരമർപ്പിക്കുവാൻ വൻജനാവലി തന്നെ ഓടിയെത്തി. പെണ്ണുങ്ങളായ പെണ്ണുങ്ങളത്രയും ശ്മശാനത്തിന് പുറത്ത് തമ്പടിച്ചു നിന്നു. മാഷിനെ കുഴിയിലേക്കെടുത്തപ്പോൾ സൗദാമിനി വിങ്ങിപ്പൊട്ടി കുമ്പയമ്മയെ പിടിച്ച് പൊട്ടിക്കരഞ്ഞു. കുമ്പയമ്മയുടെ കല്ലുപോലുള്ള മുഖത്തും വേദന പടർന്നു. എല്ലാവരും ദുഃഖം കടിച്ചമർത്തി.

ദിവസങ്ങൾ കഴിയവെ മാഷിനെ പുതപ്പിച്ച മൺകൂനയ്ക്കു മേൽ ചാർത്തിയ പുഷ്പമാല്യങ്ങൾ കരിഞ്ഞും ചീഞ്ഞും ഇല്ലാതായിപ്പോയി. മഴയും വെയിലും മാറിവന്നപ്പോൾ പുതുമണ്ണു പുതച്ച ഉയരത്തിലുള്ള മൺകൂന ക്രമേണ ഉള്ളിലേക്ക് ഉൾവലിഞ്ഞ് ചെറുതാകുന്നത് പൈപ്പിൻ കുന്നുകാർ കണ്ടറിഞ്ഞു.

കാലം അതിന്റെ അനസ്യൂതപ്രയാണത്തിൽ ഇടവേളകളിട്ട് വെയിലും മഴയും മുഖത്തെടുത്തണിഞ്ഞു. മണ്ണും മരങ്ങളും വേനലിൽ കരിഞ്ഞുണങ്ങി ചിലപ്പോൾ ജീവസാന്നിദ്ധ്യം തീരെയില്ലെന്ന് തോന്നിപ്പിച്ചുവെങ്കിലും വൈകാതെയെത്തുന്ന പുതുമഴയിൽ പുത്തൻ മുകുളങ്ങൾ തായ്ത്തടികൾക്കടിയിൽ പിന്നെയും കിളിർത്തു വന്നു. മണ്ണ് പിന്നെയും ഗർഭഗൃഹങ്ങളായി നിലകൊണ്ടു. പതിവുപോലെ പൈപ്പിൻചോട് ആറുമാസം ജല സുലഭതയിലും ആറുമാസം ജലദൗർലഭ്യത്തിലും കഴിഞ്ഞുവന്നു. ഇട്ടീരിച്ചെക്കൻ പതിവുപോലെ കുപ്പായമിടാതെ ഓരോ വീടിന്റെയും മുറ്റത്തുപോയി ആരുമറിയാതെ തൂറിവെച്ചു. അതും കഴിഞ്ഞ്, പൈപ്പിൻ ചോട്ടിലെ പണിക്കുപോകുന്ന പെണ്ണുങ്ങൾ മുറ്റത്ത് തേച്ച് ഉണങ്ങാൻ നിരത്തിവെച്ച പാത്രങ്ങൾ ഓരോന്നും മോഷ്ടിച്ചുകൊണ്ടുവന്ന് സൗദാമിനിയുടെ കട്ടിലിനടിയിൽ ഒളിപ്പിച്ചുവെച്ചു. വഴക്കും വക്കാണവും ഒഴിയാതെ സൗദാമിനി പൊറുതിമുട്ടി. ഉച്ചനേരങ്ങളിൽ കറി കറി എന്നു പറഞ്ഞ് ചെക്കൻ ഓരോ വീട്ടുപടിക്കലും ചെന്നു യാചിച്ചു. ദയ തോന്നി കറി നല്കിയാൽ ആ പാത്രം തിരിച്ചുകൊടുക്കാതെയും ചെക്കൻ വീട്ടുകാരികളെ വട്ടംകറക്കി. അടുക്കളയ്ക്കുള്ളിൽ പാത്രങ്ങൾ സുലഭമായി കൈകാര്യം ചെയ്യുന്നതിൽ ഗൂഢമായി സന്തോഷിച്ച സൗദാമിനി, ചെക്കൻ അപസ്മാരമൂർച്ഛയിൽ തളർന്നുവീണുറങ്ങുമ്പോൾ അരികിലിരുന്ന് കണ്ണീർവാർക്കുകയും മോഷണ വിവരം പുറത്തുപറയാതിരിക്കാൻ പോരടിക്കാൻ വരുന്ന കുമ്പയമ്മയ്ക്ക് ചില പാത്രങ്ങൾ സൗജന്യമായി നല്കുകയും ചെയ്തു.

കുഞ്ഞിരാമൻമാഷിന്റെ മരണത്തോടെ സമരകോലാഹലങ്ങളെല്ലാം ഒന്നാറിത്തണുത്തുവെങ്കിലും, വൈകാതെ പ്രതിഷേധസമരങ്ങൾ വീണ്ടും തീവ്രതയാർജ്ജിച്ചു. ദേശീയപാതാ വികസനം അത്രമേൽ ഒഴിവാക്കാൻ

പറ്റാത്തത്, അതിനാൽ അർഹതപ്പെട്ട നഷ്ടപരിഹാരം വാങ്ങി എല്ലാവരും കുടിയൊഴിഞ്ഞു പോകണമെന്ന് ഗവൺമെന്റ് ആവശ്യപ്പെട്ടു.

പൈപ്പിൻകുന്നുകാരെ ബോധവല്ക്കരിക്കുന്നതിനായി നിരവധി പ്രമുഖർ പങ്കെടുത്ത യോഗങ്ങൾ രാമന്റെ വീട്ടുമുറ്റത്തു വെച്ച് നടന്നു. നിരവധി ആളുകൾ സംസാരിച്ചു. അതിൽ നിന്ന്:

“പ്രിയപ്പെട്ടവരെ, ദേശീയപാതാ വികസനമെന്നത് തർക്കത്തിന്റെ പേരായി മാറിയിട്ട് നാളേറെയായി. ഇപ്പോൾ ഏറ്റെടുക്കുന്ന ഭൂമിക്ക് മെച്ചപ്പെട്ട വില കിട്ടണമെന്നതാണ് നമ്മുടെ ഇപ്പോഴത്തെ ആവശ്യം.”

ദേശീയതലത്തിൽ നിലവിൽവന്ന ലാന്റ് അക്വിസിഷൻ റിഹാബിലിറ്റേഷൻ റീസെറ്റിൽമെന്റ് ആക്ടിനെക്കുറിച്ചുള്ള വിവരങ്ങൾ പ്രസംഗത്തിലൂടെ വ്യക്തമാക്കപ്പെട്ടു:

“ഈ നിയമത്തിൽ ഭൂമി ഏറ്റെടുക്കുമ്പോൾ നല്കേണ്ട നഷ്ടപരിഹാരത്തെക്കുറിച്ച് വ്യക്തമായി പറയുന്നുണ്ട്. നഷ്ടപരിഹാരമായി അടിസ്ഥാനവിലയുടെ ഇരട്ടിയോളവും നല്കണമെന്നാണ് വ്യവസ്ഥകൾ. രജിസ്ട്രേഷൻ സമയത്ത് കാണിച്ച വിലയാണ് അടിസ്ഥാനവില നിശ്ചയിക്കാൻ പ്രധാനമായും ഉപയോഗിക്കുന്നത്. ഇത് കേരളത്തെ സംബന്ധിച്ചിടത്തോളം വിപണി വിലയുമായി ഒരുതരത്തിലും പൊരുത്തപ്പെടാത്തതാണ്. പ്രത്യേകിച്ച് ഗ്രാമപ്രദേശങ്ങളിലേത്. അതുകൊണ്ടാണ് ഏറ്റെടു ക്കുന്ന ഭൂമിക്ക് വില നിശ്ചയിക്കുമ്പോൾ ഗ്രാമനഗരമേഖലയെ പ്രത്യേകമായി പരിഗണിക്കുന്നത്. നഗരങ്ങളിൽ രജിസ്ട്രേഷൻ വിലയും വിപണിവിലയും തമ്മിൽ ഗ്രാമപ്രദേശങ്ങളെ അപേക്ഷിച്ച് വലിയ വ്യത്യാസമൊന്നുമില്ല. അടിസ്ഥാനവിലയും അതിന്റെ ഇരട്ടിയും നഗരമേഖലകൾ നഷ്ടപരിഹാരമായി നല്കുന്നു. അത് യഥാക്രമം നഗരപരിധിയിൽനിന്ന് 10, 20, 30, 40, 70 ന് മുകളിൽ എന്നിങ്ങനെ കിലോമീറ്റർ കണക്കാക്കി വിലനിർണ്ണയം നടത്തുമ്പോൾ ഗ്രാമങ്ങളിൽ ഭൂമിയുടെ അടിസ്ഥാനവിലയ്ക്കൊപ്പം 20, 70, 60, 100 ശതമാനം വില അധികമായി കണക്കാക്കിയിരിക്കും. ഇവ രണ്ടുംകൂടിയുള്ള തുകയുടെ ഇരട്ടി നഷ്ടപരിഹാരമായി നല്കും.

ദേശീയപാതയ്ക്കുവേണ്ടി വിലനിർണ്ണയവും ഭൂമി ഏറ്റെടുക്കലും സംസ്ഥാന ഗവൺമെന്റിന്റെ ചുമതലയാകുമ്പോൾ പണം നല്കുന്നത് ദേശീയപാതാ അതോറിറ്റിയാണ്. ദേശീയപാതാ അതോറിറ്റി ഭൂമി ഏറ്റെടുക്കുന്നതിനുള്ള ത്രിഡി വിജ്ഞാപനം ഇറക്കുന്നതിലൂടെ ഭൂമിയുടെ അവകാശം പിന്നെ ദേശീയപാതാ അതോറിറ്റിക്കാവുന്നു. ഇതോടെ യഥാർത്ഥ ഉടമയ്ക്ക് ഭൂമിയിൽ ക്രയവിക്രയമോ, ഏതെങ്കിലും തരത്തിലുള്ള നിർമ്മാണമോ, പണയപ്പെടുത്തലോ സാദ്ധ്യമല്ലാതാകുന്നു. കേരളത്തിൽ ഭൂമിക്ക് വിപണിവിലയും അടിസ്ഥാനവിലയും തമ്മിൽ വലിയ അന്തരമാണ് ഉള്ളത്. ഈ കാര്യങ്ങളെല്ലാം എല്ലാവർക്കും ബോദ്ധ്യപ്പെടേണ്ടതാണ്.”

കാലാകാലങ്ങളായി തങ്ങൾ പാർത്ത ഭൂമി തങ്ങളുടേതാണെന്ന്

തെളിയിക്കുന്നതിനുള്ള ലാൻഡ് അക്വിസിഷൻ തഹസീൽദാർമാരുടെ ഓഫീസുകളിൽ ഹാജരാക്കുവാൻ ഉത്തരവുണ്ടായി.

പാതാ നിരോധനത്തിനെതിരായി മുമ്പിൽനിന്നു പ്രവർത്തിച്ച രാമൻ ലാൻഡ് അക്വിസിഷന് ഹാജരാകുവാൻ ആരും പോകരുതെന്ന് രഹസ്യമായി ആഹ്വാനം ചെയ്തിരുന്നുവെങ്കിലും കതീശുമ്മയും ഒറ്റയും തെറ്റയുമായുള്ള ചുരുക്കം പേരൊഴിച്ച് ബാക്കി മുഴുവൻ പേരും തഹസീൽദാരുടെ മുമ്പാകെ ഹാജരായി, കുടിയിറക്കിന് മനസ്സുകൊണ്ട് സജ്ജമായി. കിടപ്പാടത്തെക്കുറിച്ച് തല്ക്കാലം ചിന്തിക്കാതെ, കൈയിൽ വരാൻ പോകുന്ന പണത്തെയോർത്ത് ആഹ്ലാദചിത്തരായി, തങ്ങളുടെ നാടിന്റെ ഗതിമാറ്റുന്ന റോഡ് വികസനത്തിൽ തങ്ങൾ പങ്കുചേരുമെന്നും തങ്ങൾ വികസനവിരോധികളല്ലെന്നും, പാത അളവെടുപ്പിന് വന്ന ഉദ്യോഗസ്ഥരോട് ചിലർ രാമൻ കേൾക്കെ ശബ്ദം താഴ്ത്തി പറയുകയും ചെയ്തു.

കേസിന് പോകാനുള്ള രാമന്റെ ആഹ്വാനത്തിനെതിരെ പരസ്യമായി ചിലർ രംഗത്തുവന്നു.

"കേസും പുക്കാറുമൊന്നും നമ്മക്ക് കയ്യൂലപ്പാ.."

"പിന്നെല്ലാണ്ട്, റോഡെങ്കില് റോഡ്. പാലെങ്കില് പാലം. എല്ലാം ബെരട്ട്. നമ്മളെ ഗേൺമ്മെന്റ് എന്തായാലും ബെറും കൈയോടെ നമ്മളെ അയക്കൂല ഒറപ്പ്." ചിലർ പറഞ്ഞു.

"നമ്മക്ക് വാടകയ്ക്ക് പോകാം അമ്മേ...ഒരു ടി വിയും വാങ്ങണം. എന്നിറ്റ് വേണം നമ്മക്കൊന്ന് സുഗായി ജീവിക്കാൻ."

റോഡടിച്ച് നടുകഴച്ച് നടുവേദനക്കാരിയായി മാറിയ പാറോതിപ്പെണ്ണിന്റെ ആഗ്രഹം അതാണ്.

"ന്റെ മക്കളേ... ങ്ങക്കറീല്ലല്ലോ ബാടക കൊട്ക്ക്ന്നേന്റെ ബെസമം. കണ്ണ് പൂട്ടി തൊറക്കണ്ട ഒരു മാസാകും. പിന്നേം കൊട്ക്കണ്ടെ മാസം മാസം വാടക. മനസ്സമാധാനത്തിൽ ത്ന്നാനും കയ്യൂല, കുടിക്കാനും കയ്യൂല, ഒന്നിനും തേയ്യൂല. വാടകയ്ക്ക് പോല്ലേ ന്റെ മക്കളേ..."

കതീസുമ്മ പൈപ്പിൻചോട്ടിലെ പെണ്ണുങ്ങൾ കേൾക്കെ ആവർത്തിച്ചാവർത്തിച്ച് മുന്നറിയിപ്പു കൊടുത്തു.

"അതുകൊണ്ടെന്റെ മോളേ ഒര് സെന്റാ, ഒര് സെന്റ്, അര സെന്റാ അരസെന്റ്. അവനോന്റെ സലത്ത് കുത്തിക്കെട്ടി ഒരു ചാപ്പയ്ണ്ടാക്കണം. മോളേ എന്നിറ്റ് അയില് കെടക്കണം സമാധാനത്തില്. ഉള്ള കഞ്ഞീം കുടിച്ച് ജീവിക്കാ തൊയിരത്തിൽ. അതാ അന്റ ആസ."

കതീസുമ്മ പിന്നെയും പറഞ്ഞു.

"നമ്മളിത് എത്തര കൊട്ത്തതാ വാടക."

മുൻപരിചയമുള്ള കതീശുമ്മ കോളനിപ്പെണ്ണുങ്ങളെയെല്ലാം നിരുത്സാഹപ്പെടുത്തി. അതൊന്നും കണക്കിലെടുക്കാതെ സൗദാമിനിയും അമ്മിക്കുട്ടിയും കതീശുമ്മയെ കളിയാക്കി. പെണ്ണുങ്ങൾ കൂട്ടമായി ചിരിച്ചു.

ഉഷാറാണി കതീസുമ്മയുടെ രക്ഷയ്ക്കെത്തി.

“കണ്ടാലറിയാത്തോർക്ക് കൊള്ളുമ്പോളറിയും.”

പൈപ്പിൻചോട്ടിൽ നിരന്നുകിടക്കുന്ന നൂറോളം വീടുകളിൽ കുടിയൊഴിഞ്ഞുപോകലിനെ നഖശിഖാന്തം എതിർക്കുന്ന രണ്ടേ രണ്ടു വീട്ടുകാർ-ഒന്ന് കതീസുമ്മ, രണ്ട് ഉഷാറാണി. പരസ്പരമുള്ള അഭിപ്രായ ഐക്യത്തിൽ ഈയിടെ ഉടലെടുത്ത സുഹൃദ്ബന്ധംപോലെ, ഇടയ്ക്കിടെ രണ്ടു കുടുംബങ്ങളും പരസ്പരം സൗഹൃദസന്ദർശനങ്ങൾ നടത്തി. എങ്കിലും മുറ തെറ്റാതെ, പതിവുരീതിയിൽ ഒരൊറ്റ ദിവസവുമൊഴിയാതെ അല്പം ഉപ്പിനോ, മുളകിനോ, ഒരു കരണ്ടി പഞ്ചസാരയ്ക്കോ മറ്റുമായി കതീസുമ്മ ചന്ദ്രമതിയുടെയോ സൗദാമിനിയുടെയോ സാവിത്രിയുടെയോ കുസുമത്തിന്റെയോ വീടുകളിൽ അത്യാവശ്യ സഹായത്തിന് ആവശ്യപ്പെടും, തിരിച്ചുതരാം എന്ന ഉറപ്പിൻ മേൽ. എന്നാൽ അപ്പോഴും ഉഷാറാണിയുടെ വീട് മാത്രം മനഃപൂർവ്വം ഒഴിച്ചുവെച്ചു. തനിക്കൊരിക്കലും തിരിച്ചുനല്കാൻ കഴിയില്ലെന്ന യാഥാർത്ഥ്യം അറിഞ്ഞുകൊണ്ട്.

ഇരുപത്തിയേഴ്

ചന്ദ്രമതിയുടെ ഇടവിടാതെയുള്ള ചുമയുടെ ശബ്ദം കതീസുമ്മയെ നിദ്രാരഹിതയാക്കി. ഒന്നു കണ്ണടയ്ക്കുമ്പോഴേക്കും പട്ടിയുടെ നീട്ടിയുള്ള മോങ്ങൽ ഉറക്കത്തെ എങ്ങോ കൊണ്ടു പോയിക്കളയും. അല്ലെങ്കിൽ തന്നെ ശരിക്കും ഒന്നുറങ്ങിയിട്ട് കാലമേറെയായിരിക്കുന്നു. സമാധാനം എന്തെന്ന് അറിയാറേയില്ല. പുകഞ്ഞു പുകഞ്ഞു നീറുന്ന ഒരവസ്ഥ നിത്യമായതിനാൽ പിന്നെ അതേക്കുറിച്ച് ചിന്തിക്കുന്നതിൽ അർത്ഥമില്ലെന്ന് തോന്നും. എപ്പോഴും തീരാത്ത വറുതിയും പട്ടിണിയും പങ്കപ്പാടും. ആരോ കറക്കിയെടുത്ത് നിലത്തിടുന്ന ഒരു പമ്പരം പോലെയാണ് തന്റെ ജീവിതമെന്ന് അവർക്കറിയാം. നിയന്ത്രണം സ്വന്തം കൈയിലല്ല. സ്വന്തമായൊരു അച്ചുതണ്ട് എന്നതൊന്ന് ഇല്ല. തെന്നി ത്തെന്നി പോവുകയാണ് അജ്ഞാതങ്ങളായ പ്രേരണകൾക്കു നിയുക്തമായി. അത് എത്ര സമയം കറങ്ങിത്തിരിയുമെന്നോ എവിടെ ചെന്ന് തീരുമെന്നോ എന്നൊന്നും ആർക്കും പ്രവചിക്കാനാവില്ല.

ഒരിക്കലും മുൻകൂട്ടി കാണാൻ കഴിയാത്ത, വിശദീകരിക്കാനാവാത്ത വിശ്വാസ്യയോഗ്യമല്ലാത്ത, നിഗൂഢത തന്നെയാണ് ജീവിതം എന്ന് അവർക്ക് തോന്നി. അല്ലെങ്കിൽ സമ്പന്നനായ ഒരു വ്യാപാരിയുടെ ഒരൊറ്റ മകളായി ജനിച്ച താൻ അതുപോലെ സമ്പന്നതയും പാരമ്പര്യവുമുള്ള ഒരു പുതിയാപ്ലയെ കെട്ടി, ജീവിതത്തിൻെറ ഉയർച്ചയിൽ ആവോളം സുഖിച്ച് ആസ്വദിച്ച് ജീവിച്ചുകൊണ്ടിരിക്കെ, അതുപോലെ താഴ്ച അങ്ങേയറ്റംവരെ പോകാം എന്നും അറിയിച്ച് പടച്ചവൻ എന്തെല്ലാമോ വിധിയെഴുത്തുകൾ തന്റെ ജീവിതത്തിലൂടെ പ്രാവർത്തികമാക്കുന്നുണ്ടോ?

ഇനി ഇതിനുമപ്പുറം താഴേണ്ടതുണ്ടോ...

പക്ഷേ, ഒരു കച്ചിത്തുരുമ്പെങ്കിലും പടച്ചവൻ ബാക്കി വയ്ക്കാതിരിക്കില്ല. അതും ദൈവം വെളിപ്പെടുത്തുന്നു.

കൊച്ചുമകന്റെ ദയയിൽ ഒരു നേരമെങ്കിലും അരിവെന്ത വെള്ളം കുടിച്ച് ജീവൻ നിലനിർത്താനാണ് ദൈവത്തിന്റെ വിധി.

തന്റെ കുഞ്ഞു ഷമീർ, കഴിഞ്ഞ ദിവസം പതിനെട്ട് തികഞ്ഞ ഈ പൊന്നുമകൻ ആണ് പത്തു പതിനഞ്ച് പേരടങ്ങുന്ന വലിയ കുടുംബത്തെ പോറ്റാൻ നിയുക്തമാക്കപ്പെട്ടവൻ. കതീശുമ്മയ്ക്ക് കരള് പൊടിയുന്നത് പോലെ തോന്നി. ഇനി ഈ റോഡും കൂടി വന്നാൽ എല്ലാവരും കൂടി എങ്ങുപോകും. ചിന്തിക്കാനേ ആവുന്നില്ല. ഒരിക്കലും തൂത്താലും തുടച്ചാലും ഇളകാത്ത കട്ടിയുള്ള ഒരാവരണം, അല്ലെങ്കിൽ ആരോ ഉരുക്കിയൊഴിച്ച കട്ടിയുള്ള ലോഹദ്രവംകൊണ്ടുള്ള ഒരു മേൽപ്പാട, അതുപോലെ യാണ് ജീവിതത്തിനുമേൽ ദുഃഖത്തിന്റെ ആകനപ്പ് വന്നുനില്ക്കുന്നത്.

എത്രതന്നെ സമാധാനപ്പെട്ടാലും ഒന്നുമില്ലെന്ന് മനസ്സിനെ ബോദ്ധ്യപ്പെടുത്താൻ, പാകപ്പെടുത്താൻ ശ്രമിച്ചാലും പിന്നെയും പൊട്ടിപ്പോകും മനസ്സിന്റെ കെട്ടുകൾ. ചിലപ്പോൾ തോന്നും ആരൊക്കെയോ ചേർന്ന് ഗൂഢമായ ഒരു ചരടുവലി നടത്തുകയാണ് തങ്ങളുടെ കുടുംബത്തെ അപ്പാടെ നശിപ്പിക്കുന്നതിന് വേണ്ടിയെന്ന്. അത്രയ്ക്കും മുൻകൂട്ടി ആസൂത്രണം ചെയ്തതു പോലെയും കുടുംബത്തിന്റെ കടയ്ക്കൽ കത്തി വെക്കുന്ന തരത്തിലുള്ളതുമാണ് നടന്നുകൊണ്ടിരിക്കുന്ന ഓരോ സംഭവങ്ങളും. നിയതി ചിലതെല്ലാം നിശ്ചയിച്ചു വെച്ചിട്ടുണ്ടാകും. സന്മനസ്സുള്ളവർക്ക് എപ്പോഴും വേദനകൾ തന്നെ വേണമെന്ന്. കാപട്യവും വഞ്ചനയും കൈമുതലായുള്ളവർ എങ്ങനെയായാലും ഒഴുക്കിനെതിരെ നീങ്ങും, തിര മുറിച്ചുകടക്കും. ഉള്ളില്ലാത്ത പൊങ്ങുതടി എപ്പോഴും വെള്ളത്തിന് മീതെ പൊന്തി തന്നെയായിരിക്കും.

ചിന്തിച്ച് ചിന്തിച്ച് കണ്ണടച്ചുപോയ കതീസുമ്മയുടെ മനോമുകുരത്തിൽ നിരവധി മുഖങ്ങൾ തെളിഞ്ഞുവന്നു. ഓരോരുത്തരും ഓരോന്നും പറഞ്ഞും കരഞ്ഞും വിറകൊണ്ടും സഞ്ചരിച്ചു കൊണ്ടിരിക്കയാണ് താന്താങ്ങളുടെ വഴിത്താരകളിൽ. പിന്നെയും ഉറക്കംപോയി. ജീവിതത്തോടും ചുറ്റുമുള്ളവരോടും കടുത്ത വെറുപ്പ് തോന്നിയ ഹൃദയത്തിന്റെ കാഠിന്യം ക്രമേണ കുറഞ്ഞുവന്ന് ഒരുവേള ഓരോരുത്തരോടും ദയ തോന്നുന്ന വിധത്തിൽ അഗാധമായ സ്നേഹം ഹൃദയത്തിൽ ഉറയുന്നത് ഉമ്മ അറിഞ്ഞു. സ്നേഹിച്ചുകൊണ്ടിരിക്കുകയാണ് താൻ എല്ലാവരേയും എന്ന് ഉമ്മയ്ക്ക് തോന്നി. ഈ പൈപ്പിൻചോടും, ഇറ്റുവെള്ളത്തിനായി നായ്ക്കളെപ്പോലെ മുഖംനോക്കാതെ കടിപിടികൂടുന്ന പെണ്ണുങ്ങളും, ചിലനേരങ്ങളിൽ മുള്ളും മുനയും വെച്ചു മാത്രം സംസാരിക്കുന്ന മനുഷ്യത്വമില്ലാത്ത അസംസ്കൃതരായ ഈ ആളുകളേയും എല്ലാം താൻ സ്നേഹിക്കുകയാണെന്ന് ഉമ്മയ്ക്ക് തോന്നി. മെല്ലെ മെല്ലെ ഉറക്കത്തിലേക്ക് താണുപോയപ്പോൾ നിരവധി രൂപങ്ങൾ മുന്നിൽ വന്നുനിറഞ്ഞു. ഓരോരു ത്തരും തങ്ങളുടെ ഭാഗങ്ങൾ വെളിപ്പെടുത്തി ഓരോന്നു പറഞ്ഞുകൊണ്ട് കതീസുമ്മയുടെ മുമ്പിൽ നിരന്നുനില്ക്കുകയാണ്.

സ്വപ്നത്തിൽ ഒരു മുറംനിറയെ അരിയെടുത്ത് തൂകി കല്ലും നെല്ലും തവിടും പതിരും കളഞ്ഞ് ഉഷാറാണി, തന്റെ ഉച്ചിയിൽ കുത്തനെ കെട്ടി വെച്ച മുടിയോടെ രണ്ടടി നടന്ന്, തന്റെ പരന്ന നിതംബം ഒന്നിളക്കി, കതീസുമ്മയുടെ ഒഴിഞ്ഞ സഞ്ചിയിലേക്ക് അരി ചൊരിഞ്ഞുകൊടുത്തു. കുമ്പയമ്മയാണെങ്കിൽ നിർത്താതെ ചിലച്ചുകൊണ്ട് കതീസുമ്മയുടെ നിറച്ചുവെച്ച പാത്രങ്ങളിലെ വെള്ളമെല്ലാം മോഷ്ടിച്ചുകൊണ്ടുപോയി. പാറോതിപ്പെണ്ണ് അടിച്ചുവാരിയെടുത്ത ചവറുകൾ മുഴുവൻ പാതാളക്കിണറ്റിലാണ് കൊണ്ടു ചെന്നിട്ടത്. ബ്ലീച്ചുപൊടി വെള്ളത്തിൽ കലക്കരുതെന്ന് കോളനിക്കാരും കലർത്തുമെന്ന് രാവുണ്ണിയേട്ടനും. ഒടുവിൽ ഷമീർ തുണയ്ക്കെത്തി എങ്ങനെയാണെന്നറിയില്ല പ്രശ്നം പരിഹരിച്ചു. ഉറക്കം ഞെട്ടിയ കതീസുമ്മ തന്റെ കൊച്ചുമകനെക്കുറിച്ചോർത്ത് അഭിമാനിച്ചുകൊണ്ട് തൊണ്ടനനയ്ക്കാൻ ഇത്തിരി വെള്ളത്തിനായി കൂനിപ്പിടിച്ചെഴുന്നേല്ക്കാൻ ശ്രമിക്കെ ചന്ദ്രമതിയുടെ വീട്ടിലെ പട്ടി കട്ടിയുള്ള ഇരുട്ടിൽ ചങ്ങലയ്ക്കിട്ട തെങ്ങിനുചുറ്റും വട്ടത്തിൽ ഓടിക്കൊണ്ട് മുകളിലേക്ക് നോക്കി ദീനദീനം വിലപിച്ചു. രാത്രിയുടെ ആ കരിമ്പടത്തിനുള്ളിൽ തനിക്കജ്ഞാതമായ എന്തൊക്കെയോ മാറ്റങ്ങൾ അപ്പോൾ സംഭവിച്ചുകൊണ്ടിരിക്കുകയാണെന്ന് ഉമ്മയ്ക്ക് തോന്നി. എന്തൊക്കെയോ ജീവപരിണാമങ്ങൾ നടന്നുകൊണ്ടിരിക്കുന്നു. വളർച്ചയുടെയും തളർച്ചയുടേതുമായ എന്തെല്ലാമോ അനവധി ചലനങ്ങൾ ചാക്രികവലയം പോലെ തരംഗങ്ങളായി സംഭവിച്ചു കൊണ്ടിരിക്കുകയാണ്. നിശ്ചയിക്കപ്പെട്ട ആ നേരങ്ങളിൽ ആരോ വാതിലുകൾ ചേർത്തടയ്ക്കുന്നതുപോലെ, തുറന്നുവെച്ചതെല്ലാം ആരോ ഉള്ളിലേക്കെടുത്ത് അജ്ഞാതമാക്കുന്നത് പോലെ.

പുലർച്ചെ ആളുകൾ കൂട്ടംകൂട്ടമായി എന്തൊക്കെയോ ഉച്ചത്തിൽ പറഞ്ഞുംകൊണ്ട് പോകുന്ന ഒച്ചയനക്കങ്ങൾ കേട്ടാണ് കതീസുമ്മ ഉറക്കത്തിൽനിന്നും ഞെട്ടിയുണർന്നത്. പതിവില്ലാത്ത ശബ്ദങ്ങളാണത്. ഇത്ര നേരത്തെ ആളുകൾ എങ്ങോട്ടാണ് പോകുന്നത്. കതീസുമ്മ കോലായിലിറങ്ങി ഗ്രിൽസ് പിടിച്ച് നേർത്ത വെളിച്ചത്തിലേക്ക് നോക്കി. ആരൊക്കെയോ ഒറ്റയും തെറ്റയുമായി കടന്നുപോയിക്കൊണ്ടിരുന്നു.

അല്പം കഴിഞ്ഞ് നേരം നല്ലവണ്ണം വെളുത്തപ്പോൾ തിരികെവരുന്ന പാഞ്ചാലിയമ്മ കതീസുമ്മയെ കണ്ട് ശബ്ദം താഴ്ത്തി പറഞ്ഞു.

"ഓള് ചത്ത്പോയി. ആ ചന്നി."

"ഈ നാട് വെടുപ്പായി" മുറ്റമടിക്കുന്ന ഉഷാറാണി പറഞ്ഞു.

"ഓളെയേടയാ കുയ്ച്ചിടന്നേ. നമ്മളെ കൂട്ടത്തില് ബെക്കാമ്പറ്റൂലാന്നാ എല്ലാരേം തീരുമാനം. ഓറ് പെന്തക്കോസ്തല്ലേ..."

ഒടുക്കം പൈപ്പിൻചോടിന്റെ തീരുമാനം അതായിരുന്നു.

നാനാജാതി മതസ്ഥരേയും ഒരുപോലെ സ്നേഹിച്ച് തന്റെ ശരീരത്തോട് ചേർത്ത ചന്ദ്രമതിക്ക് ഒടുവിൽ ശ്മശാനത്തിൽ ഇടംകിട്ടാതെ തന്റെ കൂരയ്ക്ക് പിറകിൽ, തൊട്ടാവാടിപ്പടർപ്പുകൾ പടർന്നുതിങ്ങിയ,

കൂർത്ത കുന്തംപോലെ കാഞ്ഞിരമരക്കുറ്റി മുന കൂർപ്പിച്ചു നിന്ന അതിനരികിൽ തന്റേതന്നെ ഭൂമിയിൽ അന്ത്യവിശ്രമം കിടക്കേണ്ടിവന്നു.

ചന്ദ്രമതിയുടെ വളർത്തുപട്ടി നിർത്താതെ കരഞ്ഞുകൊണ്ട് വീടിനു ചുറ്റും വലംവയ്ക്കുകയും ഒടുക്കം പിൻകാൽ നിലത്തു പറ്റിച്ച് മുൻകാൽ ഉയർത്തിവെച്ച് അനിശ്ചിതത്വം പേറുന്ന കണ്ണുകളോടെ തന്റെ ഭാവിയുടെ നേർക്ക് ചുഴിഞ്ഞ് നോക്കുന്ന ഒരു ഭാവമുതിർക്കുകയും ചെയ്തുകൊണ്ട് ചന്ദ്രമതിയുടെ മൺകൂനയ്ക്കുമുമ്പിൽ മണിക്കൂറുകളോളം ഒരേയിരിപ്പിരുന്നു.

മരണത്തിലൂടെ ചന്ദ്രമതി അപ്രത്യക്ഷയായെങ്കിലും തന്റെ സജീവമായ ഓർമ്മകളിലൂടെ, ഭാവങ്ങളിലൂടെ, രൂപങ്ങളിലൂടെ, സ്പർശനങ്ങളിലൂടെ പലരിലും പല രൂപത്തിലും ഭാവത്തിലും പിന്നെയും കടന്നുവന്നു. ചിലരുടെ കണ്ണുകൾക്ക് മുമ്പിലൂടെ കുടിച്ച് ലക്കുകെട്ട് കണ്ണുകൾ തുറക്കാനാവാതെ ആടിയാടി വേച്ചു വേച്ചു നടന്നുപോയി. മറ്റു ചിലരുടെ വീഥികളിൽ നിറസന്ധ്യയ്ക്ക് മുറുക്കിച്ചുവപ്പിച്ച ചുണ്ടുകളിൽ ചുംബന മുദ്രകൾ ഒളിപ്പിച്ച് വശ്യതചാലിച്ച കണ്ണുകളാൽ അവരെയെല്ലാം കോർത്തെടുത്ത് ചന്ദ്രമതി കടന്നുപോയി. ചാരിത്ര്യവതികളായ പെണ്ണുങ്ങൾക്കുള്ളിൽ ആണുങ്ങളുടെ ചോരയൂറ്റുന്ന, മുടിയഴിച്ചിട്ട് തുള്ളുന്ന നാവു നീട്ടുന്നൊരു വടയക്ഷിയായി ചന്ദ്രമതി. കുമ്പയമ്മയ്ക്കും മക്കൾക്കും ലോഭമില്ലാതെ അരിയും പണവും കടംനല്കുന്ന കാരുണ്യവതിയായി ചന്ദ്രമതി. ഏത് നേരത്തുംവരുന്ന ഭിക്ഷതെണ്ടികൾക്കും വയർ നിറയെ ചോറുകൊടുക്കുന്നവളായി ചന്ദ്രമതി...

അച്ഛനമ്മമാരുടെ ശാപം ഏറ്റുവാങ്ങിയെങ്കിലും അവരെ കണ്ണിലെ കൃഷ്ണമണിപോലെ കാത്തുപോന്നിരുന്ന ചന്ദ്രമതിയുടെ പ്രേതം ഗതികിട്ടാതെ പൈപ്പിൻചോട്ടിലെ തെരുവിലൂടെ അലയുകയാണെന്ന്, തന്റെ ആടുകൾ തുടരെത്തുടരെ ചത്തു വീണപ്പോൾ കവിടി വെപ്പിച്ച ഉഷാറാണിയെ നോക്കി കവിടിയാശാൻ പ്രസ്താവിച്ചു.

ഇരുപത്തിയെട്ട്

തുടരെത്തുടരെ ദുരനുഭവങ്ങൾ പൈപ്പിൻചോടുകാരെ ഭീതിയുടെ മുൾമുനയിലാഴ്ത്തിക്കൊണ്ട് ദുർന്നിമിത്തങ്ങൾ ഒന്നൊന്നായി വന്നുകൊണ്ടിരുന്നു. പാഞ്ചാലിയമ്മയുടെ പശു പേറ്റുനോവെടുത്ത് വിങ്ങിപ്പിടഞ്ഞിട്ടും ഏറെനേരം കഴിഞ്ഞിട്ടും ഗർഭപാത്രം തുറന്നുവന്നില്ല. പശുവിന്റെ അലറിപ്പിടയ്ക്കുന്ന വേദനയോടെയുള്ള നീട്ടിക്കരച്ചിൽ വഴിയുടെ ഇങ്ങേത്തല തൊട്ട് അങ്ങേത്തലവരെ പ്രതിദ്ധ്വനിച്ചു. ഒച്ചകേട്ട് ആളുകൾ കൂട്ടം കൂട്ടമായി പാഞ്ചാലിയമ്മയുടെ വഴിവക്കിൽ തമ്പടിച്ചു. പശു നുരയും പതയുമിട്ട് കണ്ണുതുറുപ്പിച്ച് മരണവെപ്രാളങ്ങൾ കാണിക്കുന്നു. പാഞ്ചാലിയമ്മ നെഞ്ച് ഉഴറിക്കൊണ്ട് അങ്ങോട്ടും ഇങ്ങോട്ടും ഓടി. രാമന്റെ നിർദ്ദേശമനുസരിച്ച് ഓടിപ്പോയി ഓട്ടോറിക്ഷ പിടിച്ച് മൃഗഡോക്ടറെ കൊണ്ടുവന്നു. ഇഞ്ചക്ഷൻ വെച്ചു. അതോടെ തുറക്കാത്ത വാതിൽതുറന്നു വന്നു. പക്ഷേ, കുഞ്ഞിന്റെ തലയ്ക്കുപകരം വന്നത് നീളത്തിലുള്ള ഒരു വലിയ മാംസപിണ്ഡം. പാഞ്ചാലിയമ്മ നെഞ്ചത്തടിച്ചു വിലപിച്ചു. മറുപിള്ളപോലെ തോന്നിച്ചത് പാലമരത്തിൽ കെട്ടിത്തൂക്കാനോടി.

ഉഷാറാണിക്കും വലിയ സാമ്പത്തികനഷ്ടം. പൈപ്പിൻചോട്ടിലെ പെണ്ണുങ്ങളുടെയാകെ കൊതിയുള്ള നോട്ടങ്ങൾ തട്ടിയ, ഉഷാറാണിയുടെ രണ്ടുപവന്റെ പുതിയ മോഡൽ മുല്ലമൊട്ടുമാല കള്ളൻ മോഷ്ടിച്ചുകൊണ്ടുപോയി. സൂര്യൻ ഉദിക്കുമ്പോൾ തൊട്ട് അസ്തമയംവരെ അടുക്കളയ്ക്കുള്ളിലും വളപ്പിലും വയലിലും നയിപ്പോടുനയിപ്പുള്ള ഉഷാറാണി പണി കഴിഞ്ഞ് കൃഷ്ണൻ വന്നാൽ താൻ ഉണ്ടാക്കിയ നാലുമണി പലഹാരത്തോടൊപ്പം, നല്ല പശുവിൻപാൽ തിളച്ചുതൂവിയതിൽ ഒരല്പം

ചായപ്പൊടിയുമിട്ട് പാകം നോക്കിയെടുത്ത ചായയും കൊടുത്ത് കോലായിലെ ലൈറ്റ് ഓഫ് ചെയ്ത് കുളികഴിഞ്ഞ് പണികളെല്ലാം ഒന്നൊതുങ്ങിയ ആശ്വാസത്തിൽ കാറ്റുംകൊണ്ട് ഒരല്പനേരമിരിക്കും.

ഇത്തരം വേളകളിൽ തന്റെ ഭർത്താവിൽനിന്നും പണിസ്ഥലത്ത് നടന്ന തനിക്ക് വേണ്ടതും വേണ്ടാത്തതും പൊടിപ്പും തൊങ്ങലും കലർന്ന എല്ലാ വാർത്തകളും ഉഷാറാണി ശേഖരിക്കും. ഈ സമയത്താണ് പൈപ്പിൻചോട്ടിലെ പെണ്ണുങ്ങളുടെ ഓരോരോ തൊന്തരവുകളെപ്പറ്റിയും ഉഷാറാണി കൃഷ്ണനോട് പറയുക. ഇത്തരുണത്തിൽ ഓരോന്നും പറഞ്ഞും ചിരിച്ചും വല്ലതും കൊറിച്ചും കൊണ്ടിരിക്കെ പെട്ടെന്ന് എന്തോ ഒരു പുക വന്ന് മൂടിയപോലെ തോന്നിയതേ ഉഷാറാണിക്ക് ഓർമ്മയുള്ളൂ. പിന്നെ ഓർമ്മ വരുമ്പോൾ കുഴഞ്ഞ് കിടപ്പുണ്ട് നിലത്ത്. പരിഭ്രമത്തോടെയെഴുന്നേറ്റ് തപ്പിനോക്കുമ്പോൾ കഴുത്തിൽ മാലയില്ല.

"തന്റെ മുല്ലമൊട്ടുമാല..." ഉഷാറാണി ഉച്ചത്തിൽ നിലവിളിച്ചു. ഭർത്താവിനെ കുലുക്കിവിളിച്ചു. എന്തോ ഉറക്കം ഞെട്ടിയുണർന്നതുപോലെ കൃഷ്ണനും പെട്ടെന്നുണർന്നു. പാഞ്ചാലിയമ്മയും കുട്ടികളുമെല്ലാം അകത്തുനിന്നും പുറത്തേക്കുവന്നു. ലൈറ്റ് ഓൺചെയ്ത് ചുറ്റിലും പരതി. ആരെയും കണ്ടില്ല. വിവരമറിഞ്ഞോടിയെത്തിയ രാമനും ഗോപാലനും അപ്പോൾതന്നെ പൊലീസ്സ്റ്റേഷനിൽ പരാതി കൊടുക്കാൻ പോയി. കുതി ച്ചെത്തിയ പൊലീസ് പൈപ്പിൻചോട്ടിലെ സംശയലിസ്റ്റിൽപ്പെട്ട ഓരോരുത്തരേയും ചോദ്യം ചെയ്തു. ഭേദ്യം ചെയ്യണമെന്ന് തോന്നിയവരെ അതും ചെയ്തു... എത്രയെല്ലാം അന്വേഷണങ്ങൾ നടത്തിയിട്ടും ഉഷാറാണിയുടെ മുല്ലമൊട്ടുമാല മോഷ്ടിച്ചതാരെന്ന് ഒരു വിവരവും പൊലീസിന് കിട്ടിയില്ല. ദുഃഖിതയായ പാഞ്ചാലിയമ്മ തീപ്പൊട്ടന് നേർച്ചകൂട്ടി... മാല കട്ടവൻ, വിളിച്ചാൽ വിളികേൾക്കുന്ന തങ്ങളുടെ പൊലപ്പൊട്ടന്റെ ശക്തിയിൽ നില്ക്കക്കള്ളിയില്ലാതെ തിരിച്ച് തങ്ങളുടെ കൈയിൽത്തന്നെ മാല കൊണ്ടുത്തന്ന് കുറ്റം ഏറ്റു പറയണേന്ന്... ദിവസങ്ങളോളം അന്നപാനീയങ്ങൾ ഉപേക്ഷിച്ച് കണ്ണുനീരൊഴുക്കുന്ന ഉഷാറാണിയെക്കണ്ട് വീട്ടിലുള്ളവരെല്ലാം എന്തുചെയ്യണമെന്നറിയാതെ ഉഴറി...കരഞ്ഞുകരഞ്ഞു തളർന്ന ഉഷാറാണി ഒടുക്കം, മായപ്പൊടി വിതറി ബോധം കെടുത്തി, തന്റെ മാല കട്ട കള്ളൻ ആരായാലും അവന് നട്ടഭ്രാന്ത് പിടിച്ചു വട്ടം ചുറ്റി പോണേയെന്ന് ഭഗവതീ ക്ഷേത്രത്തിൽ നേർച്ചകൂട്ടി...

മാല കട്ട കള്ളന്റെ തലയിൽ ഇടിത്തീ വീഴണേ, അവൻ മുച്ചൂടും മുടിഞ്ഞുപോകണേയെന്ന് ശാപമിട്ട് ഓരോ പൈപ്പിൻചോട് വാസികളും ഉഷാറാണിയുടെ മുമ്പാകെ അവരെ സമാധാനിപ്പിച്ചു, സഹതപിച്ചു. അല്പം കഴിഞ്ഞ് ഉഷാറാണി കൺമുമ്പിൽ നിന്ന് നീങ്ങിയ ഉടൻ, അങ്ങനെ തന്നെ വേണം. ഓളെയൊരു പവറ്, മുഴുവൻ കള്ളന് കൊണ്ടു

പോകാൻ തോന്നിയില്ലല്ലോ എന്ന് സങ്കടപ്പെടുകയും അതിന് ആഗഹിക്കുകയും ചെയ്തു.

അതുകൂടാതെ താൻ ഓമനിച്ചുവളർത്തിയ തന്റെ വെള്ളാടിന്റെ കന്നിപ്രസവത്തിൽ കിട്ടിയ അഞ്ചുകുഞ്ഞാടുകൾക്കും ജീവനില്ല. എല്ലാം ചത്തുമലച്ചവ. അതും കറുപ്പുനിറത്തിൽ. അതോടെ ഉഷാറാണി ബോധക്ഷയത്തിൽ അകപ്പെട്ടു.

ഇത്തരത്തിൽ നഷ്ടങ്ങൾ വന്നുഭവിച്ച് കഷ്ടപ്പെട്ടു കൊണ്ടിരിക്കുന്ന ഉഷാറാണിക്കു മേൽ കൂനിന്മേൽകുരു എന്ന പോലെ വേറെയും ചില അനർത്ഥങ്ങൾ വന്നുപെട്ടു. താനെന്തു പറഞ്ഞാലും ഒരക്ഷരം എതിരു പറയാതെ, എല്ലാം കേട്ട് പഞ്ചപുച്ഛമടക്കി നിന്നിരുന്ന കൃഷ്ണൻ ഈയിടെയായി ഉഷാറാണിയോട് തറുതല പറയുന്നു. ആട് ചത്തതിലും മാല പോയതിലും ദുഃഖിതയായ ഉഷാറാണിയെ ആശ്വസിപ്പിക്കാൻ നില്ക്കാതെ, ഒറ്റയ്ക്ക് സിനിമ കാണാൻ പോയി സന്തോഷിക്കുന്നു. ആങ്ങളയുടേയും അമ്മയുടേയും മുമ്പാകെയുള്ള കൃഷ്ണന്റെ മറുവാക്ക് കേട്ട് നടുങ്ങിയ ഉഷാറാണി മനസ്സിൽ അരംകൂട്ടി കത്തി മിനുക്കിവെച്ചു രാത്രിയാകുന്നതും കാത്ത്... പാവാടച്ചരടിൽ രാത്രി ഒതുങ്ങുന്ന കൃഷ്ണൻ നേരം പുലർന്നാൽ പിന്നെയും തറുതല. ഉഷാറാണി പൈപ്പിൻചോടിനപ്പുറം, അമ്പലക്കടവത്തെ കണിയാനെ തേടി പിന്നെയും പിന്നെയും പരക്കം പാഞ്ഞു. ഏതെങ്കിലും പെണ്ണൊരുത്തി തങ്ങളുടെ സമ്പത്തിലും സമൃദ്ധി യിലും, ഐക്യത്തിലും അസൂയപൂണ്ട് കൃഷ്ണനെ വശത്താക്കാൻ വല്ല കൂടോത്രവും ചെയ്തിട്ടുണ്ടോ എന്നറിയാൻ. ഇല്ലാത്ത ലോഹ്യക്കാരിയെ ഓർത്ത് ഉഷാറാണിയുടെ മനസ്സ് പൊട്ടി. കോപം കുത്തിയൊലിച്ചു. തനിക്കീ ഗതി വന്നല്ലോ എന്നോർത്ത് ചങ്ക് നീറിപ്പിടഞ്ഞു.

ഇക്കാലമായ കാലമത്രയും സൈക്കിൾ പാൽവണ്ടിയാക്കി സുഗമമായി പാലെടുപ്പും പാൽവിതരണവും ചെയ്തുവന്നിരുന്ന രാമൻ, വഴിവക്കിൽവെച്ച് ഒരു ഉരുളൻകല്ലിൽ തട്ടി ഉരുണ്ടുവീണ് കൈയൊടിഞ്ഞു. ഒടിഞ്ഞ വലംകൈകൊണ്ട് നേരാവണ്ണം ചോറ് വാരിത്തിന്നാൻ കഴിയാതെ കഷ്ടപ്പെടുന്ന മകനെക്കണ്ട് പാഞ്ചാലിയമ്മയുടെ ഉള്ളംപൊട്ടി. ആരുടെ കരിങ്കണ്ണാവോ തനിക്കും തന്റെ മക്കൾക്കും തട്ടിയതെന്നോർത്ത് ഇടയ്ക്കിടെ ഉപ്പും മുളകും കടുകും എടുത്ത് ഓരോരുത്തരുടേയും തലയുഴിഞ്ഞ് അടുപ്പിലിട്ടു. അടുപ്പിൽ നിന്ന് ചടപട പൊട്ടുന്ന ശബ്ദം കേൾക്കുമ്പോൾ 'ഉയിശ് ഉയിശ്' എന്ന് പറഞ്ഞു.

ഈ നേരം വരിക്കപ്ലാവിന്റെ വേരിൻമേൽ ഇരുന്ന് കാറ്റു കൊള്ളുന്ന കുമ്പയമ്മ, ഒക്കത്തൊരു കൈക്കുഞ്ഞുമായി തന്നെത്തേടിവന്ന തായത്തങ്ങാടിയിലെ രണ്ട് ഉമ്മിറ്റ്യാർമാരെ കണ്ട് എന്തോ കോളൊത്തുവെന്ന് മനസ്സിൽ കണക്കുകൂട്ടിക്കൊണ്ട് എന്തുവേണമെന്ന് ഗൗരവത്തിൽ ചോദിച്ചു.

നില്ക്കാതെ വയറിളകിക്കൊണ്ടിരിക്കുന്ന തന്റെ കുഞ്ഞിനെ ആശുപത്രികളായ ആശുപത്രികളത്രയും കാട്ടിയിട്ടും മരുന്നായ മരുന്നത്രയും നല്കിയിട്ടും വയറിളക്കം നില്ക്കുന്നില്ലെന്ന്, വാടിയ ചേമ്പിൻതാളുപോലായ കുഞ്ഞിനെ കാട്ടി ഉമ്മമാർ പരിഭവം പറഞ്ഞു.

"കുമ്പയമ്മ ഒന്ന് നോക്കണം."

"നോക്കാ, പക്കേങ്കില് ആദ്യം ദക്ഷിണ വെക്കണം.. പോരാണ്ട് വെത്തിലടക്കേം"

"ശെരി. നിങ്ങം പറഞ്ഞപോലെന്നെ."

"ആദ്യം കുഞ്ഞിനയീട താ" കുമ്പയമ്മ കൈനീട്ടി കുഞ്ഞിനെ വാങ്ങി തന്റെ മടിയിൽ കിടത്തി തന്റെ തേഞ്ഞു പഴകിയ വിരൽകൊണ്ട് തൊട്ടുതൊട്ട് തട്ടിതട്ടി വയറിലെത്തി പിന്നെ പറഞ്ഞു.

"വയറു മറിഞ്ഞതാ വയറ് തട്ടണം, ഇങ്ങളെ ഇംഗ്ലീസ് മരുന്നൊണ്ടൊന്നും ഇത് മാറൂല. അയ്മ്പുർപ്യ വെക്കണം."

പരസ്പരം മിഴിച്ചുനോക്കി ഉമ്മിറ്റ്യാർമാർ സമ്മതം മൂളി.

കുമ്പയമ്മ കണ്ണുകളടച്ച് എന്തെല്ലാമോ ജപിച്ച് ഊതി പാറ്റി നാലു ചുറ്റും. പിന്നെ കുഞ്ഞിനെ തിരിച്ചും മറിച്ചും കിടത്തി തന്റെ മടിയിൽ. പിന്നെ കൈകൊണ്ട് ആ കുഞ്ഞ് ദേഹത്തൂടൊരുഴിച്ചിൽ. തൊള്ളകീറിക്കരയുന്ന കുഞ്ഞിനെ തിരികെ കൊടുത്ത് അരമണിക്കൂർ വിശ്രമിക്കാൻ പറഞ്ഞു.

പിടിച്ചുകെട്ടിയപോലെ വയറിളക്കം നിന്ന കുഞ്ഞിനെ കുറച്ചുനേരം കൂടി നോക്കി, ഉറപ്പുവരുത്തി ഉമ്മിറ്റ്യാർമാർ സന്തോഷത്തോടെ പ്രതിഫലം നല്കി യാത്ര ചോദിച്ചുപോയി. മുഖം തെളിഞ്ഞ കുമ്പയമ്മ പണം കോന്തലത്തുമ്പിൽ കെട്ടി. തന്നെ ചുറ്റിപ്പറ്റിനിന്ന് കടംചോദിക്കാനിരിക്കുന്ന സൗദാമിനിയെ കാണാത്ത ഭാവത്തിൽ കാലുകൾ വിറപ്പിച്ച് ദൂരേക്ക് നോക്കിയിരുന്നു. കുപ്പായമിടാത്ത ഇട്ടീരിച്ചെക്കൻ അമ്മയെ വട്ടംചുറ്റി. പച്ച വിറകൂതി കണ്ണുചുവന്ന സൗദാമിനി, തന്റെ വിധിയെ പഴി പറഞ്ഞു കൊണ്ടിരിക്കെ പൈപ്പിൻചോട്ടിൽ വെള്ളം വന്നതറിഞ്ഞ് അങ്ങോട്ടോടി. പാറോതിപ്പെണ്ണ് താൻ അടിച്ചു മിനുക്കിയ മുറ്റത്തിരുന്ന് കൊത്തങ്കല്ലു കളിച്ചു. അകത്ത് കീറപ്പായയിൽ ചുരുണ്ടുകൂടി കിടന്ന പാക്കരൻ പാതിരയ്ക്ക് കള്ളു കുടിച്ചു വന്ന് ഭാര്യയെ തല്ലിത്തീർത്തതിന്റെ ക്ഷീണം മാറിയെന്നുറപ്പായപ്പോൾ മെല്ലെ എഴുന്നേറ്റിരുന്ന് എന്തെല്ലാമോ പിറുപിറുത്തും കൊണ്ട് മുണ്ടും വാരിച്ചുറ്റി വീണ്ടും കള്ളുഷാപ്പിലേക്ക് തന്നെ പോയി. നൂൺഷോ കഴിഞ്ഞ് തിരിക്കവേ പാക്കരൻ മകൻ ദാസൻ, ടൗണിലെ ബസു കാത്തിരിപ്പുകേന്ദ്രത്തിൽ കൂട്ടംകൂടി നില്ക്കുന്ന കോളേജിൽ പഠിക്കുന്ന പെങ്കിടാങ്ങളെകണ്ട് കൗതുകത്തോടെ കുറേനേരം നിരീക്ഷിച്ചിരുന്ന് മെല്ലെ ആഭാസപ്പാട്ടും പാടി ഉയരത്തിൽ ലുങ്കിയും മാടിക്കുത്തി തുടകാണിച്ച് നേരെ വീട്ടിലേക്ക് വരികയും ചെയ്തു. പാറോതി

പ്പെണ്ണിന്റെ കൊത്തങ്കല്ല്കളി മുടക്കാനെന്നോണം കാറ്റ് ആഞ്ഞടിച്ച് പൈപ്പിൻചോട്ടിലെ പാതകളിലെല്ലാം പഴുത്തിലകളും ഉണക്കിലകളും തുരുതുരാ അടിച്ചുവീഴ്ത്തി, പെണ്ണിന്റെ കളിമുടക്കാനെന്നോണം. സൗദാമിനിയും ഇടയ്ക്കിടെ വിളിച്ചു.

"ണേ പാറോതീ... കൊറച്ച് വെള്ളിങ്ങെടക്ക്"

"ണേ പാറോതീ... ഈ തുണി തിരുമ്മ്"

"ണേ പാറോതീ... ഈ മൊളും മഞ്ഞളും ഒന്നമ്മീലിട്ടുന്ത്..."

ദൂരെനിന്നും മണിയടിച്ചുവരുന്ന ഐസ്ക്രീം വണ്ടി കണ്ടപ്പോൾ ബാധകൂടിയതുപോലെ ഇട്ടീരിച്ചെക്കൻ കുമ്പയമ്മയെ വട്ടംചുറ്റി ഉച്ചത്തിൽ അലറിക്കരഞ്ഞു.

"ഐകീം..ഐകീം.."

കോന്തലക്കെട്ടഴിച്ച കുമ്പയമ്മ രണ്ടെണ്ണം വാങ്ങി ഒന്ന് ചെക്കനും കൊടുത്ത് ഒന്ന് താനും നുണഞ്ഞുതുടങ്ങി.

പാറോതിപ്പെണ്ണ് അമ്മമ്മേന്ന് വിളിച്ച് വന്നപ്പോൾ കുമ്പയമ്മ പെണ്ണിനെ ഒരാട്ട്. "പ്ഫ"

ഇളകിത്തുള്ളിയ കാറ്റ് വരിക്കപ്ലാവിന്റെ മേലെ വട്ടംചുറ്റി വലിയൊരു ചക്ക മെല്ലെയടർത്തി താഴെക്കിട്ടു. കോഴിയുടെ കൊക്കരിപ്പ് കേട്ട് വെള്ളമെടുപ്പു നിർത്തി കോഴിക്കൂടിന്റെ വാതിൽ പൊക്കിയ ഉഷാറാണിക്ക് കിട്ടിയ മുട്ടകളെല്ലാം പഞ്ഞിമുട്ട. കണ്ണുകൾ തുറുപ്പിച്ച് ശ്വാസം വീണത് പോലെ നിന്ന ഉഷാറാണിയെ കണ്ട് പാഞ്ചാലിയമ്മ പറഞ്ഞു.

"കണ്ണേറ്...കണ്ണേറ്...എണേ നാളെത്തന്നെ മക്കാനീ കൊണ്ടോയി രണ്ട് മുട്ട നേർച്ച കൊടക്കണം."

ഉഷാറാണിയുടെ ഉള്ളം കലങ്ങി. മുഖം ശോകാകുലമായി. ഇത് നടാടെയാണ്. എത്ര കൊല്ലങ്ങളായി, എത്ര കോഴികളെ താൻ വളർത്തി, എത്ര മുട്ട വിറ്റു, എത്ര കുഞ്ഞുങ്ങളെ വിരിയിച്ചു. ഇന്നുവരെ കോഴികളിലൊന്നുപോലും ഒരു പഞ്ഞിമുട്ടയിട്ടിട്ടില്ല. ഇത് ആദ്യം.

ഉഷാറാണിക്ക് തലചുറ്റുന്നതുപോലെ തോന്നി. അവൾ കോലായിൽ തളർന്നിരുന്നു. നെറ്റിയിൽ വിയർപ്പു മണികൾ പൊടിഞ്ഞുവന്നു.

"അമ്മേ, കൊറച്ച് വെള്ളം."

എന്തോ ഒരാന്തൽ ഹൃദയത്തിലൂടെ പായുകയാണ്. ഭീകരമായ എന്തൊക്കെയോ ഒന്ന് വരാനിരിക്കുന്നതുപോലെ. അവ്യക്തമായ ഒരു കനപ്പും ഭീതിയും ഹൃദയത്തിലുറഞ്ഞു കൂടി. നാശം അടുത്തെത്തിയെന്ന് മനസ്സ് പറയുന്നു. വേരുകൾ പറിഞ്ഞിളകുകയാണ് മരം എന്നുതോന്നുന്നു. അനിവാര്യമായി പതനം എന്ന് ഉറപ്പിക്കാൻ ഹൃദയം മുന്നറിയിപ്പുതരുന്നതു പോലെ. ഈ പൈപ്പിൻചോടെന്ന വളക്കൂറുള്ള മണ്ണിൽ പടർന്നു പന്തലിച്ചതാണ് തങ്ങളുടെ കുടുംബസാമ്രാജ്യം. അജ്ഞരായ, ചിന്താശേഷിയില്ലാത്ത, ജീവിക്കാനറിയാത്തവരാണ്

ഇവിടത്തുകാരെങ്കിലും തങ്ങൾക്ക് വേരുപിടിച്ചു വളരാൻ യഥേഷ്ടം വഴിയൊരുക്കിയത് മൃഗസമാനരായ ഇവരാണ്. ഈ നിരനിരയായിക്കിടക്കുന്ന കോളനിക്കുടിലുകൾ മുഴുവനും തങ്ങളുടെ കടക്കാരാണ്. തങ്ങളുടെ കടം വീട്ടിത്തീർക്കാൻ ഈ ജന്മം കൊണ്ട് അവർക്ക് ആവില്ലതന്നെ. പലിശപ്പണം അവരുടെ തലയ്ക്കുമുകളിൽ വീഴാൻ വെമ്പിനില്ക്കുന്ന തൂക്കിയിട്ട, വാളു പോലെയാണ്. ഒരിക്കലും ഇവറ്റകളുടെ ദാരിദ്ര്യവും വറ്റില്ല. തങ്ങളുടെയീ അധീശത്വത്തിനും താൻപോരിമയ്ക്കും വിള്ളൽ വീഴുന്നു എന്നു സൂചിപ്പിക്കുന്ന മുന്നറിയിപ്പുകളാണോ ഇതെല്ലാം.

കൈയൊടിഞ്ഞ രാമന്റെ കൈ നേരെയാകുവാൻ കാരംകാവിൽ കൈ ഒപ്പിക്കുവാൻ പോകുന്ന പാഞ്ചാലിയമ്മ, കുമ്പയമ്മയുടെ മുറ്റത്തെ പുരുഷാരം കണ്ട് ഇതെന്താണപ്പാ എന്ന് പറഞ്ഞുകൊണ്ട്, പെരുവിരലിലൂന്നി ഒന്ന് പൊന്തിനോക്കി.

മുറ്റത്ത് പാറോതിപ്പെണ്ണ് അടിച്ചുമിനുക്കിയ നിലത്ത് ഓലക്കീറ്റ് നിവർത്തിയിട്ട് ഒരത്ഭുതം കാണുകയാണെല്ലാവരും. മുടിയിൽ തിങ്ങിയ ഈരുപോലെ ചുളയും കുരുവും നിറഞ്ഞ കുമ്പയമ്മയുടെ വരിക്കച്ചക്കയ്ക്കുള്ളിൽ ഒരൊറ്റ ചുളയും കുരുവുമില്ല. വെറും ചമിണി മാത്രം. കണ്ടവർ കണ്ടവർ വാപൊളിച്ചു. നാട്ടുകാരുടെ നിർദ്ദേശത്തെത്തുടർന്ന് ദാസൻ ചെക്കൻ വീണ്ടും മുണ്ടു കോത്തുകെട്ടി, പൊത്തിപ്പിടിച്ച് മരത്തിൽ കയറി നാല് ചക്ക തുടരെത്തുടരെ അടർത്തിയിട്ടു. സൗദാമിനി ആരോടെ പകവീട്ടുന്നതുപോലെ ഊക്കിൽ ബലംപിടിച്ച് ഒറ്റക്കൊത്തിന് ചക്ക രണ്ടുകഷണമാക്കി. ഉള്ളുകാണാൻ കാത്തു നിന്ന ആളുകളെല്ലാം ഞെട്ടി. നേരത്തെപോലെ തന്നെ ചമിണി മാത്രം നിറഞ്ഞ് നില്ക്കുന്നു ചക്കയിൽ.

കുമ്പയമ്മ ചിന്താധീനയായി. കോളനിക്കാർ കൂട്ടംകൂടി. നാട്ടുകാർ കൂടിയാലോചന നടത്തി. നിമിത്തങ്ങൾ ഒന്നും ശരിയല്ല. എല്ലാം ദുശ്ശകുനങ്ങളാണ്. കുമ്പയമ്മയുടെ വീട്ടുമുറ്റത്ത് യോഗം ചേർന്ന ചെറുപ്പക്കാർ ശകുനപ്പിഴ തീർക്കാൻ എന്തു ചെയ്യണം എന്നതിനെക്കുറിച്ച് ചർച്ചകൾ നടത്തി. ഒടുക്കം വെളിപ്പെട്ടതുപോലെ കുമ്പയമ്മ തന്റെ തലപുകഞ്ഞ് തടിയുറഞ്ഞ് അലറി.

"ഇന്നലെ സ്വപ്നത്തിൽ ഓറ് ബന്നിന് ന്റെ വട്ടിയൻ കുരിക്കള്... ന്താ... കുമ്പേ, അടിച്ചുതളീം അന്തിത്തീരീം മൊടക്കിയോ നീ അന്റെ കോട്ടത്തില്ന്ന് ഒരു ചോദ്യം, നിന്റെ പൊലപ്പൊട്ടൻ തെയ്യത്തിന നീ മറന്നാ... നിന്റെ പുലിമറഞ്ഞ തൊണ്ടച്ചൻ തെയ്യത്തിന നീ മറന്നാ, കുമ്പേന്ന് ഒരു ചോദ്യം... അതും ചോയിച്ച് തീമ്മല് ഒരൊറ്റ കെടത്തം. പിടിച്ചിട്ടും ബെലിച്ചിട്ടും പിന്ന ഓറെണീച്ചില്ല... ഓറ്നിന്ന് കത്തി. ഞാ വേണ്ടത് ചെയ്യാ ചെയ്യാന്ന് നൂറോട്ടം പറഞ്ഞ്. അന്നേരാ ഓറ് പോയേ..."

തന്റെ പിതാവിന്റെ അത്ഭുതശക്തികൾ നാട്ടുകാർ വിസ്മരിച്ചതി

ലുള്ള ഖേദം എടുത്തുപറഞ്ഞ് പെട്ടെന്നു കൈവന്ന ഊർജ്ജത്തോടെ സൗദാമിനി പറഞ്ഞു.

“അച്ഛനാരേനു പുലിയല്ലേ, അങ്ങന പറഞ്ഞാ പോരാ, പുപ്പുലിയാന്ന് പറേണം. അതെന്നെ അച്ഛൻ സ്വപ്നത്തില് അന്നോടും വെളിപ്പെട്ട്, ഇപ്പം ആരിക്കും നിങ്ങളെ ഒര് നെലയും വെലയും ഇല്ലാണ്ടായല്ലോ മോളേന്ന്. എല്ലാം നേരെയാകുംന്ന്.”

ദാസൻ ചെക്കനെക്കൊണ്ട് ഒടുവിൽ ഭഗവതിക്ഷേത്രത്തിൽ ദിവസവും വിളക്കുകത്തിക്കാനും നേർച്ചയായി തെയ്യം കെട്ടിക്കാനും തീരുമാനമായി. എല്ലാവരും കൂടി പിരിവെടുക്കുക, സജീവമായി രംഗത്തിറങ്ങുക. ഇതോടെ കണ്ണിനു മുമ്പിൽ കണ്ടാലും മിണ്ടലും പറയലും ഒന്നുമില്ലാതെ മുഖം നോക്കാതെ നടന്നു നീങ്ങിയിരുന്ന പാഞ്ചാലിയമ്മയും കുമ്പയമ്മയും താല്ക്കാലികമായി തങ്ങളുടെ വൈരം മറന്ന് സൗഹാർദ്ദത്തോടെ പരസ്പരം പുഞ്ചിരിതൂകി ഐക്യപ്പെട്ടു.

ഇരുപത്തിയൊമ്പത്

ചന്ദ്രമതിയുടെ അരൂപിയായ പ്രേതം, രാത്രിലൈറ്റിന്റെ നേർത്ത വെളിച്ചത്തിൽ ഈയലുകൾ വട്ടംചുറ്റുന്ന വഴിവക്കിലൂടെ നിലംതൊടാത്ത പാദങ്ങളുമായി അദൃശ്യഗമനം നടത്തുന്നുണ്ടെന്ന് പൈപ്പിൻചോടുകാർ ഉറച്ച് വിശ്വസിച്ചു. ചന്ദ്രമതിയുടെ പക്കൽനിന്നും ലോഭമില്ലാതെ അരിയും പണവും കടംവാങ്ങിയ കുമ്പയമ്മയും മക്കളും രാവും പകലുമെന്നില്ലാതെ അസ്വസ്ഥരാക്കപ്പെട്ടു. ഒരിക്കലും തിരിച്ചുചോദിക്കാത്ത, ദാനശീലയായ ചന്ദ്രമതിയെ തങ്ങൾ പറ്റിച്ചുകൊണ്ടിരിക്കുകയായിരുന്നുവെന്ന കുറ്റബോധം അവരിൽ നീറിപ്പുകഞ്ഞു. ചന്ദ്രമതിയുടെ ശവമടക്കിന് ശ്മശാനം നിഷേധിച്ചതിൽ ചില പൈപ്പിൻചോടുകാർക്ക് ആത്മനിന്ദ അനുഭവപ്പെട്ടു. റോഡ് വരാൻപോവുകയാണ്. ശ്മശാനവും തട്ടിനിരപ്പാക്കാൻ പോകയാണെന്നാണ് ശ്രുതി. ജീവിച്ചിരിക്കാൻ ആളുകളൊന്നും ബാക്കിയില്ലാതെ ശ്മശാനംമാത്രം ബാക്കിയായിട്ടെന്തുകാര്യം. ജീവിതത്തിന്റെ നിഷ്ഫലതയെപ്പറ്റി പലരും ഗാഢഗാഢം ചിന്തിച്ചു തുടങ്ങി. ചന്ദ്രമതിയുടെ വളർത്തു പട്ടി, കതീശുമ്മ ഒഴികെ ഒരാളെയും വളപ്പിൽ കയറാൻ അനുവദിക്കാതെ കുരച്ചുകൊണ്ട് നാലുചുറ്റും ഓടി വീടിന്നു കാവലാളായി മുരണ്ടുനിന്നു. മല്ലികയുടെ രണ്ടാം ഭർത്താവിന്റെ ആഴ്ചയിലെ നാലു ദിവസത്തെ വരവ് രണ്ടായി ചുരുങ്ങിയതിൽ നിന്നും ഇപ്പോഴത് ഒരു ദിവസം എന്നതുംപോയി വല്ലപ്പോഴുമൊരിക്കൽ എന്നായി മാറി. മല്ലിക അകത്തടങ്ങിയുള്ള തന്റെ പുതുക്കക്കളിയെല്ലാം അവസാനിപ്പിച്ച് വീണ്ടും ടൗണിൽ പണിക്കു പോയിത്തുടങ്ങി. അവൾ വാർക്കപ്പണിക്കാരുടെ കൂട്ടത്തിൽ ചേർന്ന് കോൺക്രീറ്റ് വേലകളിൽ സിമന്റ് ചട്ടികൾ അങ്ങോട്ടും ഇങ്ങോട്ടും താളത്തിൽ എറിഞ്ഞു. മല്ലികയുടെ പന്ത്രണ്ടും പത്തും വയസ്സ് പ്രായമുള്ള ആൺമക്കൾ

പതിവായി സ്കൂൾ മുടക്കുകയും കക്കൂസിലിരുന്ന് ബീഡി വലിച്ചൂതി പുക പറത്തി വിടുകയും, വീരപ്പൻ തട്ടിൻപുറത്ത് ഭദ്രമായി സൂക്ഷിച്ചു വെക്കുന്ന കള്ള് രഹസ്യമായി കട്ടുകുടിക്കുകയും പകരം കുപ്പിയിൽ കഞ്ഞിവെള്ളം നിറച്ചു വെക്കുകയും ചെയ്തു.

നാഷണൻ ഹൈവേ ആക്ടിൽ, നാഷണൽ ഹൈവേ അതോറിറ്റി നിബന്ധനപ്രകാരം മൂന്നു വർഷത്തിനിടയിൽ നടന്ന വസ്തു രജിസ്ട്രേഷനിലെ ഏറ്റവും ഉയർന്ന തുക പൈപ്പിൻചോട് വാസികൾ ഉൾപ്പെടുന്ന വടക്കൻ മേഖലയിൽ നല്കാൻ തീരുമാനമായി. ഓരോ അഞ്ചുകിലോമീറ്ററിനിടയിലായി വില നിശ്ചയിക്കും എന്ന തീരുമാനവും വന്നു. പഴക്കവും ഗുണനിലവാരവും അനുസരിച്ച് പൊളിച്ചുനീക്കേണ്ട കെട്ടിടങ്ങളുടേയും മുറിച്ചു മാറ്റേണ്ട മരങ്ങളുടേയും വില നിശ്ചയിക്കുമെന്നും അറിയിപ്പുണ്ടായി.

നാഷണൽ ഹൈവേ അതോറിറ്റി സംസ്ഥാനസർക്കാരിന് അടിയന്തരമായി സമർപ്പിച്ച റിപ്പോർട്ടിൽ, ദേശീയപാതാ വികസനത്തിനുള്ള സ്ഥലമെടുപ്പ് ആകെ ബാധിക്കുന്നത് അഞ്ചായിരം വീടുകളെ മാത്രമാണെന്നും റോഡിന്റെ വീതി നാല്പത്തഞ്ച് മീറ്ററായി തീരുമാനിച്ചാൽ ലക്ഷക്കണക്കിന് വീടുകൾ ഒഴിപ്പിക്കേണ്ടി വരുമെന്ന കുപ്രചാരണം വികസനപ്രവർത്തനങ്ങൾ തടയാനുള്ള ഗൂഢശ്രമം മാത്രമാണെന്നും ചൂണ്ടിക്കാട്ടി. കുടിയൊഴിപ്പിക്കുന്നവരുടെ പുനരധിവാസ പാക്കേജ് സംബന്ധിച്ച അന്തിമ തീരുമാനങ്ങൾ ഇനിയും വരാത്തത് പൈപ്പിൻചോട് വാസികൾ ഉൾപ്പെടെയുള്ള എല്ലാവരേയും ആശങ്കയിലാഴ്ത്തി.

രാമനും ഗോപാലനും സമരം വീണ്ടും ശക്തമാക്കാനുള്ള കരുക്കൾ നീക്കി. കത്തിനിന്ന ദേശീയപാതാ പ്രശ്നത്തിൽ പ്രതിപക്ഷം അവസരം മുതലെടുത്തുകൊണ്ട് പ്രസ്താവനകൾ ഇറക്കി. ജനങ്ങളുടെ എതിർപ്പല്ല. ഗവൺമെന്റിന്റെ നയരാഹിത്യവും പിടിപ്പുകേടുമാണ് വികസനത്തിനു തടസ്സം എന്നും ജനോപകാരപ്രദവും കുറച്ചുമാത്രം പരിക്കേല്ക്കുന്നതുമായ വികസന സാദ്ധ്യത തെരഞ്ഞെടുക്കുവാനുള്ള വിവേകം ഗവൺമെന്റിന് വേണമെന്നും അവർ പ്രസ്താവിച്ചു.

പൈപ്പിൻചോടിൽനിന്നും തുടങ്ങി സാധുജനസമാജം സ്കൂളിനെ വലംവെച്ച് ടൗണിൽ സമാപിച്ച ബോധവല്ക്കരണ ജാഥയിൽ രാമൻ പ്രസംഗിച്ചു.

“പ്രിയപ്പെട്ടവരേ, നമ്മുടെ ഗവൺമെന്റ് പ്രതിബദ്ധത കാണിക്കേണ്ടത് കോർപ്പറേറ്റുകളോടല്ല... ജനങ്ങളോടാണ്, നമ്മുടെ പാവപ്പെട്ടവരായ ജനങ്ങളോട്, പട്ടിണിപ്പാവങ്ങളായ ജനങ്ങളോട്. പൊതുആവശ്യത്തിനും റോഡ്വികസനത്തിനുമായി കുടിയൊഴിപ്പിക്കേണ്ടി വരുമ്പോൾ ഭൂമി ഏറ്റെടുക്കുന്നതിനു മുമ്പേ പുനരധിവാസം ഉറപ്പുവരുത്തുക. അഭയാർത്ഥികളെ സൃഷ്ടിക്കാതിരിക്കുക. ഞാൻ ഈ ഗവൺമെന്റിനോട് ആവശ്യപ്പെടുന്ന ഒരേയൊരു കാര്യം, ഞങ്ങളെ ഈ പൈപ്പിൻചോട് വാസികളെ പലയിടങ്ങളിലായി ചിതറിപ്പോകാൻ അനുവദിക്കാതെ,

ഇതുപോലെ, ഇപ്പോഴുള്ളതുപോലെ ഒരിടത്ത് കൂട്ടമായി ജീവിക്കാനുതകുന്ന ഒരു സ്ഥലത്തുതന്നെ ഞങ്ങളെ വിന്യസിക്കണമെന്നതാണ്. അത്രമേൽ ഐക്യപ്പെട്ട് ജീവിക്കുന്ന ഞങ്ങളെ ഭിന്നിപ്പിക്കാതിരിക്കുക. കൊണ്ടും കൊടുത്തും സ്നേഹിച്ചും പങ്കുവെച്ചും ജീവിക്കുന്നവരാണ് പൈപ്പിൻചോട് വാസികൾ. ഞങ്ങൾക്ക് വേണ്ടി ഒരു കോളനി ഒരുക്കിത്തരിക, അതാണ് വേണ്ടത്. പാക്കേജ് പ്രഖ്യാപനം കടലാസിലും ജീവിതം തെരുവിലും ആകാതിരിക്കട്ടെ. രാജ്യത്തിന്റെ പുരോഗതിക്ക് സഹകരിക്കുന്നവർ ബലിമൃഗങ്ങൾ ആവാതിരിക്കട്ടെ." വികാരപരവശനായ രാമൻ കണ്ണുതുടച്ചു. തന്റെ കോളനിക്കാരെ പിരിയുന്നത് തനിക്കു സഹിക്കുന്നില്ലെന്ന് തൊണ്ട ഇടറിപ്പറഞ്ഞുകൊണ്ട് രാമൻ പ്രസംഗം അവസാനിപ്പിച്ചു.

ഒഴിഞ്ഞുപോകൽ ആസന്നമായതോടെ, പൈപ്പിൻ ചോടിലെ തൊഴിൽരഹിതരായ ചെറുപ്പക്കാർ, പാതാളക്കിണറിന്റെ ഇരുമ്പുവല നീക്കിവെച്ച്, കിണറിന് ചുറ്റുമുള്ള സ്ഥലം പൊതുകുളിയിടമാക്കി മാറ്റി, രാപ്പകൽ ഭേദമില്ലാതെ തൊട്ടിയും കയറുംകൊണ്ട് വെള്ളംകോരി. ചറുപറാ വർത്തമാനങ്ങൾ പറഞ്ഞ് സോപ്പ് തേച്ച്പതപ്പിച്ച് തൊട്ടിയും വെള്ളം തലയിലൂടെ കമഴ്ത്തി ദേഹം കിടുങ്ങിനിന്നു. അതുകഴിഞ്ഞ് തൊട്ടടുത്ത വെളിമ്പറമ്പുകളിൽ കൂട്ടംകൂടിയിരുന്ന് മദ്യപിക്കുകയും ചീട്ടുകളിക്കുകയും ചെയ്തു.

പൊതുവായോ അല്ലെങ്കിൽ വൈയക്തികമായോ ലക്ഷ്യബോധമൊന്നുമില്ലാത്ത പൈപ്പിൻചോട് ജനത, കാറ്റടിച്ചു പറത്തുന്ന കരിയിലകൾ പോലെ, എങ്ങോട്ടുവേണമെങ്കിലും എപ്പോൾ വേണമെങ്കിലും ചെന്നു ചേരാമെന്ന നിസ്സംഗത കലർന്ന ഒരു ഭാവത്തോടെ തട്ടിയും തടഞ്ഞും ഒറ്റയും തെറ്റയുമായി നീങ്ങിക്കൊണ്ടിരുന്നു.

അണക്കെട്ട് വരുന്നതിനും മുൻപേയുള്ള കാട്ടാമ്പള്ളിപ്പുഴയുടെ ആഴങ്ങളിൽ, ജ്വലിക്കുന്ന രത്നക്കല്ലുകൾപോലെ തിളങ്ങുന്ന വെള്ളിചെതുമ്പലുകൾ ഉടയാട ചാർത്തിയ മത്സ്യക്കൂട്ടങ്ങളെ കോരുവലയിലാക്കി തോണിനിറഞ്ഞ ഗതകാലപ്രൗഢിയുടെ ഓർമ്മകളെ ഇന്നും ഗൃഹാതുരത്വപ്പെട്ട് നെഞ്ചേറ്റി നടക്കുന്ന വലക്കാരൻ കുമാരനും കുടുംബവും ആദ്യമായി പൈപ്പിൻചോട് വിട്ടൊഴിയാൻ തീരുമാനിച്ച കുടുംബമായി. പുഴയ്ക്കപ്പുറം തരിശുഭൂമിയിൽ ഒരു കൂരകുത്തിയ തടിയൻ കുമാരനും മെലിഞ്ഞ ചീരുവും, ആറു മക്കളും ഉൾപ്പെടുന്ന കുടുംബം തങ്ങളുടെ എല്ലാ പ്രാരാബ്ധങ്ങളേയും കെട്ടിപ്പെറുക്കി കൈയിൽ കിട്ടിയ പണവുമായി വീടുവിട്ടിറങ്ങി. കുമാരന്റെ കായ്ച്ചുതുടങ്ങിയ തൈത്തെങ്ങിലെ ഇളനീർ അന്നു രാത്രിതന്നെ പൈപ്പിൻചോട്ടിലെ ചെറുപ്പക്കാർ മോഷ്ടിച്ചു കുടിച്ചു. കരിതേച്ച് കറുപ്പിച്ച ചാണകം മെഴുകിയ കുമാരന്റെ കോലായ പിറ്റേന്നു മുതൽ ചെറുപ്പക്കാർക്ക് ചീട്ടുകളിക്കാനുള്ള വേദിയായി മാറി.

"എടാ രണ്ട് പച്ചോല കൊത്തിത്തന്നാട്ടേ, രണ്ട് മാച്ചില് ഇണ്ടാക്കട്ട്.

പാറോതിപ്പെണ്ണിന് മിറ്റമടിക്കാൻ മാച്ചിലില്ല."

സൗദാമിനിയുടെ കണ്ണുകൾ കുമാരന്റെ മുറ്റിത്തഴച്ചുനിന്ന തൈത്തെങ്ങിന്റെ ഓലത്തുഞ്ചത്തിലായിരുന്നു.

അഞ്ചുമിനിറ്റുകൊണ്ട് പച്ചോലകൾ നിലത്തെത്തി. ഓലയില്ലാത്ത തെങ്ങിൻമണ്ടയിൽ കാക്കകൾ ആർത്തു കരഞ്ഞ് വട്ടമിട്ടു പറന്നു. ഇതുകണ്ട ഇട്ടീരിച്ചെക്കൻ തന്റെ ജന്മശത്രുവിനെയെന്നവണ്ണം പകയോടെ കല്ലുകൾ പെറുക്കി കാക്കകളെ തുരുതുരെ എറിഞ്ഞു. ചെക്കന്റെ മൊട്ടത്തല കണ്ട കാക്കകൾ അതിനു ചുറ്റും വട്ടംകൂടി ചെക്കന്റെ തല കൊത്തിപ്പൊട്ടിച്ചു. കരഞ്ഞു കൊണ്ടോടിയ ഇട്ടീരി പനിപിടിച്ച് കുഴഞ്ഞുവീണു.

പനിയുടെ കയറ്റിറക്കങ്ങളിൽ ഇട്ടീരി ചുട്ടുപൊള്ളുന്ന മൺതരികളിൽ പദമൂന്നി കുന്നിൻമുകളിലേക്ക് ഓടിക്കയറി ലോഹദ്രവങ്ങൾ കോരിക്കുടിച്ചു പൊള്ളുന്ന വയറോടെ നിന്നുകത്തി. അതുകഴിഞ്ഞ് നിലാവ് വന്നുനിന്ന് ചിരിച്ചനേരം തണുത്ത കാറ്റ് പോലെ താഴേക്കും ഊർന്നിറങ്ങി തണുപ്പിന്റെ ആഴങ്ങളിൽ ആണ്ടുപോയി. ചെക്കൻ കൂടിയും കുറഞ്ഞും ഉള്ള പനിയുടെ തൊട്ടിലാട്ടങ്ങളിൽ മയങ്ങിപ്പോയിരുന്നു...

നിലാവ് മിന്നിനിന്ന നേരത്ത് ഓടിവന്നൊരു കാറ്റ് ദ്രവിച്ചു വീഴാൻ നിന്ന കുമാരന്റെ കുടിലിനെയൊന്നു തൊട്ടുതലോടി, പിന്നെ മെല്ലെ വരമ്പത്തുനട്ട ചെമ്പരത്തിപ്പൂവിന്റെ വിടരാൻ വെമ്പുന്ന മൊട്ടുകളിൽ ഉമ്മ വെച്ചുകൊണ്ട് പെട്ടെന്നെങ്ങോ ഓടിപ്പോയി. പതിവായി, രാത്രിയുടെ നിശ്ശബ്ദതയിൽ ശീലുകളായി പതഞ്ഞൊഴുകിയ കുമാരന്റെ പഴമ്പാട്ട് അതോടെ ഇല്ലാതായി. ആ ഗാനത്തിന്റെ വീചികൾ പൈപ്പിൻചോടിനും അന്യമായിപ്പോയി.

കുമാരന്റെ അച്ഛൻ മാതപ്പുലയനും നല്ലൊരു പാട്ടുകാരനായിരുന്നു. കൃഷിപ്പണി ഒഴിഞ്ഞ നേരങ്ങളിൽ, തോട്ടിലും വരമ്പിലും ചളിയിലും പാടത്തും പുഴയിലും പുതഞ്ഞുനടക്കുന്ന ഞണ്ടിനെപ്പോലെ, വെള്ളവും നീരൊഴുക്കും ഉള്ളിടം നോക്കി നൂണ്ടുകടക്കുന്ന അച്ഛനോടൊപ്പം ഒറ്റാലും കുടുകുട്ടയും വെച്ച് മീൻപിടിക്കുന്ന ഓർമ്മകളാണ് കുമാരന്റെ മനസ്സിലെന്നും. ചെറിയ കമ്പും കയറും കൊണ്ട് അച്ഛൻ ഒറ്റാൽ ഉണ്ടാക്കുന്നത് കണ്ടുപഠിച്ചു കുമാരൻ, കുടുകുട്ട ഉണ്ടാക്കുന്നത് കണ്ടുപഠിച്ചു കുമാരൻ. ആറ്റിൽ ഒറ്റാൽ വെച്ചും വയൽവരമ്പിൽ കുടുകുട്ട വെച്ചും അവർ മീൻ പിടിച്ചു. ചേറുമണമുള്ള കാറ്റ് വരുമ്പോൾ പാട്ടിന്റെ വരികൾ ഈണത്തിൽ പാടി. കുടുകുട്ടയുടെ വായിലൂടെ അകത്തുകയറുന്ന മീൻ തിരിച്ചിറങ്ങാനാവാതെ വീർപ്പുമുട്ടി പിടയുമ്പോൾ കുമാരൻ പൊട്ടിച്ചിരിച്ചു...

കുമാരൻ അച്ഛനോടൊപ്പം ചേർന്നുപാടി...

ഏനും പുലയനും തീനു കഴിഞ്ഞു
പുട്ടിയും ഒറ്റാലും വെട്ടരിവാളും
ഏനും പുലയനും യാത്രതിരിച്ചേ
ഓരാറ്റ് ചെന്നപ്പോൾ ഒറ്റാലും താത്തേ

ചെമ്മീനും കരിമീനും പൊൻമീനും കിട്ട്യേ...

കാലം മാറിപ്പോകെ അച്ഛനും ചത്തു, അമ്മയും ചത്തു. തോടും പുഴകളും വറ്റിവരണ്ടു. കുമാരൻ തോണിയേറി മീനിനായി വലയെറിഞ്ഞു. ആഴത്തിൽ കോരുവലയിട്ടുകോരി. അന്തിക്കു കള്ളുചെന്നാൽ, കെട്ട്യോളും കുട്ട്യോളും കഞ്ഞിയും കുടിച്ച് കിടന്നാൽ പണ്ടത്തെ ഓർമ്മയിൽ മാടത്തിനുള്ളിലോ പാടവരമ്പത്തോ ഇരുന്ന് പാടുംപോലെ കുമാരൻ പാടും....

കുമാരന്റെ പാട്ടുകേട്ട് ചെടികളും പൂക്കളും കാറ്റും കരയും എല്ലാം കോരിത്തരിച്ചുനില്ക്കും... കുമ്പയമ്മ, നിറഞ്ഞ വയലും വെള്ളവും മീൻകുതിപ്പും സ്വപ്നം കണ്ട് ഉറങ്ങിത്തുടങ്ങും...

ഉറക്കം ഞെട്ടിയപ്പോൾ പനിപിടിച്ചു തളർന്ന ഇട്ടീരിച്ചെക്കന്റെ ദേഹംനിറയെ കരപ്പൻ ചൊറി. ചൊറിഞ്ഞും കരഞ്ഞും തളർന്നും പായിൽ കിടന്നുരുളുന്ന ചെക്കനെ കണ്ട് സൗദാമിനി വിങ്ങിപ്പൊട്ടി. പത്തുറുപ്പിക മരുന്നു വാങ്ങാൻ കൈയിലില്ലെന്ന് പറഞ്ഞ് തേങ്ങുന്ന സൗദാമിനിയെ ചീത്തവിളിച്ചുകൊണ്ട് കുമ്പയമ്മ പറഞ്ഞു.

"എണേ ഒരുമ്പെട്ടോളെ, നീ പോയി മിറ്റത്ത്ന്ന് ആ മാതള നാരങ്ങ മരത്ത്ന്ന് അയിന്റെ മുള്ള് പൊട്ടിച്ചും ബാ, ബെക്കം ബാ.."

സൂചിമുനപോലുള്ള മുള്ളുകൾ കൈയിലെടുത്ത കുമ്പയമ്മ ചെക്കനെ പെട്ടെന്ന് തട്ടിയുറക്കാൻ പറഞ്ഞു സൗദാമിനിയോട്.

മാതളമുള്ളുകൊണ്ട് ചെക്കനെയൊന്നുഴിഞ്ഞ് അല്പനേരം കണ്ണടച്ചുനിന്ന് പെട്ടെന്ന് കണ്ണുതുറന്നു പറഞ്ഞു...

"ശും ശും ശും...ഇത് പുശുനടപ്പാ, എന്റെ പൊലപ്പൊട്ടൻ തൈവേ, തീപ്പെട്ട കാരണമ്മാരേ, അന്റെ കുരിക്കളച്ചാ, കൈപ്പിഴ വര്ത്തല്ലേ.."

കുമ്പയമ്മ, ചെക്കന്റെ ദേഹംനിറയെ പഴുത്തുവിങ്ങിനിന്ന കുരുക്കൾ മാതളമുള്ളുകൊണ്ട് മെല്ലെ കുത്തിപ്പൊട്ടിച്ച്, ചലം വകഞ്ഞുമാറ്റി ഉള്ളിൽ നിന്നും എന്തോ ഒന്നെടുത്ത് കൈനഖത്തിൽ വെച്ചമർത്തി പൊട്ടിച്ചു 'ശു ശു ശു' എന്ന് ശബ്ദമുണ്ടാക്കി എന്നിട്ടു പറഞ്ഞു

"ഈരുപോലത്തെ കുഞ്ഞിപ്പുശു"

സൗദാമിനി കണ്ണീരുതിങ്ങിയ കണ്ണുകളാൽ ഒന്നും കാണാതെ, മനസ്സിൽ എല്ലാം കണ്ടു.

"നിന്റച്ഛൻ പഠിപ്പിച്ച വേലയാ. നാരകമുള്ളിന് വെഷോല്ല പെണ്ണേ. മൂപ്പറായ കാലം ആരേനു. എത്തിര ആളാ ഓറെ കാണാൻ വന്നതും പോയതും. ഇപ്പല്ലേ ആസ്പത്തിരീം കമ്പൗണ്ടും നേൾസും എല്ലം."

ചെക്കനെ മടിയിൽ തിരിച്ചും മറിച്ചും കിടത്തി കണ്ണടച്ചു കേട്ടുകൊണ്ടിരുന്ന സൗദാമിനി ഉറക്കത്തിൽ നിന്നെന്നപോലെ ഞെട്ടിയുണർന്ന് ഉച്ചത്തിൽ പറഞ്ഞു.

"ആളോള് പോകാൻ തൊടങ്ങി. രാമന്റെ മങ്ങലല്ലേ. നമ്മക്ക് പോണ്ടേ."

"എണേ പാറോതീ... അമ്മി കൊണ്ടായിനാണേ..."

"ആമ്മേ" പെണ്ണിന്റെ മറുപടി.

"പോയി എന്തെങ്കിലും ഒന്ന് സഗായിച്ചൊട്ക്കണ്ടെ"

"കൂത്തിച്ചീ നിനിക്ക് മങ്ങലത്തിന് കൂടായിറ്റാ തെരക്ക്. ചെക്കനേം നോക്കി ഈടയിരി."

കുമ്പയമ്മ സൗദാമിനിയെ ശകാരിച്ചു. കുളിച്ചു കുറിയിട്ടു വന്ന പാറോതിപ്പെണ്ണ് അമ്മയുടെ ചേല മുറിച്ച് തുന്നിയ പുതിയ പാവാട നിലത്തടിച്ചുവന്നപ്പോൾ, സൗദാമിനി മുഖമുയർത്തി പെണ്ണിനെയൊന്നുഴിഞ്ഞു നോക്കി.

"കേറ്റിപ്പിടിക്കണെ പാവാട."

കനകലത ഒക്കത്തേന്തിയ ആൺകുഞ്ഞിനെ കൊഞ്ചിച്ചുകൊണ്ട് ഭർത്താവിനെ ഏല്പിച്ചു. രണ്ടാമത്തെ ഗർഭത്തെ ഉള്ളിലൊളിപ്പിച്ചു കൊണ്ട് സൗദാമിനിയോട് ചോദിച്ചു.

"അമ്മയ്ക്കെത്രയായി"

"കുണ്ട് കൊളത്തില് ബെള്ളം കേരിയപ്പോ കുളിന്ന്നേ"

"അപ്പം നാല്" കുമ്പയമ്മ ശരിവെച്ചു...

വലിയ പന്തലിട്ട് ഉടുത്തൊരുങ്ങി ചുമരുകൾ വെള്ളപൂശി രാമന്റെ വീട് കല്യാണപ്പെണ്ണിന്റെ വരവും കാത്തിരുന്നു. കസേലകളും മേശകളും മുറ്റത്ത് നിരത്തപ്പെട്ടു. രാവിലെതന്നെ നാലു പുറവും ഉള്ള വീടുകളിൽ നിന്ന് ചെറുപ്പക്കാർ ഒത്തുചേർന്ന് താങ്ങിപ്പിടിച്ച അമ്മികളെല്ലാം കൊണ്ടുവന്ന് അടുക്കളപ്പുറത്തിട്ടു. പ്രധാനപ്പെട്ടവരും, തലമൂത്തവരുമായ പെണ്ണുങ്ങളെല്ലാം അടുക്കളപ്പുറത്തെ പന്തലിനുള്ളിൽ അമ്മിക്കു ചുറ്റും ഒത്തുകൂടി. തകൃതിയിൽ തേങ്ങ ചിരവിത്തുടങ്ങി. അരവുപെണ്ണുങ്ങൾ നീട്ടിപ്പാടി.

"മിറ്റത്ത് നാലോളം തൂണുമിട്ട്...
പൂപ്പന്തലായി ചമയിക്ക്ന്ന്..."

അരവുപാട്ടിന്റെ ഈണം ഏറ്റുപിടിച്ച് വട്ടത്തിൽ കൂടിയിരിക്കുന്ന പെണ്ണുങ്ങൾ വെത്തിലടക്ക ചവച്ചും അരികിൽ വെച്ച കോളാമ്പിയിൽ മത്സരിച്ച് തുപ്പിയും നീട്ടിയൊഴുകുന്ന ഈണത്തിൽ പാട്ട് പാടി. വലിയ പരന്ന പാത്രം മദ്ധ്യത്തിൽവെച്ച് പെണ്ണുങ്ങൾ സാമർത്ഥ്യത്തോടെ വരുകയും പോവുകയും ചെയ്യുന്ന അതിഥികളെ ഓരോരുത്തരേയും പേരുവിളിച്ചുകൊണ്ട് പാടി വരവേറ്റുത്തുടങ്ങി. പേർവിളിക്കുന്ന മുറയ്ക്ക് ഒരോരുത്തരും വന്ന് അരവുപാത്രത്തിൽ പണമോ വെത്തിലടക്കയോ ഇടണം. അതാണ് നാട്ടുനടപ്പ്. പണമിടേണ്ടവർ പ്രധാനമായും പുതുമണവാളന്റെ അമ്മയും അടുത്ത ബന്ധുക്കളുമാണ്. ഈ പണം വട്ടം കൂടി അരയ്ക്കുകയും തേങ്ങചിരകുകയും പാട്ടുപാടുകയും ചെയ്യുന്ന തലമൂത്ത പെണ്ണുങ്ങൾക്കുള്ളതാണ്... അടുക്കളപ്പന്തലിൽ എന്തോ എടുക്കാൻ വേണ്ടി തിരക്കിട്ടോടിവരുന്ന ഉഷാറാണിയെ കണ്ട് അരവുപെണ്ണുങ്ങൾ പാടി... ബാക്കിയുള്ള പെണ്ണുങ്ങൾ അതേറ്റുംപാടി.

മിറ്റത്ത് നാലോളം തൂണുമിട്ട്

പൂപ്പന്തലായി ചമയിക്ക്ന്ന്
പെണ്ണുങ്ങളൊത്തങ്ങിരുന്നുവല്ലോ
മിറ്റത്തിലേഴോളമമ്മിയിട്ട്
അരവിന് പെണ്ണുങ്ങളിര്ന്നോൾന്ന്
രാമന്റനിയത്ത് പെണ്ണതല്ലേ
വന്നോള് പെണ്ണേ നീ പൈശതായോ
രാമന്റനിയത്തി വന്നില്ലല്ലോ...

ഒന്നിനും നേരമില്ലാതെ ഓടിനടന്നിരുന്ന ഉഷാറാണി, താൻ പണമിടാൻ മറന്നതുകണ്ട് അരവുപെണ്ണുങ്ങൾ പായ്യാരം പറയുന്നത് കേട്ട് ഒരബദ്ധം പിണഞ്ഞ ജാള്യത്തോടെ മുഖത്തൊരു ചിരി പടർത്തി വിയർപ്പും ചൂടും കൊണ്ട് ഉഷ്ണിച്ച തന്റെ കഴുത്തിൽപ്പറ്റി പുറംപരന്നു കിടക്കുന്ന ചുരുൾമുടി കൊണ്ടകെട്ടി വെച്ച് അകമുറിയിലേക്ക് ഓടിപ്പോയി തന്റെ പെട്ടി തുറന്ന് പുത്തൻനോട്ടെടുത്ത് വെറ്റിലപ്പാത്രത്തിൽ ദക്ഷിണയിട്ടു.

വെറ്റിലച്ചണ്ടി കോളാമ്പിയിൽ തുപ്പി സംതൃപ്തരായ പെണ്ണുങ്ങൾ മറ്റു ബന്ധുക്കളെ കാണുമ്പോൾ അവരുടെയെല്ലാം പേരുവിളിച്ച് നീട്ടിപ്പാടി. ഓരോരുത്തരും തങ്ങളുടെ പേര് വിളി കേട്ട് പണമിട്ട് ഒന്നു ചിരിച്ച് കുശലങ്ങൾ പറഞ്ഞ് അകത്തേക്ക് കയറി... രാമന്റെ അമ്മ പാഞ്ചാലിയമ്മയെ കാണാഞ്ഞ് നീട്ടിപ്പാടിയ പെണ്ണുങ്ങൾ, ഉഷാറാണിയുടെ രണ്ട് അനുജത്തിമാരെ കണ്ടപ്പോഴും പേര് എടുത്തുപറഞ്ഞ് പാടി, പൈസ വാങ്ങി.

ഉത്സാഹത്തിമർപ്പിലാണ്ട രാമന്റെ ഗൃഹം ഉത്സവ ഛായയോടെ പുതിയ അതിഥിയെ കാത്തിരുന്നു. മുറ്റത്തും വളപ്പിലും റോഡോളം നീണ്ട പന്തലിൽ നിറഞ്ഞ വിശിഷ്ടാതിഥികളെ കണ്ട് രാമന്റെ കണ്ണും മനസ്സും നിറഞ്ഞു. പതിവുപോലെ പുലർച്ചെ റോഡടിച്ചുവാരാൻ തുനിഞ്ഞ പാറോതിപ്പെണ്ണിനെ സൗദാമിനി വിലക്കി.

“കൊറച്ച് ചപ്പും പുല്ലും ചവറും ആടനിന്നോട്ട്, നീയിന്നടിക്കണ്ട, ആരെങ്കിലും ചോയിച്ചാ അടിച്ച്ന്ന് പറഞ്ഞാമയ് കേട്ടിനാ..”

“കേട്ട്” പാറോതിപ്പെണ്ണ് തലകുലുക്കി.

മങ്ങലംകൂടാൻ വന്ന നാട്ടുകാരെയെല്ലാം ഞെട്ടിച്ചുകൊണ്ട് പൈപ്പിൻ ചോടിന്റെ ചരിത്രത്തിലാദ്യമായി, പാഞ്ചാലിയമ്മയുടെ വലിയ നീളൻ കോലായിൽ ചമ്രംപടിഞ്ഞിരുന്ന് നാദസ്വര വിദ്വാന്മാർ നാദസ്വരക്കച്ചേരി നടത്തി...

കുമ്പയമ്മ മഞ്ഞക്കുപ്പായവും വെള്ളമുണ്ടും ഉടുത്ത് വെള്ള ത്തോർത്ത് ചുമലിലുമിട്ട്, പതിവുപോലെ തന്റെ മുക്കുപണ്ടങ്ങളും വാരിയിട്ട് കുലുക്കി കല്യാണത്തിന് വന്നു. അരവുപെണ്ണുങ്ങളുടെ സമീപം പലകയിട്ടിരുന്ന് നാട്ടുവർത്തമാനങ്ങൾ മതിതീരെ, കൊതിതീരെ പറഞ്ഞ്, വേണ്ടുവോളം വെത്തിലടയ്ക്ക ചവച്ചുതുപ്പി. തുപ്പൽ ചാറ് നിറഞ്ഞ കോളാമ്പി ആരോ എടുത്ത് തൈക്കുണ്ടിൽ ഒഴിച്ചു.

കുമ്പയമ്മയുടെ സദ്യയുണ്ണൽ കണ്ട് ഉഷാറാണി ഉള്ളിൽ പ്രാകി.

"ബെല്യ തീറ്റിയ ഇത്. പണ്ടാര തീറ്റി. അര സേററീന്റെ ചോറ് ത്ന്നും."

എങ്കിലും എല്ലാവരും നിറഞ്ഞ സന്തോഷത്തിൽ ആയിരുന്നു. യഥേഷ്ടം ഭക്ഷണം കഴിച്ച പാറോതിപ്പെണ്ണ് തുരുതുരെ ഏമ്പക്കമിട്ടു.

ആനച്ചന്തത്തിൽ അടിവെച്ചടിവെച്ച് വന്ന സുന്ദരിയായ പുതുക്കപ്പെണ്ണ് മയ്യെഴുതിയ കണ്ണുകളിൽ നാണത്തിന്റെ തിരയിളക്കത്തോടെ രാമനെ നോക്കി, അകത്തേറി. പാഞ്ചാലിയമ്മയുടെ കാല് തൊട്ടുവന്ദിച്ചു. മരിച്ചുപോയ കാരണവന്മാരെ പ്രാർത്ഥിച്ചു.

മുപ്പത്

കാറ്റിലിളകുന്ന നിറതിരിയുടെ പൊലിമയോടെ അകത്തേക്ക് ചുവടുകൾ വെച്ച പുതുപ്പെണ്ണ് അഗ്നിയുടെ സാമീപ്യം പോലെ ചൂടും തിളക്കവും രാമന്റെ നെഞ്ചിനുള്ളിലും പാഞ്ചാലിയമ്മയുടെ വീടിനുള്ളിലും നിറച്ചുതുടങ്ങി. നിറഞ്ഞ തിരി കത്തിയെരിയുമ്പോഴുള്ള സുഗന്ധമാണ് പെണ്ണിനെന്ന് രാമൻ അനുഭവിച്ചു. താൻ ഇതേവരെ കണ്ടും തൊട്ടും അനുഭവിച്ച, മൂന്ന് പെറ്റ് റിട്ടയേർഡ് ആയ തൊലിവെളുത്ത കോളനി മദാമ്മയുടെ അയഞ്ഞ ലാസ്യതയല്ല തന്റെ പെണ്ണിനെന്ന് രാമൻ തിരിച്ചറിഞ്ഞു. ആ ഇടുങ്ങിപ്പിടിച്ചുള്ള ഗൂഢത, അല്പമായുള്ള ആ വെളിപ്പെടുത്തൽ ഒക്കെ രാമനെ അങ്ങേയറ്റം കോരിത്തരിപ്പിച്ചു. രാമൻ തന്റെ രഹസ്യഭാജനമായ മദാമ്മയെ മറന്നു. മദാമ്മയുടെ മക്കളെ മറന്നു. മദാമ്മയുടെ മക്കൾക്ക് സമ്മാനമായി നല്കാൻ ഇടയ്ക്കിടെ പേനകളും പെൻസിലുകളും വാങ്ങാൻ മറന്നു. മദാമ്മയ്ക്ക് കുളിക്കാൻ സുഗന്ധം പരത്തുന്ന സ്വർണ്ണനിറത്തിലുള്ള പിയേഴ്സ് സോപ്പ് വാങ്ങാൻ മറന്നു. വലിയമതിലും ഇരുമ്പു ഗെയിറ്റും ഉള്ള തായത്തങ്ങാടിയിലെ മദാമ്മയുടെ വീടും മറന്നു.

തന്റെ വെളുത്തു പതുത്ത തൊലിയിൽ, തന്റെ ഗാഢപ്രേമത്തിൽ തലകുത്തിവീണ രാമൻ ഒരിക്കലും തന്നെ വിട്ടുപോവില്ലെന്നുറച്ച് കല്യാണത്തിന് അനുമതി കൊടുത്തതായിരുന്നു മദാമ്മ. പട്ടാളക്കാരനായ തന്റെ ഭർത്താവ് അവധികഴിഞ്ഞ് തിരിച്ചുപോകവെ, നിർജ്ജീവമാകുന്ന തന്റെ കിടക്ക കൈയേറി ജീവിതത്തിനു മേൽ പുളകമഴ പെയ്യിക്കുന്ന രാമനെയോർത്ത് മദാമ്മ നിന്നുകത്തി. രാമന്റെ വരവും കാത്തിരുന്ന് വിരഹം കൊണ്ട് വിറപൂണ്ടു കണ്ണുകൾ നിറഞ്ഞൊഴുകി. കാലം കണ്ണിൽ വരയ്ക്കുന്ന വെള്ളപ്പാടപോലെ എന്തോ ഒന്ന് തന്റെ ഓർമ്മകൾക്കു മേലെ, രാമന്റെ മനസ്സിലും വിധി വരച്ചിട്ടോ എന്നവർ സംശയിച്ചു.

പലവഴിയും പല രീതിയിലും സന്ദേശങ്ങൾ എത്തിച്ചെങ്കിലും, പുതുപ്പകിട്ടിൽ, പുലർച്ചെകളിൽ, പുതിയ കട്ടിലിൽ പുതുപ്പെണ്ണിനൊപ്പം തളർന്നുറങ്ങുന്ന രാമൻ എല്ലാം മറന്നുതുടങ്ങി.

അയാൾ ആരോടെന്നില്ലാതെ പറഞ്ഞു.

"ആറിയ കഞ്ഞി, പഴങ്കഞ്ഞി."

പുകഞ്ഞുപുകഞ്ഞ് ഒടുക്കം ഒരു തീപ്പന്തം പോലെ താൻ നിന്നു കത്തുമെന്നും, ഒരുവേള താൻതന്നെ പോയി ആ പുരയ്ക്ക് തീകൊളുത്തുമെന്നും അല്ലെങ്കിൽ രാമൻ എന്ന തീക്കുടുക്ക തന്റെ നെഞ്ചിലിരുന്ന് പൊട്ടിത്തകർന്ന് താൻതന്നെ ഇല്ലാതായിപ്പോകുമെന്നും തോന്നിയ ഘട്ടത്തിൽ ആദ്യമായി, മദാമ്മ പൈപ്പിൻകുന്നിന്റെ പരുപരുപ്പിലേക്ക് കാലുകൾ പെറുക്കിവെച്ചു. ഉഷ്ണപ്പുണ്ണുപോലെ നാറുന്ന, ഉച്ചച്ചൂടുകൊണ്ട് വിണ്ട്പൊട്ടിയ മണ്ണിന്റെ മുഖത്ത് തന്റെ അരുമപ്പാദങ്ങൾ പെറുക്കിപ്പെറുക്കിവെച്ച്, പെണ്ണിന്റെ നെഞ്ചിന്റെ ചൂടും പറ്റി ഉച്ചമയക്കത്തിലാണ്ട രാമന്റെ വീടിന്റെ കോളിങ്ബെൽ അടിച്ചിടത്തുതന്നെ പിടിച്ചമർത്തിക്കൊണ്ട് അവൾ നിന്നു.

വീട്ടിൽ നടുമുറിയിൽ മകൻ മാംഗല്യത്തിന്റെ മണിയറ മയക്കങ്ങളിൽ സംതൃപ്തി പൂണ്ടുറങ്ങുമ്പോൾ പാഞ്ചാലിയമ്മ തെക്കെമുറിയിൽ നടുനിവർത്തുന്നു. രാമൻ തന്റെ നേരത്തെയുള്ള ഉച്ചനേരങ്ങളിലെ സൊസൈറ്റിയിലെ പാലെടുപ്പ് നിർത്തി വെച്ച് പുതുപ്പെണ്ണിനൊപ്പം ഉച്ചനേരങ്ങളിലും മണിയറയ്ക്കുള്ളിൽ കയറുന്നതിൽ കാലുഷ്യംപൂണ്ട ഉഷാറാണി, നടാടെ വന്നു കയറിയ പെണ്ണിന്റെ മുമ്പിൽ തന്റെ ആധിപത്യം കുറഞ്ഞുപോകു ന്നുണ്ടോ എന്നെല്ലാം ചിന്തിച്ച് മനസ്സ് വിഷമിപ്പിച്ചു കൊണ്ടിരുന്ന ആ വേളയിലാണ്, പട്ടാളക്കാരനുമൊത്ത് കാറിൽമാത്രം സഞ്ചരിച്ചുകൊണ്ടിരുന്ന ഉയർന്ന കുടുംബത്തിൽപ്പെട്ട സമ്പന്നയായ മദാമ്മ, പാറോതിപ്പെണ്ണ് അടിച്ചുതളിച്ച പാത ചവിട്ടി മെതിച്ച് രാമന്റെ മുറ്റത്തെത്തിയത്. ഉറക്കം ഞെട്ടിയ രാമൻ പെണ്ണിന്റെ നെഞ്ചിന്റെ ചൂടിൽനിന്നും പിടഞ്ഞുമാറി മുണ്ടും വാരിച്ചുറ്റി പുറത്തേക്കെത്തിനോക്കി.

ഉച്ചവെയിൽ കത്തിപ്പാളി, മൺതരികൾ പൊള്ളിപ്പിടയുന്നേരം നേരെ കൺമുമ്പിൽ ഉദിച്ചുനിന്ന രൂപത്തെക്കണ്ട് രാമൻ പെട്ടെന്ന് സ്തബ്ധനായി. ഉള്ള് വിറച്ചു, തൊണ്ട വറ്റി. പതർച്ച ഒളിപ്പിച്ചുവെച്ച് കോലായിലിറങ്ങി മദാമ്മയെ നോക്കി മെല്ലെ ചോദിച്ചു.

"എന്തുവേണം"

മദാമ്മയാകട്ടെ തന്റെ മയ്യെഴുതി കറുപ്പിച്ച കണ്ണുകളിലെ പുഞ്ചിരിയുടെ തിളക്കങ്ങൾ രാമന്റെ മേൽ പതിപ്പിച്ച് ഒന്നും മിണ്ടാതെ അയാളെ നോക്കിനിന്നു. പെട്ടെന്ന് പൂർവ്വസ്മൃതികളിലേക്ക് ഒന്ന് വഴുതിവീണ രാമൻ ഒരു പുഴയൊഴുകുംപോലെ അവൾ മന്ദംമന്ദമായി തന്നിലൂടൊഴുകിക്കൊണ്ടിരുന്നത് ഓർത്തു നിന്നു.

വാതിൽക്കലെത്തിയ മൂന്ന് പെൺതലകളും മാറിമാറി നോക്കിയ

മദാമ്മ പറഞ്ഞു.

"കൊറച്ച് പൈസവേണം പലിശയ്ക്ക്. അത്യാവശ്യം അതാ ഞാൻ തന്നെ വന്നത്."

രാമന് ആശ്വാസം. പാഞ്ചാലിയമ്മയ്ക്കും ആശ്വാസം. കഥകൾ കുറച്ചൊന്നുമല്ല താൻ കേട്ടത്. ഇതിപ്പോ അതിനൊന്നുമല്ലല്ലോ. വല്യ പണക്കാർക്കും പൈസയ്ക്ക് ഞെരുക്കം വരുമല്ലോ എന്ന ചിന്തയോടെ പാഞ്ചാലിയമ്മ അകത്തേക്ക് പിൻവാങ്ങി. രാമൻ ഒന്ന് തിരിഞ്ഞ് ഭാര്യയേയും പെങ്ങളേയും നോക്കിയപ്പോൾ അവർക്കും കാര്യം പിടികിട്ടി. അർത്ഥം ഗ്രഹിച്ചതു പോലെ അവർ ഉള്ളിലേക്ക് പിൻവാങ്ങി.

പിന്നെ മദാമ്മ ശബ്ദമില്ലാത്ത ഭാഷയിൽ കണ്ണുകൾ കൊണ്ട് പലപല ചോദ്യങ്ങളും രാമനോട് ചോദിച്ചു. അതേ ഭാഷയിൽ പരാതി പറഞ്ഞു, ആവലാതികളുടെ കെട്ടഴിച്ചു.

മദാമ്മയെ കണ്ടുനിന്നപ്പോൾ രാമന്റെ മനസ്സും ഒന്നു തണുത്തു. വിളഞ്ഞുതുടുത്തു പാകം വന്നു കഴിഞ്ഞിട്ടും, എത്ര കുടിച്ചിട്ടും മധുരജലം പിന്നെയും ഇറ്റിക്കുന്ന ഒരു കരിമ്പിൻ തുണ്ടുപോലെയാണ് മദാമ്മയെന്ന് അയാൾ കണ്ടു.

താൻ അങ്ങോട്ടുവരാമെന്ന് രാമൻ കണ്ണുകൾ കൊണ്ട് ഉറപ്പുനല്കി. രാമന്റെ പരാക്രമങ്ങൾ ഉള്ളിലോർത്ത് വെയിൽ ചുവപ്പിച്ച കവിളുകളോടെ മദാമ്മ പൈപ്പിൻചോടിലൂടെ നടന്നു. കാറിൽമാത്രം പാഞ്ഞു പോകുന്ന മദാമ്മ ജാനുവിനെ അടുത്തു കണ്ട പൈപ്പിൻചോടുകാർ അവളുടെ കവിൾ തുടുപ്പിനെപ്പറ്റിയും നടപ്പിനെപ്പറ്റിയും എടുപ്പിനെപ്പറ്റിയും എല്ലാം അടക്കം പറഞ്ഞു. രാമന്റെ ഭാഗ്യത്തെയോർത്ത് പൈപ്പിൻചോടിലെ ചില ചെറുപ്പ ക്കാർ അസൂയ പൂണ്ടുംനിന്ന ആ നേരത്താണ്, ചന്ദ്രമതിയുടെ മകൾ മല്ലിക അയൽവീടുകളിലെല്ലാം യാത്രചോദിക്കാൻ എത്തിയത്.

ഗവൺമെന്റിന്റെ ത്രി എ നോട്ടിഫിക്കേഷനും കഴിഞ്ഞ് ആറുമാസത്തിനുശേഷം ത്രീഡി ഡിക്ലറേഷനും കഴിഞ്ഞു. ഗവൺമെന്റ് സ്ഥലം ഏറ്റെടുത്ത്, അതാത് വീട്ടുകാർക്ക് തങ്ങളുടെ ഭൂമിക്ക് അനുസൃതമായ വിലയും നഷ്ടപരിഹാരം എന്ന നിലയ്ക്ക് അല്പം കൂടുതൽ തുകയും നല്കി. ഇപ്പോൾ കുമാരന് പിറകെ മല്ലികയും പൈപ്പിൻചോട് ഒഴിഞ്ഞു പോവുകയാണ്.

കൈയിൽ കിട്ടിയ പണം അടിച്ചുപൊളിച്ചു കളയാതെ എല്ലാവരോടും വേഗംവേഗം തങ്ങളെപ്പോലെ വേറൊരു സ്ഥലം കണ്ടെത്തി ഒഴിഞ്ഞുപോകാൻ മല്ലിക ഉപദേശിച്ചു. കരാറുകാർ ഉടനടി എത്തുമെന്ന് അസിസ്റ്റന്റ് എഞ്ചിനീയറെ ഇന്നലെ താൻ പോയി കണ്ടപ്പോൾ പറഞ്ഞു എന്ന് അവൾ എല്ലാവരോടുമായി കൊട്ടിഘോഷിച്ചു. പൊളിച്ചുമാറ്റൽ ഉടനടി തുടങ്ങും അതു കഴിഞ്ഞ് നിരപ്പാക്കലും തുടങ്ങും...

"ഈടെത്തെന്നെ കടിച്ചുതൂങ്ങാന്ന് ആരും കർതണ്ട."

ഇതും പറഞ്ഞ് അവൾ തന്റെ മുടിയാട്ടിക്കൊണ്ട് വീട്ടിലേക്ക് പോയി.

അപ്പോഴേക്കും മല്ലികയുടെ വീടിന് മുന്നിൽ സാധനങ്ങൾ കയറ്റി

ക്കൊണ്ടു പോകാനായി മിനിലോറി വന്നു നിന്നു. രണ്ടാം ഭർത്താവും ഉപേക്ഷിച്ച മല്ലികപ്പെണ്ണ് ഇപ്പോൾ തന്റെ പണിയിടത്തിലെ മണൽവണ്ടിയുടെ ഡ്രൈവറായ ചെറുപ്പക്കാരനുമായി അല്പം അടുപ്പത്തിലാണ്. അയാൾ തന്നെയാണ് ഇപ്പോൾ മല്ലികയെ സഹായിക്കാൻ വണ്ടിയുമായെത്തിയത്.

അകമുറിയിലെ സാധനങ്ങൾ ഒന്നൊന്നായി ഒത്തുപിടിച്ച് ഡ്രൈവറും മല്ലികയും വണ്ടിയിൽ കയറ്റി. ചട്ടിയും കലങ്ങളും പുതിയ ഫ്രിഡ്ജും ചന്ദ്രമതിയുടെ കെട്ടുകണക്കായുള്ള കളർ സാരികളും വണ്ടിയിലെത്തിച്ചു. അവസാനം മല്ലിക, അമ്മ ചത്തിട്ടും തങ്ങളെ വിട്ടുപോകാൻ കൂട്ടാക്കാത്ത അമ്മയുടെ വരത്തൻ ഭർത്താവിനെ ഒന്നു നോക്കി. അയാൾ അലക്കിത്തേച്ച വെള്ള മുണ്ടും കുപ്പായവുമിട്ട് കാലിൽ പുതിയ മോഡൽ ചെരുപ്പു മിട്ട് ചുമരിലുറപ്പിച്ച കണ്ണാടിയിൽ നോക്കി അവസാനമായൊന്ന് മുടിചീകി, ആണിയിലുറപ്പിച്ച ആ പൊട്ടൽവീണ കണ്ണാടിയും ഊരിയെടുത്തു. പിന്നീട് അരികിൽ രണ്ടു പഴകിയ വീട്ടുപകരണങ്ങൾ വെച്ചത് പോലെയിരിക്കുന്ന കറുത്ത് കൂനിച്ച് ഒട്ടിച്ചുരുങ്ങിയ ചന്ദ്രമതിയുടെ മാതാവിനേയും, കോലുമിഠായി പോലുള്ള വീരപ്പൻ പിതാവിനേയും കൈപിടിച്ച് നടത്തിച്ച് വണ്ടിയിൽ മുൻ സീറ്റിൽ കൊണ്ടിരുത്തി. തൊട്ടടുത്തായി താനും കയറിയിരുന്നു. അതോടെ മല്ലികയ്ക്കുറപ്പായി ഇതും ആയകാലംവരെ തങ്ങളുടെ കൂടെത്തന്നെയെന്ന്.

വൃദ്ധമാതാവ് പരിഭ്രാന്തി പടർന്ന മിഴികളോടെ വേവലാതി കലർന്ന സ്വരത്തിൽ എന്തെല്ലാമോ പിറുപിറുത്തുകൊണ്ട് കൂനിക്കൂടിയിരുന്നു. വീരപ്പൻ പിതാവ് വണ്ടിയിലിരുന്ന് വെറുതെയൊന്ന് തിരിഞ്ഞുനോക്കി. താൻ പതിവായി മൂത്രമൊഴിച്ചു കൊണ്ടിരുന്ന ബിലുമ്പി മരത്തിന്റെ ചുവട്ടിൽ തൊട്ട് ഓടിവന്ന കാറ്റ് നനുത്ത മൂത്രച്ചൂരിന്റെ ഗന്ധം അയാളുടെ ഓർമ്മയിലേക്ക് എന്തെല്ലാമോ കുടഞ്ഞിട്ട് വീണ്ടും ഓടിപ്പോയി. ആ പ്രത്യേക ഗന്ധം പൊടുന്നനെ ഉണ്ടായ ഒരു മുറിവുപോലെ അസഹ്യമായൊരു വേദന അയാളുടെ ഉള്ളിൽ പടർത്തിയിട്ടു. ആഴത്തിൽനിന്നും പറിച്ചെടുക്കുമ്പോൾ വേരുകൾ പറിയുന്ന ഒരു നോവ് വറ്റിയുണങ്ങിയ നെഞ്ചിൻകൂടിനുള്ളിൽ തിങ്ങിനിറഞ്ഞു. എല്ലാംവിട്ടു പോവുകയാണല്ലോ, അയാൾക്ക് ദുഃഖം തോന്നി. ജീവിത നാടകത്തിന്റെ ബാക്കിപത്രം. ഒട്ടനവധി വേഷങ്ങൾ ആടിത്തിമർക്കാൻ വിധിക്കപ്പെട്ട ജന്മമായിരുന്നു തന്റേത്. ഒന്നും സ്ഥായിയല്ല. ഓരോന്നിനോടൊന്നും തുടർച്ചയായി വന്നുകൊണ്ടിരിക്കുന്നു. ഒരേയൊരു മകൾ. പലഭാവങ്ങൾ മുഖത്തെടുത്തണിയാൻ, പല നൊമ്പരങ്ങൾക്ക് ഈറ്റുനോവറിയാൻ വിധിക്കപ്പെട്ട്, ഒരു ഒളിയിടത്തിന്റെ പറിച്ചെറിഞ്ഞുപോകേണ്ടിവരുന്ന താൽക്കാലിക മേല്ക്കൂരകൾ മാത്രം ബാക്കിയാകുന്നൊരിടം. നാട്ടുകാർക്കിടയിൽ അപഹാസ്യരായും പരിഹാസ്യരായും ജീവിക്കാൻ വിധിക്കപ്പെട്ട ഒരു കുടുംബത്തിന് ബീജാവാപം നടത്തിയ പാപി.

എവിടെയാണ് പിഴച്ചത്, അയാൾ ഓർത്തെടുക്കാൻ ശ്രമിച്ചു. ഒന്നും വ്യക്തമാകുന്നില്ല. എല്ലാം മണ്ണിട്ടുമൂടിയ ഓർമ്മകൾ. എപ്പോഴോ അലിഞ്ഞു ഉള്ളിൽ മണ്ണെടുത്തു പോയതു തന്നെയാണ് അതെല്ലാം. മനോമോഹിനിയായ മകൾ, പ്രേമിച്ചൊരുത്തൻ ഗർഭിണിയാക്കി നിറവയറോടെ ഉപേക്ഷിക്കപ്പെട്ട്, കണ്ണീരൊഴുക്കി വീടിന്റെ മൂലയിൽ ചുരുണ്ടുകൂടി കിടന്നപ്പോൾ അറിഞ്ഞിരുന്നില്ല അവളുടെയുള്ളിൽ പുകയുന്ന അഗ്നിപർവ്വതത്തിന്റെ ആഴം. സ്നേഹവും ആത്മാർത്ഥതയും നിഷേധിച്ച ആൺജന്മങ്ങളോടെല്ലാം അവൾ പകവീട്ടിയത് തന്റെ ശരീരത്തിലൂടെയായിരുന്നു. നിയന്ത്രണം തെറ്റി ചുഴിക്കുത്തിലാണ്ടിറങ്ങി മറിയുന്ന തോണിപോലെ ഓരോരുത്തരേയും അവൾ തനിക്കു ചുറ്റും വട്ടംകറക്കി. സുലഭതയോടെ ജീവിച്ചു. ദാരിദ്ര്യം എന്നതേ മറന്നുപോയി. ഇടയ്ക്കിടെ നാടും കൂടും വിട്ടും പുതിയ ദേശങ്ങൾ പുതിയ ആളുകൾ എല്ലാം അനുഭവിച്ചു. ഒന്നിനും ഒരു മുട്ടുമില്ലാതെ, ഇന്നിതാ ഇവിടം വരെയെത്തി. പത്തുവർഷം തികച്ചു നിന്നത് ഇവിടെമാത്രം. ഈ പൈപ്പിൻചോട് കോളനിയിൽ മാത്രം. ഈ മണ്ണിൽ തന്നെ മകൾ ഒടുങ്ങിയും തീർന്നു. വണ്ടിയുടെ ചില്ലുഗ്ലാസിനുള്ളിലൂടെ അയാൾ ചന്ദ്രമതിയെ അടക്കംചെയ്ത മണ്ണിലേക്ക് കുറച്ചുനേരം നോക്കിനിന്നു. ഉരുളൻകല്ലുകൾക്കും മഴകൊണ്ട് നനഞ്ഞൊലിച്ചുപോയ ആ ചരൽക്കല്ലുകൾക്കും അപ്പുറം ആ മൺകൂനയ്ക്കുള്ളിൽ ഉറങ്ങുന്ന തന്റെ പ്രിയ മകൾ ചന്ദ്രമതി.

"പോകാം" എന്ന് വണ്ടിക്കാരൻ തിരക്കുകൂട്ടിയപ്പോൾ,

"ഒരു നിമിഷം അപ്പാ.." എന്നുപറഞ്ഞ് ഉച്ചത്തിൽ പൊട്ടിച്ചിരിച്ച് സ്ഥായിയായ തന്റെ ഉല്ലാസഭാവത്തിൽ രണ്ടുഭാഗം പിന്നിയിട്ട മുടി ഇളക്കി ഉറക്കെയുറക്കെ ചിരിച്ചുകൊണ്ട് തന്റെ അടുത്തേക്ക് ഓടിവരികയാണ് സ്കൂളിൽ പോയ്ക്കൊണ്ടിരുന്ന ചന്ദ്രമതി. ആ തുടുത്ത എണ്ണമിനുപ്പുള്ള കവിളിന് താഴെ വലതു ഭാഗത്തെ ആ മറുക്!

"ഭാഗ്യമറുക്. എന്റെ മകൾ രാസാത്തിയാകും."

അമ്മ കുട്ടിയെ മടിയിലെടുത്തുവെച്ച് കൊഞ്ചിച്ചുകൊണ്ട് പറയും.

"അപ്പാ"

പിന്നെയും പിന്നെയും ആ പൊട്ടിച്ചിരിയുടെ ഒരല. ആ തെളിഞ്ഞ മുഖം, പ്രസരിപ്പ് അന്തരീക്ഷത്തിൽ നിറഞ്ഞുനില്ക്കുന്നതുപോലെ അയാൾക്ക് തോന്നി. ശരിക്കും അത് അനുഭവവേദ്യമാകുന്നു. അയാൾക്ക് ശരീരം കോരിത്തരിച്ചു... പതിയെ, ദുഃഖം കൊണ്ട് അയാൾ ചുരുണ്ടു പോയി.

"വാ മക്കളേ പോകാം."

മല്ലിക തന്റെ രണ്ടു മക്കളേയും കൊണ്ട് പിറകിൽ കയറി. വണ്ടി കുതിച്ചു നീങ്ങിത്തുടങ്ങിയപ്പോഴാണ് ചന്ദ്രമതിയുടെ മൺകൂനയ്ക്കു ചുറ്റും വട്ടംചുറ്റിക്കൊണ്ടിരിക്കുന്ന വളർത്തുനായ ദീനമായി വിലപിച്ചു കൊണ്ട് പിറകെ ഓടിവന്നത്. ഓരോതരം വിചാരങ്ങളിൽ മുഴുകിയിരുന്ന

ആരുംതന്നെ പട്ടിയെക്കുറിച്ച് ഓർത്തതേയില്ല. വീട്ടുസാമാനങ്ങൾക്കിടയിൽ കുത്തിയിരുന്ന മല്ലിക ജഡ്കാവണ്ടിയിലിരുന്നെന്നപോലെ ഗാംഭീര്യത്തിൽ, ഓടിക്കൊണ്ടിരിക്കെ, തങ്ങളെനോക്കി കൈവീശിക്കാണിക്കുന്ന ഓരോരുത്തരോടും നിറഞ്ഞുചിരിച്ച് കൈവീശിക്കാണിച്ച് യാത്ര പറഞ്ഞു.

മല്ലികയുടെ വണ്ടിക്കുപിറകെ ഓടിയ ഇട്ടീരിച്ചെക്കൻ പൈപ്പിൻ ചോടിന്റെ അങ്ങേയറ്റത്ത് അപസ്മാര ബാധിതനായി കുഴഞ്ഞ് വീണ് നുരയും പതയും ഒലിപ്പിച്ചപ്പോൾ ദുരിതമഴ പെയ്തൊഴിയാത്ത തന്റെ ജീവിതത്തെയോർത്ത് സഹിക്കാനാവാതെ സൗദാമിനി 'പടെപടെ' നെഞ്ചിനിട്ടടിച്ചു. ആദ്യത്തെ ഇടി നെഞ്ചിൽ തട്ടി, രണ്ടാമത്തെ ഇടി നെഞ്ചിൽ തട്ടുംമുൻപേ അത് കണ്ടുനില്ക്കാൻ ആവാതെ ആ കൈക്ക് കയറിപ്പിടിച്ചു പാക്കരന്റെ കുള്ളൻ മേസ്തിരി. അതുകണ്ട് സൗദാമിനിയുടെ വയറ്റിൽ വളരുന്ന കുഞ്ഞ് മേസ്തിരിയുടേതാണെന്ന് അപ്പോൾതന്നെ ഉഷാറാണി കതീശുമ്മയോട് ഉറപ്പിച്ചുപറഞ്ഞു.

മുപ്പത്തിയൊന്ന്

ഓരോരോ കുടുംബങ്ങളായി പൈപ്പിൻചോട്ടിൽനിന്നും പലായനം തുടങ്ങി.

പാതയോരങ്ങളിൽനിന്നും കടയൊഴിഞ്ഞുപോകാൻ വിധിക്കപ്പെട്ട ചെറിയ ചെറിയ കച്ചവടക്കാർ നേരിട്ട ദുരിതങ്ങൾക്കു കൈയും കണക്കുമില്ല. എല്ലാമുപേക്ഷിച്ച് ഇനിയുമൊരിടത്ത് ജീവിതത്തെ കെട്ടിപ്പടുക്കേണ്ടതിന്റെ അനിവാര്യതയിൽ. ജീവിതത്തോടുള്ള സ്വരുക്കൂട്ടൽ, കാത്തുവയ്പ് എല്ലാം വെറുതെയാണെന്ന് അവർക്കുതോന്നി. യാതൊന്നിനും തന്നെ സ്ഥിരതയില്ലാത്ത ഈ ലോകത്ത് വേറൊരിടത്ത് ജീവിതം ഒന്നിൽനിന്നും തുടങ്ങേണ്ടതിന്റെ വ്യർത്ഥത പലരിലും നിരാശ പടർത്തി.

തന്റെ കടയൊഴിഞ്ഞു കൊടുക്കേണ്ടി വന്നപ്പോൾ രാമന്റെ മുഖം ശോകാകുലമായി. ഇന്നുവരെ വിജയമുള്ളിടം ഏതെന്ന് തിരഞ്ഞു കണ്ടുപിടിക്കേണ്ടിയിരുന്നില്ല തനിക്ക്, വിജയം തന്നെ തേടിവന്ന് വിജയിച്ചു കാണിച്ചു കൊണ്ടിരിക്കുകയായിരുന്നു. ഇപ്പോൾ ആദ്യമായി കണക്കുകൂട്ടലുകൾ തെറ്റിത്തുടങ്ങുന്നു. കുടിയൊഴിഞ്ഞുപോകലിന്റെ സമയപരിധി തീരാറായി. കൈയിൽ പണംകിട്ടിയ കോളനിക്കാരിൽ നിന്നെല്ലാം പലിശയും പലിശയുടെ പലിശയും ഈടാക്കി, എല്ലാവരേയും കടവിമുക്തരാക്കി, തന്റെ പണപ്പെട്ടി നിറയ്ക്കാനുള്ള തത്രപ്പാടിലായിരുന്നു രാമൻ. പറ്റിയൊരു വീടും സ്ഥലവും കണ്ടുപിടിക്കണം. തന്നെയുമല്ല വീട്ടിൽ കൊടുമ്പിരിക്കൊള്ളുന്ന അന്തഃഛിദ്രങ്ങൾ മനസ്വസ്ഥത തകർത്തുന്നു. പൈപ്പിൻചോട്ടിലെ പെണ്ണുങ്ങൾ കൊതിയോടെ കാണാൻ കാത്തിരുന്ന കളി പാഞ്ചാലിയമ്മയുടെ വീടിനുള്ളിൽ നടമാടിത്തുടങ്ങിയിരുന്നു അപ്പോഴേക്കും.

രാമന്റെ കെട്ടിയവൾ ലീല തൊട്ടതും പിടിച്ചതും എല്ലാം ഉഷാറാണിക്കു കുറ്റം. അവൾ വന്നുകയറിയവൾ. ആറുമാസം തികയുംമുമ്പേ

അടുക്കളയുടെ ഭരണം കൈയാളാൻ ശ്രമിക്കുന്നു. ഒരു ചളിപ്പുമില്ലാതെ താനും കൃഷ്ണേട്ടനും കുട്ടികളും ഗോപാലനും അമ്മയും കണ്ടുകൊണ്ടിരിക്കെ മേശപ്പുറത്ത് ഭക്ഷണം വിളമ്പി നിരത്തി രാമനെ മുട്ടിയുരുമ്മിയിരുന്ന് കഴിക്കുന്നു. നിർത്താതെ സംസാരിക്കുന്നു. ഏതുനേരവും രാമനോട് കളിയും ചിരിയും കൊഞ്ചലും കുറുകലും. ഉച്ചനേരങ്ങളിൽ ഊണ് കഴിഞ്ഞ് താൻ അല്പമൊന്ന് നടുനിവർത്തുന്ന നേരങ്ങളിൽ പട്ടാപ്പകൽ വാതിലുമടച്ച് ഭർത്താവിനൊപ്പം അറയ്ക്കുള്ളിൽ ആടിത്തിമർക്കുന്നു. രാമൻ ബാക്കികൊണ്ടുവരുന്ന പാൽ, പാൽപാത്രം ചെരിച്ചുപിടിച്ച് മുഴുവനുമൂറ്റിയെടുത്ത് ചായയോ കാപ്പിയോ ഉണ്ടാക്കി കുടിക്കുന്നു. തനിക്ക് തൈര് ഉറയൊഴിക്കാൻ അല്പം പാല് കിട്ടുന്നില്ല. തന്റെ പുള്ളിക്കോഴിയിടുന്ന തവിട്ടുകലർന്ന നിറത്തിൽ തടിച്ച തോടുള്ള നാടൻമുട്ട ഈരണ്ടുവീതം രാമന് ശരീരപുഷ്ടിക്കായി താൻ വർഷങ്ങളായി പുഴുങ്ങിക്കൊടുക്കുന്നതിൽനിന്നും യാതൊരു വൈമനസ്യവുമില്ലാതെ ഒന്നുവീതം പങ്കുവെച്ചുകഴിക്കുന്നു. അതിനുമപ്പുറം, പൈപ്പിൻചോടിലെ അലവലാതിപ്പെണ്ണുങ്ങളുടെ കൂട്ടത്തിൽപ്പെട്ട സൗദാമിനിയേയും മകൾ കനകലതയേയും പോലെ, അല്ലെങ്കിൽ ഇടയ്ക്കിടെ കുപ്പായംമാറ്റും പോലെ കാമുകന്മാരെ മാറ്റിക്കൊണ്ടിരിക്കുന്ന മല്ലികയേയും മറ്റും പോലെ ഒരൊറ്റ ഞായറാഴ്ചയും ഒഴിവാക്കാതെ, തന്നെയോ തന്റെ മക്കളെയോ കൂടെ കൂട്ടാതെ, മാറ്റിനിക്കോ ഫസ്റ്റ് ഷോക്കോ സെക്കന്റ്ഷോക്കോ മാറിമാറിപ്പോകുന്നു. രാമനെക്കൊണ്ട് പലതരം ചേലകൾ വാങ്ങിപ്പിക്കുന്നു. ഉടുക്കുന്നു. പകിട്ടിൽ സ്വർണ്ണാഭരണങ്ങൾ അണിയുന്നു. തന്റെ അധീശത്വം വിലവയ്ക്കുന്നില്ല. തന്നെ അംഗീകരിക്കുന്നില്ല. തന്റെ വരുതിയിൽ നില്ക്കുന്നുമില്ല. പണ്ട് തന്റെ ആഗ്രഹത്തിനനുസരിച്ചേ ഒരു ചെറുവിരൽപോലും ഈ വീട്ടിൽ ചലിക്കുമായിരുന്നുള്ളു. ഇന്ന് താൻ ഒന്നുമല്ലാതായിപ്പോയി. ഒരു വിലയുമില്ലാതായിപ്പോയി. പഴമുരിഞ്ഞ് എടുത്ത് അവശേഷിച്ച ഒരു തോൽപോലെയായി താൻ. കാടിവെള്ളത്തിൽ ഇടാൻമാത്രം കൊള്ളാം.

ഉഷാറാണിയുടെ ഹൃദയത്തിൽ വൈരത്തിന്റെ തരിക്കല്ലുകൾ കൂട്ടിയുരഞ്ഞു. പൊട്ടിത്തരിച്ചു. ചിതറിത്തെറിച്ചു. അവൾ കൂലങ്കഷമായി ചിന്തിച്ചുതുടങ്ങി. എങ്ങനെ പെണ്ണിനെ ഒറ്റപ്പെടുത്തി അമ്മയടക്കം ബാക്കിയുള്ളവരെയെല്ലാം തന്റെ വരുതിയിൽ നിർത്തിക്കുമെന്ന്. ഇടയ്ക്കിടെ പുതുപ്പെണ്ണ് കേൾക്കെ പൈപ്പിൻചോട് ദേശത്തെ പ്രേതബാധകളെക്കുറിച്ചുള്ള കഥകൾ വിവരിക്കുകയും, തങ്ങളുടെ വീടിന്റെ അടിത്തറ കെട്ടുറപ്പില്ലാത്ത രീതിയിൽ കെട്ടിപ്പൊക്കിയതാണെന്നും ഏതു സമയം വേണമെങ്കിലും ഇടിഞ്ഞു തകർന്ന് വീണ് എല്ലാവരും മരണപ്പെടാമെന്നും അതുകൊണ്ട് സ്വന്തം മാതാപിതാക്കളെ സന്ദർശിക്കണമെന്നും സ്വഗൃഹത്തിൽ ഇടയ്ക്കിടെപ്പോയി താമസിക്കണമെന്നും ഉഷാറാണി പുതുപ്പെണ്ണിനോട് ആവശ്യപ്പെട്ടു.

ആണൊരുത്തന്റെ ചൂടും ചൂരും അറിഞ്ഞ പെണ്ണ്, തന്നെ പെങ്ങൾ

വീട്ടിലേക്കു പോകാൻ പറഞ്ഞ് നിർബ്ബന്ധിക്കുന്നുവെന്ന കാര്യം പൊടിപ്പും തൊങ്ങലും ചേർത്ത് കണ്ണീരിൽ ചാലിച്ച് തലയിണമന്ത്ര ത്തിലൂടെ രാമന്റെ ചെകിട്ടിലേക്ക് ഉരുക്കിവാർത്തു കൊടുത്തു. പെണ്ണിന്റെ കണ്ണീരിൽ, കുശുകുശുപ്പിൽ മനസ്സ് തകർന്ന രാമൻ, തന്റെ നേർപെങ്ങൾ ഭാര്യയോടിങ്ങനെയൊക്കെ ചെയ്തല്ലോ എന്നോർത്ത് ഉഷാറാണിയെ നേർക്കുനേർ കണ്ടാൽ മിണ്ടാതെയായി. ആങ്ങളയും പെങ്ങളും തമ്മിൽ പക. ശത്രുത. കളിയും ചിരിയും തമാശകളും മാലപ്പടക്കങ്ങൾപോലെ ഇടയ്ക്കിടെ പൊട്ടിച്ചിതറിക്കൊണ്ട് വെളിച്ചം വീശിയ വീട്ടിൽ രണ്ടു വൻശ ക്തികൾപോലെ ഒരു ഭാഗം രാമനും മറുഭാഗം ഉഷാറാണിയും സദാ യുദ്ധസന്നദ്ധരായി നിലകൊണ്ടു. ഇതിനിടയിൽപ്പെട്ട് ഞെരുങ്ങുന്ന മൂന്നാം ലോകരാജ്യത്തെയെന്നപോലെ പാഞ്ചാലിയമ്മ എങ്ങോട്ട് തിരി യണമെന്നോ എങ്ങോട്ട് ചേരണമെന്നോ അറിയാതെ വീർപ്പുമുട്ടി. എപ്പോഴും എന്തും സംഭവിക്കാം എന്ന നിലയിലുള്ള ആ വലിഞ്ഞു പൊട്ടൽ പാഞ്ചാലിയമ്മയുടെ ഹൃദയത്തെ നീറ്റി. ആരുടേയും ഭാഗം ചേരാതെ അവർ ഒറ്റയ്ക്ക് നിലകൊണ്ടു. കഷ്ടപ്പെട്ടു. തദവസരം മുതലെടുത്ത് പൈപ്പിൻചോട്ടിലെ പെണ്ണുങ്ങൾ രാമന്റെ പുതുപ്പെണ്ണിന്റെ ഭാഗം കൂടാൻ ശ്രമങ്ങൾ നടത്തുകയും, സൗദാമിനിയേയും അമ്മിക്കുട്ടി യേയും പോലുള്ള പെണ്ണുങ്ങൾ രാമന്റെ ഭാര്യക്ക് സദാ ഉപദേശങ്ങൾ നല്കാൻ സന്നദ്ധത കാണിക്കുകയും ചെയ്തു. ഉഷാറാണി കാണെ ലീല കുമ്പയമ്മയോടും മക്കളോടും ലോഹ്യംകൂടി. അത്യാവശ്യം സാധനങ്ങൾ കടം നല്കി. ഉഷാറാണി കാണെ പൈപ്പിൻചോടുകാരികൾ ലീല പൈപ്പിൻചോട്ടിൽ വെച്ചുപോയ പാത്രം നിറഞ്ഞു കവിഞ്ഞപ്പോൾ ഔദാര്യത്തോടെ നിറപാത്രവുമെടുത്ത് കോലായിൽ കൊണ്ടുവെച്ചു.

തന്റെ വീട്ടിലെ ദുർന്നിമിത്തങ്ങൾക്കെല്ലാം കാരണം അസൂയാ ലുക്കളായ പൈപ്പിൻചോട്ടുകാരുടെ കരിങ്കണ്ണ് ആണെന്ന് വിശ്വസിച്ച് പാഞ്ചാലിയമ്മ, മൊയ്‌ലാർക്ക മന്ത്രിച്ചൂതിയ വെള്ളം ഒരൊറ്റദിവസവു മൊഴിയാതെ വീടിനു ചുറ്റും തളിച്ചു. ഭഗവതീ ക്ഷേത്രത്തിൽ എല്ലാ ഞായറാഴ്ചയും വെളിച്ചെണ്ണയും ചന്ദനത്തിരിയും നേർച്ചയായി നല്കു കയും ചെയ്തു.

ചന്ദ്രമതിയുടെ മകൾ വീടൊഴിഞ്ഞ് പോയിടം നോക്കി കതീസുമ്മ എന്തിനെന്നറിയാതെ വീർപ്പുമുട്ടി. വീരപ്പൻെറ കുഴഞ്ഞ കള്ളിൻ തെറികൾ സദാ മുഴങ്ങിയ, മുതുക്കിയുടെ മുറു മുറുക്കലുകളും, മല്ലികയുടെ കൂക്കുവിളികളും, പൈപ്പിൻചോടുകാർക്കുവേണ്ടി സദാ പ്രവർത്തനസജ്ജമായ ടെലിവിഷൻ ശബ്ദങ്ങളും എല്ലാം നിലച്ച് ചന്ദ്രമതിയുടെ ആളൊഴിഞ്ഞുപോയ പുരയിടം നട്ടുച്ചകളിലും സന്ധ്യകളിലും രാത്രികളിലും മൂകത കലർന്ന നിശ്ചലതയോടെ നിലകൊണ്ടു. രാത്രി കനക്കുമ്പോൾ ചന്ദ്രമതിയുടെ വളർത്തുപട്ടിയുടെ ദീനമായ തേങ്ങിക്കരച്ചിൽ കതീസുമ്മയേയും ചുറ്റുമുള്ളവരേയും അസ്വസ്ഥരാക്കി. കുടിയൊഴിഞ്ഞു പോകുന്നവരുടെ കുടിലുകൾ

ചീട്ടുകളിക്ക് താവളമാക്കിയ പൈപ്പിൻചോടിലെ കുടിയന്മാർക്ക് ചന്ദ്രമതിയുടെ പുരയിടത്തിൽമാത്രം കാലുകുത്താനായില്ല. സദാ കർത്തവ്യനിരതനായ പട്ടി ഒരൊറ്റയാളെപ്പോലും വളപ്പിൽ എത്തിനോക്കാൻപോലും ഇടനല്കാതെ പകലുകളിൽ വീടിന്റെ തിണ്ണയിലും അടുക്കള ചായ്പ്പിലും ഇരുന്നും ഉറങ്ങിയും രാത്രികളിൽ ചന്ദ്രമതിയുടെ കുഴിമാടത്തിനരികിലും മോങ്ങിക്കൊണ്ട് കാലം കഴിച്ചു.

കതീസുമ്മ വല്ലപ്പോഴും ഒരു പാത്രത്തിൽ കൊണ്ടിട്ടുകൊടുക്കുന്ന അല്പം ഭക്ഷണാവശിഷ്ടങ്ങൾ മാത്രമായി പട്ടിയുടെ ആഹാരം. ദിനം പ്രതി ശോഷിച്ചുവന്ന പട്ടി തന്റെ രോമങ്ങൾ പൊഴിഞ്ഞ ദേഹത്തിൽ ആർത്തുപറക്കുന്ന ഈച്ചക്കൂട്ടങ്ങളെ വായിലാക്കാൻ നിരന്തരം വട്ടംചുറ്റി. കണ്ണുകളിൽ ഒരുതരം നിസ്സംഗതയോടെ, അഞ്ചു വൻകരകളും ചുറ്റിത്തളർന്നൊരു ജ്ഞാനിയുടെ കണ്ണുകളിൽ കാണുന്ന ജീവിതസത്യങ്ങൾ തിരിച്ചറിയുന്നൊരു ഭാവത്തോടെ പുറംകാലുകളിൽ ഊന്നി ഒരു മനുഷ്യനിരിക്കും പോലെ ഒരു ചോദ്യചിഹ്നം പോലെയിരുന്നു. അതിനെ നോക്കിയിരിക്കുമ്പോൾ മാത്രം കതീസുമ്മയ്ക്ക്, പെടാപ്പാട്പോലെ എങ്ങുചെന്നു ചേരണമെന്നറിയാതെ ഒഴുകുന്ന, ദുഃഖച്ചുഴികൾ മാത്രം നിരന്തരം കലങ്ങിമറിയുന്ന, സമാധാനത്തിന്റെ വെളിച്ചപ്പൊട്ടുകൾ യാതൊന്നും കാണാത്ത തന്റെ ജീവിതയാത്രയ്ക്ക് ദാർശനികമായ ഒരു ഭാവതലമുണ്ടെന്നും അതിനുള്ളിൽ ആത്യന്തികവും ആന്തരികവുമായ ഒരു സൗഖ്യമുണ്ടെന്നും അനുഭവപ്പെട്ടു.

അവർ രണ്ടുപേരും റോഡിനപ്പുറവും ഇപ്പുറവും ഇരുന്ന് കാലങ്ങൾക്കപ്പുറം എന്നപോലെ പരസ്പരം നോക്കിക്കൊണ്ട് മൂകതയാർന്ന സ്വരത്തിൽ സംവദിച്ചുകൊണ്ടിരുന്നു. സംസാരിക്കുന്നതിന് വാക്കുകൾ വേണ്ടെന്നും, പരസ്പരം മനസ്സിലാക്കുന്ന തങ്ങൾ രണ്ടു ജീവികൾ ഈ ദുനിയാവിലെ ഏറ്റവും മഹത്തായ രണ്ടു സൃഷ്ടികൾ ആണെന്നുമുള്ള ഉന്നതമായ ചിന്തകൾ, കണ്ടെത്തലുകൾ എല്ലാം കതീശുമ്മയെ പ്രകമ്പനം കൊള്ളിച്ചു. ഒരു പട്ടിയുടെ ജന്മം എന്തുകൊണ്ടും മഹത്തരമാണെന്നും അതിന് യജമാനനോടുള്ള കൂറ്, തന്റെ ഹൃദയത്തെ അങ്ങേയറ്റം അനുകമ്പാർദ്രമാക്കുന്നതും അവർ അറിഞ്ഞു. ഒരു വെളിപാട് കൊണ്ടെന്നപോലെ പുറത്തേക്കിറങ്ങിയ കതീസുമ്മ വിലക്കുകളും അശുദ്ധിയും എല്ലാം മറന്ന്, പട്ടിയുടെ അടുത്തു ചെന്ന് അതിനെ തൊട്ടുതലോടി ആശ്വസിപ്പിച്ചുകൊണ്ടിരുന്നു. മോങ്ങിക്കൊണ്ടിരുന്ന പട്ടി കരച്ചിൽ നിർത്തി വിധേയത്വത്തോടെ ഉമ്മയുടെ ദേഹത്ത് പറ്റിച്ചേർന്നു നിന്നു. പുറത്തുവന്ന നസീമ മുമ്പിൽ കണ്ട ദൃശ്യത്തിൽ വിളറിവെളുത്ത് ഉച്ചത്തിൽ നില വിളിച്ചു.

"എല്ലുമ്മാ ഇങ്ങക്കെന്താ നൊസ്സ്ണ്ടാ, പടച്ചോനേ."

പിടിച്ചുവലിച്ചിട്ടും വഴക്കുപറഞ്ഞിട്ടും കതീസുമ്മ അനങ്ങിയില്ല. അവർ ചന്ദ്രമതിയുടെ കോലായിൽ പോയിരുന്ന് പട്ടിയെ താലോലിച്ചു കൊണ്ടേയിരുന്നു. കേട്ടവർ കേട്ടവർ ഓടിയെത്തിയപ്പോൾ കണ്ട കാഴ്ച

കാണികളിൽ ചിരിയുണർത്തി.

"കതീസുമ്മയ്ക്ക് പ്രാന്തായി."

കോളനിക്കാർ അടക്കംപറഞ്ഞു. കുപ്പായമിടാതെ ഓടി വന്ന ഇട്ടീരിച്ചെക്കൻ കതീസുമ്മയ്ക്കൊപ്പം കൂടാൻ ആഗ്രഹം പ്രകടിപ്പിച്ചുകൊണ്ട് മുറ്റത്തേക്കിറങ്ങാൻ നോക്കിയെങ്കിലും മുരണ്ടുവന്ന പട്ടി ചെക്കനെ പേടിപ്പിച്ചു.

നാടും നാട്ടുകാരും ഒരു ചലച്ചിത്രത്തിലെന്നപോലെ, കതീസുമ്മയും പട്ടിയും തമ്മിലുള്ള സ്നേഹരംഗങ്ങൾ കണ്ട് കൂട്ടംകൂടിനിന്നു. ചിലർ അടക്കംപറഞ്ഞു. ചിലർ പൊട്ടിച്ചിരിച്ചു. ചിലർ അതിശയം കൂറി. ചിലർ ഉടനടി പള്ളിക്കമ്മിറ്റിയിൽ വിവരം എത്തിക്കുകയും, അവരെ ഇസ്ലാം മതത്തിൽ നിന്ന് പുറത്താക്കണമെന്ന് ആവശ്യപ്പെടുകയും ചെയ്തു.

നസീമ നെഞ്ചത്തടിച്ച് വിലപിച്ചു.

"എല്ലോളീ...ഉമ്മക്കെന്താപറ്റീത്...ഇബിലീസ് കൂടീനാ... റബ്ബേ.. നമ്മക്ക് ബീട് മാറാ...ഏടെങ്കിലും ബാടകക്ക് പൂകാ.."

മുപ്പത്തിരണ്ട്

മൂത്തുനിന്ന വെയിൽ മെല്ലെ മെല്ലെ മങ്ങിത്തുടങ്ങി. ചുട്ടു പൊള്ളി നിന്ന പൈപ്പിൻപാതയിലെ ചുടുമണൽ മെല്ലെ മെല്ലെ താപത്തെ ഉള്ളിലേക്കെടുത്ത് അല്പാല്പമായി തണുപ്പ് പ്രാപിച്ചുതുടങ്ങി. സൂര്യനെ ആവാഹിക്കാൻ പ്രാർത്ഥനയിലെന്ന പോലെ ആയിരം ഇലക്കൈകൾ മുകളിലേക്ക് കൂപ്പിനിന്ന വൻമരങ്ങൾ അല്പമൊരു സമാശ്വാസത്തോടെ മുഖംതാഴ്ത്തി നിന്നുതുടങ്ങി. വൈകുന്നേരമാകുമ്പോഴേക്കും പണി കഴിഞ്ഞു പോകുന്ന പൈപ്പിൻചോടുകാരികൾ വാർക്കക്കെട്ടിടത്തിലെ മേസ്തിരിമാരുടെ കൊള്ളരുതായ്മകളുടെ കഥകൾ പറഞ്ഞ് കൂട്ടംകൂട്ട മായി വീട്ടിലേക്ക് നടന്നു. യൗവനം വറ്റിയ പൈപ്പിൻ ചോട് പെണ്ണുങ്ങൾ, കൈകഴപ്പും കാൽകഴപ്പും തുടങ്ങുമ്പോൾ സാധാരണപോലെ ടൗണിലെ സമ്പന്നഗൃഹങ്ങളിൽ വീട്ടുവേലയ്ക്ക് പോയിത്തുടങ്ങി. നിരന്തരം സോപ്പിലും വെള്ളത്തിലും കുതിർന്ന് അലക്കിയലക്കി തോലുചുളുങ്ങിയ പെണ്ണുങ്ങൾ, കൊച്ചമ്മമാർ നല്കുന്ന പഴയ സാരികൾ യഥേഷ്ടം ചുറ്റി വീട്ടിലെത്തി വിശ്രമിക്കുന്ന വേളകളിൽ പരിഷ്കാരികളുടെ ഗൃഹങ്ങളിലെ അന്തർനാടകങ്ങളെക്കുറിച്ച് നിഗൂഢത കലർത്തി ശബ്ദം താഴ്ത്തി സംസാരിച്ചു.

കുമ്പയമ്മയുടെ മകൾ സാവിത്രി ടൗണിലെ അലക്കുപണി കഴി ഞ്ഞുവന്ന് കോലായിലിരുന്ന്, അമ്മിക്കുട്ടി അനത്തുന്ന കട്ടൻ ചായയ്ക്ക് കാത്തുനിന്ന് വിദൂരതയിൽ നോക്കി എന്തോ ഓർത്തുകൊണ്ടിരിക്കുക യായിരുന്നു. വളരെ വർഷങ്ങൾക്കുശേഷം കാതറ്ക്കാ സാവിത്രിയുടെ മനസ്സിലേക്ക് തുള്ളിക്കുതിച്ചെത്തി. ആ എല്ലിച്ചദേഹത്തിന്റെ മണം മൂക്കിൽ അടിച്ചുകയറുംപോലെ. കഴിഞ്ഞകാലത്തെ സ്മരണകൾ അതാത് കാലത്ത് അത്രയേറെ വിലപിടിപ്പുള്ളതെങ്കിലും, ഇപ്പോൾ

അതൊക്കെ ഓർക്കുമ്പോൾ സന്തോഷമാണോ സങ്കടമാണോ സംതൃപ്തിയാണോ എന്നൊന്നും വേർതിരിച്ചറിയാൻ പറ്റുന്നില്ല. കാണെക്കാണെ എല്ലാ രസച്ചരടുകളും മുറിഞ്ഞുപോകുമെന്നും ജീവിതത്തിന് കൊഴുപ്പേകിയ യൗവനത്തിന്റെ തീക്ഷ്ണമായ ചടുലതകളും അസ്തമിച്ചുതുടങ്ങുമെന്നും, വറ്റാതെ കത്തിനിന്ന ആസക്തികളുടെ കൊടുങ്കാറ്റുകൾ എങ്ങോ പോയൊളിച്ച്, ഒരു ആളിപ്പടരലിനുള്ള ശേഷമുള്ള ശാന്തത ശരീരത്തിനും മനസ്സിനും കൈവരിക്കാനാകുമെന്നും അറിയുകയായിരുന്നു സാവിത്രി.

ഗ്ലാസിനുള്ളിലെ തിളങ്ങുന്ന ചുവന്ന കട്ടൻചായപോലെ അസ്തമനച്ചെരുവിൽ സൂര്യൻ കടുത്ത നിറത്തിൽ ചായം വാരി വലിച്ചെറിയുന്നു. ആകാശം നോക്കിക്കൊണ്ടിരുന്നപ്പോൾ ആരോ വിരൽമുറിച്ചൊഴുക്കിയ രക്തംപോലെയത്, അങ്ങേച്ചെരുവിലാകമാനം വാർന്നൊലിച്ച് വ്യാപിക്കുകയാണെന്നാണ് സാവിത്രിക്ക് തോന്നിയത്. യജമാനത്തി നല്കിയ പഴകിയ പലഹാരങ്ങളുടെ കൂട് തുറന്ന് ഒരല്പം വായിലിട്ട് ചുറ്റിലും ഇട്ടീരിച്ചെക്കനെ പരതി. സാധാരണയായി താനെത്തുമ്പോഴേക്കും പലഹാരക്കൂട്ടിൽ മണംപിടിച്ചെത്തുന്ന ഈച്ചയെപ്പോലെ, പഞ്ചസാര വീണയിടം അരിച്ചെത്തുന്ന ഉറുമ്പിനെപ്പോലെ, വൈകുന്നേരമെന്നൊന്നുണ്ടെങ്കിൽ മണം പിടിച്ചെത്തുന്ന ഇട്ടീരിച്ചെക്കനിന്നെവിടെ?

“ടാ ഇട്ടീരീ, ട്ടീരിയേ...” സാവിത്രി നീട്ടിവിളിച്ചു.

“ചെക്കനേട്ത്തു”

ഇട്ടീരിയെ വിളിക്കുന്ന ശബ്ദം കേട്ട് പണികഴിഞ്ഞുവന്ന സൗദാമിനി വസ്ത്രം മാറ്റുന്നതിനിടയിൽ മുടി ഉച്ചിയിൽ കെട്ടി വെച്ച് കറുത്ത ബ്ലൗസും അടിപ്പാവാടയുമായി പുറത്തേക്ക് വന്നു.

“ആടയില്ലേ ഏച്ചീ, ന്നാ ചെക്കൻ കളിക്കാൻ പോയി റ്റ്ണ്ടാവും.”

അതും പറഞ്ഞ് സൗദാമിനി അകത്തേക്ക് പോയി.

വൈകുന്നേരത്തെ നാടുചുറ്റലും അന്യഗൃഹസന്ദർശന പരിപാടികളും, നാട്ടുചികിത്സയും ലൊട്ടുലൊടുക്കുവിദ്യകളും, അലക്കും കുളിയും എല്ലാം കഴിഞ്ഞ കുമ്പയമ്മ അലക്കിയുണക്കിയ തുണി ഒരു ചെറിയ ഭാണ്ഡക്കെട്ടിൽ കെട്ടി ഞാത്തിക്കൊണ്ട് നടന്നുവന്ന് വരിക്കപ്ലാവിന്റെ വേരിൻമേലിരുന്നു. കുളിച്ചീറനായ നരപടർന്ന ഇപ്പോഴും അരക്കുമുട്ടുന്ന മുടി അഴിച്ചിട്ട് കോന്തലക്കെട്ടഴിച്ച് മുറുക്കാൻ ചവ തുടങ്ങി.

ആകാശച്ചെരുവിലൂടെ നിരനിരയായി പറക്കുന്ന പറവകൾ കൂടണയാനുള്ള വെമ്പലോടെ, മരച്ചില്ലകളിലും ഉണക്കമരക്കൊമ്പുകളിലും അല്പനേരമിരുന്ന് വിശ്രമിച്ച് ചിറകുകൾ കുടഞ്ഞ് കൊക്കുരുമ്മി എന്തോ രഹസ്യം പറഞ്ഞ് വീണ്ടും യാത്രതുടർന്നു. പക്ഷികളുടെ പല ഈണത്തിലുള്ള കുറുകലും കാക്കകളുടെ കാറിക്കരച്ചിലുകളും എല്ലാം കൂടിക്കലർന്ന്, അസ്തമയത്തിന്റെ ആസന്നതയിൽ, രാത്രിയെ വരവേല്ക്കുന്ന ഉത്സാഹപ്രഹർഷത്തോടെ പ്രകൃതി കറുത്ത മുടിയഴിച്ചു പടർത്തി നിദ്രപൂകാൻ നിശ്ചലതയിലേക്കമരാൻ വെമ്പി. സൗദാമിനി പുകയുന്ന വിറ

കൂതി അടുക്കളയിലെ മങ്ങിയവെട്ടത്തിൽ കഞ്ഞിയും കറിയും പാകപ്പെ ടുത്താൻ തുടങ്ങി. പാക്കരൻ പണികഴിഞ്ഞ് കൂലിയും വാങ്ങി നേരെ കള്ളുഷാപ്പിലേക്ക് പോയി മൂക്കറ്റം മോന്തി മറ്റു കുടിയന്മാരുമായി വഴക്കു തുടങ്ങിയപ്പോൾ മുറ്റമടിച്ചും റോഡടിച്ചും തളർന്ന പാറോതിപ്പെണ്ണ് തന്റെ വലിയ പാവാട അരയിൽ കയറ്റിക്കുത്തി തുരുതുരെ തലമാന്തി കോലാ യിലിരുന്ന് പേൻവാരി കൊല്ലാൻ തുടങ്ങി.

"ടാ ഇട്ടീരിയേ..."

ഗർഭാലസ്യം പൂണ്ട ശരീരത്തോടെ വയറും ഉന്തിക്കൊണ്ട് പുറ ത്തേക്ക് വന്ന സൗദാമിനി ചെറുക്കനെ കാണാഞ്ഞ് നീട്ടി വിളിച്ചു. അരി ശത്തോടെ പറഞ്ഞു.

"ഈ കുരിപ്പേടപ്പോയിന്"

'ശു... ശു...' എന്ന് ശബ്ദമിട്ട് നഖത്തിന്മേൽ പേൻ പെറുക്കി വെച്ച് പകയോടെ അമർത്തിക്കൊല്ലുന്ന പാറോതിപ്പെണ്ണ് മുറ്റത്തേക്കിറങ്ങി ചെക്കനെ തിരയാൻ തുടങ്ങി. കുമ്പയമ്മ നേരം ഇരുട്ടിയിട്ടും അകത്തു പോകാതെ വേരിൻമേലിരുന്ന് പശു അയവെട്ടും പോലെ ചവച്ചുകൊണ്ട് എന്തോ ചിന്തിച്ചിരുന്നു. ഇടയ്ക്ക് പാതയിലേക്കും ഉറ്റുനോക്കി.

ചെക്കനെ തിരഞ്ഞുപോയ പാറോതിപ്പെണ്ണ് തിരിച്ചെത്തി.

"ചെക്കനേടയും ഇല്ലമ്മേ."

"നീ എല്ലാട്ത്തും നോക്കീനാ."

"നോക്കീനമ്മേ."

"ഇങ്ങേത്തല തൊട്ട് അങ്ങേത്തലവെരെ നോക്കീനാണേ."

"നോക്കീനമ്മേ."

"അങ്ങേത്തലതൊട്ട് ഇങ്ങേത്തലവരെ നോക്കീനാണേ."

"നോക്കീനമ്മേ."

"ചെക്കനേടപ്പോയപ്പാ, ഇട്ടീരിയേ...ടാ ഇട്ടീരിയേ..."

കോലായിലെ തൂണിനരികെ കഴുക്കോലിൽ പിടിച്ച് ഒരല്പം താഴേക്ക് തൂങ്ങി സൗദാമിനി നീട്ടിവിളിച്ചു.

"ഇട്ടീരിയേ...ഇട്ടീരിയേ...കൂയ്."

ചെക്കന്റെ പേരുചൊല്ലിയുള്ള വിളിയുടെ പ്രതിദ്ധ്വനി കനത്തുവന്ന ഇരുട്ടിന്റെ കവിളുകളിൽ തട്ടി ചിതറി.

"ടാ കുരുത്തംകെട്ടോനേ... ടാ ചെക്കാ.."

ആരെയെല്ലാമോ വഴക്കുപറഞ്ഞുകൊണ്ട് കുമ്പയമ്മ തന്റെ ചിലമ്പിച്ച സ്വരത്തിൽ ഉച്ചത്തിൽ വിളിച്ചു.

"ടാ ഇട്ടീരിയേ..."

"ഏടയെങ്കിലും കെടന്ന് ഒറങ്ങിപ്പോയ്റ്റ്ണ്ടാവും."

സൗദാമിനി ശാന്തതയോടെ അകത്തേക്ക് പോയി.

ഇതിനു മുമ്പും പലവട്ടം ഇട്ടീരി വീട്ടുകാരെ കുഴക്കിയിട്ടുണ്ട്. ചില പ്പോൾ കട്ടിലിനടിയിൽ ചുമരോട് പറ്റി ഉറങ്ങുകയാവും. അല്ലെങ്കിൽ അമ്മ പണികഴിഞ്ഞ് വരാൻ നേരംവൈകുന്ന ഏതെങ്കിലും വീട്ടിലെ കുട്ടിക

ളോടൊത്ത് കളിക്കുകയാവും. അതുമല്ലെങ്കിൽ പൈപ്പിൻചോട് പാതയ്ക്കപ്പുറം, വാഹനങ്ങൾ അതിദ്രുതം ചീറിപ്പായുന്ന, ചരക്കുലോറികൾ മുക്കിയും മൂളിയും ഇഴഞ്ഞുനീങ്ങുന്ന മേൽപ്പാലത്തിനപ്പുറമുള്ള തെരുവുകച്ചവടക്കാർ തിങ്ങിനിറഞ്ഞ വാണിയത്തെരുവുകളിൽ പലവിധ ദൃശ്യങ്ങൾ കണ്ട് നടക്കുകയുമാവാം. ബഹുവർണ്ണത്തിലുള്ള പല വിധ തുണിത്തരങ്ങൾക്കും മാലപോലെ തൂക്കിയിട്ട വിലകുറച്ചു കിട്ടുന്ന ചെരിപ്പുകൾക്കും ഇടയിൽ, ജട്ടിയും കുപ്പായങ്ങളും നിലത്ത് കൂട്ടിയിട്ട് വഴിപോക്കരെ മാടിവിളിച്ച് ഉച്ചത്തിൽ ശബ്ദങ്ങളുണ്ടാക്കി ആകർഷിച്ച് ബഹളമയമായി കച്ചവടം നടത്തുന്ന തെരുവുകച്ചവടക്കാർക്കിടയിൽ ഒരു വിരലും വായിലിട്ടീമ്പിക്കൊണ്ട് കാഴ്ചകൾ കണ്ടു നില്ക്കുകയുമാവാം. ഒരുപക്ഷേ, പൊരികടല, വറ കടല, മുറുക്ക്, പൊരി തുടങ്ങിയ അല്ലറ ചില്ലറ ഭക്ഷണപദാർത്ഥങ്ങൾ വില്ക്കുന്ന ഏതെങ്കിലും ടെന്റിനരികെ ഒരല്പം കിട്ടാൻ യാചിച്ചു നില്ക്കുകയുമാവാം.

ഇങ്ങനെ ഇടയ്ക്കിടയ്ക്ക് എങ്ങോട്ടെങ്കിലും ഒളിച്ചുപോകുന്ന ഒരു സ്വഭാവം ചെറുക്കനുണ്ട്. ഇത് സൗദാമിനിക്കും കുമ്പയമ്മക്കും പാക്കരനും പാറോതിപ്പെണ്ണിനും സകല പൈപ്പിൻചോടുകാർക്കും അറിയാം. അതെല്ലാം പകൽ ഇരുട്ടുംമുൻപേ ചെക്കൻ നിന്നിടത്തുനിന്ന് പെട്ടെന്ന് അപ്രത്യക്ഷമായതാണ്. പക്ഷേ, രാത്രി ഇരുട്ടും മുൻപേ ചെക്കൻ തിരിച്ചുവരികയും ചെയ്യും.

ഒരു തവണ കാണാതായ ചെക്കനെ തിരഞ്ഞുപോയ ചെറുപ്പക്കാർ കണ്ടുപിടിക്കുമ്പോൾ ചെക്കൻ നാലുംകൂടിയ അങ്ങാടി മുക്കിൽ, മരിച്ചുപോയ മമ്മത്ക്കായുടെ അനാദിപ്പീടികയുടെ കോലായിൽ ഉടുതുണിയൊന്നുമില്ലാതെ നിലത്ത് ചമ്രം പടിഞ്ഞിരുന്ന് ആളുകളെ നോക്കി 'പത്തു പൈസ, പത്തുപൈസ' എന്നു പാടിക്കൊണ്ടിരിക്കുകയായിരുന്നു. കൈനിറയെ പണവുമായി പിടിച്ചുകൊണ്ടുവന്ന ചെക്കനെ കണ്ട് ആദ്യം സൗദാമിനിയുടെ കണ്ണ് നിറഞ്ഞു. പിന്നെ മുഖം തെളിഞ്ഞു. ആ പൈസയ്ക്ക് മുഴുവൻ കടലക്കയും മുട്ടായിയും വാങ്ങിക്കൊണ്ട് കോലായിലിരുന്ന എല്ലാവർക്കും കൊടുത്ത് ചെക്കൻ സന്തോഷത്തോടെ തിന്നു. അതുകൊണ്ട് തന്നെ ചെക്കനെല്ലേ തിരിച്ചുവരും എന്ന ഉറപ്പിൻമേൽ പാറോതിപ്പെണ്ണ് പിന്നെയും പേൻ വാരൽ തുടങ്ങി.

സൗദാമിനി തിരികെ അടുക്കളയിലേക്ക് പോയി. കുമ്പയമ്മയാകട്ടെ തായത്തങ്ങാടിയിലെ തേങ്ങകൊയ്യക്കാരൻ കാഞ്ഞന്റെ പനിച്ചുപൊന്തി തളർന്നുകിടന്ന നാലുവയസ്സുകാരി കുട്ടിക്ക് പണ്ടത്തെ ഉഷാർ തിരിച്ചു കിട്ടുന്നതിനുവേണ്ടി നൂൽ മന്ത്രിക്കാൻ വന്നവർക്കു മുമ്പിൽ, നൂൽ ജപിച്ചു കൊടുത്ത്, ഒരു വാക്ക്, മറുവാക്ക് ഉരിയാടാതെ പോയി കുഞ്ഞിന് നൂൽ കെട്ടിക്കൊടുക്കുവാൻ പറഞ്ഞ് കിട്ടിയ ദക്ഷിണ വാങ്ങി കോന്തലയിൽ തിരുകി, തിടുക്കത്തിൽ മുറിക്കുള്ളിൽ കയറി കട്ടിലിനടിയിൽ പഴന്തുണിക്കുള്ളിൽ ഒളിപ്പിച്ചുവെച്ച കുപ്പിയെടുത്ത് ഒരല്പം ഗ്ലാസിൽ പകർന്ന് വിരൽകൊണ്ട് ഒന്ന് തൊട്ടുകുടഞ്ഞ് ആഞ്ഞ് ഒരു വലിക്കു തീർത്ത് ചുരു

ണ്ടുകൂടി ഉറങ്ങാൻ തുടങ്ങി.

പിന്നെപ്പോഴോ എന്തെല്ലാമോ ഒച്ചയും ബഹളങ്ങളും ആരുടേയോ അടക്കിപ്പിടിച്ച സംസാരങ്ങളും ഇടയ്ക്കിടെ വന്നുംപോയുമിരിക്കുന്ന വെട്ടങ്ങളും ഒക്കെ അടുത്തുണ്ടെന്ന് തോന്നിയപ്പോഴാണ് ഞെട്ടി കണ്ണുതുറക്കുന്നത്.

"ചെക്കനെന്നും ബന്നിറ്റില്ല."

സൗദാമിനി ഒച്ചതാഴ്ത്തി അമ്മയോട് പറഞ്ഞു.

എന്തെല്ലാമോ പിറുപിറുത്തുകൊണ്ട് എഴുന്നേല്ക്കാൻ നോക്കിയെങ്കിലും ആവാതെ വീണ്ടും ചാഞ്ഞ് വീണ് കുമ്പയമ്മ ഉറക്കമായി. കൂട്ടംകൂടി നിന്ന ആളുകൾക്കിടയിലൂടെ തീവ്ര വെളിച്ചം പേറുന്ന ടോർച്ചുലൈറ്റുകളുമായി പൈപ്പിൻചോട്ടിലെ ചെറുപ്പക്കാർ ഇരുട്ടിൽ പതുങ്ങി നില്ക്കുന്ന പൊന്തകൾക്കുള്ളിലേക്കും കാട്ടുവഴികളിലേക്കും വെളിച്ചം തെളിച്ചുകൊണ്ട് "ടാ ഇട്ടീരിയേ.. ഇട്ടീരിയേ..." എന്ന് നീട്ടിവിളിച്ചു.

കോലായത്തൂണിനരികിൽ കുത്തിയിരുന്ന സൗദാമിനി പറഞ്ഞു.

"ഏടെങ്കിലും കെടന്ന് ഒറങ്ങ്ന്ന്ണ്ടാവും."

"അതെന്നെ"

പാറോതിപ്പെണ്ണ് ശരിവെച്ചു.

പുലർച്ചെ താൻ ഇങ്ങേച്ചെരിവുതൊട്ട് റോഡടിച്ചു തുടങ്ങി അങ്ങേച്ചെരിവിലെത്തുമ്പോഴേക്കും 'എണേ പാറോതീ'ന്നും വിളിച്ചു ചെക്കൻ എത്തുമെന്ന് പാറോതിക്കറിയാം.

ചെക്കനെ തിരഞ്ഞുപോയ ചെറുപ്പക്കാർ കുറെക്കഴിഞ്ഞ് തിരികെയെത്തിയപ്പോൾ പാക്കരനും ആങ്ങളച്ചെക്കൻ ദാസനും കൂടി ഊഹമുള്ളിടത്തെല്ലാം ഉറക്കം തൂങ്ങി വീഴുന്ന രാത്രിയുടെ കനത്ത മടി ചവുട്ടി നീട്ടി വിളിച്ച് നടന്നുതുടങ്ങി.

"കൂയ്...ടാ ഇട്ടീരീ..ഇന്നാടാ മുട്ടായി ന്നാടാ.."

മുട്ടായിയെന്ന് കേട്ടാൽ ഏതുറക്കത്തിലും ചെക്കൻ ചാടിയെഴുന്നേല്ക്കുമെന്ന് ദാസനറിയാം. നടന്ന് നടന്ന് കാൽ തളർന്ന് കുന്നും മലയും കയറിയിറങ്ങി. രാത്രി മുഴുവൻ ചെക്കനെ തിരഞ്ഞ് തളർന്നു. പാക്കരൻ തൊണ്ടയിടർച്ചയോടെ ചെക്കനെ കാണുന്നില്ല എന്നും പറഞ്ഞ് കോലായിലെ തണുത്ത നിലത്ത് ഉടുമുണ്ടഴിച്ച് പുതച്ച് തളർന്നുറങ്ങാൻ തുടങ്ങി. വെളുത്തു തുടങ്ങിയ ആകാശത്തിനുള്ളിൽ നരച്ച പോലെ ചിതറിക്കിടന്ന മേഘങ്ങൾക്കുള്ളിൽ ആരോ കളഞ്ഞുപോയൊരു പൊന്നിൻ തുണ്ടു പോലെ ഒരല്പം ചന്ദ്രക്കല ബാക്കി നിന്നു.

മുപ്പത്തിമൂന്ന്

നാടൊട്ടുക്കും ഉള്ളവർ ചിരിച്ചും പരിഹസിച്ചും മടുത്തപ്പോൾ ഇവിടെ വിട്ട് വേറെ എവിടെയെങ്കിലും പോയി താമസമാക്കാം എന്ന് നസീമയും മക്കളും തീരുമാനിച്ചു. ആവുംവിധം അനുനയിപ്പിച്ചെങ്കിലും കതീസുമ്മ പൈപ്പിൻചോടു വിട്ട് പോകാൻ കൂട്ടാക്കിയില്ല.

"ഇതെന്ത് കുദറത്ത് ഉമ്മാ...റോഡ് ബെര്ന്ന് എല്ലാരും ഒയിഞ്ഞ് പോണം. എല്ലാരും പോക്കും തൊടങ്ങി ഉമ്മാ."

നസീമയുടെ വിളിയും തെളിയും ഒന്നും ഉമ്മ അറിഞ്ഞില്ല. പലവിധ ഖ്യാതികൾ നാട്ടിൽ പരന്നു. കതീസുമ്മയ്ക്ക് ചന്ദ്രമതിയുടെ പ്രേതം കൂടിയതാണെന്നും, കതീസുമ്മയുടെ ദേഹത്തിൽ ആവേശിക്കുന്ന ചന്ദ്രമതിയുടെ ആത്മാവ് പട്ടിയുമായുള്ള തന്റെ ആത്മബന്ധം പുതുക്കുകയാണെന്നും അതല്ല എൺപതാം വയസ്സിൽ നട്ടുച്ച വെള്ളിയാഴ്ച കതീസുമ്മയ്ക്ക് നട്ടഭ്രാന്ത് ഇളകിയതാണെന്നും ശ്രുതി പരന്നു.

എന്തുതന്നെയായാലും തട്ടത്തുണി തലയിൽ നിന്നെടുക്കാത്ത കതീസുമ്മ തട്ടമെടുത്ത് ദൂരെയെറിഞ്ഞ്, തന്റെ അലിക്കത്തൊഴിഞ്ഞ കാതിന്റെ ഓട്ടകൾ കാണിച്ച് കാണുന്നവരോടെല്ലാം ചിരിക്കാനും ലോഹ്യം പറയാനും തുടങ്ങി. വീട്ടുകാര്യങ്ങളിൽ യാതൊന്നും ശ്രദ്ധിക്കാതെ അവർ പൈപ്പിൻചോട് പാതയിലൂടെ അലസസഞ്ചാരം തുടങ്ങി. ഇടയ്ക്കിടെ ഒരു ചുള്ളിക്കമ്പ് പൊട്ടിച്ചെടുത്ത് കൈയിൽ വീശിക്കൊണ്ട് കാറ്റിനോടും പുല്ലിനോടും പൂവിനോടും പൈപ്പുവെള്ളത്തോടും ചറുപറെ വർത്തമാനം പറഞ്ഞുകൊണ്ട് കതീസുമ്മ, ദേശീയപാതക്കുവേണ്ടി കടയൊഴിഞ്ഞു പോയ കച്ചവടക്കാരുടെ അടച്ചുപൂട്ടിയ പീടികവരാന്തകളിൽ പോയിരുന്നു. റോഡിലെ വരുന്നവരേയും പോകുന്നവരേയും വിളിച്ചു വർത്തമാനം പറയുവാനും പ്രസംഗിക്കുവാനും തുടങ്ങി. ഇന്നുവരെ ഒരു പ്രസംഗം കാണാത്ത, കേൾക്കാത്ത കതീസുമ്മ ഇടിവെട്ടുന്നപോലെ അച്ചടിഭാഷ

യിൽ നിർത്താതെ പ്രസംഗിക്കുന്നത് കേട്ട് ആളുകൾ അത്ഭുതപരതന്ത്രരായി.

"ഇംഗ്ലീസിലാ ഓള് പ്രസംഗിക്ക്ന്നേ."

ഉൽക്കണ്ഠ അടക്കാനാകാതെ കുമ്പയമ്മ വിളിച്ചു ചോദിച്ചു.

രാഷ്ട്രീയകാര്യങ്ങളെക്കുറിച്ചും മന്ത്രിമാരെക്കുറിച്ചും സംസാരിക്കുന്ന കതീസുമ്മ, നിയമസഭയിലെ കാര്യങ്ങളെക്കുറിച്ചുവരെ സംസാരിച്ചു. ഇതുകേട്ട് നാട്ടുകാരിൽ ചിലർ ബോധക്കേടിന്റെ വക്കിലെത്തി. ഇത്രയും കാലം തങ്ങളുടെ കൂട്ടത്തിൽ കൂടിക്കുഴഞ്ഞ് നാലയൽവക്കത്തും പോയി ഉപ്പിനും മുളകിനും കടുകിനും ഇരന്നുനടന്ന കതീസുമ്മ ഇത്രവലിയ പണ്ഡിതയായിരുന്നോ എന്നോർത്ത് അവർക്ക് ആശ്ചര്യം അടക്കാനായില്ല. ആരോടും വർത്തമാനത്തിനും ലോഹ്യത്തിനും നില്ക്കാതെ എപ്പോഴും കട്ടക്കലിയുമായി നടക്കുന്ന കുമ്പയമ്മ കതീസുമ്മയെ അനുനയിപ്പിച്ച് വീട്ടിൽ കൊണ്ടുവരുവാൻ നോക്കി.

"നീ പോട് കുമ്പേ."

ഒരു ചെറു ചിരിയോടെ കതീസുമ്മ എല്ലാവരേയും നിസ്സാരരാക്കി തള്ളി.

അവിടന്നും നടന്നു നടന്ന് കതീസുമ്മ പൈപ്പിൻചോട് ഇറങ്ങി, താഴ്വരകളിലൂടെ നടന്നു. നടന്ന് തളർന്നപ്പോൾ ഒരു വലിയ വീട്ടിന്റെ കറുത്ത ഗേറ്റ് കണ്ടു. ഗേറ്റ് തള്ളിത്തുറന്ന് അകത്തുകടന്ന കതീസുമ്മ കോളിങ് ബെൽ അടിച്ച് വീട്ടുകാരിയെ കാത്തിരുന്നു.

വാതിൽ തുറന്നത് മദാമ്മ ജാനു.

രാമനായിരിക്കുമെന്ന പ്രതീക്ഷയോടെ ഓടിവന്ന് വാതിൽ തുറന്ന ജാനുവിന്റെ കണ്ണുകളിലെ വെട്ടം പെട്ടെന്ന് മങ്ങി...ഉള്ളിൽ നിറഞ്ഞുനിന്ന സങ്കടം കണ്ണുകളിലൂടെ പൊട്ടിയൊഴുകാൻ തുടങ്ങി. ഉറക്കം പറ്റിയ കണ്ണുകളിൽ അനിശ്ചിതത്വം നിറഞ്ഞ തന്റെ പ്രേമത്തെയോർത്തുള്ള ആശങ്കകൾ മുറ്റിനിന്നു.

"കൊറച്ച് വെള്ളം നോട്ട് മോളേ"

കതീസുമ്മയ്ക്ക് ഭ്രാന്തായ കഥ മദാമ്മ അറിഞ്ഞിരുന്നു. താനും ഇതുപോലെ ഒരു ഭ്രാന്തിയാണെന്നാണ് മദാമ്മയ്ക്ക് അപ്പോൾ തോന്നിയത്. എന്തുകൊണ്ടോ ഇപ്പോൾ അന്യരുടെ ഉള്ളുതകർച്ച, ദുഃഖങ്ങൾ എല്ലാം മനസ്സിലാക്കാനുള്ള ഒരു കഴിവ് കൈവന്നിരിക്കുന്നത് പോലെ. ഉള്ളിൽ പുകയുന്ന ഈ അഗ്നിപർവ്വതം പൊട്ടിത്തെറിക്കും മുമ്പേ ആരോടെങ്കിലും ഒന്ന് തുറന്ന് പറഞ്ഞ് സമാശ്വസിക്കണമെന്ന് കുറേ ദിവസങ്ങളായി വിചാരിക്കുന്നതാണ്. അതിനുപറ്റിയൊരാളാണ് ഇപ്പോൾ മുന്നിലിരിക്കുന്നത്. ഉള്ളിലെ ഭാരങ്ങളെല്ലാം സ്വയം മറന്ന് നൊണ്ണു കാട്ടിച്ചിരിക്കുന്ന കതീസുമ്മയുടെ ആകുലത ഒളിച്ചുവെച്ച കണ്ണിലൂടെ മദാമ്മ സഞ്ചരിച്ചുതുടങ്ങി. മദാമ്മ കതീസുമ്മയ്ക്ക് ചൂടുചായയും കുറച്ചു പഴങ്ങളും നല്കി. തിന്നാൻ കിട്ടിയ കതീസുമ്മ സന്തോഷത്തോടെ മദാമ്മയുടെ മുന്നിലിരുന്ന് അവൾക്ക് പറയാനുള്ളതെല്ലാം കേട്ടുകൊണ്ടിരുന്നു. മദാമ്മ

തന്റെ അനാഥമാക്കപ്പെടുന്ന അസ്തിത്വത്തെക്കുറിച്ചും നഷ്ടപ്പെട്ടുപോയ സ്വപ്നങ്ങളെക്കുറിച്ചും പറഞ്ഞു. താൻ തനിക്കുവേണ്ടി ജീവിച്ചത് തന്റെ കുട്ടിക്കാലത്തു മാത്രമായിരുന്നുവെന്ന് അവർ കതീസുമ്മയോട് തുറന്നു പറഞ്ഞു. നിഷ്കളങ്കമായ ആ ബാല്യത്തിൽ മാത്രമാണ് താൻ ഹൃദയം തുറന്നു സന്തോഷിച്ചുകൊണ്ടിരുന്നത്. പിന്നീടെപ്പോഴോ ഭക്ഷണം കഴിക്കുമ്പോലെ, ഉറങ്ങുമ്പോലെ, കല്യാണമുണ്ടായി, ഭർത്താവുണ്ടായി, മക്കളുണ്ടായി. പക്ഷേ, എല്ലാമുണ്ടായിട്ടും എന്തോ നഷ്ടപ്പെട്ടുകൊണ്ടിരുന്നു അപ്പോഴേക്കും. അതെന്താണെന്ന് ഒരിക്കലും വ്യക്തമായിരുന്നുമില്ല. ഒടുവിലാണ് താൻ തന്റെ പ്രേമത്തെ കണ്ടെത്തിയത് എന്നും പറഞ്ഞ് മദാമ്മ കരയുവാൻ തുടങ്ങി...

മദാമ്മയുടെ കരച്ചിൽ കണ്ട് തിടുക്കത്തിൽ ഞാൻ പോട്ടെ എന്നും പറഞ്ഞ് കതീസുമ്മ പോയി. ഗെയിറ്റടച്ച് കുറ്റിയിട്ട് വൈകുന്നേരമെത്തുന്ന കുട്ടികളെയും കാത്ത് മദാമ്മ വീടിനുള്ളിലൂടെ ഉഴറിനടന്നു. ചിലപ്പോൾ താൻ ബോധരഹിതയായി നിലം പതിക്കുമെന്ന് മദാമ്മയ്ക്ക് തോന്നി. വെള്ളനിറത്തിലുള്ള വില കൂടിയ തുണികൊണ്ടുള്ള നൈറ്റി തോളിലൂടെ ഊർന്നുപോകുന്നത് പോലെ. ഉള്ളിലെ തീ ശരീരത്തെ വല്ലാതെ ഉരുക്കുന്നുണ്ട്. കണ്ണുകൾ കുഴിഞ്ഞുതുടങ്ങിയോ. സൗന്ദര്യം മങ്ങിയോ. ആധി മൂത്ത, മദാമ്മ കണ്ണാടിക്കുമുമ്പിൽ പോയിനിന്ന് കുപ്പായമഴിച്ച് തന്നെ പരിശോധിച്ചുതുടങ്ങി. അനാവൃതമാക്കപ്പെടുന്ന ശരീരം കാണുംനേരം രാമനാണ് മനസ്സിലേക്ക് ഓടിയെത്തുക. ഇപ്പോൾ രാമൻ ഉണ്ടായിരുന്നെങ്കിൽ. അവന്റെ വിരലുകളും ചുണ്ടുകളുമാണ് കഥകൾ രചിക്കുക. തന്റെ ഉള്ളിലെ ഏകാകിയായ സ്ത്രീയെ ഓരോ വട്ടവും പുതുക്കിപ്പണിയുന്നത് അവൻ ഒരാൾ മാത്രമാണ്.

വീടുതേടിപ്പോയിട്ടും രാമൻ വന്നില്ല. ഇത്രയും സ്നേഹം മാത്രമേ തന്നോട് രാമനുണ്ടായിരുന്നുള്ളൂ. വിശ്വസിക്കാനാവുന്നതേയില്ല. മദാമ്മ പൊള്ളിപ്പിടഞ്ഞു.

പൊടിയും മാറാലയും പിടിച്ച പഴയ ഒരു വീടുപോലെയായിരുന്നു താൻ. ഉള്ളിലെങ്ങും ആൾപ്പാർപ്പില്ലാത്തതുപോലെ. ജീവനില്ലേ എന്നു ചോദിച്ചാൽ ഉണ്ട്. മരിച്ചോ എന്നു ചോദിച്ചാൽ ഇല്ല. അപ്രതീക്ഷിതമായി വഴിമാറിയെത്തിയ അതിഥിയായിരുന്നു രാമൻ. തന്റെ കുറുനിരകൾ മുറ്റിനിന്ന നെറ്റിത്തടത്തിൽ കൂട്ടുപുരികങ്ങൾക്കിടയിലൂടെ ആസക്തിയും അഭിവാഞ്ഛയും കലർന്ന മുഖഭാവത്തോടെ താൻ ഒരു യുദ്ധത്തിന് തയ്യാറാണ് എന്ന ഭാവത്തോടെ അയാൾ കുറേക്കാലം അനുവാദവും ചോദിച്ച് പുറത്തുനിന്നു.

മനസ്സിൽ പോരാട്ടങ്ങളായിരുന്നു. വേണോ വേണ്ടയോ എന്നതിനെ ച്ചൊല്ലി. ഒടുക്കം തീരുമാനത്തിലെത്തി. ആർക്കു വേണ്ടി കാത്തു പോരണം ഈ മണ്ണെടുക്കാൻ കാത്തിരിക്കുന്ന തൊലിക്കൂടാരം. അല്പം വെളുത്ത തൊലിയും കുറേ ചെമ്പിച്ച രോമങ്ങളും മാംസവും എല്ലും രക്തവും കൂട്ടിക്കുഴച്ചുണ്ടാക്കിയ ഈ ജീവനില്ലാത്ത ഗൃഹത്തിൽ

ആൾപ്പാർപ്പ് ഉണ്ടാകട്ടെ എന്ന് തീരുമാനിച്ചു. നിർജ്ജീവമാണ് ഓരോ ജീവകോശങ്ങൾപോലും. മനസ്സുകൊണ്ടും ശരീരം കൊണ്ടും എത്രയോ അകലത്തിലാണ് മേജർ. പണത്തിന് മുട്ടുമില്ല. വലിയ വീടുണ്ട്, കാറുണ്ട്, ബംഗ്ലാവുണ്ട്, മക്കളുണ്ട്. ഇതെല്ലാമല്ലാതെ ഇതിനുമപ്പുറം വേറെന്തു വേണം. ഒന്നും വേണ്ട എന്നു കരുതിയതുമാണ്. ജീവിതത്തിലെ ഉത്സവങ്ങൾ എല്ലാം അസ്തമിച്ചു എന്നു കരുതി ഒരു വിധവയെപ്പോലെ ജീവിച്ചതാണ്.

താൻ ഇതുവരെ ആർക്കും തുറന്നുകൊടുക്കാത്ത വാതിൽ തുറന്ന് രാമൻ അകത്തുകയറി. മാറാലകൾ തൂത്തുതുടച്ചു. അവന്റെ ഹൃദയത്തിലൂടെ കൊണ്ടുവന്ന ഒരല്പം കാറ്റും വെളിച്ചവും സ്നേഹവും എല്ലാം തന്റെയുള്ളിലും വിതറി. തണുത്ത മടുപ്പിക്കുന്ന ചലനമൊട്ടുമില്ലാതെ, തളംകെട്ടിനിന്ന ചിന്തകൾ പുറത്തെങ്ങോട്ടോ പോയൊളിച്ചു. പിന്നീടെപ്പോഴോ, ജീവൻ തുളുമ്പുന്ന ധ്രുതിയുടെ, ആസക്തിയുടെ ചലനങ്ങൾ ഉള്ളിലെ മ്പാടും നിറഞ്ഞുവന്നു. സ്നേഹിക്കപ്പെടുമ്പോൾ പെണ്ണ് ദേവതയാകുമെന്ന് മനസ്സിലായി. രാമൻ പുനർജ്ജീവന ഔഷധമായി. രാമൻ ഭഗവാൻ കൃഷ്ണനെപ്പോലെ തന്റെയീ ശരീരത്തിലും മനസ്സിലും നിറഞ്ഞുനിന്നു. അങ്ങനെയുള്ള എന്റെ രാമൻ. ആ രാമൻ ഇന്നെവിടെ?

ഉൾത്താപം അടക്കാനാവാതെ മദാമ്മ വിതുമ്പി. ജനലഴികളിൽ മുഖം ഇട്ടടിച്ചു. നെറ്റി പൊട്ടി ചോരയൊഴുകാൻ തുടങ്ങി.

'രാമാ നീയിതു കാണൂ' എന്നും പറഞ്ഞ് ഉള്ളിൽ നിറഞ്ഞു വരുന്ന പകയോടെ അവൾ വീണ്ടും തന്റെ ശരീരത്തെ വേദനിപ്പിച്ചുതുടങ്ങി. താൻ വേദനിക്കുമ്പോൾ രാമനും വേദനിക്കുമെന്ന് അവൾ കരുതി. ഭ്രാന്തെടുക്കുന്നതുപോലെ തോന്നി. പിന്നെയും പിന്നെയും അവൾ കമ്പിയഴികളിൽ തലയിട്ടടിച്ചു ബോധമറ്റു വീണു.

ഇതൊന്നുമറിയാതെ, അല്ലലൊന്നുമില്ലാതെ രാമൻ രാവിലത്തെ പാലെടുപ്പും പാൽകൊടുപ്പും കഴിഞ്ഞ് ഭാര്യയോട് കളി പറഞ്ഞ് കുസൃതികൾ കാട്ടി പ്രാതൽ കഴിച്ചു. പുതിയ വീട് എത്രയും പെട്ടെന്ന് കണ്ടെത്തണം എന്നതിനെക്കുറിച്ച് ഗാഢമായി ചിന്തിച്ചുതുടങ്ങി.

ദുനിയാവിലെ അറിയാവുന്ന പള്ളികളിലെല്ലാം നേർച്ചകൾ നേർന്നു കതീസുമ്മയുടെ മകൾ നസീമ പള്ളിയിലെ മൊയ്‌ലാർക്കയെ കരഞ്ഞു കാലുപിടിച്ചു കൊണ്ടുവന്നു ഉമ്മയ്ക്കും വീടിനും മന്ത്രിച്ചൂതി. എന്നിട്ടും ശരിയാകാതെ വന്നപ്പോൾ കുമ്പയമ്മയുടെ കാരുണ്യത്തിനായി യാചിച്ചു. ദക്ഷിണയൊന്നും വാങ്ങാതെ പതിനാലു ദിവസം കുമ്പയമ്മ ജപിച്ചു നല്കിയ ചരട് കതീസുമ്മയുടെ കഴുത്തിലും അരയിലും കെട്ടി. ഓരോ രാത്രിയിലും ഉമ്മ ഉറങ്ങുമ്പോൾ ചരട് കെട്ടുന്ന നസീമ, നേരം വെളുത്തുവന്നാൽ ചിരിച്ചുല്ലസിച്ച് മാലോകരോട് ലോഹ്യം പറയാൻ പോകുന്ന കതീസുമ്മയുടെ ദേഹത്തുനിന്നും കറുത്ത ചരട് അപ്രത്യക്ഷമാകുന്നത് കണ്ട് അത്ഭുതപ്പെട്ടു.

ഒടുക്കം ഗതിമുട്ടി വഴിമുട്ടി. ഈ വയസ്സാംകാലത്ത്, കുടുംബത്തിന്റെ

കാരണവത്തിയായ തങ്ങളുടെ പൊന്നുമ്മയെ, ഇക്കണ്ട കാലമത്രയും, കെടുകാലങ്ങളിലെല്ലാം താങ്ങുംതണലുമായി നിന്ന് തങ്ങളെ പോറ്റിയ തങ്ങളുടെ ഉമ്മയെ, ഊളമ്പാറയിൽ കൊണ്ടുപോയിടണമെന്ന് നാട്ടുകാർ പരിഹസിച്ചു ചിരിക്കുന്നത് കണ്ട് താങ്ങാനാകാതെ, പുതിയ വാടകവീടും തേടി എത്രയും വേഗം പോകാമെന്ന് തീരുമാനത്തിലെത്തി കുടുംബം. ദൂരെ കല്ലായിക്കപ്പുറം ഭ്രാന്തിന് സൗജന്യമായി ചികിത്സിക്കുന്നൊരു ഡോക്ടറും ആശുപത്രിയും ഉണ്ടെന്ന് ഹൈദറിന്റെ ഉമ്മ വിളിച്ചു പറഞ്ഞപ്പോൾ അതിനടുത്തെവിടെയെങ്കിലും ഒരു വാടകവീട് നോക്കാമെന്ന് കതീസുമ്മയുടെ കൊച്ചുമകൻ തീരുമാനിച്ചു. അയാൾ ഉമ്മയേയും ഉമ്മൂമ്മയേയും ചേർത്തുപിടിച്ച്, മൂന്ന് മക്കളുടെ ബാപ്പയായിട്ടും പുതുക്കക്കളി മാറാത്ത പണിക്കു പോകാത്ത പുയ്യാപ്ലയേയും എഴുന്നള്ളിച്ച്, ദാരിദ്ര്യവും മുഴുപ്പട്ടിണിയും കൊണ്ട് വയറൊട്ടിപ്പിടിച്ച് പട്ടിണിക്കോലങ്ങളായ സഹോദരങ്ങളേയും ചേർത്തു പിടിച്ച് പൈപ്പിൻചോടിലൂടെ നടന്നുതുടങ്ങി. പള്ളിക്കമ്മിറ്റി പിരിവെടുത്തു നല്കിയ പണം കൊണ്ട് രാമന്റെ കടം തീർത്തു. ഇനി കൊടുക്കാനും കൊള്ളാനും ഒന്നും ബാക്കിയില്ലാതെ, ഒഴിഞ്ഞ കൈത്തണ്ട ചുരുട്ടിപ്പിടിച്ച്, വികാരരഹിതമെങ്കിലും നിശ്ചയദാർഢ്യം സ്ഫുരിക്കുന്ന ഭാവത്തോടെ അയാൾ നടന്നുനീങ്ങുമ്പോൾ, കാണികൾ അയാളെ സഹതാപം കലർന്ന ഭാവത്തോടെ നോക്കിക്കൊണ്ടിരിക്കുമ്പോൾ അയാളും ചിന്തിച്ചുകൊണ്ടിരുന്നത് ദാരിദ്ര്യവും കഷ്ടപ്പാടും തിങ്ങിനിറഞ്ഞ വടുക്കൾ വ്രണമാക്കിയ ദേഹംപോലെയുള്ള തന്റെ ജീവിതത്തെക്കുറിച്ചു തന്നെയാണ്.

മുപ്പത്തിനാല്

ജീവിതമെന്നാൽ ദാരിദ്ര്യം, കഷ്ടപ്പാട്, കൊടുംപട്ടിണി, ഇതുമാത്ര മാണെന്നാണ് ഓർമ്മവെച്ച നാൾമുതൽ അനുഭവിച്ചു കൊണ്ടിരുന്ന തെന്ന് ഷെമീർ ഓർമ്മിച്ചു. സ്കൂൾ പഠിത്തം വഴിക്കുവെച്ചു നിന്നപ്പോൾ, കുട്ടിയായിരിക്കുമ്പോൾതന്നെ ഉപ്പയുടെ പരിചയത്തിലുള്ള ചങ്ങാതി യുടെ ഹോട്ടലിൽ പണിക്കുപോയിത്തുടങ്ങി. അന്നുതന്നെ മനസ്സിലായി പാവങ്ങൾ എന്നും പാവങ്ങളായിത്തന്നെ നിലനില്ക്കുമെന്നും കഷ്ടപ്പെടു ന്നവർ എന്നും കഷ്ടപ്പെട്ടുകൊണ്ടേയിരിക്കുമെന്നും. അന്നൊക്കെ സമ്പ ന്നരായ വീട്ടിലെ കുട്ടികളെ കാണുമ്പോൾ എന്തുകൊണ്ട് ആ വീട്ടിൽ ജനിച്ചില്ല എന്നാലോചിച്ച് വിഷമിക്കാറുണ്ടായിരുന്നു. പിന്നീട് അങ്ങനെ യൊന്നും ചിന്തിക്കാൻ സമയം കിട്ടിയില്ല. കാരണം കുന്നുകൂടിക്കിടക്കുന്ന എച്ചിൽപാത്രങ്ങൾ കഴുകാനായി മുമ്പിൽ കിടക്കുകയാണ്. യജമാനന്റെ ധാർഷ്ട്യവും പരുത്ത പാറ പോലുള്ള കൈകളും ഇടയ്ക്കിടെ കാരണ മൊന്നുമില്ലാതെ ഉള്ളിലും പുറത്തും ആഞ്ഞുപതിക്കുക പതിവായിരുന്നു. ഉടുത്തൊരുങ്ങി വരുന്നവരുടെ കണ്ണുകൾക്കുമുമ്പിൽ ഇലത്തുമ്പിൽ അവശേഷിക്കുന്ന ഉച്ഛിഷ്ടത്തെ നോക്കുംപോലുള്ള അവഹേളനം പൂണ്ട ഭാവം തന്നെ നിരന്തരം പൊള്ളിച്ചുകൊണ്ടിരുന്നത് അയാളോർത്തു. ഒരു ഹീനജന്തുവാണെന്ന അധമഭാവത്തോടെ മറ്റുള്ളവർ തന്നെ കാണുന്ന തിന്, കാരണം താൻ അനുഭവിച്ചുകൊണ്ടിരുന്ന ദാരിദ്ര്യം ഒന്നുകൊണ്ടു മാത്രമാണെന്ന് പെട്ടെന്ന് തന്നെ തിരിച്ചറിഞ്ഞു. ഭക്ഷണം വിളമ്പിക്ക ഴിഞ്ഞ് ഒരു മാത്ര അധികം തിന്നുപോയാൽ മതി, കൊത്തപ്പുഴുക്കൾ നുരഞ്ഞുപൊന്തുന്ന അടുക്കളപ്പുറത്തെ ഓടിയിലേക്ക് പിടിച്ചുതള്ളും മുത ലാളി. ഓവിൽ താണ് കൈകാലുകൾ അനക്കാനാകാതെ, എഴുന്നേല്ക്കാ

നാവാതെ പരസഹായത്തിനായി കണ്ണുകൾ കൊണ്ട് യാചിക്കുമ്പോൾ സഹജോലിക്കാരുടെ ക്രൂരമായ നിസ്സംഗതയും പൊട്ടിച്ചിരികളും, കൊഴുത്ത തുപ്പൽപോലെ തന്റെ മേൽ എത്രയോവട്ടം പാറിവീണിട്ടുണ്ട്. എന്നിട്ടും താൻ തീരുമാനിച്ചിരുന്നു തനിക്കു കൂലിയായിക്കിട്ടുന്ന ആ ചെറിയ തുക വലിയ ശമ്പളം പോലെയാണ് ഉമ്മ ഏറ്റുവാങ്ങുന്നതെന്നും എത്രയെല്ലാം കഷ്ടപ്പെട്ടാലും അതൊരിക്കലും നഷ്ടപ്പെടുത്തില്ലെന്നും.

അത്രയേറെ ഓർമ്മകളില്ലാത്ത കുട്ടിക്കാലത്തുപോലും അവന് ഉമ്മയെക്കുറിച്ച് ഓർക്കുമ്പോൾ ആദ്യം മനസ്സിൽവരിക അടുക്കളപ്പുറത്തെ സാധനങ്ങൾ സൂക്ഷിക്കുന്ന മുറിയിലെ തട്ടിനടിയിൽ അരിയിട്ട് വെക്കുന്ന ചുളുങ്ങിയ അലൂമിനിയ പാത്രങ്ങളെടുത്ത് എത്ര ദിവസത്തേക്കിനി അരിയുണ്ട് റബ്ബേ എന്ന് മന്ത്രിച്ചുകൊണ്ട് ഒരു ദീർഘനിശ്വാസമുതിർത്ത് തട്ടത്തിന്റെ, തുമ്പുകൊണ്ട് മുഖമമർത്തി തുടയ്ക്കുന്ന ഉമ്മയെയാണ്. കുറേ നേരം ആ നേർത്ത ഇരുട്ടിൽ ആരുമറിയാതെ എന്തോ ഓർത്ത് ഉമ്മ കുന്തിച്ചിരിക്കും. കളിക്കിടയിൽ താൻ ഓടിവരുമ്പോൾ കുറേയേറെ മുട്ടൻ പാത്രങ്ങൾക്കിടയിൽ മറ്റൊരു പാത്രംപോലെ അനങ്ങാതിരിക്കുന്ന ഉമ്മയെക്കണ്ട് അത്ഭുതപ്പെടാറാണ് പതിവ്.

"ഉമ്മാ എന്താക്ക്ന്ന്"

താൻ വിസ്മയപ്പെടുമ്പോൾ ആരോടോ അരിശം തീർക്കും പോലെ ഉമ്മ ദേഷ്യത്തിൽ പറയും.

"മുട്ടയിട്ന്ന് എന്താ ബേണാ"

മുട്ടയുടെ രുചിയറിയുന്ന താൻ ഓടിപ്പോകാൻ മനസ്സു വരാതെ സംശയത്തോടെ നോക്കുകയാവും ഉമ്മയെ അപ്പോൾ. ചിലപ്പോൾ ഉമ്മ മുട്ട ഇടുകതന്നെയാണെങ്കിലോ. ഉമ്മയെ ഒന്ന് വലംവെക്കും. കുനിഞ്ഞ് നോക്കും. മിണ്ടാതിരിക്കുന്ന ഉമ്മയുടെ അടിയിൽ മുട്ട വന്നിട്ടുണ്ടാകും എന്ന് ആശിക്കും.

മുതിർന്നപ്പോൾ എന്നും ആഗ്രഹിച്ചിരുന്നത് ഉമ്മയുടെ അരിപ്പാത്രം ഒരിക്കലും കാലിയാകരുതേയെന്നായിരുന്നു. പക്ഷേ, വക്ക്പൊട്ടിയ ഓട്ട വീണ് പഴകിയ ഉമ്മയുടെ പാത്രങ്ങൾപോലെ തന്നെ ദരിദ്രരുടെ സ്വപ്നങ്ങളും ചിന്തകളും രൂപമാറ്റം വന്ന് വികൃതമായിപ്പോകുമെന്ന് വൈകാതെ മനസ്സിലായി.

"മോനെ ആരെന്തും പറഞ്ഞോട്ടെ, മൊയ്‌ലാളി എത്ര കലമ്പിയാലും നീ ഒന്നും മുണ്ടാണ്ട് നല്ല വ്ർത്തീലും ബെടിപ്പിലും എല്ലാ പണിയും ചെയ്യണം കേട്ടാ. കായുള്ള മാവിനേ ഏറു കിട്ടു. താണ നിലത്തേ തന്നറ് ഒഴ്കൂ. അന്റെ മോൻ എപ്പളും എല്ലാരോടും ചിരിക്കണം. മോറ് നറഞ്ഞ് ചിരിക്കണം കേട്ടാ." ഇങ്ങനെയെല്ലാമുള്ള ഉപദേശങ്ങൾ തന്നുകൊണ്ടിരുന്ന ഉമ്മാമ്മയാണിപ്പോൾ ഇങ്ങനെ. നാട്ടുകാർക്ക് ചിരിക്കാൻ മാത്രം വകയുണ്ടാക്കി മുറ്റത്തും വളപ്പിലും നാട്ടിലും വീട്ടിലും അലഞ്ഞുതിരിയുന്നത്.

എപ്പോഴും ചിരിക്കുവാൻ തന്നെയാണ് താൻ ശ്രമിച്ചു കൊണ്ടിരുന്നതെന്ന് ഷെമീറിനറിയാം. സ്നേഹമുള്ളവരോടും സ്നേഹമില്ലാത്തവരോടും ചിരിച്ചു. എല്ലാവരോടും സംസാരിച്ചു. കാരണങ്ങൾ ഉണ്ടാക്കി ലോഹ്യം പറഞ്ഞു. അസുഖം പിടിച്ച് കിടക്കുന്ന ബാപ്പയെ കാണുമ്പോൾ ഉള്ള്പൊട്ടും. സംസാരമെല്ലാം നിലച്ചുപോകും. എന്നാലും വീണ്ടുമൊരു വീണ്ടെടുപ്പിനു ശേഷം കാര്യങ്ങൾ നേരെയാക്കാൻ ശ്രമിക്കും. തമാശകൾ പറഞ്ഞ് എല്ലാവരേയും പൊട്ടിച്ചിരിപ്പിക്കാൻ ശ്രമിക്കും. കുറേ പരീക്ഷണങ്ങൾക്കുശേഷം മുതലാളിയുടെ പ്രീതി പിടിച്ചുപറ്റുന്നതിൽ വിജയിച്ചു. ഉമ്മാമ്മ അഭിമാനത്തോടെയാണ് പറയാറുള്ളത്,

"ന്റെ ഷമീർ ബന്നാമയ് ബീട്ടില് ബേറെ ബെളക്ക് കത്തിക്കണ്ട, ത്ന്ന്ല്ലേലും കുടിച്ചില്ലേലും ഓന്റെ രണ്ട് തമാസകേട്ടാ കൊടല് നെറയും."

എല്ലാം നേരേയാകും എന്നുറച്ച് വിശ്വസിച്ച് നടുക്കടലിൽ ഒറ്റയ്ക്ക് തുഴഞ്ഞിരുന്ന അയാളെ ഈർഷ്യപിടിപ്പിച്ചത് ചേടത്തിയുടെ മാപ്പിളയുടെ 'പുരക്കിരുത്തം' ആണ്. ക്രമേണ ഒന്നും ശരിയാകില്ലെന്നൊരു പാഠം കുടുംബം തന്നെ വ്യക്തമാക്കിത്തരുന്നതായാണ് അയാൾക്ക് തോന്നിയത്. എല്ലാം പണ്ടത്തേതിലും മോശമാകാനും തുടങ്ങി. വിഷാദചിന്തകൾ ആഴത്തിലാഴത്തിൽ വേരുപിടിച്ചതോടെ ഒരു ദിവസം അയാൾക്കു മരിക്കുവാൻ തോന്നി. എല്ലാ തയ്യാറെടുപ്പും നടത്തി. പെട്ടെന്ന് കയറിവന്ന ഉമ്മാമ്മ ഊക്കിലൊരടി അടിച്ചപ്പോഴാണ് കിടക്കയിൽ കയറ്റി വെച്ച സ്റ്റൂൾ പെട്ടെന്ന് മറിഞ്ഞുവീണത്. മഞ്ഞനിറത്തിലുള്ള പ്ലാസ്റ്റിക് കയർ തന്റെ കഴുത്തിനെ കിട്ടാതെ പെട്ടെന്ന് കടന്നു വന്ന കാറ്റിൽ ഇളകിയാടി. മാംസമില്ലാത്ത കൈത്തഴമ്പു പിടിച്ച ഉമ്മാമ്മയുടെ കൈപ്പത്തിയുടെ കാഠിന്യം, അത്രയും ജീവിത സഹനങ്ങളുടെ ഭാരം പേറിയതുകൊണ്ട് മാത്രമാണെന്ന് അന്നു നിറഞ്ഞുതുളുമ്പിയ കടലുപോലുള്ള ആ നരച്ച കണ്ണുകൾ അയാളോട് വ്യക്തമാക്കി. ഒച്ചകേട്ട് ആരൊക്കെയോ വരുമ്പോഴേക്കും ഉമ്മാമ്മ വാതിലടച്ച് കുറ്റിയിട്ടു.

ഉമ്മാമ്മ തന്നെക്കൊണ്ടുതന്നെ കയറഴിപ്പിച്ചു. താൻ അതിനും മാത്രം വളർന്നെന്ന് താനൊരിക്കലും വിശ്വസിക്കില്ലെന്ന് ഉമ്മാമ്മ കണ്ണീരോടെ വ്യക്തമാക്കി. ഒരെലിയോളം പോന്ന ചോരയും വഴുവഴുപ്പും നിറഞ്ഞ തന്നെ തന്റുമ്മ പെറ്റിട്ടത് ആ പരുത്ത പാറപോലുള്ള കൈകളിൽ ആണെന്ന് ഉമ്മാമ്മ അഭിമാനത്തോടെ പറഞ്ഞു. എത്രയോ സംവത്സരങ്ങളിലെ അഴുക്കും വെടക്കും, ചീഞ്ഞതും നാറിയതും, എടുത്തും മാറ്റിയും കഴുകിയും ഉണക്കിയും, ജീവിതത്തിലെ ഓരോ താളുകളും കൈയുറ പ്പോടെ മറിച്ചുതള്ളിയ കൈകളാണവ. അതേ കൈകൾ കൊണ്ടു തന്നെയാണ് തന്നെ കുളിപ്പിച്ച് താരാട്ടി, കഥകൾ പറഞ്ഞുതന്ന് ചോറ് വാരിത്തന്ന് തട്ടിയുറക്കിയത്. ഇന്നോളം ആ കൈയറിയാത്ത ഒരു കഥയും തന്റെ ജീവിതത്തിലുണ്ടായിട്ടില്ല.

"പഹയാ മീശ ബന്നപ്പം നീ ബിചാരിച്ച് നീ ബെല്താ‌യീ ന്നല്ലേ. ന്നാലും ന്റെ മോനെ. നീ മാത്രം പോയി ലച്ചപ്പെടാൻ നോക്കീല്ലേ."

ഉമ്മാമ്മ അന്ന് സങ്കടമടക്കാനാവാതെ അവനെ നോക്കി ഒച്ചയടക്കി കുറേ കരഞ്ഞു.

"എനിയിത് ചെയ്യാ ന്നീയ്യ്."

ഉമ്മാമ്മ കട്ടിലിരുന്ന്, വെറും നിലത്തിരുന്ന് കരയുന്ന തന്റെ മുഖം മടിയിലേക്ക് ചായ്ച്ചുകിടത്തി കണ്ണീരുകൊണ്ട് കഴുകി ചോദിച്ചു.

"ഇല്ല. എനിയൊരിക്കലും ചെയ്യൂല്ല ന്റെ റബ്ബാണേ പടച്ചോനാണേ സത്യം."

അന്ന് ഉമ്മാമ്മയെ പിടിച്ച് സത്യം ചെയ്തതാണ്.

"ന്ക്ക്"

ഒരാവേശത്തിൽ പുറത്തേക്കോടി ഉമ്മാമ്മ പൊട്ടും പൊടിയതുമായി തനിക്കിളയ നാലണ്ണത്തിനേയും കൊണ്ട് അകത്തേക്ക് കയറിവന്നു. പേടിച്ചുപോയ കുഞ്ഞുങ്ങൾ തങ്ങളെന്തോ കുരുത്തക്കേട് കാട്ടിയതിന് ഉമ്മാമ്മ തല്ലാൻ പോവുകയാണെന്ന് കരുതി കരയാൻ തുടങ്ങി.

"കണ്ടോ നീയ്, ഈറ്റിയോളെ ഉപ്പ ഒരു നായ് അരി നയ്ക്കാണ്ട് വരത്തപ്പായീ കെടപ്പല്ലേ. ഈറ്റിയോളെ കൊല്ലാ ങ്കയ്യോ? ഇല്ലല്ലോ. ഈറ്റിയോള് ഒരെര പിടിക്കാനാകുംവരെ നോക്കേണ്ടത് നീയ്യാ മോനേ. എങ്ങനെയെങ്കിലും നോക്കണം. ചാകാണ്ട് ജീവിക്കാനൊരു നേരത്തെ ബെള്ളെങ്കിലും കൊട് ക്കണം നീയ്യ് എരന്നിറ്റെങ്കിലും."

ആ ഉമ്മാമ്മയെയാണിപ്പോൾ കുറേ ദിവസങ്ങളായി തൂണിന് ചേർത്തുകെട്ടിയിടൽ പതിവാക്കിയത്.

പക്ഷേ, താൻ ഇരന്നില്ല. അയാൾ ഓർത്തു. ചോര വെള്ളമാകുന്നത് വരെ പണിയെടുത്തു. സിരകളിൽ എന്നും ചൂടായിരുന്നു. ഉഷ്ണരാശികൾക്ക് പിന്നെയും പിന്നെയും കട്ടികൂടിവന്നു. കൈകാലുകൾ കല്ലുപോലെ പരുപരുത്തു. മനസ്സ് അതിലേറെ ഉരത്തുവന്നു. എത്ര ഉന്തിയിട്ടും തള്ളിയിട്ടും നീങ്ങാതെ മഹാഭാരം കയറ്റിയ വണ്ടിപോലെ ജീവിതം. വിശ്രമകേന്ദ്രങ്ങൾ തനിക്കു യാതൊന്നുമില്ലായിരുന്നു. അറ്റമില്ലാതെ പാതപോലെ നീണ്ടുകാണുന്ന ജീവിതമെന്ന വണ്ടി വലിച്ചു വലിച്ചു നീങ്ങുക. നടത്തം നിർത്തുമ്പോൾ കാലിൽ തറയുന്നത് കുപ്പിച്ചില്ല് പോലെ തൊലിയറുത്ത് ചോരയിറ്റിക്കുന്ന മുള്ളിൻ കൂമ്പാരങ്ങൾ പോലുള്ള ജീവിത ദുഃഖത്തിന്റെ പ്രാരാബ്ധങ്ങൾ ആണ്. നിർത്താതെ ഓടുക. ഓടുക. ആരോ അയാളെ എല്ലായ്പ്പോഴും പ്രേരിപ്പിച്ചു. പാതാളക്കിണറിന്റെ ആഴം പോലുള്ള വിശപ്പ് മുനകൂർപ്പിച്ച് എല്ലായ്പ്പോഴും ഓരോരുത്തരുടെ ഉള്ളിലും തിളച്ചു മറിയുകയാണ്. അതൊന്നടക്കാൻ എത്ര ശ്രമിച്ചിട്ടും പിന്നെയും ബാക്കിയാവുന്നു. ഈ പ്രപഞ്ചത്തെപ്പോലും കവച്ചുവെക്കുന്നതാണീ വിശപ്പ്. അതുമാത്രമാണ് സത്യം.

അയാളുടെ കണ്ണുകളിൽ നീർ നിറഞ്ഞു, കൂടപ്പിറപ്പുകളെ തിരിഞ്ഞുനോക്കിയപ്പോൾ.

തന്റെ പൊന്നുപോലത്തെ ഉമ്മയേയും വണ്ടിയിൽ കയറ്റി. ഒടുവിൽ പിടിവിട്ട് ഓടിപ്പോകാതിരിക്കാൻ കുതറിയോടാൻ ശ്രമിക്കുന്ന ഉമ്മാമ്മയുടെ കൈകളെ അമർത്തി ഞെരിച്ചുപിടിച്ച് പൈപ്പിൻചോട് വഴികൾ പിന്നിടുമ്പോൾ അയാൾ ഒരിക്കൽക്കൂടി തിരിഞ്ഞുനോക്കി.

ഒരു ഇടത്താവളം കൂടി പിന്നിട്ടിരിക്കുന്നു..

ദിവസവും നൂറുനൂറു കഥകൾ പിറക്കുന്ന പൈപ്പിൻചോട് തെരുവ്.

മുപ്പത്തിയഞ്ച്

ഇട്ടീരിച്ചെക്കന്റെ വീട്ടുമുറ്റത്ത് തടിച്ചുകൂടി നിന്ന പൈപ്പിൻ കുന്നുകാർക്കിടയിൽ നിറവയറുമായി കണ്ണീരൊഴുക്കി സൗദാമിനി ഉഴറിനടന്നു. ചെക്കനെ കാണാതായിട്ട് മൂന്നുദിവസം കഴിഞ്ഞു. നാടൊട്ടുക്കും അന്വേഷിച്ചു. കാടും നാടും അരിച്ചു പെറുക്കി. കുണ്ടിലും കുളത്തിലും ഇറങ്ങിനോക്കി. ഇനിയൊരിടവും ബാക്കിയില്ല. ചെക്കൻ പോകാൻ സാദ്ധ്യതയുള്ളിടത്തെല്ലാം നോക്കി. സർവ്വർക്കും ഉപദ്രവകാരിയായിരുന്ന ചെക്കന്റെ വെളുത്തു നഗ്നമായ എല്ലെഴുന്ന രൂപം ഒന്നു കണ്ടിരുന്നുവെങ്കിൽ എന്ന് ഓരോരുത്തരും ആഗ്രഹിച്ചു. കാരണം ഓരോരുത്തരും ചെക്കനെ ആകാവുന്നത്ര ശപിച്ചിട്ടുണ്ട്. തങ്ങളെയെല്ലാം അമ്പരപ്പിച്ചുകൊണ്ട് കുമ്പയമ്മ മന്ത്രിച്ചൂതികെട്ടിയ കഴുത്തിലെ കറുത്തചരടിൽ പിടിച്ചുകൊണ്ട്, വല്ലപ്പോഴുമിടുന്ന കുപ്പായവുമിട്ടുകൊണ്ട് ആൾക്കൂട്ടത്തിനിടയിലൂടെ നൂണിറങ്ങി ചെക്കൻ മുറ്റത്തേക്ക് ഓടിയിറങ്ങുമെന്ന് ഓരോരുത്തരും പ്രത്യാശിച്ചു.

പൈപ്പിൻകുന്നിന്റെ ഒരു പ്രത്യേക താളമാണത്. ദുഃഖത്തിലും ആഘോഷങ്ങളിലും അവർ ഒത്തുചേരും. വൈരങ്ങളും വഴക്കുകളും ഉൾപ്പോരും വിസ്മൃതിയിലാകും. രാമന്റെ നിർദ്ദേശ പ്രകാരം ഇട്ടീരിയുടെ അച്ഛൻ പൊലീസിൽ വിവരമറിയിച്ചു. രണ്ടു വട്ടം പൊലീസുകാർ പൈപ്പിൻകുന്ന് പാതയിലൂടെ ബൂട്സിട്ട കാലടികൾ അമർത്തിച്ചവിട്ടി കടന്നുപോയി. പൊലീസിനെ കണ്ട് ചീട്ടുകളിക്കാരായ തലമൂത്ത പൈപ്പിൻകുന്നുകാർ കാട്ടുപൊന്തകളിലേക്ക് ഓടിമറഞ്ഞു. വിവരമറിഞ്ഞ് ഒരു കുട്ടിയെ ഒക്കത്തും മറ്റൊരു കുട്ടിയ വയറിലും പേറിക്കൊണ്ട് കനകലത തന്റെ വാടക വീട്ടിൽനിന്നും ഭർത്താവിനൊപ്പം സ്വഗൃഹത്തിലെത്തി. കൂട്ടംകൂടി നില്ക്കുന്ന ആളുകൾക്കിടയിലൂടെ 'അമ്മേ ചെക്കനെന്നാ പറ്റിയേ' എന്നു ചോദിച്ചുകൊണ്ട് വിലപിച്ചുവന്ന കനക

ലതയുടെ തരക്കേടില്ലാത്ത സാരിയിലും കഴുത്തിലും കാതിലും മിന്നി ക്കണ്ട ആഭരണങ്ങളിലും ഉഷാറാണിയുടെ കണ്ണുകൾ ഉടക്കി. അവൾ അണിഞ്ഞ ആഭരണം പൊന്നായിരിക്കുമോ മുക്കായിരിക്കുമോ ഏതെന്ന് തീരുമാനിക്കാനാവാതെ ഉഷാറാണി വലഞ്ഞു. പൊന്നുതന്നെ യാകാനാണ് സാദ്ധ്യത. കനകലതയുടെ ഭർത്താവ് കുഞ്ഞിരാമൻ, അച്ഛൻ പാക്കരനെപ്പോലെയോ അല്ലെങ്കിൽ കാര്യബോധമില്ലാത്ത പൈപ്പിൻകുന്നുകാരായ ആണുങ്ങളെ പ്പോലെയോ അല്ല. കൂലികിട്ടുന്ന പണം മുഴുവൻ തന്റെ ഭാര്യയെ ഏല്പിക്കുകയാണ് ചെയ്യുന്നതെന്ന് പറഞ്ഞുകേൾക്കുന്നു. ആ മുടിഞ്ഞവൾ, എല്ലാം സ്വരുക്കൂട്ടിവെച്ച് പൊന്നിൻ ഉരുപ്പടികൾ പണിഞ്ഞ് എല്ലാവരേയും പ്രത്യേകിച്ച് തന്നെ, ഞെട്ടിക്കാൻ ഭാവിച്ച് തന്നെയാണ് വരവെന്ന് തോന്നുന്നു.

ചത്ത്പോട്ട് ചെക്കൻ. എന്നാപ്പിന്ന കച്ചറ തീർന്നല്ലോ. എന്നാൽ പറഞ്ഞതിങ്ങനെ.

“ചെക്കനൊന്ന് വന്നാമതിയേനു. പൈപ്പിൻകുന്ന് ഒറങ്ങിപ്പോയി ചെക്കനില്ലാണ്ട്.”

പലരും പല അഭിപ്രായങ്ങൾ പറഞ്ഞു.

ചെക്കൻ നാടുവിട്ടു പോയതാണെന്ന് ചിലർ പറഞ്ഞു. ഉടുതുണി യില്ലാതെ ഭിക്ഷയാചിച്ചു കൊണ്ടുനിന്ന ചെക്കനെ ഭിക്ഷാടനസംഘം തട്ടി ക്കൊണ്ടു പോയതാണെന്ന് ചിലർ അഭിപ്രായപ്പെട്ടു. ചെക്കൻ സ്വയം അപ്രത്യക്ഷനായി, ഒരു വലിയ പണക്കാരനായി ഒരുനാൾ തിരിച്ചെത്തു മെന്ന് പാറോതിപ്പെണ്ണ് അമ്മയോട് പ്രത്യാശ പ്രകടിപ്പിച്ചു. തന്റെ മോനെ ആരോ മനഃപൂർവ്വം ഒളിപ്പിച്ചുവെച്ചതാണെന്ന് സൗദാമിനി ഉഷാറാണിയെ തുറിച്ചു നോക്കിക്കൊണ്ട് പറഞ്ഞു.

ആരെയെങ്കിലും സംശയമുണ്ടോ എന്ന് നാട്ടുകാർ ചോദിച്ചപ്പോൾ–

ചെലരെയുണ്ട്, പക്കേങ്കില് ഇപ്പം ഞാൻ പറയുന്നില്ല എന്ന് ഉള്ളാലെ സൗദാമിനി പറഞ്ഞു.

“കുമ്പയമ്മേ ഇങ്ങളൊന്ന് ജപിച്ചുനോക്ക്. ഇങ്ങളെ കുരിക്കളച്ചൻ ചത്ത്പോയാലും മന്ത്രും തന്ത്രൂം എല്ലാം ഇങ്ങക്കില്ലേ. എന്തെങ്കിലും ഒരടയാളം കിട്ടുഓ നോക്ക്.”

നാട്ടുകാരുടെ അഭ്യർത്ഥനപ്രകാരം കുമ്പയമ്മ പ്ലാവിൻ ചുവട്ടിലെ വേരിൻമേലിരുന്ന്തന്നെ രണ്ടു കണ്ണും അടച്ചുപിടിച്ച് കൈ നീട്ടിപ്പിടിച്ച് പിന്നെ ചുരുട്ടി എന്തെല്ലാമോ അസ്പഷ്ടമായി ജപിച്ചു. പെട്ടെന്ന് കണ്ണു തുറന്ന് കൈ തുറന്ന് കൈക്കുള്ളിലേക്ക് ‘ത്ഫും, ത്ഫും’ എന്ന് രണ്ട് വട്ടം തുപ്പി. ഉൽക്കണ്ഠാകുലരായി തന്നെ ഉറ്റുനോക്കുന്ന ആളുകളെ നോക്കി പറഞ്ഞു.

“ഒന്നും അങ്ങനെ വ്യക്തമാകുന്നില്ല. ഒരു മങ്ങല്, വെള്ളത്ത്ല് പാട പോലെയാ കാണ്ന്നേ.”

ഒന്നുമൊന്നും വ്യക്തമാകാതെ വന്നപ്പോൾ കുറേയാളുകൾ സൗദാ മിനിയുടെ മുറ്റത്തും വരിക്കപ്ലാവിൻ ചോട്ടിലും പൈപ്പിൻകുന്ന് പാത

യിലുമായി കൂട്ടംകൂടി നിന്നു. പൊടുന്നനെ രണ്ടു ചെറുപ്പക്കാർ നനഞ്ഞ ദേഹത്തോടെയും തലയിൽനിന്നിറ്റു വീഴുന്ന വെള്ളവുമായി സൗദാമിനിയുടെ വീടിനുനേർക്ക് ഓടി വന്നു.

"ചെക്കന്ണ്ട് ചെക്കന്ണ്ട്... കെരണ്ടിൽ പാതാളക്കെരണ്ടിൽ"

കേട്ടവർ കേട്ടവർ പാതാളക്കിണറിനരികിലേക്ക് ഓടി. പിറകെ നിലവിളിച്ചുകൊണ്ട് സൗദാമിനിയും കനകലതയും ഒക്കത്തുള്ള കുഞ്ഞും പാറോതിപ്പെണ്ണും. ഏറ്റവും പിറകിലായി, പരവശപ്പെട്ട്, വേവലാതിപൂണ്ട് എന്തൊക്കെയോ പിറുപിറുത്തു കൊണ്ട് കുമ്പയമ്മയും.

അപ്പോഴേക്കും ആരോ കമ്പക്കയറിലൂടൂരി കിണറിനുള്ളിലേക്കെത്തിയിരുന്നു. കിണറ്റുകരയിൽനിന്നും ആരോ വിവരിച്ചു.

പാതാളക്കിണറ്റിനുള്ളിൽനിന്നും വെള്ളം കോരി കുളിച്ചു കൊണ്ടിരുന്ന ചെറുപ്പക്കാരാണ്, തൊട്ടി താഴ്ത്തി വെള്ളത്തിൽ കുത്തുമ്പോൾ എന്തോ ഒന്ന് പൊന്തിനിന്നത് കണ്ടത്. ശ്രദ്ധിച്ചു നോക്കിയപ്പോൾ എന്തോ പന്തികേട് തോന്നി. കുറച്ചുകൂടി നോക്കിയപ്പോൾ ഇട്ടീരിച്ചെക്കന്റെ ദേഹം തന്നെയെന്ന് തോന്നി.

കിണറ്റിലിറങ്ങിയവർ ഇട്ടീരിച്ചെക്കന്റെ മൃതദേഹമാണതെന്ന് ഉറപ്പുവരുത്തി. നനഞ്ഞുവീർത്ത നഗ്നമായ ആ ദേഹം മുകളിലെത്തിച്ചു. കരഞ്ഞുകൊണ്ട് ഓടിവരുന്ന സൗദാമിനിയേയും കൂട്ടാളികളേയും ആളുകൾ വഴിയിൽ തടഞ്ഞു നിർത്തി വീട്ടിലേക്ക് പോകാൻ ആവശ്യപ്പെട്ടു. എല്ലാവരുടേയും നിർബ്ബന്ധത്തിനു വഴങ്ങി വീട്ടിലേക്ക് തിരിച്ച സൗദാമിനിയുടെ ഉള്ളം വിറച്ചു. ഹൃദയം പെരുമ്പറകൊട്ടി. വഴിവക്കിൽ നിന്ന ഉഷാ റാണി അടക്കമുള്ള പെണ്ണുങ്ങൾ അവളോട് അകത്തുപോയി കിടക്കാൻ ആവശ്യപ്പെട്ടു. ആരോ സൗദാമിനിയെ പിടിച്ച് അകത്തേക്ക് കൊണ്ടുപോയി. കൂടിവന്ന പുരുഷാരത്തിനിടയിൽ കുഴഞ്ഞുപോകുന്ന ദേഹത്തോടെ ഓർമ്മകൾ മുറിഞ്ഞുപോകാൻ വെമ്പുന്നതിനിടയിൽ, എടാ ഇട്ടീരീ എന്ന് വിളിച്ചുള്ള പാറോതി പ്പെണ്ണിന്റെ മുളചീന്തും പോലെയുള്ള കരച്ചിൽ അടുത്തുകേട്ടു.

"എടാ, ഉയ് അമ്മേ.." എന്ന് വിളിച്ച് കനകലതയും കരഞ്ഞു കൊണ്ടോടി അകത്തേക്ക് വന്നു.

കണ്ണുകളിൽ നീർനിറഞ്ഞ് ഒന്നുമൊന്നും വ്യക്തമാകാതെ സൗദാമിനി നിറവയറിൽ പെട്ടെന്ന് തുടിച്ചു പൊന്തിയ ജീവനെ അമർത്തിപ്പിടിച്ച് വാതിൽപ്പടിക്കൽ ആരെയോ താങ്ങിനിന്നു കൊണ്ട് പുറത്തേക്ക് നോക്കി. ചീർത്തുവീർത്ത, മഞ്ഞച്ച, കണ്ണുകൾ തുറന്നുവെച്ച ആ ദേഹത്തെ ചേർത്തുപിടിച്ച് പാക്കരൻ പൊട്ടിക്കരഞ്ഞു. ആരോ ഒരു പായ ഇറയത്ത് നിവർത്തിയിട്ടു. ഇട്ടീരീ...ഇട്ടീരി എന്ന് വിളിച്ച് ചെക്കനെ കുലുക്കിയുണർത്താൻ നോക്കുന്ന പാറോതിപ്പെണ്ണ് കാണുന്നവരുടെ കണ്ണുകളെയെല്ലാം ഈറനണിയിച്ചു.

കുമ്പയമ്മ കല്ലുവെച്ചതുപോലെ ഒരു പലകമേലിരുന്ന് കണ്ണുകളടച്ചുപിടിച്ചു. കുമ്പയമ്മ കാണുകയായിരുന്നു കൊല്ലങ്ങൾക്കുമുമ്പ്, പെറ്റു

വീണ ചെക്കനെ താൻ കൈയിൽ ഏറ്റുവാങ്ങിയത്. സൗദാമിനിയുടെ ഇരുനിറമല്ലാതെ, വയനാടൻ മഞ്ഞൾ മുറിച്ചപോലെ നല്ല നിറം ചെക്കന്. നീണ്ട മൂക്കും മനോഹരമായ കുഞ്ഞുമുഖവുമായി ദേഹംനിറയെ പറ്റി നില്ക്കുന്ന കുഞ്ഞുരോമങ്ങളുമായി പിറന്നുവീണ ചെക്കൻ കൈചുരുട്ടി പിടിച്ചു കരഞ്ഞപ്പോൾ ശബ്ദം പുറത്തുവന്നതേയില്ല. അന്നുതൊട്ട് തുടങ്ങിയ രോഗാരിഷ്ടതകളും കഷ്ടപ്പാടുകളും ചികിത്സയും. പിന്നെപ്പോഴോ ചെക്കൻ മിണ്ടാനും പറയാനും തുടങ്ങി. എങ്കിലും വായ തുറന്നാൽ വരുന്നത് അധികവും ചീത്തവാക്കുകൾ മാത്രം. കുണ്ടുകുളത്തിലെ നീന്തിത്തുടിക്കുന്ന മാക്രിക്കുഞ്ഞിനെപ്പോലത്തെ ചെക്കൻ വെറുതെ കരഞ്ഞുകൊണ്ട് പൈപ്പിൻകുന്നിന്റെ ഇങ്ങേ ചരിവ് തൊട്ട് അങ്ങേ ചരിവുവരെ ഓടി. ചെക്കന്റെ ബഹളമില്ലാത്ത തെരുവ് പൈപ്പിൻകുന്നിന്റെ ചരിത്രത്തിൽ ഇപ്പോൾ മൂന്നു ദിവസത്തോളം. ഒടുക്കം ചെക്കനെ കുളിപ്പിച്ച് കുപ്പായമണിയിച്ച് ചുടലപ്പറമ്പിലേക്കെടുത്തു. കുഴിമാടത്തിനുമേൽ വീണ് പാറോതിപ്പെണ്ണ് പൊട്ടിപ്പൊട്ടിക്കരഞ്ഞു.

അന്നു വൈകുന്നേരം പെയ്ത മഴയിൽ പാറോതിപ്പെണ്ണ് അടിച്ചു തളിക്കാത്ത പൈപ്പിൻകുന്ന് പാതയിലൂടെ പഴുത്ത ചപ്പിലകളെ ഊക്കിലൊഴുക്കിക്കൊണ്ട് ചളിവെള്ളം കുതികുത്തിയൊഴുകി. പെണ്ണിന്റെ കണ്ണുനീർ എന്നിട്ടും തോർന്നില്ല.

എന്തോ ആരവങ്ങളടങ്ങിയതുപോലുള്ള ഒരസാധാരണമായ നിശ്ശബ്ദത പൈപ്പിൻകുന്നിലും താഴ്വരയിലും ചെക്കന്റെ കുഴിമാടത്തിനു മേലെയും തങ്ങിനിന്നു. മരങ്ങൾ എന്തോ കാതോർത്തിരിക്കും പോലെ.

നിറവയറും താങ്ങിവന്ന് പടിക്കലിരുന്ന സൗദാമിനി കുറേ നേരം എന്തോ ചിന്തയിൽ, വിസ്മൃതിയിലാണ്ടുനില്ക്കെ അടിവയറ്റിൽ ഒരിളക്കം. പിന്നെ കടലിളകുന്നതുപോലെ വേദനയുടെ ഒരു കോളിളക്കം ഇരമ്പിയാർത്തു തുടങ്ങി. അമ്മേ എന്ന് വിളിച്ച് അകമുറിയിലെത്തി ചുരുട്ടിവെച്ച പായെടുത്ത് നിവർത്തിയിടും മുമ്പേ, സൗദാമിനിയുടെ തുട പിളർന്ന് ചോരച്ചാലിനൊപ്പം കരച്ചിലിന്റെ പെരുമ്പറ മുഴക്കത്തോടെ കുഞ്ഞ് നിലത്തെത്തി. കാത്തു നിന്നപോലെ നിലത്തുകിടന്ന കുമ്പയമ്മ സംതൃപ്തിയോടെ കുഞ്ഞിനെ ഏറ്റുവാങ്ങി മറുപിള്ള മുറിച്ച് കുഞ്ഞിനെ കുളിപ്പിച്ച് തുടച്ച് പുറത്തേക്ക് കൊണ്ടുവന്നു പാക്കരനെ ഏല്പിച്ചു.

പാക്കരന്റെ മുഖത്തും ഒരു ചെറുതിളക്കം. കാർമേഘം നീങ്ങി ഇളം നീലമേഘം നിറയുന്ന ആകാശം പോലെ. ദുഃഖവും മൂകതയും മൗനവും നിശ്ശബ്ദതയും കലർന്ന നെടുവീർപ്പുകൾ എങ്ങോ പോയൊളിച്ചു. കൈ ചുരുട്ടിപ്പിടിച്ച് കുഞ്ഞിക്കണ്ണുകൾ ഇറുകെയടച്ച് ഉച്ചത്തിൽ കരയുന്ന കുഞ്ഞിനെ കണ്ട് പാറോതിപ്പെണ്ണ് ഓടിവന്ന് അത്യാഹ്ലാദത്തോടെ കുഞ്ഞിന്റെ അരയിലിട്ട തുണി പൊക്കിനോക്കി.

ആൺകുഞ്ഞ്. നല്ല തുടുത്ത മുഖമുള്ള കുട്ടി. പെണ്ണിന് ഉമ്മവെക്കാൻ തോന്നി.

"അമ്മമ്മേ ഇത് വെള്ത്തിട്ടാ, കറ്ത്തിട്ടാ.."

പാറോതിപ്പെണ്ണിന്റെ ചോദ്യം

"ഇപ്പം വെള്പ്പ്. പക്കേങ്കില് ചെവിയും ചുക്കുമണീം ചന്തീന്റടീം കറപ്പ്. അപ്പം കൊറച്ച് കയ്യുമ്പം കുഞ്ഞൻ കറക്കും."

പെണ്ണിന് സന്തോഷം തന്നെ. പെണ്ണ് ഓടിപ്പോയി അമ്മയോട് പറഞ്ഞു. "അമ്മേ നമ്മക്കീന ഇട്ടീരീന്നെ ന്നെ വിളിക്കാം."

"കുഞ്ഞിട്ടീരി" പെണ്ണ് കുട്ടിക്ക് നാമകരണം ചെയ്തു.

എല്ലാവരും അതുതന്നെ വിളിച്ചു.

ഒരൊറ്റ ദിവസത്തിനുള്ളിൽ ഇട്ടീരിതന്ന വിടവ് മറക്കാൻ വന്ന അതിഥി സൗദാമിനിക്കും കുമ്പയമ്മയ്ക്കും പാറോതിപ്പെണ്ണിനും സന്തോഷം നല്കി. പതിവുതെറ്റിച്ച് പാക്കരൻ കൃത്യമായി പണിക്കു പോയിത്തുടങ്ങി. സൗദാമിനിക്ക് പ്രസവശുശ്രൂഷകൾ നല്കാനുള്ള എല്ലാ തയ്യാറെടുപ്പുകളും നടത്തി.

തന്റെ ഭർത്താവ് തനിക്കു നല്കുന്ന പ്രത്യേക പരിഗണനയിൽ മനംകുളിർത്ത സൗദാമിനി, കണ്ണുകളിൽ നിറയെ മഷിയും തേച്ച്, വെളുത്ത ഒറ്റമുണ്ടുടുത്ത്, മുടി ഉച്ചിയിൽ കെട്ടിവെച്ച് കുളിച്ച് മരുന്നും മന്ത്രവുമായി ഈറ്റുപായയിൽ കിടന്ന് സുഖവിശ്രമം എടുത്തു. ഉത്തരവാദിത്വത്തോടെ പാറോതിപ്പെണ്ണ് അടുക്കളജോലികൾ മുഴുവൻ ചെയ്ത്, കുഞ്ഞിന്റെ മൂത്രത്തുണികളും തീട്ടത്തുണികളും പൈപ്പിൻ ചോട്ടിൽ തിരുമ്പി വെള്ളം റോഡിലേക്ക് ഒഴുക്കി. അതിനിടയിൽ കൃത്യമായി റോഡടിച്ചുവാരുകയും ചെയ്തു.

തനിക്കു ഭാഗ്യംതന്ന കുഞ്ഞിനെ സൗദാമിനി സ്നേഹത്തോടെ നീട്ടിവിളിച്ചു കൊഞ്ചിച്ചു.

"കുഞ്ഞിട്ടീരി... എടാ കുഞ്ഞിട്ടീരീ... അമ്മേന്റെ മുത്തേ..."

ഇത് കേട്ട്വന്ന കാറ്റ് കുണുങ്ങിച്ചിരിച്ച് മിഴികളിൽ ഗൂഢാർത്ഥം തിരയിളക്കി ഓടിപ്പോയി.

മുപ്പത്തിയാറ്

നഷ്ടപരിഹാരം കിട്ടിയ മിക്ക പൈപ്പിൻകുന്നുകാരും അഭയാർത്ഥി സംഘങ്ങളെപ്പോലെ വീട് വിട്ട് പോയിത്തുടങ്ങി. അനുബന്ധ പ്രദേശങ്ങളിലെ മിക്ക ആളുകളും സമയപരിധിക്കു മുമ്പേ തങ്ങൾക്കു പുതുതായുള്ള ലാവണം കണ്ടെത്തി ഇറങ്ങിക്കഴിഞ്ഞിരുന്നു.

കുട്ടികളെല്ലാം പിരിഞ്ഞുപോയതോടെ സാധുജനസമാജം സ്കൂളും അടച്ചുപൂട്ടി. ഉത്സവത്തിരക്കിലെന്നപോലെ സജീവമായ ഒരു കാലം. കൊടുക്കൽ വാങ്ങലുകളും, ഒത്തുചേരലുകളും ജനത്തിരക്കുകൾ കൊണ്ടും ശബ്ദമുഖരിതമായ തായത്തങ്ങാടി തെരുവ് വിജനമായി. അടച്ചുപൂട്ടിയ പീടികക്കോലായകളിൽ തെണ്ടിപ്പട്ടികൾ രാപ്പകൽ കിടന്നുറങ്ങി കാൽചെരിച്ച് ചുമരുകളിൽ മൂത്രമൊഴിച്ചു. പാവപ്പെട്ടവരായ പൈപ്പിൻകുന്നുകാർക്ക് കെട്ടിപ്പെറുക്കിയെടുക്കാനുള്ളത് തങ്ങളുടെ ജന്മസമ്പാദ്യങ്ങളായ വെള്ളം സൂക്ഷിച്ചുവെക്കാനുള്ള നിരവധി പാത്രങ്ങളും അല്പം പഴംതുണികളും മാത്രമാണ്. പണം കൈയിൽ കിട്ടിയതോടെ ആധാരവും വസ്തുപ്രമാണങ്ങളും തഹസീൽദാരെ ഏല്പിച്ച്, പുറമ്പോക്കു ഭൂമിയിൽ എവിടെയെങ്കിലും ഒരു കുടിൽ എന്ന ചിന്തയോടെ മിക്ക പൈപ്പിൻകുന്നുകാരും കുടിയിറങ്ങിത്തുടങ്ങി. കൈയിൽ വന്ന പണം സൂക്ഷിച്ചുവെച്ച സൗദാമിനി, അതിൽനിന്ന് പത്തു പണംപോലും പാക്കരന് കള്ളുകുടിക്കാൻ തരില്ല എന്ന് കട്ടായം പറഞ്ഞു.

അന്നു രാവിലെ പൈപ്പിൻചോട്ടിൽ നിന്നും എല്ലാവരോടുമായി യാത്ര ചോദിച്ചിറങ്ങിയത് ഏതെടുത്താലും പത്തുരൂപയ്ക്ക് എന്ന കണക്കിൽ വീടുവീടാന്തരം കയറിയിറങ്ങി പ്ലാസ്റ്റിക് പാത്രങ്ങൾ വില്ക്കുന്ന സരസമ്മയാണ്. സരസമ്മ ഉണങ്ങിച്ചുരുണ്ട്, കരിഞ്ഞുപോയൊരു കോലത്തിൽ അമ്പതിലെത്തിയ ഒരു ടി ബി രോഗക്കാരി. മൂന്നാം ഭർത്താവ് ആക്രിക്കച്ചവടക്കാരൻ ഒരു തമിഴൻ. സരസമ്മയ്ക്ക് രണ്ടു മക്കൾ.

മൂത്തവൻ സുഗുണൻ, നിറഞ്ഞ് ചിരിക്കുന്നവൻ. ഇരുനിറത്തിൽ പരന്ന മുഖത്തോടെ എപ്പോഴും കുളിച്ച് കുറിതൊട്ട് മുടി പറ്റെ ചീകിയൊതുക്കി, പുതുഫാഷനിലുള്ള ഷർട്ടുകൾ ധരിക്കുന്നവൻ. ഹാജിയാരുടെ ഓട്ടോ ദിവസവാടകയ്ക്ക് ഓടിക്കുന്നവൻ. ആയിടെയായി ഒരു പ്രണയപ്പൂ ഹൃദയത്തിൽ മൊട്ടിട്ടത് രഹസ്യമായി സൂക്ഷിക്കുന്നവൻ. പാറോതിപ്പെണ്ണിനെ ആരാധിക്കുന്നവൻ. പ്രേമലഹരിയിൽ ലോകം മുഴുവൻ കൈപ്പിടിയിലൊതുങ്ങിയെന്ന ആഹ്ലാദത്തോടെ എല്ലാവരേയും നോക്കി പുഞ്ചിരി തൂകിക്കൊണ്ടിരിക്കുന്നവൻ. റോഡടിച്ച് റോഡടിച്ച് തളരുന്ന പാറോതിപ്പെണ്ണിന് സുഗുണൻ ഫ്രൂട്ടിവാങ്ങി മുണ്ടിനടിയിലൊളിപ്പിച്ച് രഹസ്യമായി സ്നേഹ സമ്മാനമായി നല്കി. പ്രത്യുപകാരമായി പെണ്ണ് സുഗുണന്റെ വീടിന്റെ മുൻവശത്തെ റോഡ് രണ്ടുവട്ടം അധികം തൂത്ത് ഒരു കരടുപോലുമില്ലാതെ അകംപോലെ വെടിപ്പാക്കി. സുഗുണന്റെ അമ്മയുടെ പ്രീതിക്ക് പാത്രമായ പെണ്ണ് പൈപ്പിൽ വെള്ളം വരുന്ന നേരത്താണെങ്കിൽ സുഗുണന്റെ അമ്മ കാലിയാക്കിവെച്ച പാത്രങ്ങളിലെല്ലാം പൈപ്പിൻചോട്ടിൽനിന്നും വെള്ളം നിറച്ചു വെച്ചു. സുഗുണന്റമ്മ വെയിലത്ത് വിരിച്ചിട്ട് തുണികൾ മഴചാറുമ്പോൾ ഓടിവന്ന് കോലായിലെടുത്തുവെച്ചു, ഉണങ്ങിയ തുണികൾ മടക്കി അടുക്കിവെച്ചു. പെണ്ണ് ഭാവി മരുമകളുടെ ഉത്തരവാദിത്വം ഇപ്പോഴേ കാണിച്ചുതുടങ്ങി.

തന്നെ കാണുമ്പോഴുള്ള പെണ്ണിന്റെ മുഖം താഴ്ത്തിയുള്ള നില്പും വിധേയത്വവും അനുസരണയും ചൊല്ലും ചൊൽപ്പടിയും ഒക്കെ കണ്ട സുഗുണന്റമ്മ, പാറോതിപ്പെണ്ണ് കേൾക്കെ തന്നെ, നല്ലൊരു പെണ്ണ് വീട്ടിൽ വന്നു കേറിയാലേ, തന്റെ കാലാ കാലമായുള്ള കഷ്ടപ്പാടിന് അറുതിയുള്ളു എന്ന് ഇടയ്ക്കിടെ പറഞ്ഞു.

രാവിലെ തന്നെ സുഗുണന്റെ അനുജൻ കോലപ്പൻ വീട്ടുസാധനങ്ങൾ തലച്ചുമടായി ചുമന്ന് റോഡിലെത്തിച്ചു. അമ്മയെപ്പോലെ അസുഖബാധിതനെന്ന് തോന്നിപ്പിക്കുന്ന സ്ഥൂലിച്ച ശരീരപ്രകൃതിയുള്ള കോലപ്പന് രോഗമുണ്ടെന്ന് ചിലർ രഹസ്യമായി വിശ്വസിച്ചിരുന്നു. കോലപ്പൻ ഇതൊന്നും ശ്രദ്ധിക്കാതെ, രാവിലെ കുളി കഴിഞ്ഞ് പതിവായി കുങ്കുമം കൊണ്ട് വലിയ ഗോപിക്കുറി നെറ്റിയിൽ ചാർത്തി, നാവിനടിയിൽ പാൻപരാഗ് തിരുകി വെച്ച് അതിന്റെ ലഹരി നുണഞ്ഞ്, തന്റെ വൃത്തിയുള്ള ഹവായ് ചെരുപ്പുമിട്ട് ഉല്ലാസവാനായി പൈപ്പിൻകുന്ന് പാതയിലൂടെ നടന്നുപോയി. കോലപ്പന് പിറകിലായി യാത്രചോദിക്കുവാൻ സുഗുണനും അമ്മയും വന്നു. എല്ലാവർക്കും പിറകിൽ, സരസമ്മയുടെ ഇളയ അനുജത്തി സിൽക്ക് സ്മിതയെന്ന അപരനാമത്തിൽ അറിയപ്പെട്ട കാർത്യായനി. തടിച്ചുപരന്ന ശരീരവും ആലസ്യം തുളുമ്പുന്ന കണ്ണുകളുമുള്ള കാർത്യായനി ടൗണിൽ വാർക്കപ്പണിക്ക് പോകുന്നു. ആയകാലം പൈപ്പിൻകുന്നിനെ ഇളക്കിമറിച്ച മാദകത്തിടമ്പ്. ഇപ്പോൾ കാലപ്പഴക്കം ചെന്ന് കണ്ണിലെ തിളക്കം വറ്റി, ശരീരം തടിച്ചുവീങ്ങി, വയറു ചീർത്ത്, സൗന്ദര്യത്തിന്റെ അവശേഷിപ്പുകളൊന്നുമില്ലാതെ, ഗതകാലസ്മരണ

കളിൽ ആണ്ടുപോയെന്ന് തോന്നുമാറ് മെല്ലെ മെല്ലെ ചുവടുകൾ വെച്ച് പൈപ്പിൻകുന്നിലൂടെ നടന്നുനീങ്ങുന്നു.

കണ്ണുകൾ കൊണ്ട് മൗനവും മൗനവും കഥകൾ പറഞ്ഞപ്പോൾ പാറോതിപ്പെണ്ണിനും സുഗുണനും ഉള്ളം പിടഞ്ഞു. സരസമ്മയും കുടുംബവും യാത്രചോദിച്ചു പോയപ്പോൾ പാറോതിപ്പെണ്ണ് വീടിന്റെ കോലായിലിരുന്ന് കരയാൻ തുടങ്ങി. വൈകുന്നേരമായിട്ടും റോഡടിക്കാതെ വീടിന്റെ മൂലയ്ക്കിരുന്ന് വിതുമ്പിക്കരയുന്ന പെണ്ണിനെ കണ്ട് സൗദാമിനി അങ്കലാപ്പിലായി. അവർ പെണ്ണിനെ അടിമുടിയൊന്ന് നോക്കി. വല്ല കുരുത്തക്കേടും ഒപ്പിച്ചുവെച്ചിട്ടുണ്ടോ എന്ന ഭാവത്തിൽ. ഒന്നുമില്ലമ്മേ എന്നു പറഞ്ഞ് പെണ്ണ് പിന്നേയും മൂക്ക് ചീറ്റി. ഒടുക്കം അമ്മയുടെ കുത്തിക്കുത്തിയുള്ള ചോദ്യങ്ങൾക്കു മുമ്പിൽ പെണ്ണ് തന്റെ മൗനം ഭഞ്ജിച്ചു.

"നമ്മക്ക് സുഗുണാട്ടന്റയാടയെന്നെ ഒരു ചാപ്പകുത്താമ്മേ"

പെണ്ണ് പറഞ്ഞു. സരസയുടെ മകൻ സുഗുണൻ തന്നോട് ഐ ലവ് യൂ പറഞ്ഞ കഥ. ഇടയ്ക്കിടെ സ്നേഹസമ്മാനങ്ങൾ നല്കുന്ന കഥ. തനിക്ക് സുഗുണനെ പിരിഞ്ഞിരിക്കുന്നതിലുള്ള വേദന. സുഗുണാട്ടന് തന്നെ കാണാതിരിക്കാൻ പറ്റാത്തതിലുള്ള നെഞ്ചുകത്തൽ. തങ്ങളുടെ ഹൃദയം ഒന്നായെന്നും ആർക്കും ഇനി തങ്ങളെ വേർപിരിക്കാനാവില്ലെന്നും പെണ്ണ് കട്ടായം പറഞ്ഞുനിർത്തി കണ്ണുനീർ തുടച്ചെറിഞ്ഞു.

എല്ലാം കേട്ട സൗദാമിനി, ഇരുത്തംവന്നതുപോലെയിരുന്ന് തന്റെ പ്രേമത്തെയോർത്ത് കണ്ണുനീരൊഴുക്കുന്ന പാറോതിപ്പെണ്ണിനെ സമാധാനിപ്പിച്ചുകൊണ്ട് ഉപദേശിച്ചു.

"പോട്ടെണേ. പാറോതീ നീ കരയണ്ട. ആണാണ്, ചളി കാണുമ്പം കാല്കുത്തും. ബെള്ളം കാണുമ്പം കാല് കഴ്കും. മേത്ത് തൊട്ടിറ്റുള്ള ഒര് കളിക്കും നീ ന്ക്കറ് കേട്ടാ"

അമ്മ പറഞ്ഞുതീരും മുമ്പേ പെണ്ണ് മുഴുമിപ്പിച്ചു.

"എല മുള്ളില് വീണാലും മുള്ള് എലേല് വീണാലും കേട് എലക്കെന്നെ. അയിനെന്നെ ക്ട്ടൂലമ്മേ. രണ്ട് കൊല്ലം കയ്ഞ്ഞാ ഓറന്ന മങ്ങലം കയ്ക്കും റയിസ്രെങ്കിലും. ഓറമ്മയ്ക്കും അന്നെ ഇഷ്ടാന്ന്."

പെണ്ണ് പരൽമീനുകൾ ഇളകിത്തുടിക്കുന്ന മിഴികളോടെ പറഞ്ഞു.

"അത്യാ.." സൗദാമിനിക്കും അത്ഭുതം.

"ഓ, അതാണ് ഒരാൾക്കും പത്തുറുപ്പിക കടത്തിന് പാത്രം നല്കാത്ത സരസമ്മ ഈയിടെയായി തന്നെ കാണുമ്പോൾ പുതുതായുള്ള ഒരു ലോഹ്യവും ചിരിയും കുശലപ്രശ്നവുമൊക്കെ."

സൗദാമിനി വിടർന്ന കണ്ണുകളോടെ മകളെ നോക്കി. പതിന്നാല് കഴിഞ്ഞതേയുള്ളു പെണ്ണിന്. കാര്യ വിവരവും വകതിരിവും ഉണ്ട്. തന്നെപ്പോലെയോ മൂത്ത മകൾ കനകലതയെപ്പോലെയോ ഒന്നുമല്ല.

അന്നു വൈകിട്ട് കനകലതയ്ക്ക് ഈറ്റുനോവു തുടങ്ങി. ഭർതൃഗൃഹത്തിൽ ആരുടേയും അല്ലലും അലട്ടും ഇല്ലാതെ ഒറ്റയ്ക്ക് ഉണ്ടും

ഉറങ്ങിയും സുഖിച്ചും കഴിയുന്ന കനകലത അമ്മയേയും അമ്മമ്മയേയും പാറോതി പ്പെണ്ണിനേയും തന്റെ ഗൃഹത്തിലേക്ക് വിളിച്ച് ഒരു തുണയായി തനിക്ക് കൂടെ നില്ക്കുവാൻ ആവശ്യപ്പെട്ടു.

"അപ്പം റോഡ് ആരടിക്കും?"

തികഞ്ഞ ഉൽക്കണ്ഠയോടെ ഗൗരവം തിങ്ങിയ ഒരു സ്വരത്തിൽ പെണ്ണ് ചോദിച്ചു.

"എനിയിപ്പം ആളെല്ലം പോയില്ലേ. നിനക്കിപ്പം കൃത്യായി പൈശെല്ലം ക്ട്ട്ന്ണ്ടാ. നീ അടിക്കണ്ട."

ആളുകൾ പൈപ്പിൻകുന്ന് വിട്ടൊഴിഞ്ഞതോടെ പാത തൂക്കുന്നതിന് പൈസ കിട്ടിയില്ലെങ്കിലും പെണ്ണ് ഒരനുഷ്ഠാനം പോലെ കൃതകൃത്യ തയോടെ അത് ചെയ്തുവന്നിരുന്നു. ഇടയ്ക്കിടെ ഹോണടിച്ച് മഞ്ഞയും കറുപ്പും പെയിന്റു തേച്ച സുഗുണന്റെ ഓട്ടോറിക്ഷാ താൻ അടിച്ചുതളിച്ച പാതയിലൂടെ പൊടിപറത്തി കടന്നുപോകുമ്പോൾ, ആത്മനിർവൃതി യോടെ അത് കണ്ടുനില്ക്കുന്ന പെണ്ണിന്, താൻ വെച്ചുണ്ടാക്കിയ ഭക്ഷണം പാത്രം നിറയെ വിളമ്പിക്കൊടുക്കുമ്പോൾ സുഗുണൻ കഴിക്കുന്ന അതേ തൃപ്തിയാണ് അനുഭവപ്പെട്ടിരുന്നത് അപ്പോൾ. ഇനിയിപ്പോ സുഗുണേട്ടനും പോയി. പെണ്ണിന് റോഡടിക്കുന്നതിലുള്ള താല്പര്യം പെട്ടെന്ന് കെട്ടുപോയി.

വിവരമറിഞ്ഞ് കുതിച്ചുവന്ന സുഗുണന്റെ ഓട്ടോറിക്ഷയിൽ കയറി പാറോതിപ്പെണ്ണും കുമ്പയമ്മയും സൗദാമിനിയും കുഞ്ഞും കൂടി കനക ലതയുടെ വീട്ടിലേക്ക് പുറപ്പെട്ടു.

മുപ്പത്തിയേഴ്

ആളൊഴിഞ്ഞ് മൂകമായ പൈപ്പിൻകുന്ന് തെരുവിലൂടെ ഉത്സാഹമൊട്ടുമില്ലാതെ പാഞ്ചാലിയമ്മ പശുവിന്റെ കയറും പിടിച്ച് വയലിലേക്ക് നടന്നു. ഒട്ടുമുക്കാലും ആളുകൾ ഒഴിച്ചിട്ടു പോയ തെരുവ് പടയൊഴിഞ്ഞ പടക്കളം പോലെ അടയാളങ്ങളും അവശേഷിപ്പുകളും നിലത്ത് ചിതറിച്ചുകൊണ്ട് നിലകൊണ്ടു. കഴിഞ്ഞ കാലങ്ങളുടെ സജീവമായ പെൺകലഹങ്ങളും ഓർമ്മകളും ശബ്ദങ്ങളും ഓരോഘട്ടത്തിലും പേറുന്ന വീട്ടുമുറ്റങ്ങളിലൂടെ കടന്നുപോകെ എല്ലാം ഓരോ തരംഗങ്ങൾപോലെ വന്ന് തന്നെ തൊട്ടുകടന്നുപോകുന്നത് പാഞ്ചാലിയമ്മ അറിഞ്ഞു.

രാവിലെയും വൈകുന്നേരവും പാലുവാങ്ങാൻ വരുന്ന പൈപ്പിൻകുന്നുകാർ ആരും ഇപ്പോഴില്ല. ബാക്കിവന്ന പാൽ തൈരാക്കി വെച്ചെങ്കിലും അതും മിച്ചം. ഉഷാറാണിയുടെ അരിക്കലത്തിൽ നാടൻ മുട്ടകൾ, വാങ്ങാൻ ആളില്ലാതെ ആരെയോ കാത്ത് കിടക്കുന്നു. പൈപ്പിൻകുന്നുകാർ ദിവസവാടകയ്ക്ക് കൊണ്ടുപോയിരുന്ന കൈക്കോട്ട്, ഉളിക്കോട്ട്, മൺവെട്ടി, സിമന്റ് ചട്ടി, കുട്ടകൾ എല്ലാം മൂലയ്ക്ക് പൊടിപിടിച്ച് കിടക്കുന്നു. ഗ്രഹണം പിടിച്ചതുപോലെ സ്തംഭിച്ചുനിന്ന തെരുവ് നിശ്ചലതയിലമർന്ന ഒരു ദുരന്തഭൂമി പോലെയാണ് പാഞ്ചാലിയമ്മയ്ക്ക് തോന്നിയത്.

പൈപ്പ് തുറക്കാൻ വരുന്ന രാവുണ്ണിയേട്ടൻ പാതാളക്കിണറിൽ നിന്നും തുറന്നുവിട്ട വെള്ളം ചരിത്രത്തിലാദ്യമായി പാഞ്ചാലിയമ്മയ്ക്കും കുടുംബത്തിനും മതിയാവോളം എടുത്തിട്ടും, അലക്കലും കുളിക്കലും നനയ്ക്കലും പശുത്തൊഴുത്തു കഴുകലും, ജലംകൊണ്ട് നിവൃത്തിക്കാവുന്ന എന്തെല്ലാം ആവശ്യങ്ങളുണ്ടോ, അതെല്ലാം പൂർത്തീകരിച്ചിട്ടും ബാക്കിയായപ്പോൾ പാഞ്ചാലിയമ്മ ആദ്യമായി പൈപ്പ് താഴ്ത്തിയിട്ടു. തെല്ലുനേരം കഴിഞ്ഞ് വെറുതെ മോഹിച്ചു, പൈപ്പിൻകുന്നിന്റെ

സജീവതയാർന്ന ഭൂതകാല ബഹളങ്ങളെ, പാത്രങ്ങളുമായി മുലകുലുക്കിയോടി വരുന്ന സൗദാമിനിയെ, അമ്മയ്ക്കു പിറകിൽ നിലമടിച്ചു വാരി ധൃതിപ്പെട്ടോടി വരുന്ന പാറോതിപ്പെണ്ണിനെ, എല്ലാവരേയും ചീത്തവിളിച്ചുകൊണ്ട് വന്ന് ഏറ്റവും മുമ്പിൽ പാത്രം കൊണ്ടുവെക്കുന്ന കുമ്പയമ്മയെ, തികഞ്ഞ അവധാനതയോടെ, തികഞ്ഞ ശാന്തതയോടെ ബഹളങ്ങളിൽ നിന്നെല്ലാമകന്ന്, കാതറ്ക്കായുടെ നയചാരുതി വെളിവാക്കുന്ന സൗമ്യമായ പെരുമാറ്റം പടർന്ന മുഖത്തോടെ പൈപ്പിൻചോട്ടിൽ വന്ന് ഒന്നെത്തി നോക്കി തിരിച്ചുപോകുന്ന സാവിത്രിയെ, പിറകിൽ രണ്ടു കൈയിലും കൊള്ളാവുന്നതിലുമധികം പാത്രങ്ങളുമായി ഓടിവരുന്ന മകൾ അമ്മിക്കുട്ടിയെ. എല്ലായ്പ്പോഴും പരാതി പറയാൻ കാത്തു നില്ക്കുന്നതുപോലെ, വെള്ളം കിട്ടിയില്ല എന്ന് പരാതിപറയുന്ന കതീസുമ്മയെ...

എല്ലാവരും അപ്രത്യക്ഷരായി. തന്റെ മനസ്വസ്ഥത തകർത്തിരുന്ന പട്ടിണിപ്പരിഷകൾ. ദാരിദ്ര്യവും അഴുക്കും ദേഹത്തും ജീവിതത്തോടും ഒട്ടിച്ചേർന്ന് പൊറ്റ കെട്ടിയതു പോലെ, ചിട്ടയില്ലായ്മയും അലസതയും ജീവിതവ്രതമാക്കിയ ഈ പൈപ്പിൻകുന്നുകാരായിരുന്നു തന്റെ അഭിവൃദ്ധിക്കു കാരണമെന്ന് തിരിച്ചറിയുമ്പോൾ പാഞ്ചാലിയമ്മയ്ക്ക് ചെറിയൊരു മനസ്താപം തോന്നി. വ്രണത്തിൽ നുരയ്ക്കുന്ന പുഴുക്കളെപ്പോലെയും അഴുക്കിൽ പാറിപ്പറ്റുന്ന ഈച്ചകളെപ്പോലെയും ഇന്നാട്ടുകാരെ താൻ എത്രയോ ആട്ടിയകറ്റി ദൂരെയാക്കി. പക്ഷേ, ഇപ്പോഴാണ് തിരിച്ചറിവ് വന്നത്. ഇവരൊന്നും ഇല്ലാത്ത പൈപ്പിൻകുന്ന് ജഡമാണെന്ന്. വീട്ടിലാണെങ്കിൽ കലഹങ്ങൾ ഒഴിഞ്ഞ നേരമില്ല. മഹാലക്ഷ്മി ഇരിക്കുന്നിടം ഇപ്പോൾ ചേട്ടാ ഭഗവതി കുടിയേറിയിരിക്കുന്നു.

മകളും മകന്റെ ഭാര്യയും തമ്മിൽ ഏതുനേരവും കുതികാൽ വെട്ടും ബഹളവും. ഏതു ഭാഗം കൂടണമെന്നറിയാതെ മദ്ധ്യസ്ഥന്റെ റോൾ വഹിച്ച് തളർന്നു. മകനെയും കൂട്ടി പിരിഞ്ഞു പോകാൻ ആഗ്രഹിക്കുന്ന മകന്റെ ഭാര്യ. ഉഷാറാണിയും ആടും പശുവും കോഴിയും എല്ലാം ദൂരെ പോയ്ക്കോളണമെന്ന് അവൾ തുറന്നു പ്രഖ്യാപിച്ചു. താനും തന്റെ ചാണകം മണക്കുന്ന വസ്ത്രങ്ങളും, നിറഞ്ഞുകവിയുന്ന ചാണകക്കുണ്ടും എല്ലാം മടുപ്പിക്കുന്നുവെന്ന് പറയാതെ പറയുന്നു മരുമകൾ. അതിനിടയിൽ കൂനിൻ മേൽ കുരുവെന്നപോലെ മറ്റു ചില സംഭവങ്ങളും.

കുഞ്ഞിരാമൻ മാഷിന് ശേഷം പൈപ്പിൻകുന്നിലെ രണ്ടാമത്തെ അദ്ധ്യാപകൻ ആവുമെന്ന് പ്രതീക്ഷിച്ച് നാട്ടുകാരും വീട്ടുകാരും കണ്ണിലെണ്ണയൊഴിച്ച് കാത്തിരുന്ന ഇളയമകൻ ഗോപാലൻ, ഇടയ്ക്കുവെച്ച് പഠിത്തം നിർത്തി ഉഴപ്പിനടന്നവൻ, തന്റെ കടമകൾ മറന്ന്, ഉത്തരവാദിത്വങ്ങൾ മറന്ന്, പഠിച്ച് പരീക്ഷയെഴുതി ജയിക്കാൻ നോക്കേണ്ട നേരത്ത്, മുന്തിയ തറവാട്ടിൽ പിറന്നൊരു പെണ്ണിനെയും കൂട്ടിവന്നിരിക്കുന്നു. വെളുത്തു തുടുത്തൊരു നായർ പെൺകുട്ടി. അദ്ധ്യാപികയാവാൻ പഠിക്കുന്നവൾ. വിളഞ്ഞു പാകംവന്ന കതിരുപോലെ സുന്ദരി. മകൻ

വാലു പോൽ ഏതുനേരത്തും പെണ്ണിന് പിറകിൽ. ചെക്കനും പെണ്ണും കയറിവന്ന നേരത്ത് എന്തുചെയ്യണമെന്നറിയാതെ പാഞ്ചാലിയമ്മ തരിച്ചു നിന്നനേരത്ത്, അമ്മയായ താൻ നോക്കിയിരിക്കുമ്പോൾ തന്നെ അവ ഗണിച്ചുകൊണ്ട്, രാമന്റെ ഭാര്യ – വീട്ടിൽ വന്നുകയറിയവൾ, വന്ന് കൊല്ലം ഒന്ന് തികയാത്തോൾ, കിണ്ടിയിലെ വെള്ളംകൊണ്ട് കാൽ കഴുകിച്ച് അരിയിട്ട് അകത്തേറ്റി കൂട്ടിപ്പിടിച്ചു കൊണ്ടുപോയി അവളെ.

കുലത്തിലും ജാതിയിലും മുന്തിയ പെണ്ണിനു മുമ്പിൽ ചൂളിപ്പോകുന്നു താൻ. തലതിരിഞ്ഞവനെ ശാസിച്ചു നേരെയാക്കി., ഓടിച്ചാടിവന്ന പെണ്ണിനെ തിരിച്ചയക്കുന്നതിന് പകരം ആശ്വസിപ്പിച്ച് മണിയറ മുറിയൊരുക്കുന്നു രാമൻ. എന്തുചെയ്യണമെന്ന് ഒരു ഊഹവും കിട്ടാതെ മുറിക്കുള്ളിലൂടെ താൻ വെരുകിനെപ്പോലെ അങ്ങോട്ടും ഇങ്ങോട്ടും നടന്നുകൊണ്ടിരുന്നപ്പോൾ ഉഷാറാണിയോട് ഊണൊരുക്കാൻ ആജ്ഞാപിക്കുന്ന രാമൻ, പുതുപ്പെണ്ണിനെ തട്ടിയും തടവിയും കൂടെ നിർത്തുവാൻ ഭാര്യയോട് ആജ്ഞാപിക്കുന്നു.

ഉടുത്തതുണിയാലെ, കയറിവന്ന പെണ്ണിന് അടുക്കളയ്ക്കുള്ളിൽ സദ്യയൊരുക്കുന്നതിന് നിയുക്തയായതിൽ അതൃപ്തിപൂണ്ട ഉഷാറാണി പാഞ്ചാലിയമ്മയുമായി പുകമറയത്തിൽ കുശുകുശുത്തു. ഊണുകാലമായപ്പോൾ, കൈകഴുകാൻ അടുക്കളപ്പുറത്തുവന്ന പെണ്ണ്, ഇടയ്ക്കിടെ എന്തോമണക്കുന്നു, നാറുന്നു എന്ന് എല്ലാവരും കേൾക്കെ പരാതി പറഞ്ഞു. നിറഞ്ഞു നിന്ന ചാണകക്കുണ്ടിൽ നുരയ്ക്കുന്ന ചാണകപ്പുഴുക്കൾക്കുമീതെ കാറ്റടിക്കുമ്പോൾ ഉയരുന്ന ചാണകഗന്ധവും, ആട്ടിൻ കാട്ടത്തിന്റെയും, കോഴിക്കൂടിന്റെയും ഗന്ധമൊന്നും തനിക്ക് ഇഷ്ടമായില്ലെന്ന് പെണ്ണ് ഒറ്റവാക്കിൽ വ്യക്തമാക്കി. മണിയറയ്ക്കുള്ളിൽ കയറിയ പെണ്ണിന്റെ ചിരി അല്പംകഴിഞ്ഞ് പുറത്ത് കേട്ടപ്പോൾ മേലുചൊറിയുന്ന അസംതൃപ്തിയോടെ പാഞ്ചാലിയമ്മ ഉഷാറാണിയെ തറപ്പിച്ചുനോക്കി. ചുണ്ടിലൂറിയ മന്ദഹാസത്തോടെ, രാമന്റെ കെട്ടിയവൾ അപ്പോൾ രാമനേയും പിടിച്ച് മുറിക്കകത്തേറി.

നേരം പുലർന്നപ്പോൾ കുളികഴിഞ്ഞ് അടുക്കളയിൽ കയറിയ പുതുപ്പെണ്ണ് അടുക്കളജോലികൾ ചെയ്യാൻ സന്നദ്ധയായി മുമ്പോട്ട് വന്നപ്പോൾ, ശുദ്ധവും സൗമ്യവുമായ ആ സാന്നിദ്ധ്യത്തിൽനിന്ന് പാഞ്ചാലിയമ്മ അറിയാതെ ഒരകലം പാലിച്ചുപോയി. ഒരു തീണ്ടാപ്പാടകലെ നില്ക്കുവാനാണ് അവർക്ക് തോന്നിയത്. തന്റെ ചാണകച്ചൂര് എത്രതവണ വാസന സോപ്പ് തേച്ച് കുളിച്ചാലും മാറുന്നില്ലെന്ന ചിന്ത അവരെ അപ കർഷതയിലാഴ്ത്തി. ചുളിഞ്ഞു കറുത്തു മിന്നുന്ന ആ വിരലുകൾകൊണ്ട് മരുമകൾക്ക് പാത്രമെടുത്ത് നല്കുമ്പോൾ അവളുടെ കൈയിലെ വിരലുകളിൽ തട്ടാതിരിക്കാനും, തന്റെ വായിൽനിന്നും സംസാരത്തിനിടയിൽ അവളുടെ ദേഹത്ത് തുപ്പൽതെറിച്ചു വീഴാ തിരിക്കാനും ആയമ്മ ശ്രദ്ധിച്ചു. സ്വയം അപരാധബോധത്തിൽ പെട്ടുപോയ പാഞ്ചാലിയമ്മയുടെ ഉള്ളിലെ കീഴായ്മ കലർന്ന വികാരങ്ങളൊന്നും

അറിയാതെ പെണ്ണൊരുത്തി, ആരെയും കാത്തുനില്ക്കാതെ ഭർത്താവുമൊത്ത് പ്രഭാത ഭക്ഷണം കഴിച്ചു, കോളേജിൽ പോകുന്ന തന്നെ അനുഗമിക്കുവാൻ ഭർത്താവി നോടാവശ്യപ്പെടുകയും ചെയ്തു. പുറത്തേക്ക് വന്ന പാഞ്ചാലിയമ്മ, ആളൊഴിഞ്ഞ തെരുവിലൂടെ നടന്നുനീങ്ങുന്ന മകനെയും മരുമകളെയും കണ്ട്, ഈ കാഴ്ച കാണാനും അതിശയിക്കാനും പൈപ്പിൻകുന്നിലെ പെണ്ണുങ്ങൾ ഉണ്ടായിരുന്നെങ്കിൽ എന്ന് ആശിച്ചുപോവുകയും ചെയ്തു.

ദിനരാത്രങ്ങൾ ഇങ്ങനെ മിന്നിയും മങ്ങിയും ചിലപ്പോൾ സുഗമമായും ചിലപ്പോൾ തടസ്സങ്ങളിൽപെട്ടും നീങ്ങിക്കൊണ്ടിരിക്കെ, പാഞ്ചാലിയമ്മ ദിനംപ്രതി മൗനത്തിലേക്കാണ്ടുപോയി. എന്തുകൊണ്ടോ അവർക്ക് ആരോടും ഒന്നും സംസാരിക്കാൻ തോന്നിയില്ല. തന്റെ കഷ്ടപ്പാടിന്റെയും വിയർപ്പിന്റെയും പ്രതിഫലം പറ്റിയിരുന്ന കാലം കഴിഞ്ഞുവെന്നും ഇനിയുള്ള കാലം പുറംപകിട്ടിന്റെ ഉള്ളുപൊള്ളയായ പൊങ്ങച്ചക്കാഴ്ചകളുടെ കാലമാണെന്നും തിരിച്ചറിവുവന്ന പാഞ്ചാലിയമ്മയ്ക്ക് ആദ്യമായി പശുത്തൊഴുത്തിനപ്പുറം നിറഞ്ഞുനിന്ന ചാണകക്കുണ്ടും, അളിഞ്ഞ വൈക്കോൽക്കൂനയുമെല്ലാം അസഹ്യമായിത്തോന്നി. അപ്രതീക്ഷിതമായ ഒരു ദിനം, ടൗണിലെവിടെയോ കാലിക്കച്ചവടം നടത്തുന്ന രണ്ടുപേർ വീട്ടിലെത്തി. അഡ്വാൻസ് തുക പാഞ്ചാലിയമ്മയുടെ കൈയിൽ വെച്ചുകൊടുത്ത് പിറ്റേദിവസം തന്നെ കാലികളെ തെളിച്ചുകൊണ്ടുപോയി. പശുവിനെ വിറ്റ പണം തന്റെ പേരിൽ ബാങ്കിലിടണമെന്ന് ഉഷാറാണിയോട് ആവശ്യപ്പെട്ട പാഞ്ചാലിയമ്മ, ചാണകം വിറ്റ് ചാണകക്കുഴിയും ഒഴിവാക്കി. പിന്നീട് ഉഷാറാണിയോട് പറഞ്ഞു തങ്ങൾക്ക് പൈപ്പിൻകുന്ന് വിട്ടുപോകാൻ സമയമായെന്ന്. നഷ്ടപരിഹാരം കിട്ടിയ തുകയിൽ തന്റെ വീതം മകൾക്ക് തരുമെന്നും തന്നെ ആൺമക്കളുടെ ഭാര്യമാരുടെ ചട്ടുകമാക്കരുതെന്നും പാഞ്ചാലിയമ്മ മകളോട് ആവശ്യപ്പെട്ടു. ഇതോടെ ഉഷാറാണിക്ക് അമ്മയ്ക്ക് തന്നോടുള്ള കൂറ് വ്യക്തമായി. അവൾ തന്റെ പടപ്പുറപ്പാട് വ്യക്തമാക്കി. വീട്ടിൽ ഒരു കൊട്ടിക്കലാശം നടത്തി. നാവുകൊണ്ട് പറ്റാവുന്നവിധത്തിലെല്ലാം നാത്തൂന്മാരെ ഭേദ്യം ചെയ്തു. താൻ അമ്മയേയും കൂട്ടി ഒഴിഞ്ഞുപോകാൻ തയ്യാറാണെന്ന് രാമനെ അറിയിച്ച്, തന്റെ സമ്പാദ്യങ്ങളെല്ലാം സ്വരുക്കൂട്ടി കൃഷ്ണന്റെ സ്വദേശമായ പാലക്കാട്ടേക്ക് ഒരല്പം മണ്ണുതേടി യാത്രയാവാൻ ഒരുക്കങ്ങൾ ചെയ്തു. അറവുകാരൻ കയറുവലിച്ചെടുത്ത് തിടുക്കത്തിൽ നടന്നുപോകുമ്പോൾ തന്നെ തിരിഞ്ഞുനോക്കി കരഞ്ഞ ആട്ടിൻപറ്റത്തെകണ്ട്, നെഞ്ചുവിങ്ങി അടുക്കളക്കോലായിൽ ഉഷാറാണി തളർന്നിരുന്നു. കോഴിക്കൂട് നിറഞ്ഞ കോഴികളേയും വിറ്റ് കാശാക്കി. പ്രാതലിന് മുട്ട പുഴുങ്ങാനായി പുറമെ കടയിൽ നിന്നും വാങ്ങിക്കൊണ്ടുവരുന്ന രാമനെ കണ്ടപ്പോൾ ഉഷാറാണി ഉള്ളാലെ സന്തോഷിച്ചു.

മുപ്പത്തിയെട്ട്

താമസിയാതെ അമ്മയുടെ കൈയും പിടിച്ച് കൃഷ്ണനെയും കൂട്ടി മക്കളെ മുന്നിൽ നടത്തിച്ചു ഉഷാറാണി പാലക്കാട്ടേക്ക് തിരിച്ചു. ഒരു പടപ്പുറപ്പാടെന്നപോലെ.

ഒന്നുമില്ലായ്മയിൽ നിന്ന് ഇനി വീണ്ടും തുടങ്ങണം. ഇനിയുള്ള നാളുകൾ അദ്ധ്വാനത്തിന്റെയും ക്ഷമയുടേയും സഹനത്തിന്റേയും നാളുകൾ ആയിരിക്കും. ശുഭപ്രതീക്ഷ തന്നെയാണ് ഇപ്പോൾ ജീവിതത്തിനു മേൽ ഒരു മിന്നാമിന്നി വെട്ടമായി നിലനില്ക്കുന്നത്. എന്തിനും പോന്നൊരു കരുത്താണ് തന്റെ ഉള്ളിലുറഞ്ഞുവരുന്നതെന്ന് തിരിച്ചറിഞ്ഞ ഉഷാറാണി മുന്നിൽ കാണുന്ന അജ്ഞാതങ്ങളായ വഴികളെയോർത്ത് മന്ദഹസിച്ചു. ജീവിതം പൊരുതാനുള്ളതാണെന്നും ജയിച്ചു ജീവിക്കാനുള്ളതാണെന്നും ദൃഢമായി വിശ്വസിക്കുവാനാണ് ഓരോ വട്ടവും തോന്നുന്നത്. പരാജയപ്പെട്ട് പിന്തിരിയുന്നവർക്ക് സ്വർഗ്ഗം വിധിച്ചിട്ടില്ലെന്നു വിശ്വസിച്ച ഉഷാറാണി പാലക്കാടിന്റെ വരണ്ട മണ്ണിൽ പറിച്ചുനടലിന്റെ ആദ്യത്തെ വിത്തിട്ടു. പൊട്ടിയുറയുന്ന ചൂടിന്റെ കരിങ്കൽകോട്ടപോലുള്ള കരിമലകൾക്കുള്ളിൽ വെന്തു പഴുത്തുനിന്ന ആകാശത്തിനു കീഴിൽ വരണ്ടുനിന്ന കാറ്റ് ഇടയ്ക്കിടെ ഓടിവന്ന് ഉഷാറാണിയുടെ ചൂടുറയുന്ന ധമനികളെ തലോടിനടന്നു.

പെങ്ങൾ വിടവാങ്ങിയപ്പോൾ പടയൊഴിഞ്ഞ പടക്കളം പോലെ വീട് ശൂന്യമായി തോന്നി രാമന്റെ കെട്ടിയവൾക്ക്. അവൾ വൈകാതെ രാമനേയും കൂട്ടി തന്റെ ഗൃഹത്തിലേക്ക് പുറപ്പെട്ടു. ഗോപാലൻ പുതുപ്പെണ്ണിനോടൊപ്പം സ്കൂളിനടുത്തുതന്നെ ഒരു വാടകവീടെടുത്ത് പാർപ്പു തുടങ്ങി. പാക്കരനും ദാസൻ ചെക്കനും കൂടി വീടൊഴിഞ്ഞതോടെ പൈപ്പിൻകുന്ന് കോളനിയിലെ ആളനക്കങ്ങൾ പൂർണ്ണമായി നിലച്ചു.

കുന്നിൻചെരുവിലെ ആ പുലയക്കോളനി നട്ടുച്ചവെയിലിലും

കട്ടിയുള്ള ഇരുട്ടിലും, കാറ്റിലും മഴയിലും വൈകുന്നേരങ്ങളിലും ചൂട് തണുത്തുറഞ്ഞ സന്ധ്യകളിലും മൂകതയോടെ എന്തെല്ലാമോ ഓർമ്മ കളേയും ഉള്ളിൽപേറിക്കൊണ്ട് ശിലപോലെ നിലകൊണ്ടു. പാറോതി പ്പെണ്ണ് അടിച്ചുവാരാത്ത പൈപ്പിൻകുന്ന് പാതയിൽ ഇലകളടിഞ്ഞു കനപ്പെട്ടു. പാമ്പുകൾ മാളങ്ങളിൽ നിന്നിറങ്ങിവന്ന് നിർഭയരായി കരി യിലകൾക്കുള്ളിൽ ചുരുണ്ടുകൂടി. അവ പകലുകളിൽ വെയിൽ കാഞ്ഞ് ദേഹത്തിലെ വെള്ള വളയങ്ങൾ പ്രദർശിപ്പിച്ച് വട്ടത്തിൽ വളഞ്ഞു പുളഞ്ഞ്, രാത്രികളിൽ വിഷംചീറ്റി. ആളനക്കങ്ങളില്ലാത്ത വീടുകളിൽ എലികളും പെരുച്ചാഴികളും രാവും പകലും ഭേദമില്ലാതെ ഉത്സവങ്ങൾ ആഘോഷിച്ചു. കടവാതിലുകളുടെ ചിറകുകൾ പോലെ ആടിയ, ആളൊഴിഞ്ഞുപോയ വീടുകളുടെ കാറ്റിലിളകുന്ന വാതിലുകളും ജനാലകളും, ക്രമേണ അപ്ര ത്യക്ഷമായി. വീടുവിട്ടുപോയ പൈപ്പിൻ കുന്നുകാരായ ആണുങ്ങൾ രാത്രികളിൽ തിരിച്ചെത്തി മറ്റുള്ള വീടുകളിൽനിന്ന് കൊള്ളാവുന്നതെന്തും മോഷ്ടിച്ചുകൊണ്ടുപോയി. പാതാളക്കിണറിന്റെ ഇരുമ്പുവല ആരോ കട്ടുകൊണ്ടുപോയി.

കനകലതയുടെ രണ്ടാമത്തെ പേറും കഴിഞ്ഞ് അച്ചിയും കുട്ടിയും രണ്ടും രണ്ടിടത്തെത്തി. ഈറ്റെടുക്കലും കഴിഞ്ഞ് പറയത്തക്ക വിശേഷ ങ്ങളൊന്നുമില്ലാതെ ജീവിതം മുന്നോട്ടോടിക്കൊണ്ടിരിക്കെ, കുഞ്ഞിന്റെ ദേഹംനിറയെ ചുവന്നു തിണർത്ത പാടുകൾകണ്ട് വേവലാതിപ്പെട്ട് കന കലത കുമ്പയമ്മയെ വിളിച്ചു. ഡോക്ടറുടെ സമീപത്തു പോകാ മെന്നുപറഞ്ഞു.

“മുണ്ടാണ്ടിരിയണ്ണെ, ഈനൊന്നും ഡോട്ടറ് വേണ്ട, അത് മുത്താച്ചി പൊന്തിയത്. ഞാ മാറ്റിത്തരാ.”

ഇതുംപറഞ്ഞ് കുമ്പയമ്മ സൗദാമിനിയോട് കുഞ്ഞിന്റെ മൂത്ര ത്തുണി തണലത്തിട്ടുണക്കാൻ പറഞ്ഞു. അന്തിച്ചുനിന്ന മകളെ നോക്കി പിന്നെയും പറഞ്ഞു.

“എണ്ണേ, നീ കുന്തം വിയ്ങ്ങിയമായ്രി നിക്കാണ്ട് ഒണങ്ങിയ മൂത്ര ത്തുണിയോണ്ട് കുഞ്ഞീന പൊതിഞ്ഞുപിടിക്ക്. നാളത്തേക്ക് വരത്തം മാറും.” അമ്മ പറയുന്നതിൽ വിശ്വാസം തോന്നിയില്ലെങ്കിലും അമ്മയുടെ സിദ്ധികളിൽ മതിപ്പുള്ള സൗദാമിനി അമ്മ പറഞ്ഞതുപോലെത്തന്നെ ചെയ്തു. പിറ്റേന്നത്തേക്ക് രോഗശാന്തി കിട്ടി.

ഇങ്ങനെ ക്രിയയ്ക്ക് പ്രതിക്രിയ ചെയ്യുന്ന ഇതേപോലുള്ള നിരവധി അറിവുകൾ തന്റെയുള്ളിൽത്തന്നെ എരിഞ്ഞടങ്ങുകയാണല്ലോ, തനിക്കി തൊന്നും പകർന്നുകൊടുക്കാൻ പറ്റിയൊരാളെ ഇനിയും കണ്ടെത്താ നായില്ലല്ലോ എന്നെല്ലാമുള്ള ചിന്തകളോടെ മുറുക്കാൻ ചവച്ചുതുപ്പി ക്കൊണ്ട് കുഞ്ഞിനെ കാണാൻ വന്ന അയൽപക്കത്തെ പെണ്ണുങ്ങളുടെ കണ്ണേറ് തട്ടാതിരിക്കാൻ കുഞ്ഞിന് മന്ത്രിച്ചൂതിയ നൂൽ കഴുത്തിൽ കെട്ടി ക്കൊടുത്ത്, താൻ ഉടുത്ത കരിലുങ്കി അഴിച്ചുവെച്ച് പെട്ടിയിൽ സൂക്ഷിച്ച പുതിയ മുണ്ടും, മഞ്ഞ ബ്ലൗസും ധരിച്ച് അതിനു മീതെ ഒരു തോർ

ത്തുമിട്ട് മാറ് മറച്ച് മുടിചീകിക്കെട്ടി കൈയിലും കാതിലും കഴുത്തിലും മുക്കുപണ്ടങ്ങളും വാരിയിട്ട് മുറ്റത്തിറങ്ങി എല്ലാവരോടുമായി കുമ്പയമ്മ പറഞ്ഞു.

"എണേ ഞാനെനി ഈട ന്ക്ക്ന്നില്ല. പത്ത് മക്കളെട്ത്തും മാറി നിക്കട്ട് കുറച്ചീസം. കുരിക്കളച്ചൻ ഒറക്കത്ത് ബന്നിന്. കുമ്പേ നീയെന്തിന് ഈൗടത്തന്നെ ന്ക്ക്ന്നേ. നിനക്കി ബേറെ ഒമ്പത് മക്കളില്ലേന്ന്, മഴയെല്ലാം പോയി ബെയിലെല്ലാം ബന്ന്. ഞാമ്പോന്ന്."

ഇറങ്ങിനടന്നപ്പോൾ കുമ്പയമ്മക്ക് ആശ്വാസമാണ് തോന്നിയത്. കണ്ണാടിക്കൂട്ടിൽ പൂട്ടിയിട്ടത് പോലുള്ള കുടിപ്പാർപ്പ് തനിക്ക് ഒട്ടും രുചിക്കുന്നില്ലെന്ന് അവർ മനസ്സിലാക്കി. തിന്നുന്നതിനും കുടിക്കുന്നതിനും അവിടെ മുട്ടില്ല. ടി വി കാണാം. പക്ഷേ, വാ തുറന്ന് ഒരക്ഷരം മിണ്ടരുത്. അച്ചടക്കത്തോടെയിരിക്കണം. തനിക്കാണെങ്കിൽ വാപൂട്ടി നിന്ന് ശീലമില്ല. ഈ തലതിരിഞ്ഞവളുമാരുടെ തന്തയില്ലാത്തരങ്ങൾ കാണുമ്പോൾ ഉച്ചത്തിൽ രണ്ട് ചീത്തവിളിച്ചാലേ മനസ്സ് സുഖപ്പെടൂ. ശരീരത്തിലും മനസ്സിനുള്ളിലും കുടുക്കുകൾ ഇട്ടതുപോലെ നിയന്ത്രിച്ചാണ് നടപ്പ്. എത്രകാലം ഇങ്ങനെ കഴിയുമെന്നോർത്തുള്ള വ്യാകുലതയാണ് ഉള്ളിൽ. ഒന്നുമില്ലെങ്കിലും, കേൾവിക്കാർ ആരുമില്ലെങ്കിലും ഈ ലോകത്തോടുള്ള മുഴുവൻ അസംതൃപ്തിയും ഒന്ന് വാതുറന്ന് സ്വയം പറഞ്ഞുതീർക്കണം. അത് ചിലപ്പോൾ മക്കളെക്കുറിച്ചുള്ള കുറ്റങ്ങളാകാം. അല്ലെങ്കിൽ മക്കളുടെ മക്കളെക്കുറിച്ചുള്ള ശകാരങ്ങളാവാം. അല്ലെങ്കിൽ അയൽക്കാരെക്കുറിച്ചാവാം. അതുമല്ലെങ്കിൽ മീൻകാരൻ അണ്ണാച്ചി തനിക്ക് എണ്ണം കുറച്ച് മീൻ തന്നതിനെക്കുറിച്ചുമാകാം. സൗദാമിനിയുമായി ഏറ്റുമുട്ടി രണ്ടുതെറിയെല്ലാം പറഞ്ഞ് ഒന്ന് കണ്ഠശുദ്ധിവരുത്തിയാൽ മാത്രമേ ആ ദിവസത്തിന് വേണ്ട ഒരു തുടക്കം കിട്ടുകയുള്ളൂ. ഇങ്ങനെ ശ്വാസം മുട്ടികഴിയുന്നതിലും ഭേദം കുടിവെള്ളമില്ലാതെ തൊണ്ട വരണ്ട് മരിക്കുന്നതാണ്. ഈ അച്ചടിച്ച ഭാഷ സംസാരിച്ച് മടുത്തു. തനിക്ക് തോന്നുമ്പോഴൊക്കെ നടക്കണം. അരിയും കറിയും വേണമെങ്കിൽ വെക്കും. അല്ലെങ്കിൽ കൈയും കെട്ടി മിണ്ടാതെ കിടന്നുറങ്ങിക്കൊള്ളും. ഇനിയേതായാലും ഇതിന് ഞാനില്ല... ഇങ്ങനെ ജീവിക്കാൻ വേറെയാളെ നോക്കണം... ഇങ്ങനെ പോയി കുമ്പയമ്മയുടെ വിചാരങ്ങൾ.

സുഗുണൻച്ചെക്കന്റെ ഓട്ടോറിക്ഷയിൽ കയറി ടൗണിലെത്തി. പിന്നെ വഴിയുടെ ഓരംചേർന്ന് നടന്നുനീങ്ങി. യാത്രയിലുടനീളം കുമ്പയമ്മ നിശ്ശബ്ദയായിരുന്നു. റോഡിൽ തിളച്ചു മറിയുന്ന തീവെയിൽ കണ്ടു. അതിവേഗത്തിൽ കുതിച്ചു കൊണ്ടിരിക്കുന്ന ലോകത്തെ കണ്ടു. ദൂരത്തിൽ, വല്ലാത്തവേഗത്തിൽ മാറിപ്പോയ്ക്കൊണ്ടിരിക്കയാണ് താനൊഴിച്ച് തനിക്കു ചുറ്റുമുള്ളവരെല്ലാം. കാലത്തിനുമേൽ അടിച്ചിട്ട ആണിപോലെ താൻമാത്രമേ നിന്നിടത്തുതന്നെ നില്ക്കുന്നുള്ളൂ. നിരനിരയായി ഓടിക്കൊണ്ടിരിക്കുന്ന വാഹനങ്ങളുടെ നീണ്ടനിര. പീള ബാധിച്ച

കണ്ണുകളോടെ ഉള്ളിലെ നിറഞ്ഞ നിർവ്വികാരതയോടെ നുരച്ചുപതയ്ക്കുന്ന ജീവിതങ്ങളെ കുമ്പയമ്മ നോക്കിക്കണ്ടു.

ഇടയ്ക്ക് അരികിലൂടെ ഓടിവന്ന രാക്ഷസക്കൈ നീട്ടിപ്പിടിച്ച മണ്ണുമാന്തിയന്ത്രം നടപ്പാതയിലൂടെ സാവധാനം നടന്നു പോകുന്ന ഒരു ചെറുപ്പക്കാരനെ തട്ടിതെറിപ്പിച്ചിട്ടു. തൽക്ഷണം പിറകിലൂടെ വന്നൊരു ബസ് ദേഹത്ത് പാഞ്ഞുകയറി ചെറുപ്പക്കാരന്റെ ഉടലും തലയും വേറെ വേറെയായി. രക്തപ്പൂക്കളം നിറം പിടിപ്പിച്ച റോഡിൽ പൊടുന്നനെ രൂപം പൂണ്ട പഞ്ചസാരയിൽ ഉറുമ്പിൻതരികളെന്നപോലെ കൂട്ടംകൂടി നില്ക്കുന്ന ആളുകൾക്കിടയിലൂടെ ധൃതിപ്പെട്ട് നടന്നുനീങ്ങവെ കുമ്പയമ്മയ്ക്ക് അതി ശയമായിരുന്നു.

“ബെല്യാബെല്യ റോഡ്. എന്നിറ്റും എന്നും റോഡെന്നെ ബേണം പോലും. മുടിക്ക് ഈര് പിടിച്ചപോലെ ബസും കാറും ലോറീം എന്ത് തെരക്കാ എല്ലാരിക്കും. നമ്മക്ക് മാത്രം തെരക്കൊന്നുല്ലപ്പാ. ഇന്നാട്ടില് റോഡേ ബേണ്ടൂ. ആക്ക് ബീട് ബേണ്ടേ... എന്തതിസയം. ഒര് റോഡ് ബന്നിറ്റ് മ്മളെ പൊരയും പോയി.”

മറ്റ് മക്കളുടെ വീടുകളിലേക്ക് പോകാമെന്ന് കരുതി തിരിച്ച കുമ്പയമ്മ ചെന്നെത്തിയത് പൈപ്പിൻകുന്നിലാണ്. വാഹനങ്ങൾ മാത്രം പോകുന്ന, കടമുറികളെല്ലാം അടഞ്ഞുകിടന്ന പീടികവരാന്തകളിലൂടെയെല്ലാം ഒരല്പനേരം നടന്ന് മെല്ലെ പതിഞ്ഞ കാൽവെപ്പുകളോടെ വേഗം പൈപ്പിൻകുന്നിലേക്കിറങ്ങി, ഉള്ളിലേക്ക് മുങ്ങാംകുഴിയിട്ടു. തനിക്കറിയുന്ന പരിചിത ദൃശ്യങ്ങളും ഊരും പേരും അടയാളമിട്ട നാടിന്റെ തുറസ്സും കണ്ടപ്പോൾ ഉള്ളിലാകെ ഒരു ഉണർവ്വ്. കളിപ്പാട്ടം വീണ്ടുകിട്ടിയൊരു കുട്ടിയെപ്പോലെ ഹൃദയം ഉന്മേഷത്തിലാണ്ടു. പിന്നെയും നടന്നു. ഉള്ളിൽ ആഹ്ലാദം നിറഞ്ഞുകവിയാൻ തുടങ്ങി. തന്റേതായ തന്റിടം. തന്റെ ദേഹത്തിന്റെ വിയർപ്പ് കുടിച്ച് മണ്ണും ചെടികളും ഊറ്റം കൊണ്ട് വളർന്നിടം. തന്റെ തന്നെ മുഷിഞ്ഞ ഈർപ്പം പിടിച്ച കരിമ്പനടിച്ച തുണിയുടേത് പോലുള്ള തന്റെ ദേഹത്തിന്റെ അതേ മണമാണ് പൈപ്പിൻചോടിനും.

നല്ല കാഴ്ചകൾ. വിജനമായ പൈപ്പിൻചോടിലൂടെ ആശ്വാസത്തോടെ നടന്നു. തന്റെ കാലടിപ്പാടുകൾ ലക്ഷം തവണ പതിച്ചയിടം. തന്നെ തിരിച്ചറിയുക ഏറ്റവുമാദ്യം ഈ അടയാളങ്ങളറിയുന്ന മണ്ണാണ്. തന്റെ കാലടികളെ അതേ അന്നത്തെപ്പോലെ ഇന്നും തൊട്ടും നക്കിയും, മക്കളെ കിരുകിരുപ്പാക്കിയും വിടുന്നു ഈ മണ്ണ്. ഇവിടെ ചൂഴ്ന്നു നില്ക്കുന്ന കൊള്ളരുതായ്മകളുടെ ഈ പുഴുക്കം പിടിച്ച അന്തരീക്ഷത്തിലാണ് തന്റെ സത്ത ഉണരുന്നത്. ഈ അനുകൂല സാഹചര്യങ്ങളിലാണ് പുഴുക്കളെപ്പോലെ പുളയാൻ, ചിതലുകളെപ്പോലെ പറ്റിപ്പിടിച്ചു വളരാൻ തെരുവ് പൈപ്പിൻകുന്നിലെ മനുഷ്യകീടങ്ങൾക്ക് അവസരമൊരു ക്കുന്നത്. അസ്കിതകളൊന്നുമില്ലാതെ കുമ്പയമ്മ ആവേശത്തോടെ നാലുചുറ്റും തുറന്ന ആകാശത്തിലേക്ക് നോക്കി. ഈ

പാതയോരങ്ങളിൽ പൊടിച്ച് പന്തലിച്ചു വളർന്ന മരങ്ങളും, അതിലൂടെ കടന്നുപോയ കാറ്റും തന്നെ സ്വാഗതം ചെയ്യുന്നത് പോലെയാണ് കുമ്പയമ്മയ്ക്ക് തോന്നിയത്. എത്രയോ കൂക്കിയാർക്കലുകൾക്കും തെറിപ്പാട്ടുകൾക്കും കൂടിച്ചേരലുകൾക്കും സാക്ഷിയായി നിന്ന ഇലത്തുമ്പുകൾ തണുത്ത കൈകൾ ഇളക്കി തന്നെ സ്വാഗതം ചെയ്യുന്നത് കുമ്പയമ്മ അറിഞ്ഞു.

ഇന്നിത് ശൂന്യമായി കിടക്കുകയാണ്. അതിന്റെയാ ജീർണ്ണത ആഴത്തിലുള്ള വേദനയുളവാക്കുന്നു. കുറച്ചു മാസങ്ങൾ മുമ്പുവരെ എത്രയോ ശബ്ദങ്ങളെ, ചടുലവും അലസവുമായ എത്രയോ ജീവിതങ്ങളെ ഹൃദയത്തിലറിഞ്ഞ മണ്ണാണിത്. മെല്ലെ മെല്ലെ നടന്നുവരവെ, ഇടിഞ്ഞുവീഴാറായ ഓരോ കുടിലുകളും, ഇളകിപ്പറിഞ്ഞ ജനലുകളും വാതിലുകളും ഇല്ലാതെ തുറന്നിട്ട് വാരിയെല്ല് കാണിക്കുന്ന ശുഷ്കിച്ച ദേഹത്തോടെ നിലം പൊത്തി മണ്ണിൽ അഭയം തേടാൻ കാത്തിരിക്കുന്നത് കണ്ടു. ശീമക്കൊന്നയും മഞ്ഞയരളിപ്പൂക്കളും അതിരിട്ട വേലിത്തലപ്പുകൾക്കുള്ളിലൂടെ ഒന്നാമത്തെ വീടിന്റെ ഉള്ളിലേക്ക് കുമ്പയമ്മ കാലുവെച്ചു. ശൂന്യമായി കിടന്ന അകമുറിയിൽ മേൽക്കൂരയിലെ ഓടുകൾ ഇളകി പൊട്ടിയ വിള്ളലിലൂടെ സൂര്യപ്രകാശത്തിന്റെ ധാര ഇടമുറിയാതെ ഉള്ളിലേക്ക് പതിച്ചുകൊണ്ടിരുന്നു. ഒച്ചയനക്കങ്ങളില്ലാത്ത ആളനക്കങ്ങളില്ലാത്ത നിശ്ശൂന്യത എന്തെല്ലാമോ വാചാലമായി പറയുവാൻ തുടങ്ങിയ ശബ്ദങ്ങൾ കുമ്പയമ്മയുടെ കാതുകളിൽ മുഴങ്ങി.

മീൻകാരൻ കണാരനും അവന്റെ കൊഴുത്തുരുണ്ട വീപ്പക്കുറ്റിപോലുള്ള ഭാര്യ നാരായണിയും തമ്മിലുള്ള തമ്മിൽത്തല്ലിന്റേയും ചീത്തവിളിയുടേയും ശബ്ദങ്ങൾ കാതിൽ വന്നലയ്ക്കുവാൻ തുടങ്ങി. കണാരൻ കള്ളും കുടിച്ചുവന്ന് തന്റെ സ്ഥൂലിച്ച കൈകൾ കൊണ്ട് ഇരുമ്പുരൽപോലുള്ള ഭാര്യയെ അടിക്കുമ്പോൾ കുറേനേരം പല്ലും കടിച്ച് മുഖംതാഴ്ത്തി നിശ്ശബ്ദം തല്ലുകൊണ്ടിരിക്കുന്ന പെമ്പറന്നോത്തി, കണാരന്റെ തല്ലെല്ലാം തനിക്ക് പുറംചൊറിയുന്നത് പോലെയാണെന്ന ഭാവത്തിൽ കുറേ നേരമിരിക്കുമെങ്കിലും സമയപരിധി കഴിയുമ്പോൾ ഒടുക്കം ഒരു പൊട്ടിത്തെറിക്കലാണ്. പിന്നെയാണ് ഒരു കൊട്ടിക്കലാശം. അവൾ തന്റെ ഉരുക്കു കൈ വീശി ഒരൊറ്റ അടിയാണ് കണാരന്റെ കവിളത്ത്. കണാരൻ തെറിച്ചു വീഴും ദൂരെ. പിന്നെ രണ്ടുംകൂടി തെറിപ്പാട്ടാണ്. ഓടിവരുന്ന കണാരൻ കടിച്ചും മാന്തിയും പിച്ചിയുമെല്ലാം അവളെ കീഴ്പ്പെടുത്താൻ നോക്കും. രണ്ടും കൂടി പോരടിച്ച് ഒടുക്കം കണാരൻ തളർന്നുറങ്ങുമ്പോഴേക്കും പീറപ്പിള്ളേർ, കോലായവിശ്രമകേന്ദ്രമാക്കിയ പട്ടികളുടെ കൂടെ ഉറക്കമായിരിക്കും. എന്നാലും വർക്കത്തുള്ള പെണ്ണാണവൾ. പത്തു മക്കളും, പത്തണ തന്നില്ലെങ്കിലും കഞ്ഞിവെന്തവെള്ളം കലത്തിലുണ്ടെങ്കിൽ നാരായണി കുറച്ച് വറ്റുംവെള്ളം അനത്തിത്തരും. കുറേകാട്ടെലികൾ അടുത്തുകൂടെ ഓടിപ്പോയി. മുകളിൽ അട്ടത്തുനിന്നും ഒരു ചിരട്ട ഊർന്ന് വീണ്

ശബ്ദത്തിൽ ചലിച്ച് കുമ്പയമ്മയുടെ മുമ്പിൽ കമിഴ്ന്നുകിടന്നു. ഒരുനിമിഷം അതു കണ്ടുനിന്ന കുമ്പയമ്മയ്ക്ക് എല്ലാം വ്യക്തമായി. സൂചന തിരിച്ചറിഞ്ഞ കുമ്പയമ്മ തന്റെ വിധി തിരിച്ചറിഞ്ഞു. പിന്നെ ചിന്തിച്ചു. 'പാവം നാരായണിപ്പെണ്ണ് ഇപ്പോൾ എവിടെയായിരിക്കും. കണാരൻ വീടിന്റെ കിട്ടിയ പണം മുഴുവൻ കുടിച്ചു വീത്തിത്തീർത്തോ എന്തോ... പാവം പെണ്ണ്. റോട്ട്മ്മലെത്താതിരുന്നാൽ മതി.'

അനുകമ്പ നിറഞ്ഞ ഹൃദയത്തോടെ കുമ്പയമ്മ അവിടെ നിന്നിറങ്ങി നേരെ റോഡിലൂടെ നടന്നു. എല്ലാമറിയുന്ന കാറ്റ് തന്റെ ഹൃദയത്തെ തൊടുന്നത് പോലെ കുമ്പമ്മയ്ക്ക് അപ്പോൾ തോന്നി. എന്തോ ഒരു അലിവ്, നനവ്, സ്നേഹത്തിന്റെ ഒരു ഉറവ, സകലതിനോടുള്ള ഒരു അഭിവാഞ്ഛ ഉള്ളിൽ ഉറവപൊട്ടുന്നത് അപ്പോഴവർ അറിഞ്ഞു. ജീവിതത്തിന്റെ പരുക്കൻ യാഥാർത്ഥ്യങ്ങൾ കനത്ത ഒരു മേൽമൂടികൊണ്ട് ചിന്തകളെയും പെരുമാറ്റങ്ങളെയും വികാരവിചാരങ്ങളെയും എല്ലാം നിയന്ത്രിച്ചിരുന്നു. ഒന്നും സ്വന്തമല്ലാത്ത, എന്നാൽ താൻ പ്രാണവായു അനേകായിരം തവണ വലിച്ചെടുത്ത ഒരിടത്തുനിന്നപ്പോൾ എന്തുവികാരമാണ് തന്നെ നയിക്കുന്നതെന്ന് കുമ്പയമ്മയ്ക്ക് തിരിഞ്ഞുകിട്ടിയില്ല. പിന്നെ വരിവരിയായിക്കിടന്ന ഓരോ വീടുകളുടെ മുറ്റത്തും ചവിട്ടി ഒരല്പ നേരംനിന്ന് അകത്തു കയറി, വീട്ടുകാർ ഒഴിച്ചിട്ടുപോയ ചില പഴയ സാധനങ്ങൾ കണ്ട് അതിനെ തൊട്ടും അതിനെക്കുറിച്ചുള്ള ഓർമ്മകളിൽ മുഴുകിയും ചിലപ്പോൾ ദുഃഖിച്ചും ചിന്താമഗ്നയായും നടന്ന് കുമ്പയമ്മ തന്റെ വീടിനടുത്തെത്തി.

ദൂരെനിന്നേ കണ്ടു, ഒറ്റയ്ക്കായിപ്പോയതിൽ മനോവ്യാധി പൂണ്ടെന്നപോലെ ഉണങ്ങിത്തുടങ്ങുന്ന വരിക്കപ്ലാവ്. തൂത്തു വാരലുകൾ ഇല്ലാതെ കാടുകയറിക്കിടക്കുന്ന മുറ്റം. വേഗം നടന്നു വന്ന്, തന്റെ ജീവന്റെ ഭാഗമായ, ദിവസത്തിൽ എത്രയോ മണിക്കൂറുകൾ തനിക്ക് ഉപാദാനമായ പ്ലാവിൻവേരിൻമേലിരുന്ന് മുകളിലേക്ക് നോക്കി. ഇലകളെല്ലാം പൊഴിഞ്ഞ് ദ്രവിച്ചുപോയതു പോലെ മരം. മനുഷ്യർക്കു മഹാരോഗം വരുമ്പോലെ വൃക്ഷങ്ങളേയും ഉറകുത്തും രോഗബീജങ്ങൾ... അതോ തങ്ങളെ പിരിഞ്ഞ തിലുള്ള ദുഃഖം കൊണ്ടോ, കണ്ണുനീർ വറ്റി ഉണങ്ങിത്തുടങ്ങിയ മനുഷ്യക്കോലംപോലെ മരവും. അരുമയോടെ തായ്ത്തടിയിൽ തൊട്ടുതലോടി, ഉള്ളിൽ നിറയുന്ന കനപ്പോടെ കുമ്പയമ്മ തന്റെ വീടിനെ നോക്കി. മൺകട്ടകൾക്കുമീതെ എപ്പോഴോ ഒന്നു വെള്ള തേച്ചതിന്റെ വിദൂരഛായ പോലെ മങ്ങിയ ഒരുനിറം. അടുക്കളപ്പുറത്തെ ചായ്ച്ചുകെട്ടിയ ഓലച്ചായ്പ്പ് നിലം പൊത്തിയിട്ടുണ്ട്. ഇറങ്കല്ലിനോട് ചേർന്ന് കുറെ കൊടിത്തൂവകളും വെള്ളക്കുടിയൻ ചെടികളും ചെരിഞ്ഞുവളർന്ന് പുറത്തേക്ക് തലനീട്ടി വെളിച്ചത്തെ എത്തിനോക്കുംപോലെ. ആരോ നീക്കിവെച്ച തട്ടി മറയ്ക്കുള്ളിലൂടെ അകത്തുകടന്ന കുമ്പയമ്മയ്ക്ക് പെട്ടെന്ന് ദേഹം കോരിത്തരിച്ചു. എത്രയോ കൊല്ലങ്ങൾക്കും അപ്പുറം തന്നെ തൊട്ടു

തലോടുന്ന, ഉമ്മവയ്ക്കുന്ന, കണ്ണീരും ഉപ്പും മധുരവും പുകയിലച്ചവർപ്പും എല്ലാം കലർന്ന തന്റെ കുരിക്കളുടെ അതേ മണം അപ്പോൾ കുമ്പയമ്മയെ സ്വീകരിച്ചു. ആരോ വിരൽനീട്ടി തൊടുന്നുണ്ടെന്ന് അറിഞ്ഞതുപോലെ തോന്നിയ കുമ്പയമ്മ ഒരു മായികവിഭ്രാന്തി യിലകപ്പെട്ടു. ജീവസ്സുറ്റ ഏതോ ഒരു സാന്നിദ്ധ്യം, തന്റെ ചുറ്റും തിരയടിക്കുന്നതുപോലെ നിന്നുമറയുന്നത് കുമ്പയമ്മ അറിഞ്ഞു. തന്റെ കുരിക്കൾ തന്നെ തേടിവന്നിട്ടുണ്ടെന്ന് ഉറപ്പാക്കിയ കുമ്പയമ്മ, പെട്ടെന്ന് അനിതരസാധാരണമായ ഒരു ലാഘവത്വത്തിലേക്ക് വഴുതിവീണു. മനസ്സിനുള്ളിലും ഉല്ലാസം അനുഭവപ്പെട്ടു. കുരിക്കളച്ചനോട് നിർത്താതെ സംസാരിക്കുവാൻ തോന്നി. നീണ്ട പത്തമ്പതുവർഷക്കാലത്തെ വിശേഷങ്ങൾ രണ്ടുപേർക്കും പറയാനുണ്ടായിരുന്നു. തന്റെ മുമ്പിലിരുന്ന് തന്നെ കേട്ടുകൊണ്ടിരിക്കുന്ന ഒരാളോടെന്നപോലെ ആശയ സംവേദന ങ്ങളും ചോദിക്കലും പറയലുകളും പിന്നെ വെറ്റില മുറുക്കും നടന്നു.

തന്നെ സ്വീകരിക്കുന്ന അതേ കൈകൾ തനിക്കു നല്കിയ ആശ്ര യത്വം പോലെ തന്റെ ചൂരും വിയർപ്പും നിശ്വാസവും ദുഃഖങ്ങളും ഏകാ ന്തതയും നിസ്സഹായതയും, വീണടിഞ്ഞ ഓർമ്മകളും എല്ലാം പേറി ക്കൊണ്ട് തന്നെ ഏറ്റുവാങ്ങി ഉറങ്ങിക്കൊണ്ടിരുന്ന അതേ മുറി.

'കണ്ടില്ലേ, ഇങ്ങള്" കുമ്പയമ്മ നിറഞ്ഞുതുളുമ്പുന്ന കണ്ണുനീരോടെ കുരിക്കളച്ചനോടു ചോദിച്ചു

"കണ്ടു കുമ്പേ കണ്ട്. ഈ മുറീലല്ലേ മ്മളെ പത്ത് മക്കളെ നീ പെറ്റിട്ടത്."

മക്കളെ പുറന്തള്ളിയ ഗർഭപാത്രത്തിന്റെ മഹത്വത്തിനെ, അതു പോലെ അറിഞ്ഞ് ആദരിച്ച്, സ്നേഹിച്ചിരുന്ന തന്റെ പുലയൻ... കറു കറുത്ത ഉരുക്കുകോട്ട പോലുള്ള ആ മേനി. വിരൽത്തുമ്പിനപ്പുറം മുമ്പിൽ... സ്ഥലജലവിഭ്രാന്തിയിലെന്ന പോലെ കുമ്പയമ്മ ഉള്ളിൽ കരഞ്ഞുതുടങ്ങി. നേർത്ത ഛായകൾ പോലെ ചളിയിൽനിന്നും നൂണ് പുറത്തേക്ക്വന്ന് തലനീട്ടി നില്ക്കുന്ന ജലസസ്യങ്ങളുടെ നേർത്ത ഇല കളില്ലാത്ത തെഴുമ്പുകൾക്കിടയിൽ ഏതൊക്കെയോ മുഖങ്ങളും ഇടയ്ക്ക് മിന്നിയും മാഞ്ഞും പോകുന്നു. ആ കുളച്ചണ്ടികളും പായലുകളും ഈറനു മണിഞ്ഞ ലോകത്തേക്ക് തന്നെ തനിച്ചാക്കി കടന്നുപോയ് ക്കളഞ്ഞതെന്തേ കുരിക്കളച്ചൻ.

"മരണത്തിന്റെ ലോകം കുമ്പേ, അത് നിന്റെയീ കാലത്തിനും ദേശ ത്തിനും ഒക്കെ അപ്പുറത്താണ്. അവിടേക്ക് നിന്നെ കൊണ്ടുപോകാൻ തന്നെയാണ് ഇപ്പം പോത്തിൻപുറത്തേറി ഞാൻ എത്തിയിരിക്കുന്നത്

"ആനപ്പുറത്തേറി നീങ്കൾ വരുമ്പോ, പോത്തിൻപുറമേറി നാങ്കൾ വരുമേ"... കുരിക്കളച്ചൻ രണ്ടു വരികൾ പാടിയപ്പോൾ കുമ്പ അതേറ്റു പാടി... ദശാബ്ദങ്ങൾക്കും ചരിത്രങ്ങൾക്കുമപ്പുറം, തന്റെ കൂട്ടുകാർ അനു ഭവിച്ച യാതനകളിലൂടെ ഉഴറിനടന്ന നേരത്ത്, ചോദ്യോത്തരങ്ങളായി തങ്ങളുടെ കഷ്ടപ്പാടുകളെ ഒരിക്കൽ ചോദ്യംചെയ്ത് പോത്തിൻപുറ

ത്തേറി വരുന്ന പുലയന്റെ മഹത്വത്തെ... ഈണത്തിൽ, നീട്ടിയൊഴുകുന്ന ശീലുകളോടെ, പുരാതനമായ ആ വംശഗാഥകളുടെ, അദ്ധ്വാനത്തിന്റെ സത്യം നിഷേധിച്ച മേധാവിത്വത്തോടുള്ള ചോദ്യമായി കുമ്പയമ്മയും വട്ടിയൻ ഗുരിക്കളോടൊപ്പം ഏറ്റുപാടി...

"നാൻ തന്ന തോണി കടന്നില്ലേ നിങ്കള്
തോണിക്കകത്ത് നീർ കണ്ടില്ലേ ചൊവ്വറ്
താൻ തന്ന തേങ്ങയുടച്ചില്ലേ നിങ്കള്
തേങ്ങാക്കകത്ത് നീർ കണ്ടില്ലേ ചൊവ്വറ്,
നാങ്കളെ കുപ്പയിൽ നട്ടൊരു വാഴ-
പ്പഴമല്ലേ നിങ്കടെ തേവന് പൂജ.
നാങ്കളെ കുപ്പയിൽ നട്ടൊരു തൃത്താ-
പ്പൂവല്ലേ നിങ്കടെ തേവന് മാല.
പൂക്കൊണ്ട് മാല തൊടുകവല്ലോ നുങ്കള്
പൊൽകൊണ്ട് മാൽതൊടുകവല്ലോ നാങ്കൾ
ചന്ദനം ചാർത്തി നടകവല്ലോ നുങ്കൾ
ചേറുമണിഞ്ഞ് നടക്കുമീ നാങ്കൾ
വീരാളിചുറ്റി നടക്കല്ലോ നൂങ്കൾ
മഞ്ചട്ടിചുറ്റി നടക്കുമേ നാങ്കൾ
വാളുംപലിശയും എടുക്കലേ നുങ്കൾ
മാടിയും കത്തിയും എടുക്കുമേ നാങ്കൾ.
പൂക്കൂട ചൂടി നടക്കലേ നുങ്കൾ
പൂത്താലി ചൂടി നടക്കല്യോ നാങ്കൾ.
ആനപ്പുറത്തേറി നീങ്കൾ വരുമ്പോ
പോത്തിൻപുറത്തേറി നാങ്കൾ വരുമേ..."

പാടിപ്പാടി ഈടുവഴിയിലൂടെ പോയ്ക്കൊണ്ടിരുന്ന കുമ്പയമ്മയും ഗുരിക്കളും, സൗമ്യമധുരമായ ശീലുകളിൽ മുങ്ങിപ്പൊങ്ങി വഴിയോരങ്ങളിൽ കാറ്റും തണലും അറിഞ്ഞ്, കാഴ്ചകൾ കണ്ട് കുടിലിനുള്ളിൽ ത്തന്നെ തിരിച്ചെത്തി.

"ഞാം പോട്ട് കുമ്പേ, നീയീ ഒരുപിടി നെല്ല്, തരക്കി ഉരിയരി കഞ്ഞി വെക്ക്, ഞാനൊറ്റാല് വെച്ച് ഒര് ലേശം മീമ്പിടിക്കാ നോക്കട്ട്.."

അതും പറഞ്ഞ് പുറത്തുപോയ കുരിക്കളെയും നോക്കി ഉരിയരി കഞ്ഞിവെച്ച്, എണ്ണവറ്റിയ വിളക്കിൻചോട്ടിൽ കാത്തിരിക്കുകയാണ് കുമ്പയമ്മ.

മുപ്പത്തിയൊമ്പത്

ചുവരിൽ തൂങ്ങിനിന്ന മാറാലകൾക്കുള്ളിൽ, കൈകാലുകളിളക്കി സ്വൈരവിഹാരം നടത്തുന്ന അനവധി എട്ടുകാലിക്കൂട്ടങ്ങൾക്കു കീഴെ. ചുമരിന്റെ അരികുപറ്റി നിരനിരയായിപ്പോകുന്ന അനേകം ഉറുമ്പിൻ ജാഥകൾക്കരികിൽ, ചുമരിൽ ഓടിക്കളിച്ചു കൊണ്ടിരിക്കുന്ന കുറേയേറെ പല്ലികൾക്കും പാറ്റകൾക്കും കീഴെ, പഴമ്പായയിൽ തറ്റുകിടക്കുന്ന എണ്ണിയാലൊടുങ്ങാത്ത മൂട്ടകൾക്കുമൊപ്പം നടുനിവർന്ന് ആശ്വാസത്തോടെ ഒന്നു കിടക്കുമ്പോൾ നെടുനാളായി തനിക്ക് അന്യമായിരുന്ന തന്റെ ഉള്ളിലുള്ള ആ പഴയ ഐക്യപ്പെടൽ തിരിച്ചു വന്നതായി കുമ്പയമ്മയ്ക്ക് അനുഭവപ്പെട്ടു.

ഒരു ദീർഘനിദ്രകഴിഞ്ഞ് ഞെട്ടിയുണർന്ന് കുമ്പയമ്മ കൺമിഴിക്കുമ്പോഴേക്കും സമയം വളരെയേറെ അതിക്രമിച്ചിരുന്നു. ചാഞ്ഞു നിലംപൊത്തിയ അടുക്കളയ്ക്കുള്ളിലേക്ക് നൂണിറങ്ങിപ്പോയി ചുറ്റിലുംപരതി. ഒരു മൺകലത്തിൽ എപ്പോഴോ മണ്ണു പുരട്ടി സൂക്ഷിച്ചുവെച്ച ചക്കക്കുരു പൊടിപിടിച്ചു കിടക്കുന്നു. മുറ്റത്ത് പോയി ഒരല്പം ചപ്പും ചവറും വാരിയെടുത്തുകൊണ്ടു വന്ന്, തീപ്പൂട്ടാനൊരുങ്ങി. താൻ ഇതെങ്ങനെ തീ കത്തിച്ചു വേവിക്കുമെന്നോർത്ത് കുറേനേരം ചിന്താധീനയായി ഇരുന്നു. ഓർമ്മയിൽ അത്രമേൽ സമ്പന്നമല്ലെങ്കിലും കഞ്ഞിക്കുമുട്ടില്ലാതെ കഴിഞ്ഞ തന്റെ നല്ല കാലം മിന്നിമറഞ്ഞു. തീ ചോദിച്ച്, അന്ന് പണക്കാരിയായ പാഞ്ചാലിയും മറ്റ് പൈപ്പിൻചോടുകാരും തന്റെയീ പുരയിലാണ് വന്നുകൊണ്ടിരുന്നത്... ചേരിപ്പാണ്ടയുമായി വന്ന് ദൈന്യതയോടെ നിന്ന് എത്രയോ വട്ടം പാഞ്ചാലി ചോദിച്ചിട്ടുണ്ട്.

“കൊറച്ച് തീ നോട്ട് കുമ്പയേടത്തീന്ന്.”

മിക്കപ്പോഴും പുകഞ്ഞുകൊണ്ടിരിക്കുന്ന തന്റെ അടുപ്പിൽ നിന്ന്,

കുറച്ച് കനൽ കോരിയിട്ട് പാഞ്ചാലിയുടെ ഉണക്കച്ചേരിയിൽ തീ പകർന്നുകൊടുക്കും താൻ...അതും കൊണ്ടോടുന്ന പാഞ്ചാലിക്ക് അന്ന് അരവയർ. നിറവയറോടെ മക്കളേയും പൊത്തിപ്പിടിച്ച് തന്റെ കുരിക്കളുടെ സ്നേഹഭാജനമായിക്കഴിഞ്ഞ ആ നല്ല നാളുകൾ എന്നോ വിദൂരതയിൽ ആണ്ടു പോയതാണ്... ഇപ്പോൾ ഓർത്തുനോക്കുമ്പോൾ സന്തോഷ മെന്നത് ഇരുട്ടിൽ വല്ലപ്പോഴും വന്നുകയറുന്ന ഒരിറ്റ് മിന്നാമിന്നി വെട്ടം മാത്രമാണെന്ന് തോന്നുന്നു. പിന്നീട് കെടുകാലങ്ങളിൽ അനുഭവിച്ച യാതനകൾ, സഹനങ്ങൾ, ദുരിതക്കടൽ...ശാപം പിടിച്ച ജന്മം തന്നെയായിരുന്നു തന്റേത് എന്ന് പലപ്പോഴും തോന്നിയിട്ടുണ്ട്. അരവയറും മുഴുപ്പട്ടിണിയുമായി മക്കളായ മക്കളെയത്രയും വലുതാക്കി... ചുറ്റും കൂടിക്കൂടിവന്ന പുതിയ കോളനിക്കാർക്കൊന്നും കുമ്പയമ്മയെ മനസ്സിലായിട്ടില്ല...

ചിന്തിച്ച് ചിന്തിച്ച് കാട് കയറിപ്പോയ കുമ്പയമ്മയ്ക്ക് പെട്ടെന്നാണ് തന്റെ കോന്തലത്തുമ്പിൽ കെട്ടിയ തീപ്പെട്ടിയുടെ കാര്യം ഓർമ്മവന്നത്. തീപൂട്ടി കുറേ ചക്കക്കുരു ചുട്ടെടുത്തു. ആ കുരുവെന്ത ഗന്ധം ഉള്ളിലേക്ക് വലിച്ചുകയറ്റി, ചുട്ട കുരുനിലത്തിട്ട് കൈ കൊണ്ട് ഉടച്ച് വായിലേക്കിട്ടു.

വെള്ളത്തിന് പൈപ്പ് പൊക്കിയപ്പോൾ അല്പം ചൂട് വായു മാത്രം പുറത്തുവന്നു. പിന്നെ നേരെ കുണ്ടുകുളത്തിനരികിലേക്ക് നടന്നു. വെള്ളത്തിന് മീതെ പൊന്തിക്കിടന്ന ഇലകളും പ്ലാസ്റ്റിക് കവറുകളും തട്ടി ദൂരെയാക്കി, കുറച്ച് വെള്ളം കോരിക്കുടിച്ചു. ഒരല്പം നേരം വെറുതെ നിന്നു. പിന്നെ വീണ്ടും ഉണക്കിലകളെ ഞെരിച്ചുടച്ച് പൈപ്പിൻകുന്നിലൂടെ നടന്നുതുടങ്ങി. തനിക്കു സ്വന്തമായി തിരികെ കിട്ടിയ സാമ്രാജ്യമാണിതെന്നും താനിവിടത്തെ കൊടികുത്തിയ അധികാരിയാണെന്നുമുള്ള ഒരു ചിന്ത ആ നിമിഷം കുമ്പയമ്മയുടെ ഉള്ളിൽ നിറഞ്ഞുവന്നു. തന്റെയുള്ളിൽ നിറയുന്ന അധീശഭാവത്തോടെ എല്ലാം കണ്ടും അറിഞ്ഞ് നടന്ന് നടന്ന് അവർ കുന്നിറങ്ങി കാടുകളും വയലുകളും താണ്ടി അപ്പുറത്തെ കരയിലെത്തി.

പണ്ടത്തെ കഥകൾ പറഞ്ഞും പങ്കുവെച്ചും, ഇരന്നും വീടുകളിൽ നിന്നെല്ലാം അരിയും ചിലവാനവും ഒപ്പിച്ച് കോന്തല നിറഞ്ഞ പണവുമായി തിരികെ കുന്നുകയറി. പിന്നെയിനി താൻ ചെയ്യേണ്ടതെന്താണെന്ന് തീർച്ചപ്പെടുത്തിയപോലെ പൈപ്പിൻ കുന്നുകാർ ഒഴിച്ചിട്ടുപോയ വീടുകളിലെല്ലാം മാറിമാറി കയറി സസൂക്ഷ്മം പരതി, ഏതെങ്കിലും മുക്കിലും മൂലയിലും മുറ്റത്തിന്റെ കോണിലും വീട്ടുകാർ ഒഴിച്ചിട്ടുപോയ പഴയ പാത്രങ്ങളിൽ നിന്നും മറ്റും തനിക്കുവേണ്ടതെല്ലാം ശേഖരിച്ചുകൊണ്ടു വന്നു. ഒരല്പം വറ്റ് തിളപ്പിക്കാനായി ചെറിയൊരു മൺകലം പാഞ്ചാലിയമ്മയുടെ തൊഴുത്തിനരികിൽ വെണ്ണീർനിറഞ്ഞ് അനാഥമായികിടന്നിരുന്നു. ചുമരിനരികിൽ തഴച്ചുവളർന്ന കുറേ കൊടിത്തൂവ നുള്ളി, വെള്ളത്തിൽ കഴുകി അതും അരിയുടെ കൂടെ വേവിച്ച് തിന്നു.

തുറന്നുപരന്ന ഭൂമിക്കുമേൽ ഒരു ആലയം പോലെ രാത്രി വന്നു

നിറഞ്ഞു. പകുതി ചിതലുതിന്ന പഴമ്പായയിൽ ആശ്വാസത്തോടെ കുമ്പ യമ്മ നീണ്ടുനിവർന്നുകിടന്നു. ദീർഘമായി ശ്വാസോച്ഛ്വാസം ചെയ്തു. ആരുടേയും കുറ്റപ്പെടുത്തലും മുഖം കെറുവിക്കലും നോക്കുംവാക്കും മുള്ളുംമുനയും ഒന്നുമില്ലാതെ, ഇങ്ങനെ ശരീരത്തേയും മനസ്സിനേയും അയച്ചുവിട്ടു കിടക്കുമ്പോഴാണ് യഥാർത്ഥ സ്വാതന്ത്ര്യം എന്താണെ ന്നറിയുന്നത്. ഇവിടെ തലച്ചുമടുപോലെ ജീവിതത്തിന്റെ പ്രാരാബ്ധങ്ങൾ ഇല്ല. അല്ലെങ്കിൽ ഇലമുളച്ചിയെപോലെ ശരീരത്തിൽനിന്നും പൊടിച്ചു പൊങ്ങിയ മക്കൾ ഇല്ല. നല്ല ശാന്തമായ, സ്വച്ഛമായ അന്തരീക്ഷം. അലൗ കികമായ ആ പരമാനന്ദത്തിൽ ലയിച്ച് കണ്ണടച്ചുകിടക്കവെയാണ് വട്ടിയൻ ഗുരുക്കൾ കുമ്പയമ്മയെ നോക്കി പിന്നെ ചോദിച്ചത്.

"കുമ്പേ ഏകാന്തവും ശൂന്യവും ദീർഘവുമായി പരന്നുകിടക്കുന്ന നമ്മുടെയീ വെളിമ്പ്രദേശത്ത്, മണ്ണിൽ പൊടിച്ചുവന്ന മൺപുറ്റുപോലെ ഉയർന്നുവന്ന ഈ കുടിലുകൾ അതേ മണ്ണിൽ നിലംപൊത്താൻ ദിന ങ്ങളെണ്ണിക്കഴിയുന്ന നേരത്ത്, കുമ്പേ നീയല്ലാതെ ഈ സമീപത്തെങ്ങും ഒരു മനുഷ്യജീവിപോലുമില്ല. നിനക്ക് പേടിയില്ലേ കുമ്പേ..."

"ഇല്ല കുരിക്കളച്ചാ."

കുമ്പ മറുപടി പറഞ്ഞ് പിന്നെയും കണ്ണുകളടച്ചു.

അപ്പോൾ രാത്രിയുടെ നിശ്ശബ്ദതയുടെ പഴുതുകളിലൂടിറങ്ങി പകൽ ഗാഢനിദ്രപൂണ്ട മണ്ണിൽ പുതഞ്ഞു കിടക്കുന്ന അനേകം ഇഴജന്തുക്കൾ പൈപ്പിൻകുന്നിലെ ആളനക്കങ്ങളില്ലാത്ത മണ്ണടരുകളിലൂടെ സഞ്ചാരം തുടങ്ങി. ചുമരുകളിലൂടെ തേളും പഴുതാരയും മെല്ലെയിഴഞ്ഞു നില ത്തിറങ്ങി. കുറച്ചു കാലമായി തങ്ങളുടേത് മാത്രമായിരുന്ന ഗൃഹത്തിൽ കയറി സ്വസ്ഥമായുറങ്ങുന്ന കുമ്പയമ്മയുടെ ദേഹത്തിനിരികിലൂടെ ഇഴഞ്ഞു വന്ന് ഒന്ന് മണത്തുനോക്കി പിന്നെ മെല്ലെ അടുത്ത മുറി യിലേക്ക് പോയി. വവ്വാലുകൾ എന്തോ വിനോദത്തിലേർപ്പെട്ടതുപോലെ ആളുകളില്ലാത്ത ഒരു മുറിയിൽനിന്നും മറ്റേ മുറിയിലേക്ക് മാറിമാറി പറ ന്നുകൊണ്ടിരുന്നു.

ഉറക്കത്തിൽ ശാന്തമായ ആ അപൂർവ്വവേളയിൽ തന്റെ പണ്ടത്തെ കുമ്പയെ കണ്ട് മോഹം മൂത്ത്, തന്റെ പരുത്ത കാലടികൾ അമർത്തി ച്ചവിട്ടി കുരിക്കൾ ഒരിക്കൽക്കൂടി വന്നു കുമ്പയമ്മയുടെ അടുത്ത്. കുമ്പ യുടെ പരന്നുതടിച്ച് വെളുത്ത ആ വലിയ അരക്കെട്ടിൽ തന്റെ ഭാരം ഇറ ക്കിവെക്കുവാൻ കുരിക്കൾ മോഹിച്ചു. കറുകറുത്ത ഉരുക്കുപോലത്തെ ദേഹമിളക്കി, ചപ്രത്തലമുടിയിലൂറിയ വെള്ളമിളക്കിത്തെറിപ്പിച്ച് കുണ്ടു കുളത്തിൽ നിന്നു നേരെ കയറിവന്നതായിരുന്നു കുരിക്കൾ അപ്പോൾ. കുരിക്കളുടെ മോഹമറിയുന്ന പെണ്ണ് വാതിലുകളെല്ലാം തുറന്നു കൊടുത്തു. ഇരു നദികളും ഒന്നായൊഴുകി പിന്നെ കരകവിഞ്ഞൊഴുകി...

ആമോദതിരത്തള്ളൽ പോലെ.

കുമ്പയുടെ ഉറക്കം കണ്ട് കുരിക്കൾ വിളിച്ചുചോദിച്ചു.

"കുമ്പേ നിന്നെ കണ്ട് മോഹം മൂത്ത് പണ്ട് ഉറക്കമില്ലാതെ രാക്കു

രാമാനം വേണ്ടതെല്ലാം ചെയ്ത്, നിന്നെ കൂട്ടി എന്റെ ചാളയിലടുപ്പിച്ച്, കഞ്ഞിയും കറിയും വെച്ച് നമ്മൾ പങ്കുവെച്ച് കുടിച്ചത് നീ മറന്നു പോയോ...”

‘‘ഇല്ല തമ്പുരാനേ ഇല്ല, ഒരിക്കലും മറക്കാങ്കയ്യൂല..”

കുമ്പയുടെ ശബ്ദം.

“നിങ്ങളെനിക്ക് തമ്പുരാൻ. ആറാകോട്ടത്തെ തമ്പുരാൻ. ഏത് മന്ത്രവും തന്ത്രവും അറിയുന്നോൻ, ഒരു പൂതത്തേയും കൂളിയേയും അടുപ്പിക്കാത്തോൻ. തണ്ടും തടിയും മെയ്‌വഴക്കവും ഒത്തുചേർന്നോൻ... അലകടലിളകിവന്നാലതു വെറുംകൈ കൊണ്ട് മുറിച്ചുനീന്തും.. പെരുമല നൂറെണ്ണം മുമ്പിൽ വന്നു നിന്നാലും ഒന്നൊഴിയാതെ കയറിത്തീർക്കും. ധാരമുറിയാതെ പെയ്യുന്ന മഴ വിരൽകൊണ്ട് തട്ടിത്തെറിപ്പിക്കും. അടി, ഇടി, തട, എല്ലാമറിയുന്ന കുരിക്കൾ, എന്റെ ദൈവം, കൺകണ്ട ദൈവം.”

“ആരുടെ മുമ്പിലും അടിപതറാത്ത കുരിക്കൾ കുമ്പേ, നിന്റെ മുമ്പിൽ മാത്രം തോറ്റുപോയി.”

“എനിക്കറിയാം തമ്പുരാനേ”

പോയിടത്തെല്ലാം വിജയവും പ്രശസ്തിയും നേട്ടങ്ങളും കൂടെ കൊണ്ടുവന്ന ഗുരിക്കൾ, കൂട്ടർക്കിടയിലെ തലതിരിഞ്ഞവൻമാർക്ക് തല വേദനയായി. ശത്രുക്കൾ പഠിച്ച പണി പതിനെട്ടും നോക്കിയിട്ടും ഗുരിക്കളെ മുട്ടുകുത്തിക്കാനവർക്ക് ആയില്ല. എത്ര വെല്ലുവിളികളും ഏതു ഏറ്റുമുട്ടലുകളും സുധീരം വിജയിക്കുന്ന ഗുരിക്കൾ എതിരാളികൾക്ക് കയറിത്തീർക്കാനാവാത്തൊരു കല്ലുമല തന്നെ.

“അന്നത്തെയാ കമ്പക്കളി നിനക്കോർമ്മയുണ്ടോ കുമ്പേ..”

നിരന്നുപരന്ന് പുറം മറഞ്ഞൊഴുകുന്ന കരിനദിപോലുള്ള ആ മുടി ചീകി ചിക്കറുത്ത്, തലകെട്ടി, വിരൽത്തുമ്പിൽ മഷി തൊട്ട് നിലത്തുവെച്ച കണ്ണാടി നോക്കി ഇളം കണ്ണിൽ മഷിയെഴുതുന്ന പെണ്ണിനെ നോക്കി ഗുരിക്കൾ ചോദിച്ചു....

“ഓർമ്മയുണ്ടോ നിനക്കാ കമ്പക്കളി കുമ്പേ...”

“ഉണ്ട് തമ്പ്രാ ഉണ്ട്.”

കറുത്തിരുണ്ട കാട്ടുമരങ്ങൾ ഇടതിങ്ങിവളർന്ന മൈതാനത്ത് കരിമ്പനക്കൂട്ടങ്ങൾ ഇടതിങ്ങിവളർന്ന പെരുമലയിൽ നൂറ് കമ്പക്കയർ ഒന്നിച്ചുചേർത്ത് കെട്ടിവരിഞ്ഞിട്ടിരിക്കുകയാണ് ആനത്തടിയുള്ളൊരു കരിമ്പനച്ചോടോടുചേർത്ത് ഗുരിക്കളെ. നാടും നാട്ടാരു മുഴുവനും കണ്ടുനില്ക്കെ കടുത്ത ബന്ധനത്തിൽ നിന്ന് പുഷ്പം പോലിറങ്ങിവന്നു മുന്നിൽ നിന്നു ചിരിച്ചു കുരിക്കളച്ചൻ. ഏത് ബന്ധനത്തിൽനിന്നും ശരീരത്തെ സൂക്ഷ്മമാക്കി ഇറങ്ങിവരുവാനുള്ള ഗുരിക്കളുടെ കഴിവ് കണ്ട് കോലോത്തെ തമ്പുരാൻ നേരിട്ട് സമ്മാനം നല്കി. മന്ത്രമറിയുന്ന ഗുരിക്കൾ തന്റെ കൂട്ടർക്കിടയിലെ രാജാവായി. ദേശത്തുനിന്നും പരദേശത്തുനിന്നും ആളുകൾ മരുന്നിനും മന്ത്രത്തിനുമായി വീടുതേടിയെത്തും. വിഷഹാരിയായ ഗുരിക്കൾ തന്നെ ആരൂഢസ്ഥാനത്ത് വിളക്ക്

കൊളുത്തും. കാലംപോകെ ആരാധനാമൂർത്തികളായ മാതൃദൈവങ്ങളുടെയും കല്ലുകളുടെ സ്ഥാനത്ത് പുതിയ കാവുകളും അനുബന്ധ ദേവന്മാരും കുടിയേറി. കുലദൈവങ്ങളുടെ കോലം കെട്ടിയാടുന്ന ഗുരിക്കൾ നാടിന്റെ മുഴുവൻ ആരാധനാപാത്രമായി നിന്ന നാളുകൾ.

"കുമ്പേ നിന്റെ തൈവം നിന്റെ പൊട്ടൻതെയ്യം ഇതാ മേലേരിമേല് വീണുരുള്ന്ന് നീയും വാ..."

ഗുരിക്കൾ കുമ്പയമ്മയെ വിളിച്ചു.

അഗ്നിനൃത്തം ചെയ്യുന്ന തന്റെ പുലയൻ പൊട്ടൻതെയ്യമായി രൂപമാറ്റം പ്രാപിക്കുന്നത് നിറകണ്ണുകളോടെ കുമ്പയമ്മ കണ്ടു. ഒന്നുകിൽ ചെമ്പകം വെട്ടിത്തുണ്ടമാക്കി അല്ലെങ്കിൽ പുളിമരം കണ്ടിച്ച് കഷ്ണിച്ച് കത്തിച്ചുണ്ടാക്കി കനൽ ജ്വാലയിൽ വീണും കിടന്നും നർത്തനമാടുന്നു തന്റെ ഗുരിക്കൾ. പച്ചോല കത്തിപ്പൊട്ടുന്ന ഒച്ചയിൽ കനൽമെത്ത പൂമഞ്ചമാക്കി കൈയിൽ പിടിച്ച വളഞ്ഞ കത്തിയും മാടിക്കോലുമിളക്കി വെള്ളിവെട്ടം കീറുന്ന ആകാശത്തേക്ക് കണ്ണുംനട്ട് പുഞ്ചിരിതൂകി, ഒരു കുഞ്ഞ് കളിക്കുംപോലെ കാഠിന്യത്തെ നിസ്സാരമാക്കുന്ന പൊട്ടൻതെയ്യത്തെകണ്ട് എണീക്ക് ദൈവേ... മതി ദൈവേ.. എന്നും പറഞ്ഞ് പെണ്ണുങ്ങൾ കരയാൻ തുടങ്ങും. തൊലിപൊള്ളി മാംസം വേവുന്ന വേദനയോർത്ത് പിടയുന്ന തന്നെ ആശ്വസിപ്പിച്ച് കളിയാക്കിച്ചിരിക്കുന്ന ഗുരിക്കൾ. മാടിക്കോലിളക്കി കാടുവെട്ടാൻ പോകണ്ടേയെന്ന് ചോദ്യം തന്നോട്.

"വാളും പരിശയെടുപ്പുണ്ട് ചൊവ്വറ്
മാടിയും കത്തിയെടുപ്പുണ്ട് നാങ്കൾ..."

പിന്നെയാ തോറ്റംപാട്ടിൽ കൂടിക്കുഴഞ്ഞ് ഗുരിക്കൾ തന്റെ കൂട്ടരുടെ കണ്ണീരിനു കാരണമായ പൊള്ളുന്ന സത്യങ്ങൾക്കായി ചോദ്യങ്ങളിലൂടെയും അലഞ്ഞു.

"നീങ്കെള കൊത്ത്യാലും ചോരല്ലേ ചൊവ്വറ്
നാങ്കളെ കൊത്ത്യാലും ചോരല്ലേ ചൊവ്വറ്
പിന്നെന്തേ ചൊവ്വറ് കുലം പിശക്ന്ന്
തീണ്ടിക്കൊണ്ടല്ലോ കുലം പിശക്ന്ന്"

പിന്നെ ഗുരിക്കൾ വന്നു വിളിച്ചു.

"വാ കുമ്പേ നമുക്ക് പോകാം."

കുമ്പയമ്മ പിന്നീട് പോയത് പാടത്തും വരമ്പത്തും പുഴയിലും തോട്ടിലും കുളത്തിലും മലയിലും കുന്നിലും മണ്ണിന്റെ വഴികളിലും. അതുകഴിഞ്ഞ് പല കാലങ്ങളിലൂടെയും പല ദേശങ്ങളിലൂടെയും സഞ്ചരിച്ചു.

"വാ കുമ്പേ..."

ഇലമറവുകൾ തങ്ങൾക്ക് കുപ്പായങ്ങൾ ആയതും മേൽക്കൂരകളും വീടുകളും ഇല്ലാത്ത തങ്ങൾക്ക് ആകാശം അഭയമായതും കുമ്പയമ്മയോർമ്മിച്ചു. അവിടെ ദാഹജലം മഴത്തുള്ളികളായി ഇറ്റുവീഴും. ചുണ്ടു

പിളർത്തി വാ പിളർത്തി നിലത്ത് കിടക്കുകയേവേണ്ടൂ. ഉള്ളിൽ പടരുന്ന അഗ്നികെടുത്താനും ഊതിക്കത്തിക്കുവാനും അരികത്തുതന്നെയുണ്ട് ഗുരിക്കൾ. നടന്നു നടന്ന് അറ്റം കാണാത്ത ഒരു തീരത്തെത്തിയപ്പോൾ തന്നോട് ചാളയിലേക്ക് തിരിച്ചുപോകാൻ പറഞ്ഞു ഗുരിക്കൾ...വീട്ടിലെത്തുംനേരം അറിയുന്നത് ആ പനങ്കള്ളിൽ വിഷം ചേർത്ത് ആരോ കൊടുത്തതും കുടിച്ച് ചതിയറിയാതെ, അവസാനമായി കുമ്പയെയൊന്ന് കാണാതെ, തന്റെ പത്തു മക്കളെയും കാണാതെ, ഭൂമിയുടെ ഉള്ളറകളിലേക്ക് ഗുരിക്കൾ തിരികെ പോയി എന്നാണ്.

ഒരു വീടുനിറയെ മക്കളുമായി നാഥനില്ലാതെ കുമ്പ.

അന്നുവരെ ഓച്ഛാനിച്ച് ബഹുമാനിച്ച് നിന്നവർ ഓന്തിനെപ്പോലെ നിറംമാറി, വേഷംമാറി കുമ്പയമ്മയെ പേടിപ്പിച്ചു. ഉറക്കമില്ലാത്ത രാത്രികളിൽ പുലികളായും സിംഹങ്ങളായും പലരും വന്നു. ഗുരിക്കൾ പാപം ചെയ്തിട്ടുണ്ടെന്നും അതുകൊണ്ട് വിഷം തീണ്ടിയെന്നും ആരോ പറഞ്ഞു. കേട്ടവർ കേട്ടവർ വിശ്വസിച്ചു.

“ബൈരം കൊടുക്കേണ്ട കുമ്പേ” ഗുരിക്കൾ പിന്നെയും ആശ്വസിപ്പിക്കാൻ വന്നു.

“ഇല്ല കുരിക്കളച്ചാ ഞാങ്കരയൂല.. ഇപ്പോ ന്റെ തന്തോഴം കൊണ്ടല്ലേ. കുരിക്കളച്ചൻ പോയാ. ഞാൻ കണ്ണീരൊഴുക്കീട്ട് ന്നെ കാണാൻ ആരുണ്ട്.”

ഒടിയും തന്ത്രവും വശമുള്ള തന്റെ ഗുരിക്കൾ തന്നെ കാണാൻ പോത്തിന്റെയോ പശുവിന്റെയോ രൂപത്തിലെങ്കിലും രാത്രിയിൽ ഇരുട്ടിന്റെ മറപറ്റി വന്നുനില്ക്കുമെന്നു പ്രത്യാശിച്ച രാത്രികൾ...തട്ടിമറ നീക്കി, ഇരുളിൽ മഞ്ഞുതുള്ളികൾ ഇലപ്പടർപ്പുകളിൽ കനപ്പെട്ട് വീഴുമ്പോഴുള്ള താളം കാതോർത്ത്, കാട്ടുപൊന്തകൾക്കിടയിലേക്ക് സൂക്ഷ്മം പരതി, ഇരുട്ടിൽ മിന്നുന്ന മിന്നാമിന്നിവെട്ടങ്ങൾ തന്നെക്കാണുന്ന സ്നേഹം പുരണ്ട കണ്ണുകളാണെന്ന് വിശ്വസിച്ചുറങ്ങിപ്പോയ രാത്രികൾ...

“കുമ്പേ കരേല്ലേ കരേല്ലേ.”

“ഇല്ല ഞാങ്കരയൂല്ല ഞാങ്കരയൂല്ല.”

നാല്പത്

നേരം പുലർന്നിട്ടും കുമ്പയമ്മ ഒരേ ഇരിപ്പിലിരുന്നു. ഏതെല്ലാമോ ഓർമ്മകളും ഗന്ധങ്ങളും ഓരോ മാത്രയിലും ചുവടുവയ്പിലും തനിക്കുചുറ്റും വട്ടം കറങ്ങുന്നത് ഉള്ളിലറിഞ്ഞുകൊണ്ട്. നിശ്ശബ്ദവും ഏകാന്തവുമായ പൈപ്പിൻകുന്ന് പാതയിലൂടെ വരണ്ടകാറ്റ് അതിന്റെ ചാക്രികസ്വഭാവത്തോടെ വട്ടംചുറ്റി പൊടിത്തിരപോലെ ചപ്പുചവറുകളെ ഒന്നാകെ അടിച്ചുപറത്തി. മണ്ണും കാറ്റും തമ്മിലുള്ള ഒരു കണ്ണുപൊത്തിക്കളിപോലെ അത് തുടർന്നുകൊണ്ടേയിരുന്നു. തെരുവ് ഭീതിദവും മൂകവുമായ ഒരവസ്ഥ കൈക്കൊണ്ട് മൗനമായി അത് തന്നോട് തന്നെ അനേകം കഥകൾ പറഞ്ഞുകൊണ്ടിരിക്കുകയാണെന്ന് കുമ്പയമ്മയ്ക്ക് തോന്നി.

കത്തിനിന്ന നട്ടുച്ചവെയിൽ പൈപ്പിൻകുന്നിനെ ചുട്ടു പൊള്ളിച്ച് നിന്ന നേരം തലപെരുക്കം പോലെ തോന്നി കുമ്പയമ്മയ്ക്ക്. ഒരല്പം കിടക്കാമെന്നുകരുതി ചുരുണ്ടുകൂടി കിടന്നതേയുള്ളൂ. അതാ കുരിക്കളച്ചൻ മുമ്പിൽ!

"ഓ പിന്നേം വന്ന്, ഞാനില്ല."

കുമ്പയമ്മ എന്തോ പരിഭവം ഭാവിച്ച് മുഖം കെറുവിച്ച് കിടന്നു.

"കുമ്പേ... വാ..."

പിണക്കം മാറ്റാനൊരുങ്ങി കുരിക്കളച്ചൻ.

"വാ കുമ്പേ നമ്മക്കൊന്ന് നടന്നിറ്റും വരാം. ഒന്ന് കാറ്റും കൊണ്ട് നടന്നാ നിന്റെ എല്ലാ വരത്തൂം മാറും. വാ വാ."

കൈനീട്ടി വിളിക്കുകയാണ്. ഇങ്ങനെ നിർബ്ബന്ധിക്കുമ്പോൾ പിന്നെങ്ങനെ പോകാതിരിക്കും.

കുമ്പയമ്മ ഇറങ്ങിനടന്നു. ഏങ്ങിവലിഞ്ഞുകൊണ്ട്. തളർന്നുപോ

കുന്നുണ്ട്. എന്നാലും താങ്ങിനടത്താൻ കൂടെയൊരാളുണ്ടെന്നതുകൊണ്ട് കുഴപ്പമൊട്ടുമില്ല.

നടന്നുനടന്നു കാലെത്തിയത് പൈപ്പിൻകുന്ന് ദേശത്തെ ചുടലപ്പറമ്പിലാണ്. ഇട്ടീരിച്ചെക്കനും കുഞ്ഞിരാമൻ മാഷും ദാക്ഷായണിടീച്ചറുമടക്കം എല്ലാവരും താന്താങ്ങളുടെ കുഴിമാടത്തിനരികിൽ അവരവർക്ക് അർഹതപ്പെട്ടയിടങ്ങളിൽ സ്വസ്ഥമായുണ്ട്. ചിലരുടെ ചുറ്റും ജീവിച്ചിരിക്കുമ്പോഴെന്നപോലെ ബന്ധുമിത്രാദികളും സ്വന്തക്കാരും ഉൾപ്പെടെ ധാരാളമാളുകൾ നില്പുണ്ട്. നേരത്തേയെത്തിയ ചിലർ കുരിക്കളച്ചനെപ്പോലെ ഒറ്റയും തെറ്റയുമായി ഏതോ വഴിവക്കിലെന്നപോലെ നിസ്വരും ആലംബഹീനരുമായി കൂട്ടിനൊരാളില്ലാതെ, സ്വജനങ്ങൾ വരുന്നതും കാത്ത് ദൈന്യതയോടെ നില്പുണ്ട്.

കുരിക്കളച്ചൻ സ്നേഹത്തോടെ കുമ്പയമ്മയോട് പറഞ്ഞു:

“ഇതാ കുമ്പേ, എന്റെയിടം. എനി നീയും ബേം ബാ. നമുക്കൊന്നിച്ച് ഈട കയ്യാം.”

“ആ കുരിക്കളച്ചാ ഞാമ്പെരാ”

“എന്നാ വാ കുമ്പേ, ഇനിയും കുറേയേറെ വഴിയമ്പലങ്ങൾ നമ്മളെ കാത്തിരിപ്പുണ്ട്. കുമ്പേ.. വാ..നടക്ക്...”

കുമ്പയമ്മ പിന്നെയും നടന്നു. നടന്നുനടന്ന് ചെന്നെത്തിയത് അടച്ചുപൂട്ടിയ സാധുജനസമാജം സ്കൂളിന്റെ പ്രവേശന കവാടത്തിലാണ്. കുഞ്ഞിരാമൻ മാഷിനെയാണ് വേഗം ഓർമ്മ വന്നത്. ഇതൊരു ചരിത്ര സ്മാരകം തന്നെയാണ്. റോഡെടുക്കുന്നതിനുവേണ്ടി ഈ സ്കൂൾ അടച്ചുപൂട്ടിയത് എന്തായാലും ശരിയായില്ല. ചേറിലും ചെളിയിലും പൂണ്ട് പഠിപ്പിന്റെ വിലയറിയാതെ പോയ തന്റെ കൂട്ടർക്കുവേണ്ടി ഉയർന്നുവന്ന ഈ സ്കൂളെങ്കിലും ഒഴിച്ചുവെക്കാമായിരുന്നു. സൗദാമിനിയും സാവിത്രിയും കമലാക്ഷിയും വനജയും സുകുമാരനുമടക്കമുള്ള പത്തുമക്കളെയും എത്രയെല്ലാം കഷ്ടപ്പെട്ടാണ് താൻ സ്കൂളിലേക്കയച്ചത്. തല തിരിഞ്ഞ വക. രണ്ടക്ഷരം പഠിച്ചതുമില്ല. പാവം കുഞ്ഞിരാമൻ മാഷിന് ദിനംപ്രതി ഇവറ്റകളെ തിരഞ്ഞ് വീട്ടിൽ വരാനിടയാക്കുകയും ചെയ്തു. കുമ്പയമ്മ തന്റെ പത്തു മക്കളും വരിവരിയായി സ്കൂളിലേക്ക് വരുന്നത് കണ്ടു. അനേകം കുഞ്ഞുശബ്ദങ്ങളും കളിചിരികളും കലപിലകളും കാതിൽ വന്നലച്ചു. താനും ഒരു കുഞ്ഞുകുട്ടിയായി പുസ്തകവുമേന്തി ഈ സ്കൂളിന്റെ മുമ്പിൽ നില്ക്കുന്നത് പോലെ കുമ്പയമ്മയ്ക്ക് തോന്നി. മുമ്പിൽ ദേശീയപതാക ഉയർത്തുന്നത് വെള്ളയും വെള്ളയും ഇട്ട കുഞ്ഞി രാമൻ മാസ്റ്റർ ആണ്. ആരോ പുഷ്പവൃഷ്ടി പൊഴിക്കുന്നുണ്ട് മുകളിൽനിന്നും താഴത്തേക്ക്. ജനഗണമന പാടി.. ബെല്ലടിച്ച ഉടനെ പുറത്തേക്കോടി വന്ന സൗദാമിനിയും മറ്റു മക്കളുമെല്ലാം ചേർന്ന് കുമ്പയമ്മയേയും കൂട്ടി പുറത്തേക്കോടി. വേഗം വീട്ടിലെത്തണമെന്നുള്ള വാശിയിൽ. അവർ തോറ്റു. വഴി പിരിഞ്ഞ കുമ്പയമ്മ അവിടന്നു നേരെ നടന്നത് കാവിൻമൂലയിലേക്കാണ്. കുറേനേരം കാവിൻതറയിൽ ചെന്നുനിന്നു...

വിളക്കും തിരിയും മുടങ്ങാതെ നോക്കീട്ടും തന്റെ കുരിക്കളച്ചനെ തന്നിൽ നിന്നും വേർപെടുത്തി കൊണ്ടുപോയില്ലേ.. കുറച്ചു പരിഭവത്തോടെ തെല്ലുനേരം കഴിച്ചു.

അവിടന്ന് പിന്നെയും നേരെ കുത്തനെയിറങ്ങി.

താഴ്വരയിലേക്ക്, ചതുപ്പുകളിലേക്ക്, കുണ്ടുകുളങ്ങളിലേക്ക്, പുഴയിലേക്ക്, വയൽവരമ്പുകളിലേക്ക്. കാറ്റിലുലയുന്ന ചേറിന്റെ മണം. അന്നംവിളയുന്ന മണ്ണിന്റെ മണം.

"കുമ്പേ നീ വാ..."

തി തി തി...

തിരി തിരി തിരി കാളേ

മു മു മൂ

മുമ്പോട്ട് മുമ്പോട്ട് മുമ്പോട്ട് കാളേ" ആഹ്ളാദംപൂണ്ട സ്വരങ്ങൾ

കാലിപൂട്ടുന്ന കുരിക്കളച്ചൻ.

ചേറിലൂടെ ഉഴുതുമറിയുന്ന കലപ്പയും കോലും. ഉഴുതുമറിയുന്ന മണ്ണിൽ പുതഞ്ഞ കാലടികൾ പുറത്തേക്ക് വലിച്ചെടുത്ത് മുമ്പോട്ട് കുതിക്കുന്ന കാളക്കൂറ്റന്മാർ. കഴുത്തിൽ കെട്ടിയ മണി കിലുങ്ങുന്നു. 'ഝിലും ഝിലും ഝിലും...'

ചേറും ചളിയും മേലും എല്ലാം ഒന്നുപോലിരിക്കുന്ന തന്റെ പുലയൻ. പണികഴിഞ്ഞ് പാടവരമ്പത്തിരുന്ന് പാളത്തൊപ്പിയൂരി തന്റെ കൈയിൽ തന്ന് തോട്ടിലെ തെളിനീരിൽ കൈയും മുഖവും കാലും കഴുകി കുമ്പ കൊണ്ടു വന്ന പഴങ്കഞ്ഞി മൊത്തിക്കുടിച്ചു. കുമ്പയെ നോക്കി ചിരിതൂകി.

ഉഴുതുമറിച്ച കണ്ടത്തിൽ വിത്തു വിതയ്ക്കുന്നു കുമ്പയമ്മ. ഓരോ പിടി നെല്ലും വാരിവാരിയെറിഞ്ഞ് മണ്ണിന്റെയുള്ളം തെളിയാൻ പാട്ടുപാടി. ഭൂമി മാതാവിനെ, അന്നംതരുന്ന ദേവിയെ കുറേ സ്തുതിച്ചു. പാടി മയക്കിയുറക്കി. ഉണർത്തി. പിന്നെയാണവൾ വിളവുതരിക.

"പൂജിച്ചും പരിപാലിച്ചും നോവിക്കാതെ പെണ്ണിനെപ്പോലെ നോക്കണം മണ്ണിനേയും." കുരിക്കളച്ചന്റെ ഉപദേശമാണത്.

വിത്തു മുളപൊട്ടി തുറ്റുവളരും ഞാറിൻതലപ്പുകൾ. പിന്നെ കളയും പുല്ലും പറിച്ചെറിഞ്ഞ് അകലംവെച്ച് ഓരോ കൈ കൊണ്ടും ഞാറു നടും. ഞാറ്റുപാട്ടിന്റെ ഈണം ഒഴുകും വയലേലകളിലൂടെ. വളരും പൂക്കും തളിർക്കും പച്ചത്തിരയിളക്കം വയലിലാണ്. സ്വപ്നങ്ങളും കതിരിട്ട് പൂക്കുംവിളയും വിള കൊയ്യും. കറ്റമെതിച്ച്, നെല്ലും പതിരും വേറെയാക്കും. പത്തായം നിറയും. തമ്പുരാന്റെ കൊല്ലത്തിലൊരു കച്ചത്തുണി, ഒരു തുടം എണ്ണയും. അതുമതി പാവങ്ങൾ, അടിയാന്മാർ ഞങ്ങൾക്കെന്ന്, മണ്ണിനൊപ്പം വില്ക്കുകയും വാങ്ങുകയും ചെയ്യുന്ന ഏമാൻമാർ. കണ്ണീരും വിയർപ്പും കുടിച്ച വിളകൾ നൂറുമേനി വിളവ് തരുമെന്ന് കാലം പറയുന്നു.

"കുമ്പേ നിനക്കോർമ്മയില്ലേ, എത്ര കൊടുങ്കാടുകൾ വെട്ടിത്തെളിച്ച് നമ്മൾ, എത്ര കാടും പടലും വെട്ടിയൊതുക്കി നമ്മൾ... എത്ര രാത്രികൾ

ഉറങ്ങാതെ പണിയെടുത്ത് ചോര നീരാക്കി നമ്മള്, മണ്ണ് പൊന്നാക്കി, മാവും പ്ലാവും, തെങ്ങും കവുങ്ങും വാഴയും നട്ടു... വിള പറിക്കാൻ തമ്പ്രാനെത്തിയതറിഞ്ഞില്ലേ നീയ്, ഉണങ്ങിവീണ ഒര് നാളികേരത്തൊണ്ട് പോലും എടുക്കാമ്പറ്റൂല്ലല്ലോ നമ്മക്ക്... നമ്മക്ക് പോകാ കുമ്പേ, വാ..."

നടന്നുതളർന്ന് എങ്ങനെയെല്ലാമോ കുമ്പയമ്മ വീട്ടിനുള്ളിൽ തിരിച്ചെത്തി. പായയിൽ ചെന്നുവീണു ആശ്വാസത്തോടെ നീണ്ടുനിവർന്നു കിടന്നു. എന്തോ ഒന്ന് സംഭവിക്കുന്നുണ്ടെന്ന് മനസ്സ് പറയുന്നു. ശരീരത്തിന്റെ ഏപ്പുകൾ ഇളകി നീങ്ങിയതുപോലെ. ഒന്നിനൊന്ന് ബന്ധിതമാക്കപ്പെട്ട, ആണിക്കല്ലുകളാൽ ഒത്തുചേർക്കപ്പെട്ട ജീവഭാഗങ്ങൾ ചിതറിപ്പോയതു പോലെ ഒരു തെന്നിനീങ്ങൽ കഴിഞ്ഞ് ബലക്ഷയം തോന്നിയപ്പോൾ കണ്ണുകളടഞ്ഞു. ഉറങ്ങുവാൻ തോന്നിയെങ്കിലും അടിതൊട്ട് മുടി വരെ ഒരു പരവേശം പതഞ്ഞുപൊന്തി. കുറച്ചുനേരം എണീറ്റിരുന്നു വീണ്ടും കിടക്കാൻ തോന്നിയപ്പോൾ പിന്നെയും കിടന്നു. ക്രമേണ കണ്ണുകൾക്കപ്പുറം ഉൾക്കണ്ണിൽ തെളിഞ്ഞുവന്ന പ്രകാശം വറ്റുകയും ഒരുനേർത്ത ഇരുട്ട് തന്നെവന്ന് മൂടുന്നത് അറിയുകയും ചെയ്തു. ചേർത്തുവെച്ച ചുണ്ടുകൾ അല്പം പിളർന്ന് വന്നു. ക്രമേണ കണ്ണുകൾക്കു മുമ്പിൽ പല പല വൃത്തപ്പൊട്ടുകൾ തെളിഞ്ഞുവന്നു. വൃത്തങ്ങൾ വർണ്ണങ്ങൾ ആകുന്നതും അവ തന്റെ മേലെ കണ്ണാടിത്തുണ്ടിൽ വന്നു പതിക്കുന്ന പ്രകാശരശ്മികൾപോല പൊട്ടിച്ചിതറലുകൾ ഉതിർക്കുന്നതും അത് ഒന്നൊന്നായി തന്നിലലിഞ്ഞുചേരുന്നതും അനുഭവിച്ചുകൊണ്ടിരുന്നപ്പോൾ...

മേലേരി പൂട്ടിയ തീക്കു ചുറ്റും പുകയും ചൂടും കൂടിവന്നു. അഗ്നിവർണ്ണമാർന്ന കനലുകൾ കാറ്റുപോലെ വട്ടംകറങ്ങി. ആ അഗ്നിവൃത്തത്തെ വട്ടംചുഴറ്റുന്നത് തന്റെ പുലയൻ, തന്റെ ഗുരിക്കൾ തന്റെ തീപ്പൊട്ടൻ തെയ്യം.

അരിച്ചാന്ത് തേച്ച ദേഹമിളക്കി കുരുത്തോലമുടിയിളക്കി ആംഗ്യചലനങ്ങളിലൂടെ കുഴഞ്ഞാടി കൊഞ്ചിക്കൊണ്ട് കുമ്പയെ വിളിച്ചു.

"കുമ്പേ വാ... വാ... തീയ്യിൽ വാ..."

"പൊലിക പൊലിക പൊലിക ജനമേ
പരദൈവം പൊലിക കാപ്പന്തൽ പൊലിക
പന്തൽ പൊലിക പതിനാറഴകിയ
കാപ്പന്തൽ പൊലിക... പൊലിക... പൊലിക..."

ചുകന്ന കനലുകൾ ഇടയ്ക്കിടെ പൊട്ടലോടെ ചിന്നിച്ചിതറി. ചിലത് ശരീരത്തിലും വന്നുപതിച്ചു. ഒരു പൊള്ളലോടെ ദേഹത്തെ ഉള്ളിലേക്ക് ചുരുക്കി ചെറുതായിക്കൊണ്ടിരിക്കെ ഒന്നുമല്ലാതായി താൻ മറഞ്ഞുകൊണ്ടിരിക്കുകയാണെന്ന് കുമ്പയമ്മക്ക് ബോദ്ധ്യമുണ്ടായി. മരിച്ചവർ മുമ്പിലൂടെ പ്രത്യക്ഷരാകുന്നു. പിന്നെയും എല്ലാം മാഞ്ഞുപോകുന്നു. ഏതെല്ലാമോ ശബ്ദങ്ങൾക്കൊപ്പം കുരിക്കളുടെ തോറ്റംപാട്ടിന്റെ തുടിയും കാതിൽ മുഴങ്ങി. ഉള്ളിൽ ഒരു ചെറുചലനം തിരയടിക്കുമ്പോൾ ഒന്നന

ങ്ങുവാൻ നോക്കിയെങ്കിലും ഒന്നിനുമാകാതെ പ്രാണന്റെ പക്ഷി പിടയുമ്പോൾ ജീവകോശങ്ങളിൽ തിളയ്ക്കുന്ന വേദനയുമറിഞ്ഞ് കിടക്കുകയാണ് കുമ്പയമ്മ.

"കുമ്പേ വാ വരൂ... വരൂ..."

വിളിക്കുകയാണ് പൊലപ്പൊട്ടൻ അഗ്നിനൃത്തം ചെയ്യാൻ.

അഗ്നി വാരിയെറിഞ്ഞ് വർണ്ണരേണുക്കൾ ചമച്ച് മുമ്പിൽ നർത്തനം...

കുമ്പ തീയിൽ ചവിട്ടി മെല്ലെ ചുവടുകൾ വെച്ച് പിന്നെ നടന്നു തുടങ്ങി. ഒടുക്കം തീയിൽ വീണു പിടഞ്ഞു. അനേക കോടി മാറ്റങ്ങൾക്കായി കാത്തിരിക്കുന്ന മണ്ണ് കുമ്പയമ്മയുടെ മൃതദേഹത്തേയും നെഞ്ചിലേറ്റിക്കൊണ്ട് പിന്നേയും ഉറക്കം തുടർന്നു. ആഗതമായ റോഡിനുവേണ്ടിയുള്ള തട്ടിനിരപ്പാക്കലിനുമുൻപേ, ആ മണ്ണിൽ അഴിഞ്ഞുവീണ പഞ്ചഭൂതാത്മകമായ ആ മാംസക്കൂടാരം അനേകം ഉപജീവികൾക്ക് ഉപധാനമാകാൻ കാത്തിരിക്കെ, എല്ലാം ഉള്ളിലലിയിക്കാൻ വെമ്പിക്കൊണ്ട് മണ്ണും ആകാശവും പ്രകൃതിയും കോടാനുകോടി വായുകണങ്ങളും തണുത്തകാറ്റും കുമ്പയമ്മയുടെ ജഡത്തിന് കാവലാളായി നിന്നു.

എല്ലാം ഒരു തുടർച്ചയെന്നവണ്ണം ഒരു മാലയിൽകോർത്ത മുത്തുകൾ പോലെ പരസ്പരം ബന്ധിതമായ ആത്മാവുകൾ അതിന്റെ ചാക്രികപ്രയാണത്തിൽ അടുത്ത ശരീരഗൃഹം പൂകാനുള്ള യാത്രയ്ക്കിടെ ഇടത്താവളം മാത്രമാക്കിയ ഈ ജന്മത്തിൽ, ശരീരം മണ്ണിലേക്കഴുകി എല്ലിൻതുണ്ടുകൾപോലും മണ്ണിൽ പൊടിഞ്ഞമർന്ന് ഭൂമിക്ക് വളമായിത്തീരാൻ കാത്തിരിക്കെ പൈപ്പിൻകുന്നിന്റെ ഒരു പഴയ ചരിത്രം അവസാനിക്കുന്നു.

പക്ഷേ, ഒന്നും അവസാനിക്കുന്നില്ല. ഒന്നു തീരുന്നിടത്തു നിന്ന് ഇനി പുതിയൊരൊന്ന് പിറക്കാനിരിക്കുന്നതേയുള്ളു എന്ന അറിവ് യാഥാർത്ഥ്യമാണെന്നിരിക്കെ, അനസ്യൂതമായ കാലത്തിന്റെ കുതിപ്പുകൾക്കും ജീവിതപ്രയാണങ്ങൾക്കും കാരണമാകുന്ന മാറ്റങ്ങൾക്കുവേണ്ടി ലോകം കാത്തിരിക്കെ എപ്പോഴോ മരണഗന്ധം അറിഞ്ഞെത്തിയ ഉറുമ്പിൻപ്പറ്റങ്ങൾ കുമ്പയമ്മയുടെ തുറന്നുവെച്ച കണ്ണുകളിലും കോടിപ്പോയ വായക്കോണിലും അരിച്ചുകയറി.

നാല്പത്തിയൊന്ന്

അതിവേഗത്തിന്റെ ആസുരതയിലേക്ക് കുതിച്ചുകൊണ്ടിരിക്കുന്ന ലോകത്തിനോടൊപ്പം ചേരാനായും തുടച്ചെറിയപ്പെടാനായും കാത്തിരിക്കുന്ന പൈപ്പിൻകുന്ന് കോളനിയുടെ കവാടത്തിനരികിൽ തളംകെട്ടിനിന്ന നിശ്ചലതയിലേക്ക് അപ്രതീക്ഷിതമായി മാധവൻ വന്നുനിന്നു.

ആകെ പരവശപ്പെട്ട് വീർപ്പുമുട്ടിയതുപോലെ തിരിച്ചറിയാനാവാത്ത എന്തെല്ലാമോ വ്യഥകളിൽ അസ്വസ്ഥനുമായിരുന്നു മാധവൻ. പുതിയ ജോലിയും ചുറ്റുപാടുകളും തന്നെ പുതിയൊരാളാക്കി മാറ്റിയെങ്കിലും പൂർണ്ണമായും ഇഴുകിച്ചേരാനാവാതെ അവശേഷിക്കുന്ന എന്തോ ഒന്ന് തന്നിൽ പറ്റിക്കിടപ്പുണ്ടെന്ന് മാധവൻ തിരിച്ചറിഞ്ഞിരുന്നു. ആ ബഹളമയമായ ലോകത്തുനിന്നും എന്തോ ഒന്ന് തന്നെ അന്യമാക്കിവെക്കുന്നുണ്ട് എന്ന ചിന്ത ഒരു സ്വസ്ഥതയില്ലായ്മ അയാളിൽ കുത്തിനിറച്ചു. ഇന്നിൽ ജീവിക്കാതെ നാളെയെക്കുറിച്ചുള്ള അമിതോൽക്കണ്ഠ നിറഞ്ഞ നഗരത്തിലെ തിരക്കുകളും അയാളെ മടുപ്പിച്ചു. എല്ലാവരും ഓടിക്കൊണ്ടിരിക്കുകയാണ്. എന്തോ എത്തിപ്പിടിക്കാനെന്നപോലെ. ഒരുനിമിഷം വൈകിയാൽ എല്ലാം കൈവിട്ടുപോകുമെന്നുള്ള ധൃതിയാണ് ഓരോരുത്തരിലും. വാഹനങ്ങളുടെ നീണ്ട നിരയാണെങ്കിൽ ഒരിക്കലും അവസാനിക്കുന്നില്ല. വേഗതയാർന്ന ലോകത്തിന് മീതെകൂടി അതിദ്രുതം ചലിക്കുന്ന ചക്രങ്ങൾ പോലെയായി മനുഷ്യർ. ആവാസകേന്ദ്രങ്ങളോ വീടുകളോ നാടുകളോ ഒന്നും പ്രാധാന്യമർഹിക്കുന്നതേയില്ല. ആ തിരിച്ചറിവ് നല്കുന്ന വേദനയിൽ അസ്വസ്ഥനാക്കപ്പെട്ട അയാൾ പടിവാതിൽക്കൽനിന്ന് ഉള്ളിലേക്കെത്തിനോക്കാൻ വെമ്പുന്ന ഒരാളെയെന്നപോലെ തന്റെ ഉള്ളിലേക്കും കോളനിക്കുള്ളിലേക്കും ചുഴിഞ്ഞുനോക്കി.

ഒരു തെളിനീരുറവ ഒഴുകുംപോലെ അയാളുടെ ഹൃദയം പൊടുന്ന

നെയുണ്ടായ ഒരു തിരത്തള്ളലിൽ ജന്മസ്ഥലത്തേക്കുള്ള തിരിച്ചു വരവിന്റെ ആഹ്ലാദലഹരിയിലാണ്ടുനിന്നു. ഹൃദയത്തിന്റെ ആഴങ്ങളിൽ സ്വാതന്ത്ര്യത്തിന്റെ വേരുകൾ പടർന്ന, സ്വരുക്കൂട്ടി വെക്കൽ യാതൊന്നു മില്ലാത്ത അന്നന്നത്തെ ജീവിതത്തെ അന്നന്ന് കണ്ട് ആഘോഷിക്കുന്ന തന്റെ ജനതതിയുടെ ലളിത ജീവിതത്തിന്റെ അന്തർദ്ധാര, ഗുഹാന്ത ർഭാഗത്ത് ഗുപ്തമായിക്കിടക്കുന്ന മൺപാത്രത്തിൽ നിക്ഷേപിക്കപ്പെട്ട സ്വർണ്ണനാണയങ്ങളുടെ മാറ്റുപോലെ ഒളിചിതറിക്കൊണ്ട് മിന്നി ത്തെളിഞ്ഞു. പൈപ്പിൻകുന്ന് കോളനിയുമായി സ്വപ്നങ്ങളും വർണ്ണ ക്കാഴ്ചകളും നിറഞ്ഞ ഭൂതകാലത്തിലേക്ക് തുറക്കുന്നൊരു വാതിൽപ്പാളി യെന്നപോലെ അടുത്തടുത്തുചെല്ലുംതോറും മാറാലപൂണ്ടും വെളിച്ച ത്തിന്റെ കീറുകൾ അല്പം വെളിപ്പെടുത്തിയും ഏതോ ജൈവസ്മൃതി കളിൽ ഉറങ്ങിക്കൊണ്ടിരിക്കുന്നതുപോലെ തോന്നി.

'മാധവാ.. മാധവാ'

അമ്മയെപ്പോലെ തന്നെ നീട്ടിവിളിക്കുന്ന അനേകം ശബ്ദങ്ങളുടെ അലകൾ എങ്ങും മുഴങ്ങുന്നു. സജീവമാകുന്ന തെരുവ്, കോളനിപ്പാർ പ്പിനും മുൻപേയുള്ള പലവിധ ദൃശ്യങ്ങൾ ഉള്ളിൽ തെളിഞ്ഞു. നിലത്ത് ഒരു മൂലയിലിരുന്ന് പുല്ലുകൊണ്ടും ഈറ്റ കൊണ്ടും മുളകൊണ്ടും കുട്ട, വട്ടി, പായ നെയ്തുകൂട്ടുന്ന മുൻ തലമുറക്കാർ. കിഴങ്ങും കായും കനി കളും ചുട്ടെടുത്തും വേവിച്ചും പച്ചയ്ക്കും പങ്കുവെച്ചുതിന്നും കുടിച്ചും സംഘർഷങ്ങളൊന്നുമില്ലാതെ. കറുത്തുമിന്നുന്ന ദേഹങ്ങളിൽ അരയ്ക്കു മാത്രം ഒരുതുണ്ട് തുണി ഉടുത്തവർ. ജീവസ്സുറ്റ ബഹളങ്ങൾ. കടുംതുടി യിൽ മുഴങ്ങുന്ന പഴമ്പാട്ടുകൾ. കോലങ്ങൾക്കു മുമ്പാകെ അനുഗ്രഹം നേടാനായി ഊഴം കാത്തുനില്ക്കുന്ന, മേലാളന് മുമ്പാകെ കീഴ്മേൽ മറിയുന്ന ജാതിയുടെ വഴക്കമാറ്റങ്ങൾ. വഴിമാറിത്തരാൻ പറയുന്ന മേലാ ളനോടുള്ള കീഴാളന്റെ ചോദ്യം, ചരിത്രസന്ധികളിലെന്നവണ്ണം കാതിൽ മുഴങ്ങുന്നു.

'ഒക്കല് കുട്ടീണ്ട്, തലയില് കള്ളുണ്ട്
ഇപ്പറം മുള്ളുണ്ട്, അപ്പുറം കാടുണ്ട്
പിന്നെ പറം താങ്കള് വഴിതരുന്ന്
നിങ്ങളെ കൊത്തിയാലും വരുന്നത് രക്തം ഞങ്ങളെ കൊത്തി യാലും വരുന്നത് രക്തം, പിന്നെന്തിന് വെറുതെ കുലം പറയുന്നു.'

തോറ്റം പാട്ട് കടുംതുടിയുടെ താളത്തിലുയരുമ്പോൾ ഏതോ ഓർമ്മകളിൽ ഉറങ്ങിക്കൊണ്ടിരിക്കുന്ന തന്നെ ഉണർത്തി അമ്മ മുലപ്പാൽ ചുണ്ടിലിറ്റിച്ചുതന്ന് വാക്കുകൾ പഠിപ്പിക്കുന്നതു പോലെ തോന്നി മാധവന്.

ജീവൻ നഷ്ടപ്പെട്ട് രക്തം വാർന്നൊഴുകുന്ന, പൊട്ടിപ്പൊളിഞ്ഞ ദേഹ ത്തിൽ തന്നെതന്നെ തിരഞ്ഞുകൊണ്ടിരിക്കുന്നതിന്റെ വിഹ്വലതയിൽ മാധവൻ വിഷണ്ണനായി. മുമ്പിലേക്കുള്ള വഴി അയാൾക്കു മുമ്പിൽ ഒരു തടയിടലെന്നപോലെ ആരോ മറച്ചുവെച്ചിരിക്കുന്നതായി തോന്നി. വഴി

മുട്ടിനിന്ന അയാളെ എന്തെല്ലാമോ ഉൾഭയങ്ങൾ വലയംചെയ്തു. ഭ്രാന്തെടുക്കുന്നതുപോലെ തോന്നിയപ്പോൾ എല്ലാം ഇട്ടെറിഞ്ഞ് താൻ എങ്ങോട്ടെങ്കിലും ഓടിപ്പോവുക തന്നെയാണ് വേണ്ടതെന്ന് മാധവന് വ്യക്തമായി.

അയാൾ തിരിഞ്ഞോടിത്തുടങ്ങി.

പിറകിൽ പാഞ്ഞുവരുന്ന യന്ത്രക്കൈകൾ തന്നെ കോരിയെടുത്ത് നിലത്തിട്ട് ചുരുട്ടിക്കൂട്ടുകയാണെന്ന് മാധവനുതോന്നി.

www.ingramcontent.com/pod-product-compliance
Lightning Source LLC
LaVergne TN
LVHW100224051026
849517LV00006B/1797